कथाकथनाची क्षमता ही एक अनन्यसाधरण अशी निसर्गदत्त देणगी आहे. ती शिकून आत्मसात करण्यासारखी नसते. एकतर तुमच्याकडे ती असते; नाहीतर नसते. जेफ्री आर्चर हे एकमेवाद्वितीय असे कथाकथनकार आहेत.

— एरिका वागनर, द टाइम्स

'मी दौऱ्यावर असताना हे पुस्तक वाचायला घेतले आणि नंतर माझ्या असं लक्षात आलं की, ते वाचण्याच्या नादात मी इतका गुंग होऊन गेलो होतो की, एका महत्त्वपूर्ण करारावर सह्या करायला जायचंच विसरून गेलो होतो. हे पुस्तक खरोखरच वाचनीय आहे. जेफ्री आर्चर हे सर्वोत्कृष्ट दर्जाचे लेखक आहेत.

— अँथनी हॉरोविट्झ, डेली टेलीग्राफ

'ब्रिस्टॉलच्या गल्ल्या-बोळांमध्ये अत्यंत बिकट परिस्थितीत लहानाचा मोठा झालेला हॅरीसारखा एक मुलगा पुढे समाजाच्या उच्च स्तरापर्यंत कसा जाऊन पोहोचतो, याची ही खिळवून टाकणारी कहाणी आहे. तिने मला मंत्रमुग्ध केलं, परंतु त्यात नेमकं काय-काय घडतं किंवा जेफ्री आर्चर त्यांच्या नेहमीच्या शैलीत अखेरच्या क्षणी वाचकाला कसा धक्का देतात, हे मी आत्ताच सांगून त्यांचा रसभंग करणार नाही.'

— डेली मेल

'मी हे पुस्तक अगदी समरसून वाचलं. कथानकाची जबरदस्त पकड, घटनाक्रम घडण्याचा वेग आणि अत्यंत विस्मयकारक, अकल्पित शेवट यामुळे मी भारावून गेलो आहे आणि या पुस्तकाचा पुढचा भाग कधी प्रकाशित होतो, याची उत्सुकतेने वाट पाहात आहे.'

– संडे एक्सप्रेस

'जेफ्री आर्चर यांची एक खासियत अशी की, आपण त्यांचं पुस्तक एकदा वाचायला घेतलं की, ते संपूर्ण वाचून संपवल्याशिवाय खाली ठेवू शकत नाही. आपण त्या जगात संपूर्णपणे हरवून जातो. पुस्तकाचा शेवट जसाजसा जवळ येतो तसं एकेका अनुत्तरित प्रश्नाचं उत्तर मिळत जाईल, सगळा गुंता सुटेल, सगळ्या रहस्याची उकल होईल, असं वाटत असताना एकदम शेवटच्या परिच्छेदात ते एक बॉम्बगोळा टाकतात.'

– जेरी हेज, स्पेक्टॅटर

द सिन्स ऑफ द फादर

द क्लिफ्टन क्रॉनिकल्स

भाग दुसरा

जेफ्री आर्चर

अनुवाद
लीना सोहोनी

मेहता पब्लिशिंग हाऊस

Please contact us at **Mehta Publishing House Pvt. Ltd.,** Pune 411030.
✆ +91 020-24476924 / 24460313 / Mob. No. 9545000513
Email : production@mehtapublishinghouse.com
Website : www.mehtapublishinghouse.com

- *या पुस्तकातील लेखकाची मते, घटना, वर्णने ही त्या लेखकाची असून त्याच्याशी प्रकाशक सहमत असतीलच असे नाही.*

THE SINS OF THE FATHER by **JEFFREY ARCHER**

First Published 2012 by Macmillan Publishers Limited, London
Translated into Marathi Language by Leena Sohoni

द सिन्स ऑफ द फादर / अनुवादित कादंबरी

TBC-26

अनुवाद : लीना सोहोनी

Email : author@mehtapublishinghouse.com

मराठी अनुवादाचे व प्रकाशनाचे हक्क : मेहता पब्लिशिंग हाऊस प्रा. लि., पुणे.

संस्थापक : सुनील अनिल मेहता

प्रकाशक : मेहता पब्लिशिंग हाऊस प्रा. लि.,
१९४१, सदाशिव पेठ, माडीवाले कॉलनी, पुणे - ४११०३०.

मुद्रक : ट्रिनिटी अॅकॅडमी फॉर कॉर्पोरेट ट्रेनिंग लिमिटेड

मुखपृष्ठ : चंद्रमोहन कुलकर्णी

प्रकाशनकाल : १२ नोव्हेंबर, २०१५ / पुनर्मुद्रण : जुलै, २०२४

किंमत : ₹ ७००

P Book ISBN 9788184989205
E Book ISBN 9788184989212
E Books available on : amazonkindle Apple Books Google Play Books

---

सर टॉमी मॅकफेअरसन,
फ्रेंच सेनेमधील 'लीजन ऑफ ऑनर', 'क्रॉस ऑफ वॉर'
आणि इटालियन सेनेमध्ये युद्धातील कामगिरीबद्दल प्रदान
करण्यात येणारे रौप्यपदक तसेच रेझिस्टन्स मेडल अशा
अनेक सन्मानांचे व शौर्यपदकांचे मानकरी.

या पुस्तकाचं लेखन चालू असताना मला जे काही संशोधन करण्याची गरज भासली, त्याची संपूर्ण जबाबदारी घेऊन ज्या ज्या व्यक्तींनी मला बहुमोल मार्गदर्शन केलं, त्या सर्वांचा मी अत्यंत ऋणी आहे.

त्या व्यक्तींची नावे अशी : सायमन बेनब्रिज, एलिनॉर ड्रायडेन, डॉ. रॉबर्ट लायमन् : फेलो ऑफ द रॉयल हिस्टॉरिकल सोसायटी, ॲलिसन प्रिन्स, मरी रॉबर्टस् आणि सुझन वॅट

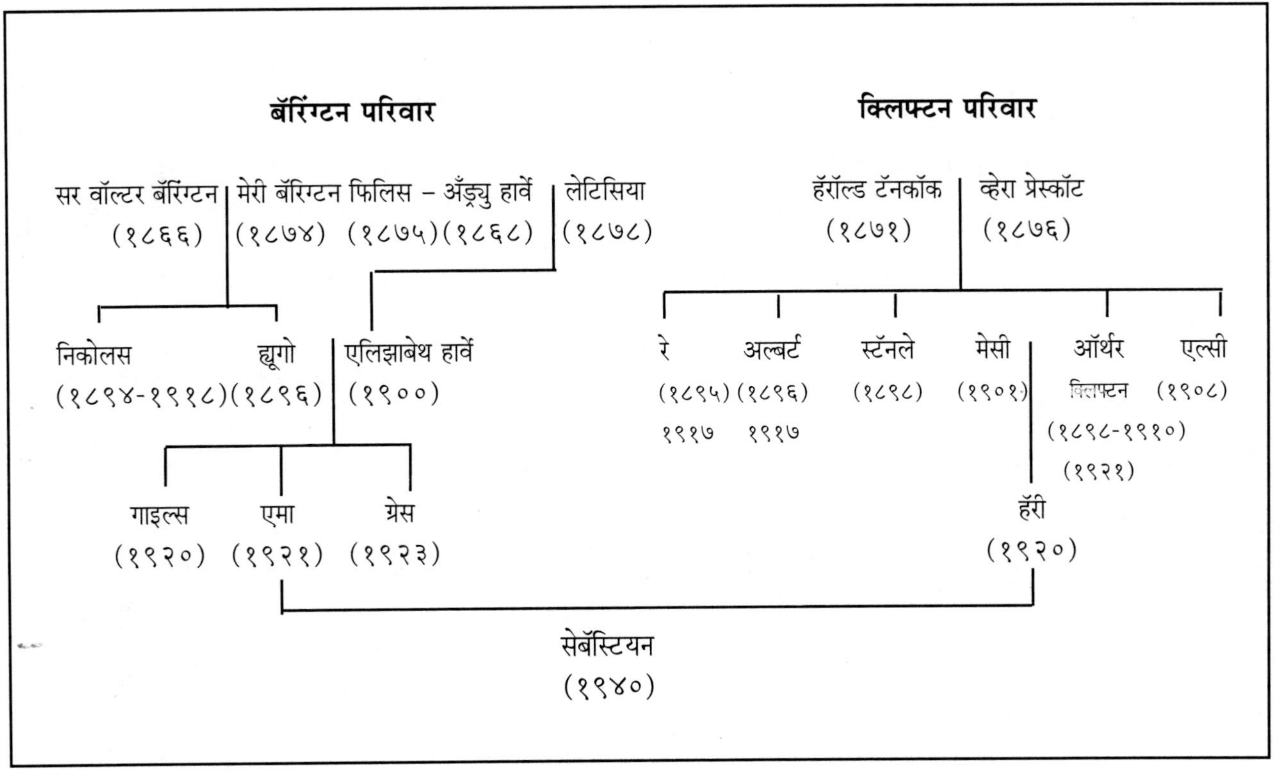
बॅरिंग्टन परिवार
सर वॉल्टर बॅरिंग्टन (१८६६)
मेरी बॅरिंग्टन (१८७४)
फिलिस – अँड्र्यु हार्वे (१८७५)(१८६८)
लेटिसिया (१८७८)
निकोलस (१८९४-१९१८)
ह्यूगो (१८९६)
एलिझाबेथ हार्वे (१९००)
गाइल्स (१९२०)
एमा (१९२१)
ग्रेस (१९२३)
क्लिफ्टन परिवार
हॅरॉल्ड टॅनकॉक (१८७१)
व्हेरा प्रेस्कॉट (१८७६)
रे (१८९५) १९१७
अल्बर्ट (१८९६) १९१७
स्टॅनले (१८९८)
मेसी (१९०१)
आॅर्थर क्लिफ्टन (१८९८-१९१०) (१९२१)
एल्सी (१९०८)
हॅरी (१९२०)
सेबॅस्टियन (१९४०)

'मी तुमचा सर्वेसर्वा; ईर्षावान परमेश्वर आहे.
मला जर पित्यामध्ये पाप आढळले, तर त्याचा प्रतिशोध
मी त्याच्या मुलांच्या तिसऱ्या-चौथ्या पिढीपर्यंत घेईल...'

– बुक ऑफ कॉमन प्रेअर

हॅरी क्लिफ्टन

(१९३९-१९४१)

१

“माझं नाव हॅरी क्लिफ्टन आहे.”

“हो, हो! आणि मी बेब रूथ आहे,” सिगारेट पेटवत डिटेक्टिव्ह कोलोवस्की म्हणाला.

“नाही, नाही!” हॅरी म्हणाला, “माझं म्हणणं तुमच्या लक्षात नाही आलं. काहीतरी खूप मोठा समजुतीचा घोटाळा झाला आहे. मी खरंच हॅरी क्लिफ्टन आहे. मी इंग्लिश माणूस आहे. ब्रिस्टॉलचा आहे. टॉम ब्रॅडशॉ ज्या जहाजावर नोकरीला होता ना, त्याच जहाजावर मीसुद्धा कामाला होतो.”

“ते सगळं तुमच्या वकिलांसाठी राखून ठेवा!” डिटेक्टिव्ह म्हणाला. त्याने एक जोरकस झुरका घेतला. आणि ती छोटीशी खोली धुराने भरून गेली.

“पण माझ्याकडे वकील नाहीये!” हॅरी विनवण्या करत म्हणाला.

“बेटा, तू ज्या काही अडचणीत सापडला आहेस ना, तशा लफड्यात जर मी सापडलो असतो ना, तर मी ताबडतोब सेफ्टन जेल्क्सला माझा वकील नेमला असता. तेवढा एकच आशेचा किरण आता तुझ्यासमोर आहे. ”

“कोण हा सेफ्टन जेल्क्स?”

“न्यू यॉर्क मधला तो सर्वांत निष्णात वकील आहे. अत्यंत धूर्त आणि चाणाक्ष आहे. तू त्याचं नाव कदाचित ऐकलं नसशील.” डिटेक्टिव्ह परत एकदा धूर सोडत म्हणाला, “पण उद्या सकाळी नऊ वाजता तो तुला इथे येऊन भेटणार आहे. आणि जेल्क्स स्वतःच्या फीचे पैसे आधी वसूल करून घेतो. त्याखेरीज तो त्याच्या ऑफिसातून बाहेर पाऊल टाकत नाही.”

“पण –” हॅरीने बोलण्यास सुरुवात केली. पण कोलोवस्कीने कोठडीच्या दरवाज्यावर हातच्या मुठीने जोरात फटका मारला.

“त्यामुळे उद्या सकाळी जेव्हा तो जेल्क्स तुला भेटायला इथे येईल, तेव्हा दुसरी काहीतरी पटेल, अशी कहाणी सांग त्याला! आम्ही चुकीच्या माणसाला अटक केलं

आहे, वगैरे भाकडकथा सांगू नको त्याला! तू इमिग्रेशन ऑफिसरला स्वत: टॉम ब्रॅडशॉ असल्याचं सांगितलं आहेस. ते जर त्याला पटलं, तर ते जज्जला नक्कीच पटेल.''

कोलोवस्कीने आणखी एक धुराचा लोट तोंडातून बाहेर सोडला. त्यामुळे हॅरी जोरजोरात खोकू लागला. कोलोवस्कीने कोठडीचं दार धाडकन उघडून बाहेरील कॉरिडॉरमध्ये पाऊल टाकलं. आणि एक शब्दही न बोलता बाहेर आल्यावर ते बंदही करून टाकलं. भिंतीला लावून उभ्या केलेल्या बाकड्यावर हॅरी मटकन बसला. नंतर तो तिथेच दगडासारखी कठीण उशी डोक्याशी घेऊन आडवा झाला. छताकडे बघत तो मनातल्या मनात विचार करू लागला, ''आपण या पोलीस कोठडीत कसे काय आलो बरं? आपल्या स्वत:च्या देशापासून इतक्या दूर, जगाच्या दुसऱ्या टोकाला! आणि तेही खुनाच्या आरोपाखाली?''

कोठडीच्या खिडकीच्या गजांमधून पहाटेचा प्रकाश आत शिरण्याच्या कितीतरी आधीच कोठडीचं दार उघडलं. इतक्या पहाटेसुद्धा हॅरी जागाच होता.

एक वॉर्डर एका ढकलगाडीवर नाश्त्याचे ट्रे भरून घेऊन आला. त्यातलं अन्न साल्व्हेशन आर्मीने रस्त्यावरच्या भिकाऱ्यांनासुद्धा वाटलं नसतं, इतकं घाणेरडं होतं. त्याने आत येऊन छोट्या लाकडी टेबलावर तो ट्रे ठेवला आणि एक अक्षरही न बोलता; तो निमूटपणे निघूनसुद्धा गेला.

हॅरीने क्षणभर त्या अन्नाकडे टक लावून पाहिलं आणि नंतर कोठडीत येरझारा घालण्यास सुरुवात केली. प्रत्येक पावलागणिक त्याचा आत्मविश्वास हळूहळू वाढत चालला होता. 'आपलं नाव बदलून 'टॉम ब्रॅडशॉ' हे नाव आपल्याला का धारण करावं लागलं, या मागचं कारण एकदा मि. जेल्क्स यांना आपण नीट स्पष्ट करून सांगितलं की, सगळं काही सुरळीत होईल,' असं त्याला मनातून वाटत होतं. 'शिवाय ते आपल्याला जास्तीत जास्त मोठी शिक्षा काय करू शकतील? फार-फार तर इथून आपली हकालपट्टी करतील, आपल्याला घरी पाठवतील,' असं त्याला वाटलं. आणि तसंही त्याला इग्लंडला जाऊन नेव्हीत नाव नोंदवायचं होतं. त्याने मूळ जो काही बेत आखला होता, त्याच्याशी ते मिळतं-जुळतंच होतं.

सकाळी ८ वाजून ५५ मिनिटं झाली होती. हॅरी आपल्या बाकड्यावर बसून अधिरतेने मि. जेल्क्सची वाट बघत होता. अखेर ९ वाजून १२ मिनिटं झाल्यावर ते प्रचंड मोठं, अवजड दार उघडलं. हॅरी टुणकन उडी मारून उभा राहिला. तुरुंगाचा पहारेकरी अदबीने एका बाजूला उभा राहिला आणि एक उंचापुरा, पांढऱ्या केसांचा रुबाबदार माणूस आत शिरला. 'हा माणूस नक्की आपल्या आजोबांएवढा असेल!' हॅरीच्या मनात आलं.

मि. जेल्क्स यांनी पांढरा शुभ्र शर्ट घातला होता. त्यावर गडद रंगाचा उभ्या

रेघांचा सूट आणि तसाच टायही घातला होता. त्यांचा चेहरा अत्यंत सावध होता. त्यांना कधीच कोणत्या गोष्टींने आश्चर्याचा धक्का बसत नसावा.

"गुड मॉर्निंग!" ते म्हणाले. ते हॅरीकडे पाहून अगदी कळत-नकळत हसले. "माझं नाव सेफ्टन जेल्क्स! 'जेल्क्स, मेयर्स अॅन्ड अॅबरनाथी' या फर्मचा मी सीनियर पार्टनर आहे. माझे अशील मिस्टर अॅन्ड मिसेस ब्रॅडशॉ यांनी या खटल्यासाठी माझी नेमणूक केली आहे. तुमचं वकीलपत्र मी घेणार आहे.

हॅरीच्या कोठडीत असलेली एकुलती एक खुर्ची पुढे करून त्याने मि. जेल्क्स यांना बसण्याची विनंती केली. जणूकाही त्यांच्या ऑक्सफर्डमधल्या हॉस्टेलच्या रूमवर एखादा मित्रच त्याला भेटायला आला असावा. तसा मग तो स्वत: बाकावर बसला. वकिलांनी आपली ब्रीफकेस उघडून आतून एक पिवळ्या रंगाचं नोटपॅड काढून ते टेबलावर ठेवलं.

जेल्क्स खिशातून पेन काढून म्हणाले, "बरं, मग पहिल्या प्रथम तुम्ही मला हे सांगा की, तुम्ही नक्की कोण आहात? कारण तुम्ही लेफ्टनंट ब्रॅडशॉ नाही आहात, ते तुम्हालाही माहीत आहे आणि मलाही."

हॅरीची साद्यंत हकिकत ऐकून, वकीलसाहेबांना आश्चर्याचा धक्का बसलाच असला, तरी तो काही त्यांनी चेहऱ्यावर दिसू दिला नाही. हॅरी सर्वकाही तपशीलवार सांगत होता. या कोठडीत येऊन दाखल होईपर्यंतची सर्व कहाणी त्याने सांगितली. सर्व वेळ वकीलसाहेब भराभरा समोरच्या पॅडमध्ये बरंच काही लिहीत होते. त्यांचं सर्व लिहून झाल्यावर हॅरीच्या मनात आलं, 'हे संकट नक्कीच टळेल.' इतक्यात वकील पुढे म्हणाले.

"तुम्ही 'कॅन्सस स्टार' या जहाजावर असताना तुमच्या आईला एक पत्र लिहिलं होतं. तुम्हाला 'टॉम ब्रॅडशॉ'चं नाव का धारण करावं लागलं, हे सगळं तुम्ही त्यात स्पष्ट करून लिहिलं होतं, होय ना?"

"हो! बरोबर आहे, सर! माझ्या आईला उगाच कोणत्याही प्रकारचा त्रास होऊ नये, अशी माझी इच्छा होती. पण त्याच वेळी मी इतका टोकाचा निर्णय का घेतला ते तिला समजावून सांगणं फार महत्त्वाचं होतं."

"हो! मी ते समजू शकतो. संपूर्णपणे वेगळं नाव, वेगळी ओळख धारण करण्यामुळे तुमच्या पुढचे प्रश्न तात्पुरते सुटले असते, हे तर खरंच आहे. पण त्यामुळे तुम्ही कितीतरी मोठ्या अडचणीत येऊ शकाल, हा विचार तुम्ही केला नाहीत." जेल्क्स म्हणाले. त्यांच्या पुढच्या प्रश्नामुळे हॅरी अधिकच बुचकळ्यात पडला. "त्या पत्रातील मजकूर तुम्हाला आठवतो का?"

"अर्थात! मी ते इतके वेळा लिहिलं. पुन्हा-पुन्हा लिहिलं की, आता मला ते जवळजवळ पाठच झालं आहे.

"हो, का? बरं. मग मला आता तुमच्या स्मरणशक्तीची परीक्षा पाहू दे!" जेल्क्स म्हणाले. त्यांनी आपल्या पॅडमधून एक कागद फाडून हॅरीच्या हातात ठेवला आणि आपलं फाउन्टन पेनही त्याला दिलं.

माझ्या प्रिय आईस,

माझा समुद्रात बुडून मृत्यू झाल्याची बातमी तुला कुणीतरी येऊन सांगण्यापूर्वीच हे पत्र तुझ्या हातात पडावं, यासाठी मी माझ्या परीने सर्वतोपरी प्रयत्न करत आहे. या पत्रावरची तारीख पाहिल्यावर तुझ्या लक्षात येईलच की, ४ सप्टेंबर रोजी जेव्हा 'देव्होनियन' ह्या जहाजाला जलसमाधी मिळाली, तेव्हा त्या बरोबर मी मृत्युमुखी पडलो नाही. खरंतर एका अमेरिकन जहाजावरील खलाश्याने मला बुडण्यापासून वाचवलं. त्याच्यामुळेच आज मी जिवंत आहे. परंतु दुसऱ्याच एका माणसाचं नाव आणि ओळख धारण करण्याची संधी अनपेक्षितपणे माझ्यासमोर आली. मग मी स्वखुशीने तसं केलं. मी माझ्याही नकळत एमासाठी व तिच्या कुटुंबासाठी ज्या प्रचंड समस्या निर्माण करून ठेवल्या होत्या, त्या सर्वांची सुटका होईल, या आशेनेच ते मी केलं. पण एक गोष्ट तू लक्षात घे. माझं एमावरचं प्रेम यत्किंचितही कमी झालेलं नाही. उलट वाढलंच आहे. यापुढे आयुष्यात परत कधी तशा प्रकारच्या प्रेमाचा अनुभव मला येऊ शकेल, असं मला वाटत नाही. परंतु पुढील आयुष्यात कधीकाळी मी असं सिद्ध करू शकेन की, मी ह्युगो बॅरिंग्टन यांचा मुलगा नसून ऑर्थर क्लिफ्टन यांचाच मुलगा आहे– या आशेवर तिने उर्वरित आयुष्य काढावं, असं काही मला वाटत नाही. निदान मी हे जे करतो आहे, त्यामुळे ती तिचं भावी आयुष्य दुसऱ्या कुणाबरोबर घालवण्याचा निदान विचार तरी करेल. तो जो कुणी असेल, त्याचा मला हेवा वाटतो.

मी मिळेल ते पहिलं जहाज पकडून इंग्लंडला येईन; त्यामुळे तुला जर टॉम ब्रॅडशॉ नावाच्या कुणाकडून पत्र आलंच, तर ते माझ्याकडूनच आहे, असं समज. मी ब्रिस्टॉलमध्ये पाऊल टाकताच ताबडतोब आधी तुझी भेट घेईन. पण दरम्यानच्या काळात मात्र तू माझं हे गुपित वर्षानुवर्षं हृदयात जपलं होतंस, तेवढंच जप!

तुझा मुलगा,
– हॅरी

ते पत्र वाचल्यानंतर परत एकदा वकील जेल्क्स जे काही म्हणाले, त्यामुळे हॅरीला आश्चर्य वाटलं. "ते पत्र तुम्ही स्वत: पोस्टात नेऊन टाकलंत का मि. क्लिफ्टन? का तुम्ही ती जबाबदारी दुसऱ्या कुणांवर सोपवलीत?" त्यांनी विचारले.

ते ऐकून पहिल्यांदाच हॅरीच्या मनात संशय उत्पन्न झाला. पंधरा दिवसांनी डॉ. वॅलेस हे ब्रिस्टॉलला जाणार होते व तेव्हा ते पत्र स्वत:च आपल्या आईला नेऊन देणार होते. मात्र ही गोष्ट वकीलसाहेबांना न सांगायचं त्याने ठरवलं. कदाचित ते वकीलसाहेब डॉ. वॅलेस यांच्याशी संपर्क साधतील आणि त्यांनी ते पत्र मेरी क्लिफ्टनला देऊच नये म्हणून त्याचं मन वळवतील, अशी त्याला मनातून भीती वाटली. तसं झालं तर मग आपला मुलगा अजून जिवंत आहे, हे मेरी क्लिफ्टन हिला कधीच कळलं नसतं.

"मी जेव्हा बंदरात आलो तेव्हा ते पत्र मी स्वत:च पोस्टात टाकलं." तो म्हणाला.

त्यावर बराच वेळ वकीलसाहेब काहीच बोलले नाहीत. मग म्हणाले, "तुम्ही टॉम ब्रॅडशॉ नसून हॅरी क्लिफ्टन आहात, हे सिद्ध करणारा काही पुरावा तुमच्याकडे आहे?"

"नाही, सर! काहीच नाही!" हॅरी न कचरता म्हणाला. कॅन्सस स्टार जहाजावरील कुणालाही आपण टॉम ब्रॅडशॉ नसल्याची शंकाही आलेली नसणार, याची त्याला खात्रीच होती. तो हॅरी क्लिफ्टन आहे, हे सिद्ध करू शकणारे सर्वच लोक जगाच्या दुसऱ्या टोकाला; समुद्रापलीकडे होते. हजारो मैल दूर. आणि आता अगदी थोड्याच दिवसांत हॅरी जिवंत असल्याची बातमी त्यांच्या कानावर जाऊन पोहोचणार होती.

"मग कदाचित मी तुमची मदत करू शकेन, मि. क्लिफ्टन! म्हणजे मी असं गृहीत धरत आहे की, मिस एमा बॅरिंग्टन यांची तुम्हाला मृत्यू आला असल्याची समजूत व्हावी, असं अजूनही तुम्हाला वाटतं." जेल्क्सनी विचारलं. त्यांच्या चेहऱ्यावर छद्मी हास्य होतं. "मी कदाचित तुमच्या प्रश्नावर तोडगा काढू शकेन."

"तोडगा?" हॅरी म्हणाला. बऱ्याच वेळाने पहिल्यांदाच त्यांच्या मनात आशा जागृत झाली होती.

"हो, पण तुम्ही हे जे टॉम ब्रॅडशॉचं रूप धारण केलं आहे, ते तुम्हाला तसंच कायम ठेवता येईल ना?"

त्यावर हॅरी काही न बोलता गप्प राहिला.

"टॉम ब्रॅडशॉवर जो काही आरोप ठेवण्यात आला आहे, तो केवळ परिस्थितीजन्य पुराव्यावर आधारित आहे; ही गोष्ट डिस्ट्रिक्ट ॲटर्नीच्या ऑफिसने मान्य केली आहे. खून झाल्याच्या दुसऱ्या दिवशीच तो देश सोडून गेला, या गोष्टीवरच त्यांचा बराच भर आहे. आपली स्वत:ची केस चांगलीच कमकुवत आहे, याची त्यांनाही कल्पना

असल्यामुळे ते तुमच्यावरचा आरोप मागे घेण्यास तयार झाले आहेत. पण त्यांची एकच अट आहे. आर्मीमध्ये नोकरी करत असताना ती मध्येच सोडून अचानक निघून जाण्याच्या किरकोळ आरोपाचा तुम्ही स्वीकार करावा, असं त्यांचं म्हणणं आहे.''

''पण मी तो तरी आरोप का मान्य करायचा?'' हॅरी म्हणाला.

''त्याची मी तुम्हाला तीन कारणं देऊ शकेन!'' जेल्क्स म्हणाले, ''एक म्हणजे, तुम्ही जर तसं केलं नाहीत, तर खोटं कारण दाखवून तुम्ही युनायटेड स्टेट्समध्ये येऊन दाखल झाल्याच्या गुन्ह्याबद्दल तुम्हाला सहा वर्षं तुरुंगवासाची शिक्षा होईल. दुसरं म्हणजे, तुम्ही स्वतःची 'टॉम ब्रॅडशॉ' ही ओळख तशीच ठेवू शकाल. त्यामुळे तुम्ही जिवंत आहात, अशी शंकासुद्धा बॅरिंग्टन परिवाराला येणार नाही आणि तिसरं म्हणजे, तुम्ही जर टॉम ब्रॅडशॉची जागा घेण्यास तयार असाल, तर त्याच्या परिवाराचे सदस्य त्याबद्दल तुम्हाला दहा हजार डॉलर्स देण्यास तयार आहेत.''

आपल्या आईने गेली इतकी वर्षं आपल्यासाठी जो काही त्याग केलेला आहे; त्याची भरपाई करण्याची ही एक उत्तम संधी आपल्यामुळे चालून आली आहे, असं हॅरीच्या मनात आलं. ही एवढी मोठी रक्कम मिळाली असती, तर तिचं संपूर्ण आयुष्यच बदलून गेलं असतं. त्या स्टील हाउसलेन मधल्या घरात खडतर दिवस काढणं, दर आठवड्याला त्या घरमालकाचं भाडे वसुलीसाठी कटकट करणं – सगळंच संपलं असतं. कदाचित तिने ग्रँड हॉटेलमधली वेट्रेसची नोकरीसुद्धा सोडली असती. तिचं आयुष्य बरंच सुखावह झालं असतं. अर्थात हे मात्र घडण्याची हॅरीला विशेष शक्यता वाटत नव्हती. पण जेल्क्ससाहेबांच्या या सगळ्या योजनेत सहभागी होण्याआधी हॅरीच्या मनात बरेच प्रश्न होते. त्यांची उत्तरं त्याला हवी होती.

''परंतु आपला मुलगा समुद्रात बुडून मृत्युमुखी पडला आहे, याची त्या ब्रॅडॅशॉ परिवारातील लोकांना कल्पना असेलच ना? मग तरीही ते एवढं सगळं करायला का तयार झाले?''

''आपल्या मुलाच्या नावावरचा कलंक पुसला जावा, यासाठी मिसेस ब्रॅडशॉ अत्यंत अस्वस्थ झाल्या आहेत. आपल्या एका मुलाने आपल्या दुसऱ्या मुलाचा खून केला असेल, ह्या गोष्टींचा स्वीकार करायला त्यांचं मन तयार होत नाही.''

''म्हणजे या टॉम ब्रॅडशॉवर नक्की कोणता आरोप आहे? आपल्या स्वतःच्या भावाचा खून केल्याचा?''

''हो, पण मी तुम्हाला सांगितलं ना – पुरावा अगदीच कमजोर आहे. कोर्टात तर त्या पुराव्याला कोणीच विचारणार नाही. म्हणून तर डिस्ट्रिक्ट ॲटर्नीच्या ऑफिसने आरोप मागे घेण्याचं मान्य केलं आहे. पण त्यासाठी तो दुसरा किरकोळ आरोप आहे ना – आर्मीतून पळ काढण्याचा त्याचा स्वीकार तुम्ही करायला हवा.''

''आणि जर मी तो दुसरा आरोप मान्य केला, तर मला किती शिक्षा होईल?'' हॅरी म्हणाला.

''डिस्ट्रिक्ट ऑफिसने असं मान्य केलंय की, ते जज्जसाहेबांशी बोलून तुम्हाला अगदी कमी म्हणजे फक्त एकच वर्षाची शिक्षा देतील. चांगल्या वर्तणुकीने तुम्ही केवळ सहा महिन्यांतच बाहेर पडू शकाल. पण जर आपण हॅरी क्लिफ्टन आहोत, असं तुम्ही हट्टाने सांगत राहिलात, तर मात्र सहा वर्षं तुरुंगात खितपत पडाल एवढं नक्की!''

''पण जेव्हा मी कोर्टात पाऊल टाकेन, त्या क्षणीच मी टॉम ब्रॅडशॉ नसल्याचे कुणा ना कुणाच्या तरी लक्षात येईलच ना!''

''मला नाही वाटत तसं!'' जेल्क्स म्हणाले, ''ब्रॅडशॉ जसियाटलमधले आहेत. ते वेस्ट कोस्टला असतात. ते अत्यंत धनाढ्य आहेत; परंतु ते न्यू यॉर्कला काही फारसे येत नाहीत. थॉमस सतराव्या वर्षी नेव्हीत गेला आणि तुम्हाला कल्पना आहेच, गेल्या चार वर्षांत त्याने अमेरिकेच्या भूमीवर पाऊलही ठेवलेलं नाही. शिवाय जर तुम्ही त्या किरकोळ आरोपाचा स्वीकार केलात, तर तुम्ही जेमतेम वीसच मिनिटं कोर्टात असाल.''

''पण मी बोलण्यासाठी तोंड उघडताच मी अमेरिकन नाही, हे सर्वांना कळेलच ना?''

''म्हणून तर तुम्ही कोर्टात तोंडच उघडायचं नाहीत, मि. क्लिफ्टन!'' वकीलसाहेब चांगलेच मुरलेले होते. त्यांच्याकडे प्रत्येक प्रश्नाचं उत्तर होतंच. मग हॅरीने आणखी एक शक्कल लढवली.

''इंग्लंडमध्ये खून खटला चालू असला की, कोर्टात प्रचंड गर्दी असते. अगदी मुंगी शिरायला ही जागा नसते. पत्रकारांची झुंबड असते. लोकसुद्धा आरोपीला बघण्याच्या इच्छेने अगदी सकाळी लवकरच कोर्टाबाहेर रांगा लावून उभे असतात.

''मि. क्लिफ्टन सध्या न्यू यॉर्कमध्ये एकूण चौदा खून खटले चालू आहेत. त्या सुरीने गळा चिरण्याऱ्या कुप्रसिद्ध गुंडाचा खटलासुद्धा चालू आहे. त्यामुळे या खटल्यासाठी एखादा वार्ताहर तरी हजर राहील का नाही, शंकाच आहे.''

''मला विचार करण्यासाठी थोडा अवधी हवा!''

वकीलसाहेबांनी हातातल्या घड्याळाकडे पाहिलं. ''आज दुपारी बारा वाजता जज्ज ॲटकिन्सच्या समोर उभं राहायचं आहे. तेव्हा तुम्हाला विचार करायला एक तास आहे, मि. क्लिफ्टन.'' मग त्याने पहारेकऱ्याला हाक मारून कोठडीचं दार उघडायला सांगितलं. ''तुम्हाला जर मी तुमचं वकीलपत्र घ्यायला नको असेल, तर मग तुम्हाला मी आत्ताच शुभेच्छा देतो! कारण नंतर आपली भेट होणार नाही.'' एवढं बोलून वकील साहेब निघून गेले.

हॅरी बाकावर बसून त्यांच्या प्रस्तावावर विचार करू लागला. या रुपेरी केसांच्या वकीलसाहेबांनी आपल्या समोर मांडलेल्या प्रस्तावामागे त्यांचा अंत:कोपी हेतू

काहीतरी वेगळाच आहे, एवढं त्याला नक्की कळून चुकलं होतं. परंतु सहा वर्षांच्या तुरुंगवासापेक्षा सहा महिन्यांचा तुरुंगवास बराच सुसह्य वाटत होता. शिवाय या निष्णात वकिलांची मदत घेण्याशिवाय दुसरा कोणताच पर्याय त्याच्या समोर आला नव्हता. आता आपल्या काही क्षणांपुरतं सर वॉल्टर बॅरिंग्टन यांच्या ऑफिसात जाता आलं असतं, त्यांचा सल्ला घेता आला असता, तर किती बरं झालं असतं, असं त्याच्या मनात आलं.

एक तासानंतर गडद निळा सूट, क्रीम कलरचा शर्ट आणि रेघांचा टाय असा वेष परिधान केलेल्या हॅरीला हातात बेड्या घालून कोठडीतून बाहेर काढण्यात आलं आणि त्याच पोलिसांच्या गाडीतून कड्या पाहाऱ्यात कोर्टात नेण्यात आलं.

''तुझ्याकडे पहिल्यावर तू कुणाचा खून करू शकशील, असं त्यांना वाटता कामा नये,'' असं जेल्क्स म्हणाले होते. त्या आधी एक शिंपी अर्धा डझन सूट्स, शर्ट्स आणि टाय असं घेऊन हॅरीच्या कोठडीत आला होता.

''पण मी कुणाचा खून नाहीच करू शकणार,'' हॅरी म्हणाला.

हॅरीला कोठडीतून बाहेर काढण्यात आल्यावर कॉरिडॉरमध्ये वकील जेल्क्स त्याला भेटले. त्याच्याकडे पाहून आपलं नेहमीचं ठराविक हास्य करून ते कोर्टरूमच्या मधल्या पॅसेज मधून चालत आपल्या टेबलापाशी असलेल्या खुर्चीत बसले.

हॅरीपण स्वत:ला नेमून दिलेल्या जागी बसला. त्याच्या हातातील बेड्या काढण्यात आल्यावर त्याने कोर्टरूम वरून एकवार नजर फिरवली. ती जवळजवळ रिकामीच होती. खटला बघायला फारसं कुणी आलेलं नव्हतं आणि वृत्तपत्रांचे, प्रसारमाध्यमांचे बातमीदारही कुणीच नव्हते. या बाबतीत तरी वकीलसाहेबाचं म्हणणं खरं होतं. कुणालाच या खटल्यात रस दिसत नव्हता. त्यांच्या दृष्टीने घरगुती भांडणांमधून झालेला एक खून असंच या खटल्याचं स्वरूप होतं. बरेचदा अशा खटल्यांमध्ये गुन्हेगाराची सुटकाच होते. 'केन अॅन्ड एबल' कादंबरीमधल्या सारखी इलेक्ट्रिक चेअरमध्ये मृत्युदंडाची शिक्षा सहसा कुणाला मिळत नाही.

इतक्यात दुपारी बारा वाजता घंटा झाली. त्याबरोबर कोर्टरूमच्या कोपऱ्यातील दार उघडून जज्ज अॅटकिन्स यांनी आत प्रवेश केला. ते सावकाश चालत आपल्या आसनावर बसले. मग त्यांनी सरकारी वकिलांकडे पाहून मान डोलावली, जसं काही सरकारी वकील काय बोलणार आहेत, हे त्यांना माहीतच होते.

सरकारी वकिलांच्या टेबलामागून एक तरुण वकील उठून उभा राहिला सरकार खुनाचा आरोप मागे घेण्यास तयार आहे. परंतु टॉम ब्रॅडशॉने युएस नेव्ही सोडून पळ काढल्याचा आरोप मात्र त्याच्यावर ठेवण्यात येणार आहे, असं त्याने स्पष्ट केलं. जज्ज साहेबांनी त्यावर मान हलवून होकार दिला अणि आपला मोहरा मि. जेल्क्सकडे

वळवला. त्यावर जेल्क्स लगेच उठून उभे राहिले.

''यूएस नेव्ही सोडून पळ काढल्याच्या या आरोपाबद्दल तुमच्या आशिलाचं काय म्हणणं आहे?''

''कबूल आहे!'' जेल्कस म्हणाले, ''युवर ऑनर, आपण या खेपेस आमच्या आशिलावर दया करून त्यास अत्यंत सौम्य शिक्षा द्यावी, कारण त्याचा हा पहिलाच गुन्हा आहे. या गुन्ह्याआधी त्याचं रेकॉर्ड अत्यंत स्वच्छ आणि निष्कलंक होतं, याचीही कोर्टाने कृपया नोंद घ्यावी.''

यावर जज्ज अटकिन्स यांच्या चेहऱ्यावर रागाची छटा तरळली. ''मि. जेल्क्स!'' ते रागाने म्हणाले, ''देशसेवा करत असलेल्या जवानाने अचानक आपली जबाबदारी अर्ध्यावर सोडून देऊन जर पळ काढला, तर ते कृत्यसुद्धा खून करण्याइतकंच नीच आहे, असं काही लोक समजतील.'' काही वर्षांपूर्वी तुमच्या अशिलाच्या हातून हे असं कृत्य घडलं असतं, तर त्याला गोळी घालण्यात आली असती, हे तुम्ही विसरू नका.''

हॅरीने नजर उचलून जेल्क्स यांच्याकडे पाहिलं. त्याला मळमळू लागलं होतं. जेल्क्स मात्र अजूनही जज्जसाहेबांच्या चेहऱ्याकडे एकटक पाहात होते.

''ही गोष्ट लक्षात घेऊन मी लेफ्टनंट टॉम ब्रॅडशॉ याला सहा वर्षांच्या तुरुंगवासाची शिक्षा देत आहे.'' जज्ज म्हणाले, ''नेक्स्ट केस!'' हॅरीला प्रतिकार करण्याची, काही बोलण्याची संधीच मिळाली नाही.

''पण तुम्ही तर म्हणाला होता –'' हॅरीने बोलण्यास सुरुवात केली, पण जेल्क्स पाठ फिरवून चालू लागले होते. हॅरी त्यांचा पाठलाग करण्यासाठी पळणार इतक्यात दोन पहारेकऱ्यांनी त्याचे दंड धरून त्याला पकडलं आणि मागे ढकललं. त्याच्या हातात बेड्या ठोकल्या आणि त्याला खेचलं. कोर्टरूमच्या दरवाज्याकडे ते निघाले. तो दरवाजा तिथे असल्याचं हॅरीच्या लक्षातच आलं नव्हतं.

मग त्याने मागे वळून जेल्क्स यांच्याकडे पाहिलं, तर एक मध्यमवयीन माणूस त्यांचे हात हातात घेऊन त्यांच्याशी बोलत होता, त्यांचं अभिनंदन करत होता. 'वेल डन जॉब!' असं त्यांना म्हणत होता. हॅरी विचारात पडला, 'आपण हा चेहरा कुठे पाहिलाय बरं?' आणि मग त्याच्या लक्षात आलं – ते नक्कीच टॉम ब्रॅडशॉचे वडील असणार!!

२

एक लांबुळक्या अंधाऱ्या कॉरिडॉरमधून हॅरीला पहारेकऱ्यांनी खेचलं. एका प्रशस्त मोकळ्या रिकाम्या मैदानात नेलं.

त्या मैदानात मध्यभागी एक पिवळी बस उभी होती. त्या बसवर कोणताही नंबर लिहिलेला नव्हता की जाण्याच्या ठिकाणाचं नाव नव्हतं. बसचा अवाढव्य देहाचा कंडक्टर हातात बंदूक धरून बसच्या दारात उभा होता. त्याने हॅरीला खुणेनेच बसमध्ये चढण्यास सांगितलं. त्याच्या बरोबरच्या पहारेकऱ्याला त्याने बसमध्ये चढवलं.

हॅरी एका सीटवर बसून खिन्नपणे खिडकीबाहेर बघू लागला. बाहेरून रांगेने कैद्यांना त्या बसकडे आणण्यात येत होतं. त्यांच्यापैकी काही कैद्यांनी माना खाली घातल्या होत्या, तर काही या आधी तुरुंगवास भोगून आलेले असल्याने मस्तवालपणे डुलत-डुलत निघाले होते. आता लवकरच बस निघेल, असा हॅरीने अंदाज केला. 'ती जिथे कुठे जायची असेल; ती असो!' त्याच्या मनात आलं. पण लवकरच हॅरीला एक कैदी म्हणून आयुष्याला सुरुवात करत असतानाचा पहिला धडा मिळाला. एकदा तुमच्यावर गुन्हा सिद्ध झाला की, मग कुणालाही कसलीही घाई नसते.

"आपण कुठे निघालो आहोत?" असं एखाद्या पहारेकऱ्याला विचारावं, असा हॅरीला मोह झाला. पण त्यांच्यातील कुणीच मदतीला तत्पर असलेल्या टूर-गाइडप्रमाणे दिसत नव्हता. इतक्यात कुणीतरी येऊन धपकन त्याच्या शेजारी बसलं. शेजारी कोण बसलंय, ते लगेच रोखून पाहण्याची हॅरीची इच्छा नव्हती, पण त्या माणसाने लगेच बोलायला सुरुवात केली. मग हॅरीने त्याच्याकडे निरखून पाहिले.

"माझं नाव पॅट क्विन!" तो म्हणाला. त्याचे उच्चार जरा आयरिश ढंगाचे होते.

"टॉम ब्रडॅशा!" हॅरी म्हणाला. आपल्या या नव्या सोबत्याचे हात हातात घेऊन

हस्तांदोलन करावं का? असा हॅरीने विचार केला, पण दोघांचेही हात जखडलेले होते.

क्विन गुन्हेगारासारखा दिसत नव्हता. तो सीटवरून खाली पाय सोडून बसला होता. पण त्याचे पाय खाली कसेबसेच टेकत होते. म्हणजे तो उंचीने पाच फूट एक इंच वगैरे असेल. याउलट बसमधील इतर कैदी मात्र चांगले आडवे-तिडवे होते. काही बलदंड, पिळदार शरीराचे तर काही वेडेवाकडे सुटलेले होते. पण क्विन अंगाने इतका फाटका होता की, वाऱ्याच्या झुळकी सरशी उडून गेला असता. त्याचे विरळ होत चाललेले केस मूळचे तांबूस पण आतात बऱ्याच ठिकाणी पांढरे झाले होते. तरीही तो जेमतेम चाळीस वर्षांचाच असावा.

"तू इथे पहिल्यांदाच ना?" क्विन म्हणाला.

"इतकं सहज ओळखू येतंय का?" हॅरीने विचारलं.

"तुझ्या चेहऱ्यावर छापलंय!" क्विन म्हणाला.

"काय छापलंय माझ्या चेहऱ्यावर?" हॅरी बुचकळ्यात पडून म्हणाला.

"यानंतर इथून पुढे काय-काय घडेल, काय-काय असेल, याची तुला काडीचीही कल्पना नाहीये."

"याचा अर्थ तुझी ही पहिली खेप नाहीये?"

"मी या बसमधून अकराव्यांदा प्रवास करतोय किंवा कदाचित बाराव्यांदाही असेल."

ते ऐकून कित्येक दिवसांत प्रथमच हॅरीला हसू फुटलं.

"तू काय कारणाने इथे आलास?" क्विन म्हणाला. "नेव्हीतून पळालो," हॅरी जास्त काही स्पष्टीकरण न देता म्हणाला.

"हे असलं मी या आधी कधीच ऐकलेलं नाही." क्विन म्हणाला," मी तीन बायकांना सोडून पळालो. पण त्याबद्दल त्यांच्यातल्या एकीनेही मला जेलमध्ये नाही टाकलं."

"मी काही बायकोला सोडून पळालो नाही." हॅरी म्हणाला. पण त्याच्या मनात एमाचा विचार आला. "मी रॉयल नेव्हीतून पळालो, आय मीन... नेव्हीतून पळ काढला, असं म्हणायचं होतं मला."

"आणि त्याबद्दल किती वर्षं शिक्षा?"

"सहा वर्षं!"

क्विनच्या तोंडात जे काही दोन-चार दात शिल्लक होते, त्यांच्या साहाय्याने त्याने शीळ घातली. "अरे, ही शिक्षा जरा जास्तच वाटते. जज्ज कोण होता?"

"अटकिन्स!" हॅरी म्हणाला

"अर्नी अटकिन्स? ओह! फार वाईट जज्ज मिळाला तुला. परत कधी तुझ्यावर खटला आलाच, तर जज्ज नीट निवड."

''तुम्हाला आपल्या मनाप्रमाणे जज्जची निवड करता येते? मला ठाऊकच नव्हतं हे!''

''नाही येत,'' क्विन म्हणाला, ''पण वाईट जज्जांना टाळण्याच्या युक्त्या आहेत.''

क्विनचं बोलणं ऐकून हॅरीने त्याच्याकडे नीट निरखून पाहिलं, पण त्याला थांबवलं मात्र नाही. ''एकूण सात जज्ज आहेत. आळीपाळीने असतात ते. पण त्यांच्यातले दोन फारच खडूस आहेत. त्यांना काहीही करून टाळायचे. त्यातला एक म्हणजे अर्नी अटकिन्स. त्याला विनोद समजत नाही. पण शिक्षा मात्र भरमसाठ देतो.''

''पण मी त्याला कसा काय टाळू शकणार होतो?''

''गेली अकरा वर्षं तो अर्नी अटकिन्स नेहमीच चार नंबरच्या कोर्टरूममध्ये असतो. त्यामुळे जर मला कधी कुणी त्या दिशेला नेऊ लागलं, तर मला लगेच फेफरं येतं. मग पहारेकरी मला घाईने डॉक्टरकडे नेतात.''

''तुला फिट्स येतात का?''

''छे, रे !'' क्विन म्हणाला. ''अरे तुझं लक्ष कुठे आहे? त्याच्या आवाजात वैताग स्पष्ट जाणवत होता. मग हॅरी गप्प बसला. ''अरे जेव्हा मी त्या उपासमाराच्या झटक्यातून बरा झाल्याचं नाटक करतो, तोपर्यंत त्यांनी माझी केस दुसऱ्या कोर्टात पाठवलेली असते.''

हॅरी दुसऱ्यांदा हसला, ''आणि तुझी ही नाटकं चालतात?''

''नाही! नेहमी-नेहमी नाही चालत. नवीन गार्ड असला तर माझी ही नाटकं चालून जातात रे! पण आजकल तेच-तेच नाटक परत-परत करणं, जरा अवघड होत चाललंय. या खेपेला मात्र मला काहीच करावं लागलं नाही. त्यांनी मला सरळ दोन नंबरच्या कोर्टात नेलं. तिथे जज्ज रीगनचं राज्य चालतं. तो माझ्यासारखाच आयरिश आहे. तुझ्या लक्षात आलं असेलच ना, मी आयरिश आहे ते? त्यामुळे स्वत:च्या देश बांधवाला शिक्षा देताना तो कमीतकमी शिक्षा देणारच ना?''

''तुझा गुन्हा काय होता?'' हॅरी म्हणाला.

''मी खिसेकापू आहे,'' तो आनंदाने म्हणाला. जणूकाही आपण आर्किटेक्ट किंवा डॉक्टर असल्याच्या थाटात तो बोलत होता. ''मी उन्हाळ्यात रेसला आणि हिवाळ्यात बॉक्सिंगला जातो. हेच माझं वैशिष्ट्य आहे. जर मार्केट चांगलं असलं, तर मग काय माझी चांदी असते,'' त्याने खुलासा केला. ''पण आजकाल माझं नशीब जरा दगा देऊ लागलं आहे. तिथले मॅनेजर लोक मला ओळखू लागले आहेत. त्यामुळे अलीकडे मला सब-वे ट्रेनमध्ये नाहीतर बस डेपोमध्ये जावं लागतं. पण तिथे खिसे कापून काही फार हाती लागत नाही. शिवाय पकडलं जाण्याची भीती.''

या क्विनला बरंच काही विचारण्याची हॅरीला उत्सुकता होती. एखाद्या विद्यार्थ्याला प्रवेश परीक्षेला बसायचं असलं की, तो आपल्या शिक्षकाला प्रश्न विचारून जसं भंडावून सोडतो, तशीच हॅरीची अवस्था झाली होती. क्विनला आपले उच्चार आणि आपल्या बोलण्याच्या धाटणीवरून आपल्याबद्दल काही शंका आली नाही, याचा त्याला मनापासून आनंद झाला होता.

"आपण आत्ता नक्की कुठे चाललो आहोत, हे तुला माहीत आहे का?" तो म्हणाला.

"लेव्हनहॅम नाहीतर पिअरपॉइट!" क्विन म्हणाला.

"आपण हायवेवरून बारा नंबरचा एक्झिट घेतोय का चौदा, त्यावर ते अवलंबून आहे."

"त्या दोन्ही तुरुंगापैकी एखाद्या तुरुंगात तू या आधी कधी होतास का?"

"दोन्ही तुरुंगात अनेक वेळा राहून आलोय मी!" क्विन चेहऱ्यावरची रेषाही न हलवता म्हणाला, "आणखी एक गंमत सांगू? आपल्या इथे आत्ता या तुरुंगांची सफर करण्यासाठी जर टूर-गाइड असता ना, तर त्याने लेव्हनहॅमला वन स्टार दिला असता आणि पिअरपॉइट तर बंद करण्याजोगं असल्याचं सांगितलं असतं."

"मग आपण नक्की कुठे चाललो आहोत, ते त्यांच्यातल्या एखाद्या गार्डलाच विचारलं तर?" हॅरी म्हणाला. त्याला केव्हा एकदा ती गोष्ट आपल्याला कळेल, असं झालं होतं.

"त्याचं कारण तो गार्ड मुद्दामच आपल्याला त्रास देण्यासाठी चुकीची माहिती देईल. जर आपल्याला लेव्हनहॅमला नेणार असतील, तर तिकडे गेल्यावर ते कोणत्या ब्लॉकमध्ये आपली रवानगी करतील, ते पाहिलं पाहिजे. तू पहिल्यांदाच तुरुंगात भरती होतो आहेस, त्यामुळे ते तुला बहुतेक 'ए' ब्लॉकमध्येच ठेवतील. तिथे राहणं बऱ्यापैकी सुसह्य आहे. पण माझ्यासारख्या जुन्या, अनुभवी लोकांना ते 'डी' ब्लॉकमध्ये पाठवतात. तिथे तीस वर्षांच्या आतला एकही कैदी नसतो शिवाय कुणाच्याही नावावर खूनखराबा केल्याचा, मारामारी केल्याचा आरोप नसतो. त्यामुळे आपल्याला जर मान खाली घालून शिक्षा भोगायची असेल, तर ते आपण करू शकतो. पण बी आणि सी ब्लॉक पासून शक्यतो दूरच राहिलेलं बरं. ह्या दोन्ही ब्लॉक्समध्ये माथेफिरू आणि मानसिक रुग्ण भरलेले असतात.

"पण मग मला 'ए' ब्लॉक मिळवण्यासाठी काय करावं लागेल?" हॅरी म्हणाला.

"रिसेप्शन ऑफिसरपाशी गेल्यावर त्याला तू अगदी धार्मिक, श्रद्धाळू ख्रिश्चन असून दारू वा सिगारेटला तू स्पर्शही करत नसल्याचं सांग."

"पण तुरुंगात दारू प्यायला परवानगी असते. हेच मला माहीत नव्हतं."

"छे! अशी काही परवानगी नसते मूर्खा!" क्विन म्हणाला," पण जर हिरवी

नोट पुढे केली, तर सगळं काही शक्य असतं.'' त्याने हाताचा अंगठा उंचावून खूण केली. ''मग अचानक गार्ड बारयन म्हणूनसुद्धा काम करायला तयार असतो. इथे दारूबंदी जाहीर झाल्यावरही त्यांना काही फरक पडला नाही.''

''तुरुंगात गेल्यावर पहिल्या दिवशी मी कोणत्या गोष्टीकडे लक्ष पुरवायला हवं?''

''तू योग्य काम कसं मिळवता येईल, ते बघ.''

''माझ्यापुढे पर्याय कोणते असतील?''

''साफसफाई, मुदपाकखाना, हॉस्पिटल, लाँड्री, लायब्ररी, माळीकाम आणि चॅपेल.''

''मला लायब्ररीत काम मिळवण्यासाठी काय करावं लागेल?''

''तुला लिहिता-वाचता येतं, असं त्यांना जाऊन सांग.''

''मग तू त्यांना काय सांगतोस ?''

''मी कुक म्हणून प्रशिक्षण घेतल्याचं सांगतो.''

''अरे, तुझ्या डोक्यात अजूनही प्रकाश पडलेला दिसत नाही,'' क्विन म्हणाला, ''मी कुक वगैरे कधीही नव्हतो. मी प्रशिक्षण वगैरे मुळीच घेतलेलं नाही. पण असं सांगितल्यावर ते मला मुदपाकखान्यात काम देतात. कोणत्याही तुरुंगातलं ते सर्वांत चांगलं काम असतं.''

''आणि का बरं?''

''सकाळच्या नाश्त्याच्या कितीतरी आधी तुम्हाला तुमच्या कोठडीबाहेर सोडण्यात येतं आणि रात्रीचं जेवण झाल्यानंतर बऱ्याच वेळाने कोठडीत परत जावं लागतं. तिथलं वातावरण नेहमी ऊबदार असतं. शिवाय खाण्यापिण्याची चंगळ असते. अरे! आपण लेव्हनहॅमकडेच निघालोय. बस हायवेवरून १२ नंबरचा एक्झिट घेऊन निघाली आहे. ते एक बरं झालं! आता मला पिअर पॉइटबद्दलच्या तुझ्या वेडपट प्रश्नांना उत्तरं द्यावी लागणार नाहीत.''

''लेव्हन हॅमविषयी मला आणखी काही माहिती करून घ्यायला पाहिजे का?'' हॅरी म्हणाला. क्विनच्या उपरोधिक बोलण्याचा त्याच्या मनावर यत्किंचितही परिणाम झालेला नव्हता. क्विन चांगला मुरलेला, निर्ढावलेला गुन्हेगार आहे आणि आपल्यासारख्या नवशिक्या, नवख्या विद्यार्थ्यांचं शंकानिरसन करताना त्याला मनापासून आनंद होत आहे, याची हॅरीला पूर्णपणे कल्पना होती.

'तुला सांगण्यासारखं बरंच काही आहे.'' क्विन म्हणाला, ''तू फक्त एक लक्षात ठेव, आपलं रजिस्ट्रेशन चालू असताना शक्यतो माझ्या अगदी जवळ राहा.''

''पण ते तुला स्वाभाविकच 'डी' ब्लॉककडे पाठवणार नाहीत का?''

''जर मि. मेसन ड्युटीवर असले, तर ते नाही पाठवणार!'' क्विन जास्त काही स्पष्टीकरण न देताच म्हणाला.

अखेर बस जरा वेळातच तुरुंगाच्या प्रवेशद्वारापाशी येऊन थांबली. पण तेवढ्या वेळातही हॅरीने क्विनकडून बऱ्याच प्रश्नांची उत्तरं मिळवली होती. आपण ऑक्सफर्डमधल्या डझनभर तासांमधून जेवढी माहिती, जेवढं ज्ञान प्राप्त करत होतो, तेवढंच ज्ञान या क्विनसोबत आणखी थोडे तास घालवल्यावर आपल्याला प्राप्त होऊ शकेल, अशी हॅरीची खात्रीच पटली.

''माझ्या जवळ अगदी चिकटून थांब!'' तुरुंगाचे महाकाय दरवाजे सावकाश उघडू लागल्यावर क्विन म्हणाला. त्यानंतर बस हळूहळू आत शिरली. आतल्या बाजूला एक विस्तीर्ण प्रांगण होतं व त्यात झाडंझुडपं वाट्टेल तशी अस्ताव्यस्त वाढली होती. तण माजलं होतं. तो भाग कित्येक दिवसांत कुणी स्वच्छ केलेला नव्हता. कोणत्याही माळ्याचं खुरपं तेथून फिरलं नव्हतं. बस पुढे जाऊन एका विटांनी बांधलेल्या त्या इमारतीमध्ये लहान-लहान कळकट खिडक्यांच्या असंख्य रांगा होत्या. आतून काही चेहरे बसकडे निरखून पाहत होते.

बसपासून तुरुंगाच्या मुख्य दरवाज्यापर्यंतच्या अंतरात गार्डस्नी उभं राहून एक कॉरिडॉर तयार केला. मग अत्यंत बंदोबस्तात सर्व कैद्यांना बसमधून उतरवून आत नेण्यात आलं. बसच्या दरवाज्यापाशी दोन बंदूकधारी पहारेकरी खडा पहारा देत उभे होते.

''बसमधून उतरल्यावर दोघा-दोघांची साखळी करूनच समोरच्या इमारतीत जायचं,'' एक पहारेकरी खेकसला. ''आणि हो, पहिली जोडी गेल्यानंतर पाच मिनिटांनी पुढच्या जोडीने आत जायचं. आणि मी सांगितल्याशिवाय कुणी इंचभरही पुढे सरकायचं नाही.''

हॅरी आणि क्विन पुढचा तासभर बसमध्येच बसून होते. अखेर त्यांना बाहेर काढून आत नेण्यात येत असताना हॅरीने मान वर करून सभोवार नजर टाकली. संपूर्ण तुरुंगाभोवती एका प्रचंड मोठ्या भिंतीचा वेढा होता व त्या भिंतीवर कितीतरी उंचीपर्यंत काटेरी तारांचं कुंपण होतं. एखाद्या जागतिक कीर्तीचा कुविख्यात घरफोड्यासुद्धा या लेव्हनहॅममधून पळ काढू शकणार नाही, असं हॅरीला वाटलं.

हॅरी क्विनच्या पाठोपाठ त्या इमारतीत शिरला. तिथे एका टेबलापाशी पूर्ण गणवेशधारी अधिकारी बसलेला होता. त्याच्या समोर ते येऊन थांबले. त्याचा तो गणवेश जुनापुराणा असला तरी चकचकीत होता. त्यावरची बटणं मात्र चमकत नव्हती. त्याच्या हातात एक पॅड होतं. त्या पॅडला लावलेल्या कागदावरील नावांच्या यादीवरून तो नजर फिरवत असताना तो स्वत:च एखाद्या लांबलचक शिक्षा भोगून आलेल्या अट्टल गुन्हेगारासारखा दिसत होता. आपल्या समोर उभ्या राहिलेल्या कैद्याला पाहून त्याने स्मितहास्य केलं.

''वेलकम बॅक क्विन, तो म्हणाला. ''तू इथून गेल्यापासून इकडे फारसं काही बदललेलं नाही.''

त्यावर क्विन दात विचकून हसत म्हणाला, ''तुम्हाला भेटून मला पण खूप आनंद झाला. मि. मेसन! प्लीज जरा बेल बॉयला बोलावून माझं सामान माझ्या नेहमीच्या खोलीत ठेवायला सांगता का?''

''फार जास्त आगावूपणा करू नको हं, क्विन!'' मेसन म्हणाला, ''नाहीतर तुला उपासमाराचे झटके वगैरे मुळीच येत नाहीत, असं मी इथल्या नव्या डॉक्टरला सांगेन.''

''पण मि. मेसन, मला तसे झटके खरंच येतात हे सिद्ध करणारं वैद्यकीय प्रमाणपत्र माझ्याकडे आहे ना.''

''जिथून तू स्वत: कुक असल्याचं प्रमाणपत्र मिळवलं आहेस, तिथूनच हेसुद्धा मिळवलं असशील ना?'' एवढं बोलून त्या अधिकाऱ्याने आपला मोहरा हॅरीकडे वळवला. ''आणि तू कोण?''

''हा आपला दोस्त आहे, टॉम ब्रॅडशॉ. हा सिगारेट ओढत नाही, दारू पीत नाही, शिवीगाळ करत नाही आणि थुंकत नाही.'' हॅरी तोंड उघडून काही बोलणार इतक्यात क्विननेच सांगून टाकलं.

''वेलकम टू लेव्हनहॅम, ब्रॅडशॉ!'' मेसन म्हणाला.

''कॅप्टन ब्रॅडशॉ, ॲक्चुअली!'' क्विन म्हणाला.

''मी कॅप्टन नव्हतो. मी लेफ्टनंट होतो!'' हॅरी म्हणाला. त्यावर क्विनने जरा निराश होऊन, वैतागून आपल्या चेल्याकडे पाहिलं.

''पहिल्यांदाच आलास का इथे?''

हॅरीकडे नीट निरखून बघत मेसन म्हणाला.

''येस सर.''

''मी तुला 'ए' ब्लॉकमध्ये टाकतोय. तू शॉवर घेऊन स्वत:चा तुरुंगातला गणवेश स्टोअरमधून ताब्यात घेतलास की मग मि. हेसलर तुला तीनशे सत्तावीस नंबरच्या कोठडीत घेऊन जातील.'' असं म्हणून मेसनने हातातील पॅडवरचा कागद परत एकदा नीट वाचून पाहिला आणि तो मागेच उभ्या असलेल्या तरुण अधिकाऱ्याकडे वळला. त्याच्या हातात एक जाड दंडुका होता.

हॅरीने मेसन समोरच्या रजिस्टरमध्ये सही केल्यावर क्विन म्हणाला, ''मला माझ्या मित्राबरोबर राहू द्या ना. आमच्या लेफ्टनंट ब्रॅडशॉला कदाचित बॅटमॅनची गरज पडू शकेल.''

''छे, छे! तुझ्यासोबत तर अजिबात ठेवणार नाही मी त्याला,'' मेसन म्हणाला. त्यावर हॅरी तोंड उघडून काही बोलणार इतक्यात क्विनने खाली वाकून स्वत:च्या पायमोज्यात दडवलेली पाच डॉलर्सची नोट बाहेर काढून क्षणार्धात मेसनच्या शर्टाच्या खिशात सरकवली. ''क्विनलासुद्धा तीनशे सत्तावीस नंबरच्या कोठडीत

घेऊन जा!'' मेसन त्या तरुण अधिकाऱ्याला म्हणाला. हेसलरने तो सगळा प्रकार पाहिला असावा. तरीही तो काही बोलला मात्र नाही. ''तुम्ही दोघं माझ्या मागोमाग चला,'' तो म्हणाला.

मेसनचं मन बदलायच्या आत क्विन अक्षरश: धावतच हॅरीच्या मागोमाग निघाला.

हिरव्या विटांच्या भिंती असलेल्या लांबलचक कॉरिडॉरमधून दोघा कैद्यांना नेण्यात आलं. वाटेत हेसलर एका छोट्याशा शॉवर रूमपाशी थांबला. आतल्या बाजूला एकाच खोलीत दोन शॉवर आणि बसायला दोन बाकडी होती. ओल्या टॉवेल्सचा ढिगारा इतस्तत: पसरला होता.

''कपडे काढा आणि शॉवर घ्या!'' हेलसर म्हणाला.

कोर्टात जज्जांवर प्रभाव पडावा म्हणून मि. जेल्क्स यांनी हॅरीला तो सूट, शर्ट आणि टाय इतक्या विचारपूर्वक निवडून घालायला दिला होता, तो वेश हॅरीने हळूहळू उतरवण्यास सुरुवात केली. हॅरीने चुकीच्या जज्जांची निवड केली होती.

हॅरीने आपले बूट उतरवण्याआधीच क्विनने शॉवर घेण्यास सुरुवात केली होती. त्याने पाण्याचा नळ सोडल्यावर एक अगदी बारीकशी धार त्याच्या टकलावरून खाली झिरपून खाली पडू लागली. मग त्याने जमिनीवरून साबणाची पातळशी वडी उचलून अंग धुण्यास सुरुवात केली. शेजारच्या दुसऱ्या शॉवरखाली हॅरी उभा राहिला. पाणी थंडगार होतं. क्षणभरानंतर साबणाचं छोटंसं थोटूक क्विनने त्याच्या हातात दिलं.

क्विनने नंतर जमिनीवरच्या फडक्या एवढा लहानसा दमट टॉवेल उचलून अंग कोरडं करण्यास सुरुवात केली. तो म्हणाला, ''उद्या सकाळी इथल्या सोयी-सुविधांबद्दल मॅनेजरशी बोलण्याची मला आठवण कर.''

हेसलर ओठ मुरडून गप्प उभा होता. हॅरीने अंगाला साबण चोपडला आणि हेसलर अचानक म्हणाला, ''चला, कपडे घाला आणि माझ्याबरोबर या!''

त्यानंतर हेसलर झपाझप त्या कॉरिडॉरमधून पुढे चालू लागला. अर्धवट कपडे चढवलेला हॅरी ओल्याचिंब अंगाने त्याच्या मागे पळू लागला. जरा पुढे गेल्यावर एक दुहेरी प्रवेशद्वार लागलं. ते बंद होतं. त्यावर 'स्टोअर्स' अशी पाटी होती. हेसलरने त्यावर थाप ठोकताच आतून एका अधिकाऱ्याने ते उघडलं. त्याच्या चेहऱ्यावरून तो वयस्कर आणि जगाचे टक्केटोणपे खाल्लेला वाटत होता. क्विनला पाहताच तो अधिकारी हसला.

''क्विन, अरे अजून तुझे गेल्या खेपेचे कपडे लॉंड्रीतच आहेत. तू अजून ते परत नेलेले दिसत नाहीयेत,'' तो म्हणाला.

''मग मला सगळ्या प्रकारच्या कपड्यांचा एक-एक नवा सेट लागेल, मि.

न्यूबोल्ड,'' क्विन म्हणाला. त्याने खाली ओणवून परत एकदा आपल्या मोज्यातून काहीतरी काढलं आणि त्याच्या हातात ती काही गोष्ट होती, ती परत एकदा क्षणार्धात अदृश्य झाली. ''माझ्या गरजा अगदी कमी आहेत!'' तो पुढे म्हणाला, ''एक ब्लँकेट, दोन सुती चादरी, एक उशी, एक उशीचा अभ्रा.'' त्या अधिकाऱ्याने त्याप्रमाणे आपल्या मागच्या शेल्फातून एक-एक वस्तू काढून समोरच्या काउंटरवर ठेवण्यास सुरुवात केली. ''दोन शर्टस, मोज्यांच्या तीन जोड्या, पँटचे सहा जोड, दोन टॉवेल्स, एक वाडगा, एक ताटली, एक सुरी, एक काटा, एक चमचा, एक रेझर, एक टूथब्रश, आणि एक टूथपेस्ट – मला कोलगेट लागते, बरं का.''

क्विनच्या वस्तूंचा तो ढीग वाढतच चालला होता. मि. हेलसर त्यावर काही बोलला नाही. ''बरं, आणखी काही?'' त्या अधिकाऱ्याने विचारलं. जणूकाही क्विन म्हणजे त्याच्या दुकानात नियमित येणारा अतिमहत्त्वाचा ग्राहक होता.

''हो. माझा मित्र लेफ्टनंट ब्रॅडशॉ यालासुद्धा या अशाच सगळ्या वस्तू लागतील. तो एक ऑफिसर आणि जंटलमन आहे. त्यामुळे त्याला सगळ्या उत्तम गोष्टी मिळतील, असं बघा!''

हॅरीला आश्चर्याचा धक्काच बसला, कारण न्यूबॉर्ड परत एकदा व्यवस्थितपणे त्या सर्व गोष्टी काढून काउंटरवर ठेवू लागला. तो एक-एक गोष्ट नीट निवडून मगच ती ठेवत होता. आणि हे सगळं बसमध्ये त्याच्या शेजारी बसलेल्या त्या कैद्यामुळे चाललं होतं.

न्यूबोल्डचं काम होताच हेसलर म्हणाला, ''माझ्या मागून चला!'' हॅरी आणि क्विनने आपापल्या वस्तूंचा ढीग उचलून ताब्यात घेतला आणि त्या कॉरिडॉरमधून चालू लागले. वाटेत त्यांना अनेकदा थांबावं लागत होतं. कारण जशा कोठड्या जवळ येत चालल्या होत्या, तसं ऑफिसर हेसलरला बरीच दारं उघडावी लागत होती. अखेर ते त्या विंगमध्ये आल्यावर हजारो कैद्यांनी आरडाओरडा करत त्यांचं स्वागत केलं.

क्विन म्हणाला, ''आपण वरच्या मजल्यावर चाललोय मि. हेसलर. पण मी मात्र लिफ्टने येणार नाही. मी जिन्यानेच जावं म्हणतोय. मला तेवढ्या व्यायामाची गरज आहे.'' त्या अधिकाऱ्याने त्याच्याकडे पूर्णपणे दुर्लक्ष केलं. आणि तो पुढे चालत राहिला. कैद्यांचं ओरडणं चालूच होतं.

''मला वाटलं, हा तुरुंग शांत आहे असं तू म्हणाला होतास.''

''एक गोष्ट सरळ आहे, ती म्हणजे मि. हेसलर काही इथे फारसे लोकप्रिय दिसत नाहीत,'' क्विन कुजबुजला. इतक्यात तिघंही ३२७ क्रमांकाच्या कोठडीपाशी जाऊन पोहोचले. कोठडीच्या जड लोखंडी दाराचं कुलूप हेसलरने उघडलं आणि दार उघडून जुन्या आणि नव्या गुन्हेगाराला त्याने कोठडीत नेलं. आता पुढची सहा वर्षं

हेच हॅरीचं घर असणार होतं.

नंतर हेसलरने बाहेर जाऊन दरवाजा बंद केला. दार धाडकन बंद झाल्याचा आवाज झाल्यावर हॅरीने एकवार कोठडीच्या अंतर्भागाचं नीट निरीक्षण केलं. कोठडीच्या बंद दाराला आतल्या बाजूनं मूठच नसल्याचं त्याच्या लक्षात आलं. कोठडीत भिंतीलगत एकावर एक असे दोन बंक बेड्स होते. भिंतीला स्टीलचं वॉश बेसिन बसवलेलं होतं. एक लाकडी टेबलसुद्धा असंच भिंतीत ठोकून बसवलं होतं. शेजारी एक लाकडी खुर्चीसुद्धा होती, निरीक्षण करता-करता त्याची नजर खालच्या बंक बेडच्या खाली असलेल्या स्टीलच्या भांड्याकडे गेली. आपल्याला उलटी होते की काय, अशी त्याला भावना झाली.

''तुला वरचा बंक बेड मिळेल,'' क्विन त्याच्या विचारांची तंद्री भंग करत म्हणाला. ''तू पहिल्यांदाच तुरुंगात भरती होत आहेस ना? जर माझी तुझ्या आधी सुटका झाली, तर तुला आपोआप खालचा बेड मिळेल. तुझ्या कोठडीत जो नवा कैदी येईल, त्याला वरचा बेड मिळेल. तुरुंगातील हा रिवाजच आहे.''

हॅरी खालच्या बेडवर चढला आणि तिथून वरच्या बेडवर चढला. तिथे तो आडवा पडला. त्याच्या डोक्याखाली तुरुंगातील दगडासारखी कठीण, पातळ उशी होती. लवकर झोप लागणं कठीण आहे, हे त्याच्या लक्षात आलं. ''मी तुला अजून एक प्रश्न विचारू का?'' तो क्विनला म्हणाला.

''हो, पण उद्या सकाळचे दिवे लागल्याशिवाय एक अक्षरही बोलू नको.'' क्विन म्हणाला. ते ऐकून, लहानपणी सेंट बेडेज शाळेत फिशर पण असंच म्हणाला होता, याची हॅरीला आठवण झाली.

''तू तुझ्या बरोबर बरीच रोख रक्कम चोरून इथे तुरुंगात घेऊन आला आहेस, हे तर उघडच आहे. पण मग बसमधून उतरताक्षणी पहारेकऱ्यांनी ते पैसे काढून कसे नाही घेतले?''

''त्याचं कारण असं की, त्या वेळी ते पैसे पहारेकऱ्यांनी जर काढून घेतले, तर इथून पुढे तुरुंगात कुणी कधी पैसे घेऊन येणारच नाही. मग इथली सगळी यंत्रणाच कोलमडून पडेल.''

३

हॅरी वरच्या बंक बेडवर पडून पांढऱ्या सफेद छताकडे बघत होता. त्याने जर हात वर केला असता तर, तो बोटांनी त्या छताला स्पर्शसुद्धा करू शकला असता. त्याच्या गादीमध्ये कापसाच्या गाठी असल्याने ती उखीर-वाखीर होती आणि उशी तर इतकी टणक होती की, त्याला सलग जास्त वेळ झोपच लागू शकत नव्हती. जरा थोडा वेळ झाला की, जाग येत होती.

मग त्याच्या मनात वकील सेफ्टन जेल्क्स यांच्याबद्दल विचार आला. त्या म्हाताऱ्या धूर्त वकिलाने आपल्याला किती हातोहात फसवलं, असं त्याला वाटलं. काहीही झालंतरी माझ्या मुलावरचा तो खुनाचा आरोप दूर व्हायलाच हवा. मला फक्त त्याचीच चिंता आहे,'' असं टॉम ब्रॅडशॉचे वडील वकील जेल्क्स यांना कसे म्हणाले असतील, ते त्याने मनातल्या मनात कल्पून पाहिलं. मि. ब्रॅडशॉ यांना हॅरी भोगणार असलेल्या सहा वर्षांच्या शिक्षेबद्दलचा विचार तात्पुरता मनातून काढून टाकला. हे सगळं केवळ त्या दहा हजार डॉलर्सच्या मोबदल्यात?

मग त्याने वकीलांचा विचार मनातून काढून टाकला आणि एमाबद्दल विचार करण्यास सुरुवात केली. त्याला तिची तीव्रतेने आठवण यायची. तिला आत्ताच्या आता पत्र लिहून आपण जिवंत असल्याचं कळवावं, अशी त्याला इच्छा झाली. पण ते शक्य नव्हतं, याची त्याला कल्पना होती. शरद ऋतूमधल्या पानगळीच्या दिवसांत ती ऑक्सफर्डमध्ये काय बरं करत असेल? त्याच्या मनात आलं. ''आता तिचं फ्रेशमन इयर सुरू झालं असेल. तिचं काम कसं काय चालू असेल? दुसरा कुणी पुरुष तिच्यात रस दाखवत असेल का? तिच्याकडे कुणी आकृष्ट तर झालं नसेल ना?

आणि तिचा सख्खा भाऊ आणि आपला जिवलग मित्र गाइल्सकाय बरं करत असेल? आता तर ब्रिटन युद्धात उतरलं आहे. मग गाइल्सही ऑक्सफर्ड सोडून जर्मनांशी लढण्यासाठी सैन्यात भरती झाला असेल का? आणि तो जर युद्धात सहभागी झाला असेल, तर देवा, त्याला सुखरूप ठेव! तो जिवंत असू दे. असे सर्व विचार

त्याच्या मनात येत होते. त्याने बंक बेडच्या एका बाजूला बंद मुठीने जोरदार फटका मारला. आपल्याला युद्धात कामगिरी बजावण्याची संधी मिळाली नाही, याचा त्याला राग आला. क्विन खालून काहीच बोलला नाही. तुरुंगात पहिल्यांदाच भरती झालेल्या कैद्यांना पहिल्या रात्री जसा त्रास होतो, तसाच हॅरीलाही होत असावा, हे त्याने गृहीत धरलं.

'आणि ह्युगो बॅरिंग्टनचं काय? ज्या दिवशी आपलं या ह्युगोच्या मुलीशी खरं म्हणजे लग्न व्हायला हवं होतं, त्याच दिवशी तो ह्युगो गायब झाला होता. आता काही दिवसांतच आपल्या निधनाची बातमी सर्वांपर्यंत येऊन पोहोचेल, त्या दिवसानंतर हळूहळू तो चोरपावलाने परत सर्वांच्या आयुष्यात प्रवेश करेल का?' हॅरी परत विचार करत होता. मग मात्र त्याने ह्युगो बॅरिंग्टनचा विचार मनातून काढूनच टाकला. हा माणूस कदाचित आपला पिता असू शकेल, ही कल्पना त्याला कशीशीच वाटत होती. त्या गोष्टीचा स्वीकार करायला त्याच्या मनाची तयारी होत नव्हती.

मग त्याच्या मनात त्याच्या आईचा विचार आला आणि त्याच्या चेहऱ्यावर स्मितहास्य उमललं. हॅरीने टॉम ब्रॅडशॉची जागा घेतल्यावर त्याला दहा हजार डॉलर्स देण्याचं वकील जेल्क्स यांनी कबूल केलं होतं. त्या पैशांचा आपल्या आईला नक्की उपयोग होईल, असं त्याच्या मनात आलं. एकदा बँकेत पुरेसे पैसे आल्यावर ती ग्रँड हॉटेलमधली वेट्रेसची नोकरी सोडून देईल आणि खेड्यात एखादं छोटंसं घर घेईल, असं त्याला वाटलं. असं एखादं स्वतःचं घर असावं, अशी इच्छा ती नेहमी बोलून दाखवायची. निदान या सगळ्या प्रकारातून तेवढी एक चांगली गोष्ट घडली, तरीही काही हरकत नाही, असं त्याच्या मनात आलं.

आणि सर वॉल्टर बॅरिंग्टन यांचं काय?

त्यांनी तर आपल्याला कायम स्वतःच्या नातवाप्रमाणेच वागवलं. पण सर ह्युगो बॅरिंग्टन जर खरंच आपले वडील असतील, तर मात्र सर वॉल्टर बॅरिंग्टन आपले खरोखरीचे आजोबा होतील. तसं झालं तर मग तो 'सर' हा किताब आणि ती बॅरिंग्टन परिवाराची संपत्ती हे आपल्या वाट्याला आपोआप येणारच. कालांतराने आपणसुद्धा सर हॅरी बॅरिंग्टन होणार.' परंतु बॅरिंग्टन परिवाराचा किताब आणि त्यांची सगळी संपत्ती त्यांचा कायदेशीर वारस गाइल्सयाच्याच वाट्याला यावी, अशी हॅरीची मनापासून इच्छा होती. एवढंच नव्हे, तर आर्थर क्लिफ्टन हेच आपले खरे पिता असल्याचं त्याला काहीही करून सिद्ध करून दाखवायचं होतं. तसं झालं असतं, तर कदाचित अजूनही त्याला प्राणापलीकडे प्रिय असणाऱ्या एमाशी विवाह करण्याची संधी मिळू शकली असती. आपण पुढची सहा वर्षं कुठे काढणार आहोत, याचा विचार हॅरीने मुद्दामच मनात येऊ दिला नाही.

सात वाजता खूप मोठा भोंगा वाजला. कैद्यांना उठवण्याची सूचना देणारा भोंगा

होता तो. ज्या कैद्यांनी बराच काळ तुरुंगात घालवलेला होता, त्यांना रात्रीची अगदी छान झोप लागत असे. अशा कैद्यांना उठवायला भोंग्याचा उपयोग होत असे. क्विन आदल्या रात्री झोपण्याआधी तोंडातल्या तोंडात पुटपुटला होता : "आपण जेव्हा झोपेत असतो, तेव्हा आपण तुरुंगात नसतो." त्यानंतर क्षणार्धात तो झोपून घोरायलाही लागला. अर्थात त्याच्या घोरण्याचा हॅरीला त्रास झाला नाही. कारण त्याला त्याला त्याच्या अंकल स्टॅनच्या प्रचंड घोरण्याची सवय होती. त्यामानाने क्विनचं घोरणं काहीच नव्हतं

त्या रात्री झोपेविना तळमळत बिछान्यावर पडून असताना हॅरीने मनाशी अनेक गोष्टी ठरवल्या होत्या. तुरुंगात तसाही सगळा वेळ वायाच जातो. त्या ऐवजी आपण, म्हणजेच टॉम ब्रॅडशॉ याने एक आदर्श कैदी होऊन दाखवायचं, असं हॅरीने ठरवलं. त्यामुळे आपोआपच त्याची शिक्षा कमी झाली असती. आपण लायब्ररीत काम मिळवायचं आणि आपल्याला शिक्षा ठोठावण्यात आल्याच्या क्षणापर्यंत आपल्या आयुष्यात जे काही घडलं, ते अगदी तपशीलवार एका डायरीत लिहून ठेवायचं, असं त्याने ठरवलं. त्याचप्रमाणे आपण आपलं आरोग्य व्यवस्थित सांभाळायचं, म्हणजे मग आपली सुटका झाल्यानंतर जर युरोपात युद्ध धुमसत असलंच, तर ताबडतोब आपणही त्यात सहभागी व्हायचं.

हॅरी वरच्या बंकवरून उतरून खाली आला तोपर्यंत क्विन कपडे करून तयार होता.

"आता काय?" हॅरी म्हणाला. शाळेत नव्याने प्रवेश घेतलेल्या मुलाची पहिल्या दिवशी जी मानसिक अवस्था असते, तशीच त्याची अवस्था झाली होती.

"नाश्ता," क्विन म्हणाला. "चल, कपडे घाल. तुझी थाळी आणि चहाचा मग घे आणि पाहारेकऱ्याने दार वाजवायच्या आत तयार राहा. त्याने दार उघडलं आणि तू जर तयार नसलास ना, तर मग झालंच. काही अधिकाऱ्यांना कैद्यांच्या तोंडावर दार धाडकन आपटण्यात काय आनंद मिळतो, कोण जाणे!" त्याबरोबर हॅरी लगेच पँट चढवू लागला. "आणि हो, कँटीनपाशी पोहोचेपर्यंत तोंडातून चकार शब्दसुद्धा काढू नको," क्विन म्हणाला, "उगाच त्यामुळे इतराचं लक्ष वेधलं जाईल. इथल्या जुन्या कैद्यांना त्या गोष्टींचा प्रचंड राग येतो. एक सांगू का? तुरुंगात पहिलं वर्षभर कुणाशीच बोलू नको. दुसऱ्या वर्षी बोलायला सुरुवात करायची."

हॅरीला मनातून हसावसं वाटत होतं. पण हा क्विन आपली थट्टा करतो आहे का खरोखर मनापासून सांगतोय, हे त्याला कळेना. इतक्यात बाहेरच्या बाजूने कुलपात किल्ली घातल्याचा आवाज झाला. कोठडीचं दार उघडलं. त्या क्षणी साखळी सोडण्यात आलेल्या कुत्र्याप्रमाणे क्विन बाहेर पळाला त्याच्या मागोमाग थोडसंच अंतर ठेवून हॅरी पण निघाला. एकेका कोठडीचे दरवाजे उघडत होते. लँडिंगपाशी कैद्यांची रांग लागली होती. सगळे कैदी ओळीने वर्तुळाकार जिन्याने खाली जाऊन तळमजल्यावरील भोजनगृहाकडे चालले होते. संपूर्ण तुरुंगातील कैदी

तिथे सकाळच्या नाश्त्यासाठी एकत्र जमत.

पण कँटीनमध्ये पोहोचण्याआधीच त्यांच्या पुढे सरकत असणाऱ्या रांगेला अचानक खीळ बसली. दूरवरून एकेकाला नाश्ता वाढण्यासाठी आखूड पांढरे कोट्स घालून हॉट प्लेटच्या मागे तयारीत उभे असलेले वाढपी हॅरीला दिसले. लांब पांढरा कोट घातलेला एक गार्ड हातात लाठी घेऊन त्यांच्यावर बारकाईने लक्ष ठेवून उभा होता. त्यांच्याकडून एखाद्या कैद्याला जास्त अन्न वाढलं जात नाही ना, ह्याकडे लक्ष ठेवणंसुद्धा त्याचंच काम होतं.

"मि. सिडेल, खूप दिवसांनी तुम्हाला भेटून बरं वाटलं.'' रांगेतून चालत जाऊन गार्डपाशी पोहोचल्यावर क्विन हलकेच म्हणाला. मग त्या दोघांनी जणूकाही एकमेकांचे जुने मित्र असल्याप्रमाणे परस्परांचे हात हातात घेऊन प्रेमभराने दाबले. या खेपेला त्या दोघांमध्ये पैशांची देवाण-घेवाण झाल्याचं काही हॅरीच्या लक्षात आलं नाही, परंतु मि. सिडेल यांनी ज्या प्रकारे होकारार्थी मान हलवली, त्यावरून त्या दोघांमध्ये काहीतरी गुप्त करार झाला असणार, हे हॅरीला कळलं.

क्विनच्या हातातल्या थाळीत एक तळलेलं अंडं, काळपट रंगाचे उकडलेले बटाटे आणि शिळ्या ब्रेडचे दोन स्लाइस वाढण्यात आल्यावर तो रांगेतून पुढे सरकला. तो पुढे जाऊन स्वत:च्या मग मध्ये कॉफी भरून घेत होता इतक्यात मागून येऊन हॅरीने त्याला गाठलं. हॅरीने सगळ्या वाढप्यांकडे पाहून हसून बघत एकेकाला 'थँक्यू' म्हटल्यामुळे ते सगळे बुचकळ्यात पडले होते. एखाद्या उच्चभ्रू लोकांच्या पार्टीला आल्यासारखेच हॅरीचे हावभाव आणि बोलणं-चालणं होतं. शेवटच्या वाढप्याने त्याला कॉफी देण्यासाठी हात पुढे केल्यावर हॅरी म्हणाला, "अरेच्या! मी माझा कॉफी मग तर कोठडीतच विसरून आलो.''

मग त्या वाढप्याने हॅरीच्या वाट्याची कॉफी क्विनच्या मगमध्ये घातली. क्विनचा मग अगदी काठोकाठ भरला.'' परत असा मग आणायला विसरू नको,'' क्विन हॅरीला म्हणाला.

"रांगेत उभं असताना बोलायचं नाही,'' हेसलर हातमोजे घातलेल्या हातातली लाठी जोरात फिरवत ओरडला. क्विन हॅरीला एका लांबुळक्या टेबलाच्या एका टोकापाशी घेऊन गेला. दोघं समोरासमोरच्या बाकड्यांवर बसले. हॅरी इतका भुकेलेला होता की, त्याने आपल्या थाळीतल्या सगळ्या अन्नाचा कणन्‌कण खाऊन संपवला. ते अंडं तर इतकं तेलकट होतं, तरीही त्याने ते खाल्लं. ती थाळी उचलून चाटण्याचा त्याचा विचार होता. मग त्याला आपला मित्र गाइल्सची आणि त्याच्या सोबत एका वेगळ्या वेळी घेतलेल्या पहिल्या दिवसाच्या नाश्त्याची आठवण झाली

हॅरी आणि पॅट यांचा नाश्ता पाचच मिनिटांत संपला. त्यानंतर त्यांना त्या वर्तुळाकार जिन्याने वर नेऊन परत सर्वांत वरच्या मजल्यावर असलेल्या त्यांच्या कोठडीत डांबण्यात आलं. कोठडीचं दार आदळून बाहेरून बंद झाल्यावर क्विनने

स्वत:ची थाळी आणि मग व्यवस्थित धुऊन बेडच्या खाली पालथी घातली.

आपल्याला जेव्हा आठ बाय चारच्या तोकड्या जागेत कित्येक वर्षं घालवायची असतात, तेव्हा प्रत्येक इंचाचा व्यवस्थित वापर करावा लागतो,'' त्याने हॅरीला स्पष्ट करून सांगितलं. मग हॅरीनेही त्याच्याप्रमाणेच केलं. कधीतरी या क्विनला काहीतरी शिकवण्याची आपल्यावर वेळ येईल की नाही, असा विचार हॅरीच्या मनात आला.

''आता पुढे काय?'' हॅरी म्हणाला.

''काम पदरात पाडून घ्यायचंय ना?'' क्विन म्हणाला. ''मी तर सिडेलबरोबर भटारखान्यात काम करणार आहे; पण त्यांनी तुला लायब्ररीत काम दिलं पाहिजे ना? त्यासाठी खटपट करावी लागेल. आत्ता त्या कामावर कोणता अधिकारी आहे, त्यावर सगळं काही अवलंबून आहे. मुख्य अडचण अशी आहे की, माझ्याकडचे पैसे संपत आले आहेत.'' क्विनचं बोलणं पुरतं संपायच्या आतच दार धाडकन उघडलं. हेसलरची आकृती दरवाज्यात उभी होती. मोजे घातलेल्या हातांनी तो दंडुका आपटत होता.

''क्विन, ताबडतोब भटारखान्यात जा. ब्रॅडशॉ तू नऊ नंबरच्या स्टेशनमध्ये जाऊन इतर विंग्ज मधून आलेल्या सफाई कामगारांमध्ये जाऊन उभा राहा.''

''मला लायब्ररीत काम मिळेल अशी आशा होती, मिस्टर –''

''हे बघ ब्रॅडशॉ, तुझी आशा काय होती, याच्याशी मला काहीही देणं-घेणं नाही,'' हेसलर म्हणाला. ''या विंगचा अधिकारी या नात्याने इथले नियम मी बनवतो. तू मंगळवारी, गुरुवारी आणि रविवारी सहा ते सात या वेळात इतर सर्व कैद्यांप्रमाणे लायब्ररीत जाऊ शकतोस. आता डोक्यात नीट प्रकाश पडला का?

हॅरीने मान डोलावली.

''तू इथे काही ऑफिसर वगैरे नाहीस ब्रॅडशॉ. तूही सर्वांसारखाच एक गुन्हेगार आहेस. आणि मला लाच वगैरे देण्याचा विचारसुद्धा मनात आणू नकोस,'' असं म्हणून तो झपाझप चालत दुसऱ्या कोठडीपाशी निघून गेला.

''हेसलर हा एकदम कडक शिस्तीचा अधिकारी आहे. त्याला कुणीही लाच देऊ शकत नाही.'' क्विन कुजबुजत म्हणाला, ''आता तुझ्यासाठी फक्त एकच आशेचा किरण आहे. तो म्हणजे प्रिझन वॉर्डन मि. स्वानसन. एक लक्षात ठेव, हा वार्डन स्वत:ला जरा जास्तच बुद्धिमान समजतो. म्हणजे एवढंच की, त्याला जोडाक्षरांचे शब्द लिहिता येतात. शिवाय तो पक्का धार्मिक आहे. अगदी टोकाचा बाप्तिस्ट. हालेलुया!''

''मग त्याला भेटायची संधी मला कधी मिळणार?'' हॅरी म्हणाला.

''कोणत्याही क्षणी मिळेल. तुझी लायब्ररीत काम करण्याची इच्छा असल्याचं त्याच्या व्यवस्थित कानावर घाल. प्रत्येक नव्या कैद्यांना तो फक्त पाचच मिनिटं भेटतो.''

हॅरी लाकडी खुर्चीत धपकन बसला. त्या वकीलाने हॅरीच्या आईला दहा हजार डॉलर्स पाठवण्याचं कबूल केलं नसतं, तर हॅरीने आपल्या वाट्याला आलेल्या त्या

पाच मिनिटांत आपण लेव्हनहॅम तुरुंगात येऊन कसे दाखल झालो, या मागचं सगळं सत्य त्या वॉर्डनला सांगून टाकलं असतं.

''दरम्यानच्या काळात तुला भटारखान्यात काही काम मिळाले, तर मी बघतो,'' क्विन म्हणाला. ''ते काम तुला फार आवडेल असं नाही, पण सफाई कामगार म्हणून काम करण्यापेक्षा ते पुष्कळ बरं.''

''थँक्स!'' हॅरी म्हणाला. नंतर तो घाईघाईने भटारखान्याकडे गेला. त्याला तिकडे जाण्याचा रस्ता कुणालाही विचारण्याची काही गरज नव्हती. मग हॅरी जिना उतरून तळमजल्यावर आला आणि स्टेशन क्रमांक नऊ कुठे दिसतंय, ते शोधू लागला.

बारा माणसं तिथे घोळका करून उभी होती. सर्वांचीच तुरुंगात येण्याची ही पहिली खेप होती. सगळे सूचनांची वाट बघत उभे होते. लेव्हनहॅममध्ये आपण होऊन कुणीही काहीही करत नसे. एखाद्या कैद्याने आपण होऊन पुढे होऊन काही केलंच, तर लगेच तुरुंगाधिकाऱ्यांना बंडखोरीचा वास यायचा किंवा तो कैदी जरा जास्तच हुशारी दाखवतोय, असं त्यांना वाटायचं

''ती बादली उचल, पाण्याने भर आणि जा तिकडून एक झाडू आणि पोचा घेऊन ये,'' हेसलर म्हणाला. त्याच्या हातात एक पॅड होतं. त्यावर त्याने हॅरीच्या नावापुढे टिकमार्क केला. त्याच्या चेहऱ्यावर हास्य होतं. तो हॅरीला म्हणाला, ''काल रात्री तू सर्वांत उशिरा झोपलास, ब्रॅडशॉ. त्यामुळे पुढचा संपूर्ण महिना तू संडास साफ करायचे समजलं?''

''पण मी सगळ्यात उशिरा नाही झोपलो–'' हॅरी विरोध दर्शवत म्हणाला.

''माझ्या मते तूच होतास,'' हेसलर म्हणाला. त्याच्या चेहऱ्यावर अजून हास्य कायम होतं.

हॅरीने थंड पाण्याचे बादली भरून घेतली आणि झाडू, पोचा असं सामान घेतलं. शौचालयाचा रस्ता विचारण्याची काही गरजच पडली नाही. दुर्गंधीचा माग काढत तो तिकडे जाऊन पोहोचला. तिथे एक भली मोठी खोली होती आणि फरशीमध्ये ओळीने तीस भोकं केलेली होती. त्याने नाक बंद केलं. पण त्याला प्रचंड मळमळून उमासे येत होते. त्याला दर थोड्या वेळाने बाहेर जाऊन ताजी हवा छातीत भरून परत यावं लागत होतं. जरा थोड्या अंतरावर हेसलर जोरजोरात हसत उभा होता.

''काही दिवसांत होईल सवय, ब्रॅडशॉ.'' हेसलर म्हणाला.

सकाळी इतका जास्त नाश्ता खाल्याबद्दल हॅरीला आता पश्चात्ताप होऊ लागला होता. साधारणपणे तासभर तिथे सफाईचं काम केल्यानंतर हॅरीला बाहेरून मोठ्यांदा हाका ऐकू आल्या, एक अधिकारी त्यांच्या नावाने शंख करत होता.

हॅरी धडपडत बाहेर आला. त्याचा चेहरा पांढरा पडला होता. ''मीच ब्रॅडशॉ,'' तो कसाबसा म्हणाला.

“वॉर्डन साहेबांना तुला भेटायचंय, तेव्हा चल लवकर!”

हॅरी चालता-चालता एकेका पावलासोबत दीर्घ श्वास घेऊ लागला. वॉर्डनच्या ऑफिसपाशी पोहोचेपर्यंत त्याला पुन्हा माणसात आल्यासारखं वाटू लागलं होतं.

“तुला आतून बोलावणं येईपर्यंत इथेच थांब.” अधिकारी गुरकावला.

तिथे दोन कैदी बाकड्यावर आधीपासूनच बसून होते. हॅरी त्या दोघांच्या मधे अंग चोरून कसाबसा बसला. त्या दोघांनी लगेच माना फिरवल्या, पण हॅरी त्यांना दोष तरी कसा देणार? एक-एक कैदी वॉर्डनच्या ऑफिसात जाऊन जरा वेळाने बाहेर पडत होता. हॅरीने आपल्या मनातील विचारांचा गुंता सोडवण्याचा प्रयत्न केला. क्विन म्हणाला ते बरोबरच होतं. प्रत्येक कैद्याला वॉर्डनसोबत पाच मिनिटं किंवा त्याहूनही कमीच वेळ मिळत होता. त्यामुळे हॅरीला आपल्या वाट्याला आलेल्या वेळातलं एक सेकंदही वाया घालवून चालणार नव्हतं.

“ब्रॅडशॉ,” ऑफिसर म्हणाला. त्याने दार उघडलं हॅरी वॉर्डनच्या ऑफिसात शिरत असताना तो बाजूला झाला. हॅरीने वॉर्डन मि. स्वानसन यांच्या ऑफिसात पाऊल टाकलं. पण तो मुद्दामच एकदम त्यांच्या पुढ्यात जाऊन उभा राहिला नाही. त्यांच्या टेबलापासून चार पावलं दूरच थांबला. वॉर्डन साहेब बसलेले होते. त्यांच्या अंगात स्पोर्ट्स जॅकेट होतं. ते त्यांच्या पोटावर इतकं ताणून बसलेलं होतं की, मधलं बटण लागत नव्हतं. त्यांनी केसाला कलप लावून ते काळे केले होते. पण त्यामुळे ते तरुण दिसण्याऐवजी हास्यास्पद दिसत होते. ‘ज्यूलियस सीझरच्या वृथा गर्व करण्याबद्दल ब्रूटस काय म्हणाला होता? त्याला हारतुरे द्या. तो जणूकाही देव असल्यासारखी त्याची स्तुतिस्तोत्रं म्हणा. आणि तीच त्याच्या अध:पतनाची सुरुवात असेल.’

स्वानसन साहेबांनी ब्रॅडशॉची फाइल उघडून काही क्षण वाचली आणि मग मान वर करून हॅरीकडे पाहिलं. “सैन्यातून पळून गेल्याबद्दल तुला सहा वर्षांची शिक्षा झाली आहे, नाही का?” ते म्हणाले. “या आधी हे असलं कधी ऐकलं नव्हतं.”

“येस सर!” हॅरी क्षणाचाही विलंब न लावता म्हणाला.

“आणि तू निष्पाप आहेस वगैरे थापा माझ्यापुढे चालणार नाहीत.” स्वानसनसाहेब पुढे म्हणाले, “कारण हजारांमधला एखादाच निपराध असतो. त्यामुळे तू निरपराध असण्याची शक्यता तशी कमीच आहे.” हॅरीला हसू फुटलं. “पण जर का तू तुझं नाक साफ ठेवलंस –” त्यांचं बोलणं ऐकून हॅरीला शौचालय आठवलं. “आणि कुणाच्या भानगडीत पडला नाहीस, कुणाला त्रास दिला नाहीस, तर मला नाही वाटत, तुला सगळीच्या सगळी सहा वर्षं शिक्षा भोगावी लागेल असं.”

“थँक यू सर!” हॅरी म्हणाला.

“बरं तुझ्या काही खास आवडीच्या गोष्टी आहोत का?” त्यांनी विचारलं. पण त्यांना हॅरी काय उत्तर देतो यात फारसं स्वारस्य नसावं, असंच त्यांच्या चेहऱ्याकडे

पाहून वाटत होतं.

"वाचन, साहित्य आणि कलांचं रसग्रहण आणि चर्चमधील समूहगायन, सर!"

हॅरीचे ते शब्द ऐकून वॉर्डनसाहेबांनी त्याच्याकडे रोखून पाहिलं. त्यांच्या चेहऱ्यावर अविश्वास स्पष्ट उमटला होता. आपल्या चिडवण्यासाठी हॅरी मुद्दाम तर असा खोडसाळपणा करत नाही ना, याची त्यांनी खात्री करून घेतली. मग त्यांनी आपल्या टेबलामागील भिंतीवर टांगलेल्या एका चिन्हाकडे बोट दाखवून हॅरीला विचारलं, "याच्या पुढची ओळ काय ते सांगू शकशील का, ब्रॅडशॉ?"

भिंतीवरील त्या वॉलहॅंगिंगकडे हॅरीने नीट पाहिलं. त्यावरील चिन्हाखाली रेशमाने शब्द विणलेले होते : "I will lift up mine eyes unto the hills."

हॅरीने मिस मंडे यांचे मनोमन आभार मानले. त्यांच्या हाताखाली चर्च कोरसमध्ये गायनाचा सराव करताना त्याने कित्येक तास घालवले होते. तो म्हणाला : "From whence cometh my help, sayeth the Lord. Psalm one hundred and twenty one."

वॉर्डनसाहेब त्यावर किंचित हसले. मग म्हणाले,"ब्रॅडशॉ, तुझे आवडते लेखक कोणते?"

"शेक्सपिअर, डिकन्स, ऑस्टेन, ट्रोलॉप आणि थॉमस हार्डी."

"का बरं? आपल्या देशातील कोणताच लेखक आवडत नाही वाटतं तुला?"

हॅरीने मनातल्या मनात या मूर्खपणाबद्दल स्वतःलाच शिवी घातली. वॉर्डन साहेबांच्या मागच्या शेल्फात काही पुस्तकं ठेवलेली होती. त्यांच्यावर नजर टाकत हॅरी म्हणाला, "अर्थातच आवडतात. एफ. स्कॉट फिट्‌गेराल्ड, हेमिंग्वे आणि ओ हेन्री हेसुद्धा या सर्वांच्या तोडीचेच लेखक आहोत आणि माझ्या मते आधुनिक लेखकांमध्ये स्टाईनबेक हे अमेरिकेतील सर्वश्रेष्ठ लेखक आहेत." आपण लेखकांच्या नावांचा उच्चार बरोबर केलेला असावा, अशी हॅरीने मनोमन प्रार्थना केली. परत कधी वॉर्डनसाहेबांच्या समोर उभं राहायची वेळ आलीच, तर त्याआधी आपण 'ऑफ माईस ॲन्ड मेन' हे पुस्तक न चुकता वाचून ठेवायचं, असं त्याने मनोमन ठरवलं.

मि. स्वानसनच्या चेहऱ्यावर परत हास्य पसरलं. "हेसलरने तुला कोणतं काम दिलंय?"

"साफसफाईचं काम दिलंय. पण खरं तर माझी लायब्ररीत काम करण्याची इच्छा आहे, सर!"

"खरंच की काय?" वॉर्डन म्हणाले, "मग तिथे जागा रिकामी आहे का, ते मला पाहायला हवं," असं म्हणून त्यांनी समोरच्या कागदावर नोंद केली.

"जर तशी जागा असेल, तर दुपारी तुला तसे कळवण्यात येईल." ते म्हणाले

"थॅंक्यू, सर!" असं म्हणून हॅरी घाईने त्यांच्या ऑफिसातून बाहेर पडला. आपण

नेमून दिलेल्या पाच मिनिटांपेक्षा जरा जास्त वेळ तिथे थांबलो, हे त्याच्या लक्षात आलं.

हॅरी ऑफिसातून बाहेर पडून कॉरिडॉरमध्ये परत येताच ड्युटीवर असलेला अधिकारी त्याला विंगमध्ये परत घेऊन गेला. जवळपास कुठे हेसलर दिसत नव्हता, त्याबद्दल हॅरीने मनातल्या मनात देवाचे आभार मानले. तो परत सफाई कामगारांपाशी गेला, तेव्हा ते दुसऱ्या मजल्यावर जाऊन पोहोचले होते.

बऱ्याच वेळाने जेवणाच्या सुट्टीची सूचना देणारा भोंगा वाजला. तोपर्यंत हॅरी प्रचंड दमून गेला होता. तो जेवणाच्या रांगेत उभा राहिला. त्याचं समोर लक्ष गेलं तर हॅरी जेवणाच्या काउंटरमागे उभा राहून कैद्यांना जेवण वाढत होता. हॅरीचा नंबर आल्यावर त्याच्या थाळीत भरपूर प्रमाणात बटाटे आणि अति उकडून लगदा झालेलं कालवण वाढण्यात आलं. लांबुळक्या टेबलापाशी एकटाच बसून तो पुढ्यातलं अन्न चिवडू लागला. "परत जर दुपारी हेसलर आला आणि त्याचं आपल्याकडे लक्ष गेलं, तर तो परत आपल्याला शौचालयाची स्वच्छता करायला पाठवेल. म्हणजे आता पोटात गेलेल्या जेवणाचा तर निकालच लागला, असं समजायचं." तो विचार करत होता.

हॅरी जेवणानंतर कामावर परत रुजू झाला तेव्हा हेसलर ड्युटीवर नव्हता दुसऱ्या अधिकाऱ्याने आणखी एका नव्याने तुरुंगात भरती झालेल्या कैद्याला शौचालयांच्या सफाईच्या कामावर पाठवलं. हॅरीने राहिलेली दुपार कॉरिडॉर्स झाडणं आणि कचऱ्याच्या बादल्या रिकाम्या करणं, या कामात घालवली. "वॉर्डन साहेबांनी आपल्याला लायब्ररीत नोकरी दिली, तर बरं. पण नाहीच दिली, तर मग भटारखान्यात काम मिळवण्यासाठी खटपट करावी लागेल." असं हॅरीच्या मनात आलं.

क्विन दिवसभराच्या कामानंतर कोठडीत परत आला, तेव्हा त्याच्या उतरलेल्या चेहऱ्याकडे पाहूनच त्याला कळलं की, तो हॅरीला भटारखान्यात काम मिळवून देऊ शकला नव्हता.

"अरे आमच्या इथे भांडी घासायच्या कामासाठी एक जागा शिल्लक होती रे!" क्विन म्हणाला.

"मी करेन ते काम," हॅरी म्हणाला

"अरे, पण आमच्या सिडेलने तुझं नाव सुचवताच हेसलरने त्यात मधे पडून आडकाठी केली. हेसलर म्हणाला, त्या ब्रॅडशॉला अजून किमान तीन महिने तरी सफाईकामगार म्हणून काम करू दे. मगच मी त्याला भटारखान्यात पाठवीन."

"त्या माणसाचं हे असं का चाललंय?" हॅरी निराश होऊन म्हणाला.

"लोक म्हणतात त्याने नेव्हीत ऑफिसर होण्यासाठी नाव नोंदवलं होतं. पण तो प्रवेश परीक्षेत नापास झाला. त्यामुळे त्याला नाइलाजाने तुरुंगाधिकाऱ्याची नोकरी पत्करावी लागली. त्यामुळे त्याची फळं लेफ्टनंट ब्रॅडशॉला भोगावी लागणार."

४

पुढचे एकोणीस दिवस हॅरीने 'ए' ब्लॉकमधील शौचालयाची स्वच्छता करण्यात घालवले. अखेर तुरुंगात आणखी एक नवा कैदी येऊन दाखल झाला. त्याचीसुद्धा तुरुंगवास भोगण्याची ही पहिलीच खेप होती. तेव्हा कुठे हॅरीची हेसलरच्या कचाट्यातून सुटका झाली. हेसलरने आपला मोहरा त्या नव्या कैद्याकडे वळवला आणि त्या कैद्याच्या वाट्याला नरकसदृश जिणं आलं.

''तो मूर्ख माणूस खरंच पिसाट आहे. मनोरुग्ण आहे.'' क्विन म्हणाला. ''सिडेल अजूनही तुला भटारखान्यात काम द्यायला तयार आहे, पण हेसलरने त्यात काडी घातली आहे ना!'' त्यावर हॅरी काहीच बोलला नाही. ''पण असू दे, अगदीच काही वाईट बातमी नाहीये,'' क्विन म्हणाला, ''माझ्या असं कानावर आलंय की, डेप्युटी लायब्ररीयन अॅन्डी सॅव्हाटोरीची लवकरच पॅरोलवर सुटका होणार आहे. तो पुढच्या महिन्यात जाईल आणि त्याचं काम करायची कुणाचीच इच्छा नाहीये.''

''डीकिन्स आनंदाने करेल!'' हॅरी स्वत:शीच पुटपुटला, ''मग ते काम मिळवण्यासाठी आता मला काय करावं लागेल?'' तो क्विनला म्हणाला.

''काहीच नाही. मी तर म्हणेन, तुला त्या कामात जराही रस असल्याचं तू दाखवू नको. शिवाय त्या हेसलरपासून दूरच राहा. वॉर्डनसाहेब तुझ्या बाजूचे आहेत हे आपल्याला माहीत आहे.''

पुढचा महिना अत्यंत कंटाळवाणा गेला. रोज उजाडणारा दिवस हॅरीला आदल्या दिवसापेक्षा लांबलचक भासायचा. दर मंगळवारी, गुरुवारी आणि सोमवारी ६ ते ७च्या दरम्यान हॅरी लायब्ररीत जायचा. पण सीनियर लायब्ररीयन मॅक्स लॉईड याच्या चेहऱ्यावरून नवा डेप्युटी लायब्ररियन कोण होणार, याचा काहीच सुगावा लागत नव्हता. त्या जागेसाठी हॅरीच्या नावाचा विचारतरी केला जातोय का नाही, हेसुद्धा कळायला काही मार्ग नव्हता. डेप्युटी लायब्ररीयन सॅव्हाटोरीसुद्धा मूग गिळून गप्प बसला होता. पण त्याला काहीतरी आतली बातमी होती, एवढं नक्की.

''मला स्वत:चा डेप्युटी करून घ्यायची त्या लॉईडची इच्छा दिसत नाहीये.'' एक दिवस रात्रीचे दिवे घालवण्यात आल्यावर क्विन झोपण्याच्या तयारीत असताना हॅरी त्याला म्हणाला.

''पण लॉईडचं काही एक चालणार नाही.'' क्विन म्हणाला, ''ते तर वॉर्डनच ठरवतो.''

पण हॅरीला त्याचं म्हणणं पटलं नाही. ''मला ते काम मिळू नये म्हणून हेसलर आणि लॉईड यांचं काहीतरी कारस्थान चालू असणार,'' तो म्हणाला.

''पॅरानॉईड!''

''हो. तू तसाच होत चालला आहेस. आणि त्या शब्दाचा अर्थ नक्की काय ते तर मला माहीतच नाहीये.''

''निराधार भीती आणि निष्कारण संशय,'' हॅरी म्हणाला.

''वा! मला अगदी हेच म्हणायचं होतं,'' क्विन म्हणाला.

पण आपला संशय निष्कारण आहे, असं काही हॅरीला वाटत नव्हतं. एक आठवड्यानंतर सॅव्हाटोरीने त्याला बाजूला घेऊन जे काही सांगितलं, त्यामुळे त्याला वाटत असणारी भीती खरीच होती, हे स्पष्टच झालं.

''वॉर्डन साहेबांनी ज्यांच्या नावाचा विचार करायला हवा, अशा तीन कैद्यांची नाव हेसलरने त्यांना सुचवली आहेत. पण त्यात तुझं नाव नाही.''

''म्हणजे झालंच तर!'' हॅरी जोरात पाय आपटून म्हणाला ''मी इथले राहिलेले दिवस फक्त साफसफाईचं काम करत राहाणार तर!''

''असंच काही नाही.'' सॅव्हाटोरी म्हणाला, ''तू असं कर, माझी सुटका होण्याच्या आदल्या दिवशी मला येऊन भेट.''

''पण तोपर्यंत फारच उशीर झालेला असेल.''

''मला नाही असं वाटत.'' सॅव्हाटोरी म्हणाला. पण त्याने त्याहून अधिक कोणतंच स्पष्टीकरण दिलं नाही. मग हॅरीच्या हातात त्याने लेदरचं कव्हर असलेलं पुस्तक दिलं. ते पुस्तक फारसं कधी लायब्ररीच्या बाहेर गेलं नसावं. तो हॅरीला म्हणाला, ''दरम्यानच्या काळात याचं पानन्‌पान अगदी काळजीपूर्वक वाचून काढ.''

हॅरीने आपल्या वरच्या बंक बेड वर बसून तुरुंगाच्या नियमावलीचं ते २७३ पुस्तक उघडून वाचण्यास सुरुवात केली. सहाव्या पानाशी पोहोचल्यावर त्याने एकीकडे नोट्स काढायला सुरुवात केली. ते पुस्तक एकदा वाचून संपल्यावर त्याने ते दुसऱ्यांदा वाचायला घेतलं. पण दुसऱ्यांना ते वाचून पूर्ण होण्याआधीच त्याच्या डोक्यात एक योजना घोळू लागली होती.

आपल्याला टायमिंग अगदी अचूक साधता यायला हवं, दोन्ही गोष्टींची

अनेकदा फार व्यवस्थित उजळणी आपल्याला करायला हवी. कारण पडदा जेव्हा वर जाईल तेव्हा आपण स्टेजवर असू!'' हॅरीने स्वत:च्या मनाला बजावलं. सॅव्हाटोराची सुटका होईपर्यंत आपल्याला या योजनेची अंमलबजावणी करता येणार नाही, याची त्याला पूर्ण कल्पना होती. नव्या डेप्युटी लायब्ररीयनची नेमणूक अगोदरच करण्यात आली होती.

हॅरीने मनात जो बेत आखला होता, त्याची त्याने कोठडीत क्विनच्या समोर रंगीत तालीम केली. ''तू नुसता पॅरानॉईडच नाहीस, तर मूर्खसुद्धा आहेस.'' क्विन त्याला म्हणाला. ''तू आत्ता माझ्यासमोर जे काही करून दाखवलेस ना, त्याचा पुढचा प्रयोग तू एकटा, एकांतवासात, अंधारकोठडीत करणार आहे, हे लक्षात ठेव.''

वॉर्डनची महिन्यातून एकदा सोमवारी सकाळी एकेका ब्लॉकची राउंड होते. त्यामुळे सॅव्हाटोरीची मुक्तता झाल्यानंतर वॉर्डन 'ए' ब्लॉकच्या राउंडसाठी येण्यास अजून तीन आठवड्याचा कालावधी आहे, याची हॅरीला कल्पना होती. वॉर्डन स्वानसन ह्या राउंड्स ठराविक पद्धतीनेच घ्यायचा त्यामुळे त्याला घाबरून असणारे कैदी शिक्षेतून स्वत:ची सुटका करून घेण्यासाठी त्याच्या राउंडच्या सुमारास दडी मारून बसत.

त्या सोमवारी सकाळी वॉर्डन स्वानसन जेव्हा 'ए' ब्लॉकचा जिना चढून सर्वांत वरच्या मजल्यावर आला, तेव्हा तिथे त्याच्या स्वागतासाठी हॅरी तयारच होता. त्याच्या हातात झाडू, पोचा वगैरे सफाईचं समान होतं. हेसलरसुद्धा वॉर्डनच्या पाठोपाठ तिथे उगवला. त्याने वॉर्डनच्या नकळत त्याच्या पाठीमागे उभे राहून हॅरीकडे पाहात दंडुका उगारून त्याला वॉर्डन स्वानसनच्या वाटेतून बाजूला होण्याची खूण केली. पण हॅरी मात्र त्याच्या खाणाखुणांकडे पूर्णपणे दुर्लक्ष करत वॉर्डनची वाट अडवून साफसफाईचं काम करतच राहिला. त्यामुळे वॉर्डनला चालता-चालता थांबणं भाग पडलं.

''गुड मॉर्निंग वॉर्डन!'' हॅरी म्हणाला. जणूकाही आपण वॉर्डनला रोजच्या रोज भेटत असल्याप्रमाणे हे तो म्हणाला.

आपली राउंड चालू असताना एक कैदी सरळ आपल्या पुढ्यात येऊन आपल्या नजरेला नजर देत उभा असल्याचं पाहून स्वानसनलाही आश्चर्याचा धक्का बसला. त्यात हा कैदी तर चक्क त्याच्याशी आपण होऊन बोलत होता. मग त्याने हॅरीचं बारकाईने निरीक्षण केलं. ''तू ब्रॅडशॉच ना?'' तो म्हणाला.

''सर, तुमची स्मरणशक्ती तीव्र आहे.''

''तुला साहित्यात रुची असल्याचंही मला नीट आठवतंय. त्यामुळे आम्ही तुला डेप्युटी लायब्ररीयनचं काम देऊ केल्यावर ते तू नाकारलंस, हे पाहून मला

आश्चर्याचा धक्का बसला.'' वॉर्डन स्वानसन म्हणाला.

''पण मला तर ते काम कधीच देऊ करण्यात आलं नव्हतं.'' हॅरी म्हणाला, ''मला जर कुणी ते काम देऊ केलं असतं, तर मी अतिशय आनंदाने, अगदी ताबडतोब ते करायला तयार झालो असतो.'' त्याचे ते शब्द ऐकून वॉर्डनला धक्का बसला होता, हे तर उघडच होतं.

मग वॉर्डन हेसलरकडे बघून म्हणाला, ''तुम्ही तर मला असं सांगितलंत की, ब्रॅडशॉला हे काम करायचं नाही आहे.''

त्यावर हेसलर तोंड उघडून काही उत्तर देणार इतक्यात हॅरी चपळाईने म्हणाला, ''ती बहुधा माझीच चूक असेल, सर. त्या जॉबसाठी मी लेखी अर्ज करायला हवा, हे माझ्या त्या वेळी लक्षातच आलं नाही.''

''आय सी!'' वॉर्डन म्हणाला, ''वेल! त्यामुळे असं झालं का? आणि ब्रॅडशॉ, तुला एक सांगू का? आम्ही त्या जागी सध्या जो माणूस नेमलाय ना, त्याला प्लेटो आणि प्लूटो यांच्यातला फरकसुद्धा कळत नाही.'' ते ऐकून हॅरी जोरात हसला. हेसलर मात्र ओठ घट्ट मिटून गप्प उभा होता.

''फार छान उदाहरण, सर!'' हॅरी म्हणाला.

वॉर्डन पुढे जाऊ लागला. परंतु हॅरीने त्याला थांबवत खिशातून एक पाकीट काढून त्याच्या हातात ठेवलं.''

''हे काय आहे?'' वॉर्डन स्वानसन जरा संशयानेच म्हणाला.

''पुढच्या मंगळवारी प्रिझन बोर्डाची या तुरुंगाला अधिकृत भेट आहे, त्या वेळी मला त्यांची प्रत्यक्ष गाठ घेऊन त्यांच्याशी बोलायचं आहे. तशा अर्थाचा हा अधिकृत लेखी विनंती अर्ज मी तुम्हाला दिला. अशा तऱ्हेची भेट मिळणं, हा पीनल कोडच्या नियम क्रमांक ३२नुसार एक कैदी म्हणून माझा अधिकार आहे. माझ्या या लेखी विनंती अर्जाची एक प्रत मी माझे वकील मि. सेल्फ्टन जेल्क्स यांनासुद्धा पाठवली आहे.''

हॅरीच्या तोंडचे शब्द ऐकून पहिल्यांदाच वॉर्डन स्वानसन चिंताग्रस्त झालेले दिसले. हेसलर तर संतापाने लालबुंद झाला होता.

''तू त्यांच्यापुढे काही तक्रार करणार आहेस का?'' वॉर्डन स्वानसन जरा काळजीने म्हणाले.

हॅरीने उत्तर देण्यापूर्वी हेसलरकडे मुद्दाम रोखून पाहिलं. मग सावकाश म्हणाला, ''पीनल कोडच्या ११६ क्रमांकाच्या नियमानुसार मी त्या वेळी बोर्डासमोर काय सांगणार आहे, हे प्रिझन स्टाफ पासून गुप्त ठेवण्याचा मला पूर्ण अधिकार आहे. आणि तुम्हाला या गोष्टींची नीट कल्पना असेलच, वॉर्डन.''

''हो, अर्थातच आहे, ब्रॅडशॉ!'' वॉर्डन वरमलेल्या स्वरात म्हणाले.

"पण मी प्रिझन बोर्डासमोर ज्या काही गोष्टी स्पष्ट बोलणार आहे, त्याच बरोबर मी त्यांना हेही सांगणार आहे की, वॉर्डनसाहेब तुम्ही आम्हा कैद्यांच्या दैनंदिन आयुष्यात धर्म, साहित्य, संस्कृती यांना केवढं महत्त्वाचं स्थान दिलेलं आहे." एवढं बोलून हॅरी अदबीने वॉर्डनच्या मार्गातून बाजूला होऊन थांबला.

"थँक यू, ब्रॅडशॉ!" वॉर्डन म्हणाला, "हा तुझा विचार फार उत्तम आहे."

"मी तुझ्याकडे बघून घेईन, ब्रॅडशॉ!" हेसलर हॅरीच्या जवळून जाताना फुत्कारला.

"हो, हो! मी पण वाटच पाहातो आहे, त्या गोष्टींची!" हॅरी मुद्दामच वॉर्डन स्वानसन यांना ऐकू जाईल इतक्या मोठ्या आवाजात उत्तरला.

त्या दिवशी रात्रीच्या जेवणासाठी सर्व कैदी आपापल्या थाळ्या घेऊन जेव्हा रांगेत उभे होते, तेव्हा ज्याच्या त्याच्या तोंडी हॅरीने सकाळी वॉर्डन साहेबांच्या समोर तोंड उघडून बोलण्याचं दाखवलेलं धाडस, हाच विषय होता.

रात्री जेव्हा भटारखान्यातलं काम संपवून क्विन कोठडीत परत आला, तेव्हा त्याने हॅरीला सांगितलं की, तुरुंगात सगळीकडे एकच चर्चा चालू होती. रात्री झोपण्याच्या वेळी दिवे मालवल्यानंतर हेसलर हॅरीला मारून टाकणार आहे, असंच सगळे म्हणत होते.

"मला नाही तसं वाटत." हॅरी शांतपणे म्हणाला, "जे लोक दादागिरी करत हिंडत असतात ना, त्यांचा एक प्रॉब्लेम असतो. ते वरकरणी कितीही शूर असल्याचा आव आणत असले ना, तरी मनातून चांगलेच भेकड असतात ते."

पण त्याचं बोलणं क्विनला पटलेलं दिसलं नाही.

स्वत:चं म्हणणंच कसं बरोबर आहे, हे क्विनला पटवून देण्यासाठी हॅरीला फार काळ प्रतीक्षा करावी लागलीच नाही. कारण रात्री ज्या क्षणी दिवे मालवण्यात आले, त्या क्षणी कोठडीचं दार उघडून दंडुका आपटत हेसलर धाडकन आत आला.

"क्विन, तू बाहेर जा!" हॅरीकडे रोखून बघत हेसलर खेकसला. एकदा क्विन कोठडीबाहेर निघून गेल्यावर दार बंद करून घेत हेसलर म्हणाला," मी या क्षणाची दिवस भर वाट पाहातोय ब्रॅडशॉ. तुझ्या शरीरात एकूण किती हाडं आहोत, हे लवकरच तुला समजणार आहे."

"मला नाही असं वाटत." हॅरी डोळ्यांची पापणीसुद्धा न हलवता शांत स्वरात म्हणाला.

"आणि तुला वाचवायला कोण बरं येणार आहे?" हेसलर म्हणाला. तो दोन पावलं पुढे आला. "आता तुला वाचवायला इथे वॉर्डन नाही."

"मला वॉर्डनची काहीच गरज नाही." हॅरी म्हणाला, "तुम्हाला आता लवकरच बढती मिळण्याबद्दल बोलणं चालू आहे." त्याने धिटाईने सरळ हेसलरच्या नजरेला

नजर दिली. ''पुढच्या मंगळवारी दुपारी दोन वाजता तुम्हाला प्रिझन-बोर्डची भेट घ्यायची आहे, असं मला खात्रीपूर्वक माहीत आहे.''

''म्हणून काय झालं?'' हेसलर गुरकावला. तो आता हॅरीपासून केवळ एक फुटाच्या अंतरावर होता.

''तुम्ही एक गोष्ट विसरलेले दिसता की, मी त्याच दिवशी सकाळी दहा वाजता बोर्डापुढे उभा राहाणार आहे. मी वॉर्डन साहेबांशी बोलण्याचं धाडस दाखवल्यानंतर अचानक माझ्या शरीरातील एवढी हाडं कशी काय मोडली, असा प्रश्न त्यांच्यापैकी एक-दोघांना तरी नक्कीच पडेल.'' हॅरीचे शब्द ऐकून हेसलरने हातातला दंडुका अत्यंत जोरात त्याच्या चेहऱ्याजवळच्या भिंतीवर आपटला. पण हॅरीच्या डोळ्यांची पापणीसुद्धा लवली नाही.

''हं! अर्थात एक शक्यता अशीही असेल!'' हॅरी म्हणाला, ''की तुम्हाला राहिलेलं आयुष्य विंग ऑफिसर म्हणूनच राहायचं असेल. पण मलातरी ही गोष्ट पटत नाही. बढती मिळण्याची अशी चालून आलेली संधी गमावण्याचा मूर्खपणा तुम्ही करणार नाही, असं मला वाटतं.'' हेसलरने संतापाने हातातला दंडुका हॅरीवर उगारला. इतक्यात हॅरीने उशी खालून लेदरचं कव्हर असलेलं जाडसर पुस्तक बाहेर काढताच तो घुटमळला.

''गेल्या पूर्ण महिन्यात तुम्ही तुरुंगाच्या या नियमावलीतल्या एकंदर किती कायद्यांचा कधी भंग केला आहे, याची तपशीलवार यादी मी बनवलेली आहे, मि. हेसलर! त्यातील काही कायद्यांचा तर तुम्ही केवळ एकदाच नव्हे, तर अनेकदा भंग केला आहे. बोर्डाच्या सदस्यांना ते वाचण्यात नक्कीच रस वाटेल, अशी माझी खात्री आहे. आज संध्याकाळी त्यात मी आणखी दोन कायदेभंगाच्या बाबींची पुष्टी जोडणार आहे. कोठडीचा दरवाजा बंद करून एखाद्या कैद्यासोबत कोठडीत एकांतात थांबणं – नियम क्रमांक ४१९ आणि कैदी स्वसंरक्षण करण्यास असमर्थ असताना त्याला गाठून माराहाण करण्याची धमकी देणं – नियम क्रमांक ५१२.''

हेसलर ते ऐकून थोडा मागे हटला. ''पण मला आणखी एका गोष्टींची तर खात्रीच आहे. बोर्डाचे सदस्य तुम्हाला बढती देण्याच्या मुद्द्यावर जेव्हा विचार करतील, तेव्हा एका गोष्टीबद्दल त्यांना जाणून घ्यायला नक्कीच आवडेल. ती म्हणजे – तुम्ही इतक्या शॉर्ट नोटिसवर तडकाफडकी नेव्ही का बरं सोडली?''

हॅरीचे ते शब्द ऐकून हेसलरच्या चेहऱ्याचा रंगच उडाला. ''तुम्ही ऑफिसरच्या जागेसाठी जेव्हा अर्ज केलात त्या वेळी तुम्ही प्रवेश परीक्षेत नापास झालात, हे कारण तर त्यामागे नक्कीच नव्हतं.''

''तुला हे कुणी सांगितलं?'' हेसलर कुजबुजत्या स्वरात म्हणाला.

''तुमच्याच एका शिपमेटने. दुर्दैवाने तो पण याच तुरुंगात भरती झालेला आहे.

पण त्याने स्वत:चं तोंड उघडू नये, यासाठी तुम्ही त्याला डेप्युटी लायब्ररीयनचं काम मिळवून दिलंत. मग मी तरी ते मिळाल्याशिवाय का गप्प बसायचं?''

हॅरीने गेल्या महिन्याभरात काढलेल्या तपशीलवार नोट्स हेसलरच्या हाती ठेवल्या. त्यानंतर मुद्दामच जरा वेळ थांबून मग तो सावकाश, एकेक शब्द स्पष्ट उच्चारत म्हणाला, ''माझी सुटका होण्याच्या दिवसापर्यंत मी माझं तोंड बंद ठेवीन. अर्थात तुम्ही मला माझं तोंड उघडायला काही निमित्त पुरवू नका म्हणजे झालं. आणि तुम्ही माझ्या अंगाला बोट जरी लावलंत, तरी तुम्हाला नेव्हीतून जसं तडकाफडकी काढून टाकलं, त्याहूनही कमी वेळात तुमची या नोकरीतून हकालपट्टी होईल, हे मी तुम्हाला खात्रीपूर्वक सांगतो. माझं म्हणणं तुमच्या नीट ध्यानात येतंय ना?''

हेसलरने होकारार्थी मान हलवली, पण तो काही बोलला मात्र नाही. ''आणि हो! आणखी एक गोष्ट. पहिल्यांदाच तुरुंगात भरती झालेल्या दुसऱ्या कोणत्याही अभागी कैद्याच्या तुम्ही वाटेला गेलात, तर मग मी माझं वचन पाळायला अजिबात बांधील नाही. आता माझ्या कोठडीतून चालते व्हा!''

५

डेप्युटी लायब्ररीयनच्या कामावर रुजू होण्यासाठी सकाळी नऊ वाजता हॅरी जेव्हा लायब्ररीत जाऊन दाखला झाला, तेव्हा त्याच्या स्वागतासाठी लॉईड उठून उभा राहिला. आजवर आपण या माणसाला फक्त बसलेल्या अवस्थेतच पाहिलंय, असं हॅरीच्या लक्षात आलं. पण लॉईड त्याच्या अपेक्षेपेक्षा बराच उंच होता. तो सहा फुटांपेक्षा उंच होता. तुरुंगातील निकृष्ट प्रतीचं अन्न खाऊनसुद्धा तो हाडापेराने चांगलाच बळकट होता. रोजच्या रोज दाढी करणारे फारच कमी कैदी तिथे होते. त्यांच्यापैकी हा एक होता. त्याने त्याचे घनदाट काळेभोर केस उलटे फिरवले होते. तो एखाद्या मॅटिनी आयडॉल सिनेस्टारसारखा देखणा दिसत होता. अफरातफरीच्या आरोपाखाली तुरुंगात पाच वर्षं सजा भोगत असणारा कैदी, तर तो मुळीच वाटत नव्हता. त्याचा गुन्हा नक्की काय होता, याची काही क्विनला कल्पना नव्हती. याचा अर्थ असा की, एक वॉर्डन सोडला, तर बाकी कुणालाही त्याच्याविषयी काहीही माहिती नसणार शिवाय तुरुंगातला अलिखित नियम होता – आपण तुरुंगात कोणत्या गुन्ह्यामुळे आलो आहोत, हे जर एखाद्या कैद्याने स्वत:हून सांगितलं नाही, तर त्याला त्याबद्दल कुणीही कधीच विचारायचं नाही.

लॉईडने हॅरीला त्यांची दैनंदिन कामाची रूपरेषा समजावून सांगितली. दिवसभर तिथे काम केल्यानंतर संध्याकाळी जेवणासाठी बाहेर पडेपर्यंत हॅरीने सर्व कामाची पद्धत व्यवस्थित आत्मसात केली होती. नंतरचे बरेच दिवस तो लॉईडला कामाच्या संदर्भात रोज बऱ्याच शंका विचारत असे. लोकांनी पुस्तकं वेळेत परत केली नाहीत, तर काय करायचं? ज्या कैद्यांची सुटका होणार असेल, त्यांनी स्वत:च्या संग्रही असलेली पुस्तकं लायब्ररीला भेट द्यावी म्हणून त्यांना आवाहन कसं करायचं? इत्यादी. खरं तर खुद्द लॉईडने कधी असलं काही करण्याचा विचारसुद्धा केलेला नव्हता. हॅरीच्या सर्व प्रश्नांना लॉईड एक-दोन शब्दांत उत्तरं देत होता. अखेर हॅरीने त्याला त्याच्या जागेवर स्वस्थ बसू दिले आणि तो परत स्वत:च्या जागी येऊन

बसला. लॉईड दिवसभर न्यू यॉर्क टाइम्सच्या मागे तोंड लपवून बसून होता.

लेव्हनहॅमच्या तुरुंगात किमान एक हजार कैदी होते. पण त्यातल्या दहा कैद्यांमागे जेमतेम एखाद्या कैद्याला लिहिता-वाचता येत असे. आणि त्यातले सुद्धा फारच कमी कैदी मंगळवारी, गुरुवारी आणि रविवारी लायब्ररीला भेट द्यायला येत.

मॅक्स लॉईड हा नुसताच आळशी नव्हता, तर तो स्वभावाने धूर्त आणि दुष्ट होता, हे हॅरीच्या एव्हाना लक्षात आलं होतं. आपल्या नव्या डेप्युटीने – हॅरीने कितीही नवनवीन योजना मांडल्या, तरी त्याची त्याला हरकत नव्हती. फक्त त्यासाठी त्याला स्वत:ला काही जादा काम करायला लागलं नाही, म्हणजे झालं.

लॉईडचं सर्वांत महत्त्वाचं काम, म्हणजे तो स्वत:च्या टेबलावर गरम, वाफाळलेल्या कॉफीची किटली सतत तयारच ठेवायचा. कधीही अचानक कुणी वरिष्ठ अधिकारी लायब्ररीत आला, तर ते सोयीचं पडायचं. एकदा सकाळच्या वेळी आदल्या दिवशीच्या न्यू यॉर्क टाइम्सची कॉपी वॉर्डन साहेबांच्या ऑफिसात नेऊन पोहोचवली की, तो स्वत:च्या खुर्चीला जो चिकटून बसायचा, तो तिथून हलायचाही नाही. मग तो टाइम्समध्ये तोंड खुपसून बसायचा. आधी पुस्तक परीक्षणे वाचून काढायचा. त्यानंतर त्याचा मोहरा जाहिरातींकडे वळायचा. मग बातम्या आणि क्रीडाविभाग. दुपारच्या जेवणानंतर तो शब्दकोडं सोडवायला घ्यायचा. त्याने अर्धवट सोडवून तसंच टाकलेलं शब्दकोडं हॅरी दुसऱ्या दिवशी पूर्ण करायचा.

हॅरीच्या हाती जेव्हा वर्तमानपत्र यायचं, तेव्हा ते दोन दिवसांचं शिळं असायचं. हॅरी नेहमी सर्वांत आधी आंतरराष्ट्रीय घडमोडी वाचून काढायचा. युरोपातील युद्ध कसं-कसं पुढे चाललंय हे वाचण्याची त्याला उत्सुकता असायची. फ्रान्सचा पाडाव झाल्याचं त्याला वृत्तपत्रातूनच कळलं. त्यानंतर काही महिन्यांनी नेव्हिल चेंबरलेन यांनी पंतप्रधानपदाचा राजीनामा दिला असून त्यानंतर विन्स्टन चर्चिल यांनी पदग्रहण केल्याचेही त्याला असंच समजलं. विन्स्टन चर्चिल पंतप्रधान झाल्यामुळे सगळेच काही खूश झाले नव्हते. पण ब्रिस्टॉल ग्रामर स्कूलमध्ये असताना हॅरीला त्यांच्या हस्ते बक्षीस घेण्याची संधी मिळाली होती. त्या वेळी त्यांनी जे भाषण केलं, ते हॅरीला अजूनही स्मरणात होतं. त्यामुळे ब्रिटनच्या पंतप्रधानपदाची सूत्रं अत्यंत सुयोग्य व्यक्तीच्या हातात आहेत, अशी हॅरीची खात्रीच पटली होती. आपण खरंतर रॉयल नेव्हीमध्ये ऑफिसर असायला हवं होतं. तर त्या ऐवजी आपण इथे अमेरिकेतल्या तुरुंगात डेप्युटी लायब्ररीयनचं काम करत आहोत, याची हॅरीला खूप खंत वाटायची.

संध्याकाळ झाली आणि कामाचा शेवटचा एक तास शिल्लक राहिला की, हॅरीला करण्यासारखं काहीच नसायचं, मग तो तिथे बसून रोज आपली डायरी लिहायचा.

लायब्ररीतील सगळ्या पुस्तकांचं व्यवस्थित विषयावर वर्गीकरण करून त्यांची त्यानुसार नीट मांडणी करायला हॅरीला एक महिन्याहून जास्त काळ लागला. त्याने

कथा, कादंबऱ्या एकीकडे, चरित्र, आत्मचरित्रं आणि माहितीपूर्ण पुस्तकं दुसरीकडे अशी त्याने काटेकोरपणे सगळी पुस्तकं नीट लावली. त्याच्या पुढच्या महिन्यात त्याने त्या दोन प्रकारांचं अधिक बारकाईने वर्गीकरण केलं. त्यामुळे आता कैद्याच्या हाती तीच-तीच ठराविक दोन-तीन पुस्तकं न पडता त्यांना वेगवेगळी पुस्तकं वाचायला मिळू लागली. ''जेव्हा माहीतीपूर्ण पुस्तकांचं वर्गीकरण करायचं असतं, तेव्हा लेखकाच्या नावापेक्षा पुस्तकाचा विषय जास्त महत्त्वाचा असतो,' असं जेव्हा हॅरी लॉईडला सांगायला गेला, तेव्हा लॉईडने काहीही न बोलता फक्त खांदे उडवले.

रविवारी सकाळी बरीच पुस्तकं लायब्ररीच्या ढकलगाडीत भरून हॅरी चारही ब्लॉकच्या फेऱ्या करायचा. कैद्यांच्या कोठड्यांपाशी जाऊन त्यांनी वाचायला नेलेली जुनी पुस्तकं स्वत: ताब्यात घ्यायचा. त्यातील काही-काही पुस्तकं, तर कैद्यांनी वर्षं-वर्षं स्वत:पाशीच ठेवलेली असायची. आपण 'डी' ब्लॉकमध्ये ढकलगाडी घेऊन गेल्यावर तिथले निर्ढावलेले, जुने कैदी आपल्याशी वाईट वागतील, त्यांच्या शांततेचा भंग केल्याबद्दल आपल्यावर चिडतील, असं हॅरीला वाटलं होतं. पण प्रत्यक्षात मात्र तसं काहीच घडलं नाही. उलट ज्या माणसाने हेसलरची पिअरपॉइंटच्या तुरुंगात बदली घडवून आणली, त्याला भेटायची सर्वांनाच उत्सुकता होती.

हेसरलचा प्रिझन बोर्डासोबत इंटरव्ह्यू झाल्यानंतर त्यांनी पिअरपॉइंटच्या तुरुंगात वरच्या जागेवर नेमणूक करण्याविषयीचा प्रस्ताव त्याच्यापुढे ठेवला. तो तुरुंग त्याच्या मूळ गावाच्या जवळ होता, त्यामुळे त्याने तो प्रस्ताव स्वीकारला. आपणच हेसरलरच्या बदलीला जबाबदार आहोत, असा हॅरीने कधीही कुणापाशीही उच्चार केला नाही. परंतु क्विनने मात्र तुरुंगातील प्रत्येकाजवळ ती हकिकत अगदी तिखटमीठ लावून, रंगवून सांगितली. अखेर ती एक खमंग, चुरचुरीत अशी आख्यायिका झाली.

हॅरी आपली ढकलगाडी घेऊन कैद्यांना नवी पुस्तक घ्यायला आणि त्यांच्याकडून जुनी पुस्तकं परत घ्यायला सगळ्या ब्लॉक्समधून जेव्हा हिंडायचा, तेव्हा त्याला या तुरुंगाविषयी अत्यंत सुरस आणि चमत्कारिक गोष्टी कैद्यांकडून ऐकायला मिळायच्या, मग तो आपल्या डायरीत रोज त्यांची नोंद करायचा.

वॉर्डन स्वानसन कधीतरी अचानक लायब्ररीत भेट घायचा. त्यामागचं मुख्य कारण असं की, हॅरीने प्रिझन बोर्डासमोर या स्वानसनची वारेमाप तारीफ केली होती. कैद्यांना शिक्षण देण्याच्या बाबतीत वॉर्डन स्वानसन हे पुरोगामी विचारसरणीचे, कल्पक आणि दूरदृष्टी बाळगणारे आहेत, असं हॅरीने सांगितलं होतं. खरं म्हणजे यातला एकही गुण स्वत:च्या अंगात नसताना ह्या स्वानसनसाहेबांनी अत्यंत आनंदाने ती सर्व स्तुतिसुमनं कशी काय झेलली होती, याचं हॅरीला खूप नवल वाटलं.

हॅरीने कामाला सुरुवात केल्यावर पहिल्या तीन महिन्यांतच पुस्तके आपण होऊन वाचायला घेऊन जाणाऱ्या कैद्यांच्या संख्येत चौदा टक्क्याने वाढ झाली होती.

"आपण तुरुंगात संध्याकाळी वाचनाचा वर्ग सुरू करूयात का?" असं हॅरीने वॉर्डन स्वानसन याला विचारताच त्याने आधी उत्तर द्यायला टाळाटाळ केली. पण मग परत एकदा हॅरीने पुरोगामी विचारसरणी, कल्पक दूरदृष्टी बाळगणारे वगैरे शब्दांची साखरपेरणी केल्यावर त्याने त्या उपक्रमास मान्यता दिली.

हॅरीने वाचनाचा वर्ग सुरू केल्यावर पहिल्या दिवशी केवळ तीनच कैदी उपस्थित राहिले. त्यातला एक होता पॅट क्विन. त्याला तर आधीपासूनच लिहिता- वाचता येत होतं.

परंतु पुढच्या महिना अखेरीस मात्र त्या वर्गात उपस्थित राहणाऱ्यांची संख्या वाढून सोळापर्यंत जाऊन पोहोचली होती. अर्थात त्यांच्यातल्या बऱ्याच कैद्यांची केवळ संध्याकाळची कोठडीतून बाहेर यायला मिळणार यासाठी काहीही करण्याची तयारी असे. त्यामुळे ते या वाचनवर्गाला उपस्थित राहात. परंतु त्यातले एक-दोन तरुण कैदी खरोखरच हुशार होते. त्यांना शिकवताना एका गोष्टीची जाणीव हॅरीला पुन्हा-पुन्हा होत असे : एखाद्याला उत्तम शाळेत शिकण्याची किंबहुना कोणत्याही शाळेत जाण्याची संधीच न मिळाल्याने तो माणूस समजा अशिक्षित राहिला असला, तरी सुद्धा तो मूर्ख किंवा मठ्ठ आहे, असा होत नाही. अथवा त्याच्या अगदी उलटही परिस्थिती असू शकते, अशी त्याला क्विनने लगेच आठवण करून दिली.

हॅरीने एकंदर तुरुंगात बरेच नव-नवीन उपक्रम सुरू केले होते. परंतु तरीसुद्धा त्याच्याकडे भरपूर वेळ शिल्लक उरत असे. मग त्याने ठरवलं, दर आठवड्याला किमान दोन नवी पुस्तकं वाचायची. आधी त्याने लायब्ररीत उपलब्ध असलेलं सर्व अमेरिकन अभिजात साहित्य वाचून संपवलं. मग त्याने आपलं लक्ष रहस्यकथा, गुन्हेगारी जगताच्या कथांकडे वळवलं. ही पुस्तकं इतर कैद्यांमध्ये अत्यंत लोकप्रिय होती. लायब्ररीतील एकूण १९ शेल्फांपैकी १७ शेल्फ्स तर असल्याच पुस्तकांनी भरलेली होती.

कोनन डॉईल हा लेखक हॅरीचा खूप आवडता होता. त्याने आता त्या लेखकाचे जे कुणी अमेरिकन प्रतिस्पर्धी होते, त्यांच्याकडे आपला मोहरा वळवला. आधी त्याने अर्ल स्टॅन्ले गार्डनर यांचं 'द बिगर दे कम' हे पुस्तक वाचून संपवलं. त्यानंतर तो रेमंड चॅंडलर यांच्या 'द बिग स्लीप' या पुस्तकाकडे वळला. आपल्याला ही पुस्तकं इतकी आवडत आहोत, या बद्दल त्याला मनातून थोडं अपराधी वाटलं. 'मि. होलकोम्ब यांचं काय मत होईल आपल्याबद्दल?' त्याच्या मनात आलं.

लायब्ररी बंद होण्यापूर्वीच्या शेवटच्या तासात हॅरी आपली डायरी लिहीत असे. एक दिवस मात्र त्याला आश्चर्याचा धक्का बसणारी गोष्ट घडली. लॉईड रोजच्या प्रमाणे वृत्तपत्र वाचून संपल्यावर अचानक हॅरीच्या जवळ येऊन म्हणाला, "मला देशील का तुझी डायरी वाचायला?" हॅरीला लॉईडची पार्श्वभूमी माहीत होती. तो तुरुंगात दाखल होण्याआधी न्यू यॉर्कमध्ये लिटररी एजंट म्हणून काम करत असे. त्यामुळेच तर इथे आल्यावर त्याला लायब्ररीत काम मिळालं होतं. तो ज्या-ज्या

लेखकांचं प्रतिनिधित्व करायचा, त्यांच्या नावांचा तो कधीतरी उल्लेखही करायचा, त्यातल्या बऱ्याचशा लेखकांचं नाव हॅरीने कधी ऐकलेलं सुद्धा नसे. आपण या लेव्हनहॅमच्या तुरुंगात कसे आलो, हे लॉईडने एकदा हॅरीच्या कानावर घातलं होतं, तेही सावधगिरीने इकडे-तिकडे पाहून, कुणी ऐकत नाही, याची खात्री केल्यावर. ''माझं तेव्हा बॅडलक,'' लॉईड म्हणाला होता, ''मी माझ्या काही क्लाएंट्सचे पैसे चांगल्या मनाने स्टॉक एक्सचेंजमध्ये गुंतवले. पण मला जसं वाटलं, तशा गोष्टी घडल्या नाहीत. फासे उलटे पडले. अंदाज चुकले आणि मी इकडे आलो.''

हॅरीने त्या रात्री ही कथा क्विनला ऐकवल्यावर क्विनचं म्हणणं पडलं, ''त्या बेट्याने जुगार आणि बायांवर ते सगळे पैसे उडवले असणार. बाकी काही नाही.'' क्विनने हात वर घेत नजर छताकडे लावून सुस्कारा टाकण्याचा अभिनय केला.

''पण मग त्याने मलाच हे सगळ इतकं तपशीलवार सांगायचं काय कारण?'' हॅरी म्हणाला.'' त्याने आजवर तुरुंगात कुणालाच ही गोष्ट सांगितली नव्हती.''

''तू किती साधा-भोळा आहेस! अरे ही त्याची कहाणी जेव्हा लोक तुझ्या तोंडून ऐकतील, तेव्हा ते लगेच विश्वास ठेवतील. पण एक गोष्ट तू पक्की लक्षात ठेव. या माणसाबरोबर कधीही कुठलाही व्यवहार करू नको. कारण त्याच्या प्रत्येक हाताला सहा बोटं आहोत.'' क्विनच्या तोंडचा हा वाक्प्रचार खास खिसेकापूंच्या जगतातला होता. हॅरीने तो या आधीही ऐकला होता आणि त्याची आपल्या डायरीत नोंदसुद्धा करून ठेवली होती. परंतु त्याने क्विनच्या या सल्ल्याकडे फारसं लक्ष दिलं नाही. त्याचं एक कारण असं की, आपण या जन्मी कधी या मॅक्स लॉईडबरोबर कोणत्याही प्रकारचा व्यवहार करू, अशी शंका देखील हॅरीच्या मनात आली नाही. जास्तीत जास्त लॉईडशी त्याचं एकाच विषयावर बोलणं होत असे, ते म्हणजे वॉर्डनसाहेबांच्या पुढच्या भेटीच्या वेळी त्यांच्यासाठी कॉफी कपात कुणी ओतायची?

लेव्हनहॅमच्या तुरुंगात येऊन हॅरीला जेव्हा एक वर्षं पूर्ण झालं तेव्हा त्याच्या तुरुंगातील अनुभव लिहून काढलेल्या तीन वह्या भरल्या होत्या. आपली शिक्षा संपेपर्यंत अशा किती वह्या भरणार आहोत, देव जाणे! असं त्याच्या मनात येत असे.

त्याच्या या लेखनाच्या बाबतीत लॉईडने फारच जास्त रस घेतला होता. हॅरीने नवीन मजकूर लिहिला की, तो त्याला लगेच वाचायला हवा असायचा. ''मी तुझं हे काम एखाद्या प्रकाशकाला दाखवू का?'' एक दिवस त्याने हॅरीला सुचवलं. त्यावर हॅरी मोठ्यांदा हसला.

''माझ्या या लेखनात कुणाला रस असणार?'' हॅरी म्हणाला.

''तुला कल्पना नाहीये हॅरी. तुला खरी परिस्थिती पाहून धक्का बसेल,'' लॉईड म्हणाला.

एमा बॅरिंग्टन

(१९३९-१९४१)

६

''*सेबॅस्टियन ऑर्थर* क्लिफ्टन!'' एमा झोपलेल्या बाळाला त्याच्या आजीच्या हातात ठेवत म्हणाली.

आपल्या नातवाला पहिल्यांदा उचलून घेताना मेसीच्या चेहऱ्यावर हसू उमटलं. तिचा चेहरा उजळून निघाला.

''माझी रवानगी त्यांनी स्कॉटलंडला केली.'' एमा म्हणाली, ''त्याआधी त्यांनी मला तुम्हाला भेटायची परवानगीसुद्धा दिली नाही.'' एमाला आपला राग आवरता आला नाही. ''त्यामुळेच तर ब्रिस्टॉलला परत येताक्षणीच मी तिला फोन केला.''

''एमा, हे तू खरंच खूप चांगलं केलंस,'' झोपलेल्या बाळाला प्रेमभराने निरखून पाहात केसी म्हणाली. सेबॅस्टियनचे भुरे केस आणि निळे डोळे हुबेहूब आपल्या पतीसारखे आहेत, अशी तिने आपल्या मनाची समजूत काढण्याचा प्रयत्न केला.

एमा जेवणाच्या टेबलापाशी चहाचे घुटके घेत बसली होती. अर्ल ग्रे चहा! खास एमाच्या आवडीचा चहा मेसीने बनवला होता. 'असं लक्षात ठेवून, फक्त हीच करू शकते.' एमाच्या मनात आलं. तिने हॅरीचे आवडते सँडविचेस पण बनवले होते. त्यामुळे तिच्या खिशाला मोठीच कात्री लागली असणार, एमाला वाटलं. तिने एकवार मेसीच्या घरातल्या बैठकीच्या खोलीवरून नजर फिरवली. समोरच एक लष्करी गणवेशातील एका सैनिकाचा जुना फोटो लावला होता. त्या सैनिकाने डोक्यावर हेल्मेट घातलेलं असल्याने एमाला त्याच्या केसाचा रंग कोणता होता, ते दिसेना. त्याच्या डोळ्यांचा रंगसुद्धा नीट ओळखू येईना, कसे असतील; फोटोतल्या त्या व्यक्तीचे डोळे? हॅरीसारखे निळे की माझ्यासारखे तपकिरी? ती मनात विचार करत होती. लष्करी गणवेशातील ऑर्थर क्लिफ्टन फारच रुबाबदार आणि डोळ्यांतील दृढनिश्चयी भाव यांमुळे एमाची तर खात्रीच पटली की, आपल्या देशाची सेवा करायला मिळाल्याबद्दल त्यांना प्रचंड अभिमान वाटला असणार. त्यानंतर शेजारीच आणखी एक फोटो टांगलेला होता. तो फोटो हॅरीचा होता. सेंट बेडेज् शाळेच्या

समूह गायनात गात असतानाचा तो फोटो होता. ज्या कार्यक्रमात त्याचा आवाज फुटला होता, त्याच्या आधी काढलेला तो फोटो होता. त्याच्या खालीच टेबलावर एक पाकीट ठेवलेलं होतं. भिंतीला टेकवून त्यावर असलेला नाव-पत्ता नक्कीच हॅरीने स्वहस्ते लिहिलेला होता. ते अक्षर एमाच्या चांगलंच ओळखीचं होतं. हॅरीने त्याच्या निधनापूर्वी आपल्या आईला लिहिलेलं ते अखेरचं पत्र असावं. 'मेसी ते पत्र आपल्याला वाचू देईल का?' एमाच्या मनात आलं. मग ती उठून, चालत त्या टेबलापाशी गेली. ते पत्र अजूनही उघडण्यात आलेलं नाही, हे पाहून तिला खूप आश्चर्य वाटलं.

एमा तिथे जाऊन त्या पाकिटाकडे निरखून पाहत असल्याचं मेसीच्या लक्षात आलं. मग ती म्हणाली, "एमा, तुला ऑक्सफर्डचं शिक्षण सोडून यावं लागलं ना? मला तो ऐकून फार वाईट वाटलं."

"माझ्यापुढे दोनच पर्याय होते. एकतर पुढचं शिक्षण करायचं; नाहीतर हॅरीच्या बाळाला जन्म द्यायचा. त्यामुळे त्यातला कुठला पर्याय मी निवडणार यात तर काही प्रश्नच नव्हता." एमा म्हणाली. पण तिचे डोळे अजूनही त्या पाकिटावर खिळलेले होते.

"आणि सर वॉल्टर यांच्याकडून मला असंही कळलं की, तुझा भाऊ गाइल्स वेसेक्स रेजिमेंटमध्ये भरती झाला होता, पण दुर्दैवाने –"

"अरे…! तुम्हाला हॅरीचं पत्र आलेलं दिसतंय –" ती राहवेना म्हणून मेसीच बोलणं मध्येच तोडत एमाला म्हणाली.

"नाही, ते पत्र हॅरीचं नाहीये," मेसी म्हणाली, "ते लेफ्टनंट थॉमस ब्रॅडशॉचं आहे. तो हॅरीबरोबर 'एस. एस. देव्होनिस' या जहाजावर होता."

"पण मग या लेफ्टनंट ब्रॅडशॉने काय लिहिलंय त्या पत्रात?" एमा मुद्दामच म्हणाली. ते पत्र मेसीने उघडलेलं नाही, हे तिच्या लक्षात आलं होतं.

"मला नाही माहीत," मेसी म्हणाली, "डॉ. वॉलेस नावाच्या एका गृहस्थांनी ते मला आणून दिलं. ते सांत्वनाचं पत्र असल्याचं त्यांनीच मला सांगितलं. पण खरं सांगू? हॅरीच्या मृत्यूची कुणी आता मला परत आठवण करून द्यायला नको आहे. म्हणून मी ते अजून उघडलंच नाही."

"पण कदाचित 'देव्होनियन' जहाजावर नक्की काय घडलं, यावर त्या पत्रातून त्या ब्रॅडशॉने प्रकाश टाकला असेल."

"मला नाही वाटत तसं!" मेसी म्हणाली, "तशी त्या दोघांची ओळखसुद्धा काही थोड्याच दिवसांची तर होती."

"मिसेस क्लिफ्टन, मी तुम्हाला ते पत्र वाचून दाखवू का?" एमा म्हणाली. कदाचित मेसीला लिहिता-वाचता येत नसेल आणि ते आपल्यासमोर कबूल करायला तिला संकोच वाटला असेल, असं तिच्या मनात आलं.

"नो, थँक यू डियर!" मेसी म्हणाली, "अगं शेवटी त्याने हॅरी परत येणार आहे

का?''

''हो, मला मान्य आहे ते!'' एमा म्हणाली, ''पण निदान माझ्या समाधनासाठी ते पत्र तुम्ही मलातरी वाचू द्यावं, असं मला वाटतं.''

''रात्रीच्या वेळी जर्मन लोक नेम धरून बंदरावर हल्ला करत सुटले आहेत. बॅरिंग्टन्स कंपनीचं त्यात काही नुकसान झालेलं नसलं म्हणजे मिळवली,'' मेसी म्हणाली.

''हो, नशिबाने त्यांनी आपल्यावर थेट हल्ला नाही केला.'' एमा म्हणाली. आपल्याला काही ते पत्र वाचायला मिळणार नाही, हे तिला अखेर कळून चुकलंच होतं. ''मला तर वाटतं, त्या जर्मनांचीसुद्धा ग्रँडपांच्या कंपनीवर बॉंब टाकण्याची छाती होणार नाही.''

त्यावर मेसी हसली. क्षणभर एमाला वाटलं, ते पत्र सरळ त्या टेबलावरून उचलून घ्यावं आणि मेसीने काही प्रतिकार करायच्या आत उघडून वाचायला सुरुवात करावी. पण हॅरीला ही गोष्ट कधीच आवडली नसती. मेसी काही क्षणांपुरती जरी खोलीच्या बाहेर गेली असती, तरी एमाने चहाच्या किटलीतून निघणाऱ्या वाफेवर ते पाकीट धरून उघडलं असतं, पत्राखालची सही तरी निदान तपासून पाहिली असती आणि परत ते नीट बंद करून जागच्या जागी ठवलं असतं.

पण जणूकाही एमाच्या मनात कोणते विचार घोळत आहेत, हे मेसीला कळलंच होतं. कारण ती तिथून अजिबात उठली नाही.

''मला ग्रँडपांकडून असं कळलं की, तुमच्याकडे काहीतरी चांगली बातमी आहे. अभिनंदन!!'' एमा म्हणाली.

मेसी थोडीशी लाजली. त्यानंतर ती ग्रँड हॉटेलमधला आपल्या नवीन नोकरीविषयी एमाला सांगू लागली. एमाची नजर अजूनही त्या पाकिटावरच खिळून होती. तिने त्या पत्त्यावरचं हस्ताक्षर आणि विशेषत: त्यातील एम.सी.एस.एच. आणि एल. या अक्षरांचं वळण नीट निरखून पाहिलं. ''आपल्याला या अक्षरांचा मनातल्या मनात नीट फोटोच काढून घ्यायला हवा, निदान मॅनोर हाउसमध्ये जाऊन पोहोचेपर्यंत तरी!' तिच्या मनात आलं. एवढ्यात मेसीने सेबॅस्टियनला तिच्याकडे परत दिलं. तिला कामाला परत जावं लागणार होतं. तिला त्याबद्दल वाईट वाटत होतं. एमालाही नाइलाजाने उठून उभी राहिली. जाण्यापूर्वी परत एकदा तिने त्या पाकिटाकडे डोळे भरून पाहून घेतलं.

मॅनोर हाउसकडे परत जात असताना एमा मनातल्या मनात त्या पत्रावरील हस्ताक्षरांची ढब अगदी नीट लक्षात ठेवण्याचा प्रयत्न करत होती. नशिबाने सेबॅस्टियन गाढ झोपला होता. जरा वेळात तिची गाडी घरासमोरच्या पायऱ्यांपाशी खडबडीत रस्त्यावर येऊन थांबली. हडसनने एमासाठी मागचं दार उघडून धरलं. ती उतरून

सेबॅस्टियनला घेऊन घरात आली. ती त्याला तात्काळ त्याच्या खोलीत घेऊन गेली. त्याला सांभाळणारी आया तिथे त्या दोघांची वाटच पाहात होती. एमाने सेबॅस्टियनच्या कपाळाचा पापा घेऊन त्याला तिच्या हवाली केलं. आणि एक अक्षरही न बोलता तातडीने तिथून निघून गेली. आया आश्चर्यचकित होऊन बघतच राहिली.

एकदा स्वत:च्या खोलीत आल्यावर एमाने आपल्या लिहिण्याच्या टेबलाचा मधला कप्पा उघडून हॅरीची जुनी पत्रं बाहेर काढली. गेल्या काही वर्षांमध्ये हॅरीने तिला लिहिलेली सगळी पत्रं तिने जपून ठेवली होती.

तिने सगळ्यात आधी हॅरीच्या सहीमधलं 'एच' हे अक्षर तपासून पाहिलं. अगदी साधं, सरळ आणि ठळक मेसीने न उघडलेल्या पाकिटावर जो पत्ता लिहिलेला होता, त्यातील 'स्टील हाउस लेन'मधील 'एच' हे अक्षराही अगदी तशाच पद्धतीने लिहिलेलं होतं. मग अशाच प्रकारची तपासणी पुढे सुरू ठेवण्याचा तिला हुरूप आला. त्यानंतर तिने 'सी' अक्षराचा शोध घेतला. अखेर तिला ख्रिसमसच्या शुभेच्छा कार्डावर एक 'सी' अक्षर सापडलं. इतकचं नव्हे तर 'मेरी ख्रिसमस' या शब्दांमध्ये एक 'एम' पण मिळून गेला. त्या पाकिटावर असलेल्या 'मेसी क्लिफ्टन' या नावामधील 'एम' आणि 'सी' अगदी तंतोतत जुळत होते. 'हॅरी नक्कीच जिवंत असणार, नक्कीच!' ती पुन्हा-पुन्हा स्वत:च्याच मनाला बजावत राहिली. आता त्या पाकिटावरचे ब्रिस्टॉल आणि इंग्लंड हे दोन शब्दच तपासून बघायचे राहिले होते. ते काम जरा कठीण होतं. पण मग तिला हॅरीच्या हस्ताक्षरातलं एक जुनं पत्र सापडलं. त्याने ते तिला इटलीतून लिहिलं होतं. त्या वेळी ते दोघंही शाळेत होते. तिने एकूण एकोणचाळीस अक्षरं आणि दोन आकडे त्या जुन्या पत्रांमधून व्यवस्थितपणे कापून काढले. तिला त्यासाठी जवळपास एक तास लागला. त्यानंतर तिने ती अक्षरं जुळवून त्या पाकिटावरील पत्ता बनवला :

मिसेस एम. क्लिफ्टन
२७, स्टील हाउस लेन
ब्रिस्टॉल,
इंग्लंड

त्यानंतर थकून एमा पलंगावर कोसळली. हा टॉम ब्रॅडशॉ नक्की कोण होता, याची तिला काहीही कल्पना नव्हती. पण एक गोष्ट नक्की होती : मेसीच्या टेबलावरचं ते न उघडलेलं पत्र हॅरीनेच लिहिलेलं होतं. आणि कोणत्या कारणाने ते देवच जाणे, पण आपण अजून जिवंत आहोत, ही गोष्ट एमाला कळू नये, असं हॅरीला वाटत होतं. 'आपण गरोदर आहोत, आपल्या पोटात हॅरीचं मूल वाढतंय,

हे जर त्या जहाजातून प्रवासाला जाण्यापूर्वीच हॅरीला कळलं असतं, तर कदाचित त्याने यापेक्षा वेगळा विचार केला असता का?' असं एमाच्या मनात आलं.

हॅरी कदाचित अजून जिवंत असेल ही बातमी आपले आजोबा, आई, ग्रेस आणि अर्थातच मेसीला सांगण्यासाठी एमाचा जीव तळमळत होता. पण मग एक गोष्ट तिच्या लक्षात आली. एका न उघडलेल्या पत्रापेक्षा अधिक जास्त सबळ पुरावा मिळवण्याची गरज होती. मग तिच्या मनात एका योजनेने मूळ धरलं.

त्या रात्री एमा जेवणासाठी खालच्या मजल्यावर न जाता स्वत:च्या खोलीतच थांबली. आपली स्वत:ची आई वगळता इतर सर्वांचा हॅरी त्या रात्री मरण पावल्याचा गैरसमज हॅरीने हेतुपुरस्सर का होऊ दिला असावा, याचा ती मनातल्या मनात विचार करू लागली.

अखेर मध्यरात्री डोळ्यांवर झोप लोटून आल्यावर ती अंथरुणावर पडली. कदाचित हॅरीला तो घराण्याच्या इभ्रतीचा प्रश्न वाटला असेल. म्हणून त्यानं असं केलं असेल, अशा निष्कर्षापर्यंत अखेर ती येऊन ठेपली. त्या गरीब बिचाऱ्या, हताश, निराश झालेल्या वेड्या मुलाला असं वाटलं असेल की, एमाला आपल्याशी एकनिष्ठ राहण्यासाठी जी बांधिलकी वाटते आहे, त्या ओझ्यातून आता तिची मुक्तता होईल, त्याला एक गोष्ट कशी कळली नाही बरं? आपल्या भावाच्या वाढदिवसाला त्याने जेव्हा पहिल्यांदा आपल्या घरी पाऊल ठेवलं, तेव्हा आपण केवळ दहा तर वर्षांच्या होतो. पण त्या क्षणीच आपण मनोमन ठरवून टाकलेलं होतं. 'इथून पुढे आपल्या आयुष्यात हॅरीशिवाय दुसऱ्या कोणत्याच पुरुषाला स्थान असणार नव्हतं...' एमाचं असं विचारचक्र बराच वेळ चालू होतं.

त्या प्रसंगाला आठ वर्षं झाल्यानंतर हॅरी आणि एमाची एंगेजमेंट झाली. त्या वेळी दोन्ही घरच्या सर्वांनाच खूप आनंद झाला होता. अपवाद होता, फक्त एमाच्या वडिलांचा. गेली कित्येक वर्षं ते एका असत्याचा आधार घेऊन आयुष्य जगत होते. अखेर एमाच्या लग्नाच्या दिवशी त्यांचे ते बिंग फुटलं. त्यांचा खोटेपणा जगापुढे उघडकीस आला. एमा आणि हॅरी विवाह वेदीवर उभे राहून एकमेकांना आयुष्यभर साथ देण्याच्या बेतात असतानाच ओल्ड जॅक अंकल यांनी एक घोषणा करून त्या लग्नसमारंभाला खीळ घातली. अगदी अनपेक्षितपणे ते लग्न रद्द झालं. परंतु एमाचे वडील हेच कदाचित हॅरीचेही वडील असतील, हे सत्य समोर येऊनसुद्धा एमाचं हॅरीवरचं प्रेम तसूभरही कमी झालं नाही. हॅरी त्यानंतर अत्यंत सभ्य माणसासारखा वागला. अर्थात ते सर्वांना अपेक्षितच होतं. आणि एमाचे वडीलसुद्धा त्यांच्या स्वभावाला अनुसरून हलकटपणे वागले. एक जण धीरोदात्तपणे आल्या प्रसंगाला सामोरा गेला, तर दुसरा मात्र मागील दरवाज्याने तोंड काळं करून पळून गेला; तो कायमचाच!

हॅरीचं एमाशी लग्न ठरवण्याची कितीतरी आधी हॅरीने एक गोष्ट एमाला स्पष्टच सांगितली होती की, जर कधी युद्ध घोषित झालंच तर आपण सरळ ऑक्सफर्ड सोडून रॉयल नेव्हीत भरती होऊ. अगदी फार उत्तम दिवस चाललेले असताना सुद्धा हॅरी स्वत:चा हेका कधीच सोडत नसे. आणि आत्ता तर काय, फारच कठीण परिस्थिती ओढवली होती. त्यामुळे त्याला युद्धाला जाण्यापासून परावृत्त करण्यात काहीच हशील नव्हतं, हे एमाला कळून चुकलं होतं. शिवाय तिने कितीही वाद घातला असता, तरी त्याने आपला हट्ट सोडला नसताच. त्याने तिला असंही स्पष्ट करून सांगितलं होतं की, जर्मन शरण येईपर्यंत युद्ध सोडून ऑक्सफर्डला परत येण्याचा प्रश्नच नव्हता.

एमानेही पुढे ऑक्सफर्ड सोडलं. पण हॅरीप्रमाणे तिच्यासमोर मात्र दुसरा काही पर्यायच नव्हता. तिच्यासाठी तर ऑक्सफर्डला परत शिकायला जाण्याची संधीसुद्धा उपलब्ध नव्हती. सोमराव्हिलमध्ये गरोदर स्त्रीकडे पाहून लोकांच्या कपाळाला आठी पडत असे. शिवाय त्यात जर त्या स्त्रीचं त्या होणाऱ्या बाळाच्या वडीलांशी लग्न झालेलं नसेल, तर अजूनच! आपल्या या निर्णयामुळे आपल्या आईला नक्की वाईट वाटलं असणार. कारण एलिझाबेथ बॅरिंग्टन ही केवळ स्त्री आहे, या कारणासाठी तिला शिक्षणाची संधी नाकारण्यात आली होती. त्यामुळे एमाने खूप शिक्षण घ्यावं, खूप प्रगती करावी, अशी तिच्या आईची इच्छा होती. एक वर्षानंतर क्षितिजावर अचानक एक आशेचा किरण चमकला एमाची बहीण ग्रेस हिला केंब्रिजच्या गिर्टन कॉलेजची शिष्यवृत्ती मिळाली. आणि कॉलेजच्या पहिल्या दिवसा पासूनच ग्रेस तिथे इतकी चमकली की, अभ्यासाच्या बाबतीत तिने बरोबर शिकणाऱ्या सर्व बुद्धिमान मुलांनाही मागे टाकलं.

एमा गरोदर असल्याचं लक्षात येताच, तातडीने तिला तिच्या आजोबांच्या घरी स्कॉटलंडला नेण्यात आलं. तिथे तिने हॅरीच्या मुलाला जन्म दिला. बॅरिंग्टन लोकांच्या घराण्यात अनौरस मुलांना जन्म देण्यात येत नाही. निदान बॅरिंग्टनमध्ये तर नाहीच नाही. स्कॉटलंडच्या घरात सेबॅस्टियन मोठा झाला. घरभर रांगू लागला. अखेर बॅरिंग्टन परिवाराने आपल्या मुलीला त्याच्यासह मॅनोर हाउसमध्ये येऊन राहाण्यास परवानगी दिली. युद्ध संपेपर्यंत सर्वांनीच स्कॉटलंडमधल्या त्या मलगेरी कॅसलमध्ये राहावं, असं एमाची आई एलिझाबेथ हिचं म्हणणं होतं. पण त्या स्कॉटिश किल्ल्यात आणखी काळ दडून राहण्याची एमाची मुळीच इच्छा नव्हती.

ब्रिस्टॉलला परत आल्यावर सर्वांत आधी एमाने जर कुणाची भेट घेतली असेल, तर ती आपले आजोबा, सर वॉल्टर बॅरिंग्टन याची. हॅरीने एस.एस. देव्होनियन या जहाजावर नोकरी धरल्याचं त्यांनीच तिला सांगितलं होतं. पण त्यानंतर एक महिन्यातच ब्रिस्टॉलला परत येण्याचा त्याचा बेत होता. त्यानंतर मात्र

तो एच.एम.एस. रेझोल्यूशन या युद्धनौकेवर नोकरी धरणार होता. परंतु हॅरी कधी परत आलाच नाही. असे सहा आठवडे गेले आणि एक दिवस तिच्या प्रियकराला जलसमाधी मिळाल्याची बातमी आली.

सर वॉल्टर बॅरिंग्टन यांनी परिवाराच्या प्रत्येक सदस्याला व्यक्तिश: भेटूनही दु:खद बातमी देण्याची जबाबदारी स्वत:च्या शिरावर घेतली. त्यांनी पहिल्यांदा मेसी क्लिफ्टनची भेट घेतली. खरं तर हॅरीच्या दु:खद निधनाची बातमी डॉ. वॉलेस यांच्याकडून मेसीला आधीच कळली असून डॉ. वॉलेस यांनी थॉमस ब्रॅडशॉचं पत्र देण्याच्या निमित्ताने तिची प्रत्यक्ष भेटही घेतली होती, याची त्यांना कल्पना होती. त्यानंतर ते जातीने एमाची भेट घेण्यासाठी स्कॉटलंडला गेले. आपल्या नातीने हॅरीच्या मृत्यूची धक्कादायक बातमी ऐकूनसुद्धा एकही अश्रू कसा ढाळला नाही, याबद्दल सर वॉल्टर यांना आश्चर्य वाटलं. पण खरं तर हॅरी मरण पावला आहे, या गोष्टींचा एमाने स्वीकारच केला नाही.

ब्रिस्टॉलला परत आल्यावर सर वॉल्टर स्वत: गाइल्सला जाऊन भेटले. आणि त्याला ती बातमी कळताच त्यांनी ती बातमी सांगितली. ते ऐकताच हॅरीचा जिवलग मित्र गाइल्स एकदम गप्प झाला. त्याची समजूत काढायला त्याच्या घरच्या कुणाकडे किंवा आसपासच्या लोकांकडे शब्दच नव्हते. लॉर्ड आणि लेडी हार्वे यांना हॅरीच्या निधनाची बातमी कळताच त्यांनी अत्यंत संयमाने ती ऐकली. त्यानंतर एका आठवड्याने ब्रिस्टॉल ग्रामर स्कूलमध्ये दिवंगत कॅप्टन जॅक टॅरंट यांचा जेव्हा स्मृतिदिन साजरा करण्यात आला, तेव्हा लॉर्ड हार्वे म्हणाले, ‘‘आपल्या लाडक्या विद्यार्थ्याच्या मृत्यूची बातमी ओल्ड जॅक यांना ऐकावी लागली नाही, ते बरं झालं.’’

आपल्या परिवारातील फक्त एकाच व्यक्तीची गाठ सर वॉल्टर बॅरिंग्टन यांनी मुद्दामच घेतली नाही. ती व्यक्ती म्हणजे त्यांचा मुलगा, सर ह्युगो. त्याचा ठावठिकाणा माहीत नसल्याची सबब त्यांनी सांगितली. पण एमा जेव्हा ब्रिस्टॉलला परत आली, तेव्हा त्यांनी तिला स्पष्टच सांगितलं की, ह्युगोचा पत्ता त्यांना जरी ठाऊक असता, तरीसुद्धा त्यांनी त्याला मुद्दाम भेटून ही बातमी कळवण्याचे कष्ट घेतलेच नसते. ते एमाला असेही म्हणाले, ‘‘कदाचित हॅरीच्या मृत्यूची बातमी ऐकून तुझ्या वडीलांना आनंदच होईल.’’ त्यावर एमा काही बोलली नाही. पण मनातून तिला त्यांचं बोलणं पटलं होतं.

एमाने स्टील हाउस लेनमध्ये जाऊन मेसीची भेट घेतल्याला आता खूप दिवस लोटले होते. तिच्या हातात नव्याने ही जी माहिती उपलब्ध झाली होती, त्याच्याविषयी नक्की काय करायचं, याचा विचार करत तासचे तास ती स्वत:ला आपल्या खोलीत कोंडून घेऊन बसत असे.

एक वर्षभर मेसी क्लिफ्टनच्या टेबलावर ते पत्र न उघडलेल्या स्थितीत तसंच

होतं. पण त्यात नक्की मजकूर काय आहे, हे समजण्याचा एमाला काहीच मार्ग दिसत नव्हता. तिने पुन्हा ते जाणून घ्यायचा प्रयत्न केला असता, तर मेसीचे आणि तिचे संबंध दुखावले असते. पण तरीही एमाचा एक निर्धार मात्र पक्का होता. हॅरी जिवंत आहे; हे तर जगासमोर सिद्ध करून द्यायचंच! पण त्याचबरोबर तो जिथे कुठे असेल तिथून शोधून त्याला जगासमोर हजर करायचं. एकदा हा निश्चय पक्का झाल्यावर ती परत एकदा मुद्दाम वेळ ठरवून आपले आजोबा सर वॉल्टर यांना भेटायला गेली. शेवटी काहीही झालं. तरी मेसी शिवाय आणखी एकच व्यक्ती त्या डॉ. वॉलेसना प्रत्यक्ष भेटलेली होती, ती म्हणजे सर वॉल्टर. त्यामुळे हा थॉमस ब्रॅडशॉ कोण? हे रहस्य शोधून काढण्याच्या कामात सर वॉल्टर यांची नक्कीच मदत होणार होती.

७

एमाच्या आजोबांनी लहानपणापासून एक गोष्ट तिच्या मनावर बिंबवली होती. अपॉइंटमेंटसाठी कधीही उशिरा जायचं नाही. "जर कुणी तुझ्या बोलण्याचा गंभीरपणे विचार करावा असं वाटत असेल, तर कधी उशिरा जाऊ नकोस! त्याने तुझ्याबद्दल त्यांचं मत खराब होईल." ते म्हणाले होते.

त्यांचे हे शब्द ध्यानात घेऊनच एमाने त्या दिवशी सकाळी ९ वाजून २५ मिनिटांनी मॅनोर हाउस सोडलं आणि बॅरिंग्टन शिपयार्डच्या फाटकातून तिची गाडी बरोबर दहाला आठ मिनिटं कमी असताना आत शिरली. ती लिफ्टने पाचव्या मजल्यावर गेली तेथून लांबलचक कॉरिडॉरमधून चालत चेअरमनसाहेबांच्या ऑफिसपाशी जाऊन पोहोचली. तेव्हा दहाला दोन मिनिटं कमी होती.

सर वॉल्टर यांची सेक्रेटरी मिस बील हिने एमासाठी त्यांच्या ऑफिसचा दरवाजा उघडून धरला; तेव्हा भिंतीवरच्या घड्याळात दहाचे ठोके पडत होते. एमाला पाहताच चेअरमनसाहेब स्वत: उठून पुढे आले आणि तिला प्रेमाने जवळ घेऊन तिच्या गालांवर ओठ टेकत म्हणाले, "माझी आवडती नात कशी आहे?" त्यांनी स्वत: तिला मग फायरप्लेस जवळच्या खुर्चीत नेऊन बसवलं.

"ग्रेस मजेत आहे, ग्रँडपा!" एमा म्हणाली, "तिचं केंब्रिजमध्ये खूप चांगलं चाललंय. ती तुमची आठवण काढत होती." एमा हसत म्हणाली.

"हे बघ, माझ्याशी खट्याळपणा करू नको हं!," सर वॉल्टर तिच्याकडे हसून बघत म्हणाले, "आणि काय गं, माझा सर्वांत आवडता पणतू सेबॅस्टियन कसा आहे?"

लेदरच्या आरामखुर्चीत बसत असताना एमाने त्यांना आठवण करून दिली, "ग्रँडपा, तुम्हाला तेवढा एकच पणतू आहे."

"तू आता इथे येताना त्याला बरोबर घेऊन आलेली नाहीयेस, तेव्हा तुझं नक्की तसंच काहीतरी महत्त्वाचं काम असेल माझ्याकडे."

एमाच्या औपचारिक गप्पा संपल्या. सर वॉल्टर यांनी आपल्यासाठी ठराविक

वेळ दिलेला असणार, याची तिला कल्पना होती. सर वॉल्टर यांना भेटायला जी वेगवेगळी माणसं येतात त्यांच्या कामाच्या स्वरूपानुसार ते त्यांना पंधरा मिनिटं, तीस मिनिटं किंवा एक तासाचा वेळ देतात, असं त्यांची सेक्रेटरी मिस बील हिने पूर्वीच एमाला सांगितलेलं होतं. फक्त रविवार वगळता; अगदी घरच्या माणसांचासुद्धा यासाठी अपवाद केला जात नसे. एमाच्या मनात खूप प्रश्न होते. तिला त्या प्रश्नांची त्यांच्याकडून उत्तरं हवी होती. त्यामुळे त्यांनी आपल्यासाठी अर्धा तास तरी ठेवला असेल, अशी तिने मनोमन आशा केली.

ती मागे टेकून नीट बसली आणि मन शांत करण्याचा प्रयत्न करू लागली. आपण त्यांना नक्की कशासाठी भेटायला आलो आहोत, या मागचं खरं कारण त्यांना कळता काम नये, अशी तिची इच्छा होती.

''तुम्हाला आपली ती भेट आठवते?'' एमा म्हणाली. ''तुम्ही मला भेटून हॅरीच्या मृत्यूची बातमी देण्यासाठी मुद्दाम स्कॉटलंडला आला होता. पण त्या वेळी ती बातमी ऐकून मला इतका प्रमाणाबाहेर धक्का बसला होता की, मला ती गोष्ट नीट उमगलीच नाही. त्यामुळे हॅरीच्या आयुष्यातले शेवटचे काही दिवस कसे गेले, त्याविषयी मला तुमच्याकडून जाणून घ्यायचं आहे.''

''ऑफकोर्स! ऑफकोर्स माय डिअर!'' सर वॉल्टर सहानुभूतीने म्हणाले. ''मी माझ्या स्मरणशक्तीला ताण देऊन बघतो. पण काय गं, तुला काही विशिष्ट गोष्टीविषयी माहिती हवी आहे का?''

''हॅरी ऑक्सफर्ड सोडून इकडे परत आल्यावर तो 'देव्होनियन' नावाच्या जहाजावर फोर्थ ऑफिसर म्हणून भरती झाला, असं तुम्हीच मला सांगितलं.''

''हो, बरोबर आहे ते. माझे जुने मित्र कॅप्टन हेवन्स यांच्या मदतीमुळेच ते होऊ शकलं आणि त्या दुःखद अपघातातून जी काही थोडीफार माणसं वाचली, त्यांच्यात कॅप्टन हेवन्स यांचाही समावेश होता. मी काही दिवसांपूर्वीच त्यांना भेटलो. तेव्हा ते हॅरीविषयी अत्यंत प्रेमाने बोलले. ते म्हणाले, ''हॅरी एक अत्यंत साहसी तरुण होता. जहाज दुर्घटनाग्रस्त झाल्यानंतर त्याने स्वतःचा प्राण धोक्यात घालून कॅप्टन हेवन्स यांचा जीव तर वाचवलाच, पण चीफ इंजिनियरचा जीव वाचवत असताना स्वतःचं आयुष्य गमावलं.''

''कॅप्टन हेवन्स यांनासुद्धा 'कॅन्सस स्टार' या जहाजावरच्या लोकांनी वाचवलं का?''

''नाही. जवळच असलेल्या एका दुसऱ्या जहाजाने त्यांना वाचवलं. त्यामुळेच दुर्दैवानं ते हॅरीला परत कधीच भेटू शकले नाहीत.''

''म्हणजे हॅरीला जलसमाधी मिळालेली त्यांनी प्रत्यक्ष स्वतःच्या डोळ्यांनी पाहिलीच नाही का?''

''नाही. हॅरीला जेव्हा मृत्यू आला तेव्हा 'देव्होनियन' जहाजावरचा फक्त एकच माणूस त्याच्या सोबत होता, तो म्हणजे एक अमेरिकन. त्याचं नाव लेफ्टनंट थॉमस ब्रॅडशॉ.''

''तुम्ही मला असंही सांगितलं की, डॉ. वॉलेस यांनी याच ब्रॅडशॉचं पत्र स्वत: नेऊन मिसेस क्लिफ्टन यांना दिलं.''

''हो खरं आहे ते. डॉ. वॉलेस हे 'कॅन्सस स्टार' जहाजावर चीफ मेडिकल ऑफिसर होते. त्यांनी आणि त्यांच्या मदतनिसांनी हॅरीचा जीव वाचवण्याचे सर्वतोपरी प्रयत्न केले, असं त्यांनीच मला सांगितलं.''

''या ब्रॅडशॉने तुम्हालासुद्धा लिहिलं होतं का?''

''नाही. त्याने फक्त स्वत:च्या जवळच्या नातेवाइकांना लिहिलं, असं डॉ. वॉलेस म्हणाले.''

''पण मग तसे जर असेल, तर त्याने मला कसं काय नाही लिहिलं? तुम्हाला हे जरा विचित्र नाही का वाटत?''

एमाचं ते बोलणं ऐकून सर वॉल्टर जरा वेळ काहीच न बोलता शांत बसले. मग म्हणाले, ''तुला खरं सांगू? मी काही या गोष्टीवर इतका विचार केलेला नाही. कदाचित त्या ब्रॅडशॉला हॅरीने तुझ्याविषयी काहीच सांगितलेलं नसेल. तुला तर माहीतच आहे, हॅरी सगळ्या गोष्टींच्या बाबतीत किती गुप्तता बाळगणारा होता ते!''

''एमाने ही हा विचार केलेलाच होता. मग ती विषय बदलून पुढे म्हणाली, ''त्या ब्रॅडशॉने मिसेस क्लिफ्टन यांना लिहिलेलं पत्र तुम्ही वाचलंत का?''

''नाही वाचलं. पण मी त्यांना भेटायला गेलो असता, त्यांच्या घरी टेबलावर ते पत्र मला दिसलं,'' सर वॉल्टर म्हणाले.

''त्या पत्रात ब्रॅडशॉने नक्की काय लिहिलं होतं, याची डॉ. वॉलेस यांना काही कल्पना असेल, असं तुम्हाला वाटतं का?''

''हो. ते मला म्हणाले, हॅरी सोबत देव्होनियन जहाजावर काम करणाऱ्या सहकाऱ्याने लिहिलेलं ते सांत्वनपर पत्र आहे.'' सर वॉल्टर म्हणाले.

''मला जर त्या लेफ्टनंट ब्रॅडशॉला भेटता आलं, तर किती बरं होईल,'' एमा मुद्दामच सर वॉल्टर यांच्याकडून अधिक माहिती काढून घेण्याच्या इराद्याने म्हणाली.

''पण ते तुला कसं काय जमणार, बेटा?'' सर वॉल्टर म्हणाले. ''जर डॉ. वॉलेस आणि ब्रॅडशॉ अजूनही एकमेकांच्या संपर्कात असतील, तरच ते शक्य आहे.''

''तुमच्याकडे डॉ. वॉलेस यांचा पत्ता आहे का?''

''हो, पण 'द्वारा कॅन्सस स्टार' जहाज एवढाच आहे.''

''पण युद्ध घोषित करण्यात आल्यानंतर आता त्या जहाजाचं ब्रिस्टॉलला येणं बंद झालं असेल.''

''नाही! ब्रिटनच्या भूमीवर अजूनही शिल्लक असलेले अमेरिकन मायदेशी परत जाण्यासाठी जर भरमसाट मोबदला देण्यास तयार असले, तर त्या जहाजाच्या खेपा चालू असतील.''

''पण जर्मनांच्या इतक्या पाणबुड्या अटलांटिक सागराला हल्ला करण्यासाठी टपून बसलेल्या असताना एवढा मोठा धोका कोण कशाला पत्करेल?'' एमा म्हणाली.

''पण अमेरिका जोपर्यंत 'अलिप्त' आहे, तोपर्यंत त्यांना काही धोका नाहीये.'' सर वॉल्टर म्हणाले. ''जर्मनीच्या युद्ध नौकेने एखादं अमेरिकन प्रवासी जहाज बुडवलं, तर त्यावरून रान माजेल. त्यामुळे हिटलर विनाकारण त्या अमेरिकनांशी कशाला वाकडं घेईल?''

''येत्या काही दिवसांत ते 'कॅन्सस स्टार' परत ब्रिस्टॉलच्या बंदराला कधी येऊन लागणार आहे, याची तुम्हाला काही कल्पना आहे का?'' एमा म्हणाली.

''मला माहीत नाही. पण मी ती माहिती सहज काढू शकेन,'' असं म्हणून सर वॉल्टर सावकाश आपल्या खुर्चीतून उठले. बंदरात ये-जा करणाऱ्या जहाजांचं महिन्याचं वेळापत्रक हातात घेऊन त्याची पानं बारकाईने पाहू लागले.

''हां, सापडलं!'' ते म्हणाले, ''अजून चार आठवड्यांनी ते जहाज न्यू यॉर्कहून निघणार आहे, आणि ते १५ नोव्हेंबरला ब्रिस्टॉल बंदरात येऊन दाखल होईल. तुला त्या जहाजावरच्या कुणाची जर गाठ घ्यायची असेल, तर एक गोष्ट नीट लक्षात ठेव, ते जहाज काही जास्त काळ बंदरात थांबणार नाही. कारण इथे जास्त दिवस थांबल्यावर त्या जहाजावर हल्ला होण्याचा धोका जास्त आहे.''

''मला त्या जहाजाच्या आत प्रवेश मिळेल?''

''तू जर तेथील कर्मचारिवर्गापैकी एक असशील किंवा त्या जहाजावर नोकरी मिळवण्याचा प्रयत्न करत असशील, तरच मिळेल. अन्यथा नाही. आणि अगदी खरं सांगू का? त्या जहाजावर पडेल ते काम करणाऱ्या मोलकरणीच्या किंवा बारमधील कॉकटेल वेट्रेसच्या रूपात मी तुझी कल्पानाही करू शकत नाही.'' सर वॉल्टर म्हणाले.

''मग मी डॉ. वॉलेस यांची भेट कशी काय घेऊ शकेन?'' एमा म्हणाली.

''तू बंदरावर जाऊन डॉ. वॉलेस जहाजातून खाली उतरतील याची वाट बघत बस. आठवडाभराचा प्रवास झाला की, प्रत्येकालाच बंदरात उतरून फेरफटका मारावासा वाटतो. त्यामुळे जर ते त्या जहाजावर असलेच, तर ते तुला नक्कीच भेटतील. पण एमा, एक गोष्ट नीट ठेव, हॅरीच्या मुत्यूला आता एक वर्षाहून जास्त काळ लोटला आहे. त्यामुळे कदाचित त्या जहाजावर डॉ. वॉलेस हे मेडिकल ऑफिसर नसतीलही.''

सर वॉल्टर यांचं बोलणं ऐकून एमाने खालचा ओठ चावला. ''पण एमा, मी

जर त्या जहाजाच्या कॅप्टनबरोबर तुझी भेट घालून द्यावी, असं जर तुला वाटत असेल, तर मी तसं आनंदाने –''

''नाही! नाही! एमा घाईने म्हणाली, ''एवढं मुळीच महत्त्वाचं नाहीये ते!''

''बघ! नंतर विचार करून तुला जर तसं वाटलं –'' सर वॉल्टर म्हणाले. ही सगळी गोष्ट एमाच्या दृष्टीने किती महत्त्वाची आहे, हे त्यांच्या अचानक लक्षात आलं.

''नको, नको! थँक्यू ग्रँडपा! ''आपल्या खुर्चीतून उठत एमा म्हणाली. ''तुम्ही माझ्यासाठी इतका वेळ काढलात त्याबद्दल थँक्यू!''

''मी पुरेसा वेळ नाही देऊ शकलो तुला!'' सर वॉल्टर म्हणाले! ''तू खरं तर नेहमी इथे मला भेटायला यायला हवंस. आणि हो, पुढच्या वेळी येशील तेव्हा तुझ्याबरोबर सेबॅस्टियनला नक्की घेऊन ये!'' एमाबरोबर दारापर्यंत येत असताना सर वॉल्टर म्हणाले.

आपली नात आपल्याला नक्की कशासाठी भेटायला आली होती, याबद्दल आता सर वॉल्टर यांच्या मनात कोणतीही शंका राहिली नव्हती.

एमा कारमध्ये बसून मॅनोर हाउसकडे परत निघालेली असताना ग्रामोफोनच्या तबकडीत सुई अडकून राहावी तसं; एकच वाक्य तिच्या मनात वारंवार घोळत होतं. ती त्या शब्दांचा मनातल्या मनात पुन्हा-पुन्हा उच्चार करून बघत होती.

ती घरी परतल्यावर लगेच सेबॅस्टियनच्या खोलीत गेली. तो लाकडी घोड्यावर बसून पुढे-मागे झुलत होता. तो खाली उतरायला तयारच नव्हता. अखेर त्याच्या मनधरण्या केल्यावर तो थोडीशी रडारड करून अखेर उतरायला राजी झाला. दुपारच्या जेवणानंतर तृप्त होऊन एखाद्या मांजराप्रमाणे अंगाची वळकटी करून तो गुडूप झोपून गेला. आया त्याला पाळण्यात झोपवू लागली, तोपर्यंत एमाने ड्रायव्हरला फोन करून बोलावून घेतले.''

''हडसन मला ब्रिस्टॉलला जायचंय.''

''कुठे जायचंय, मिस?''

''द ग्रँड हॉटेल.''

''मी तुझ्यासाठी काय करू, म्हणालीस?'' मेसी म्हणाली.

''मला इथे वेट्रेस म्हणून कामावर ठेवून घ्या.''

''पण का?'' मेसी म्हणाली.

''ते मी तुम्हाला सांगू शकत नाही.'' एमा म्हणाली

''ते काम किती कठीण असतं, याची तुला काही कल्पना तरी आहे का?'' मेसीने विचारलं.

"नाही!" एमाने कबूल केलं, "पण मी तुमची निराशा नाही करणार."

"आणि तुला कधी सुरू करायचं आहे?'

"उद्या!"

"उद्या?"

"हो."

"किती दिवसांसाठी?"

"एक महिन्यासाठी."

"बरं, पण एक गोष्ट स्पष्ट विचारून घेतलेली बरी!" मेसी म्हणाली, "तुला उद्यापासून इथे शिकाऊ वेट्रेस म्हणून कामावर रुजू व्हायचं आहे आणि तू एक महिन्यानंतर काम सोडून जाणार आहेस. पण हे सगळं नक्की कशासाठी, हे तू मला सांगू इच्छित नाहीस हो ना?"

"हो साधारणत: तसंच."

"तुला इथे काही पगार मिळावा अशी अपेक्षा आहे?"

"नाही!," एमा म्हणाली.

"वेल, तेवढं तरी बरं!"

"मग, मी कामाला कधी सुरुवात करू?"

"उद्या सकाळी सहा वाजता."

"सहा वाजता?" एमा आश्चर्याने म्हणाली. तिच्या स्वरात अविश्वास होता.

"तुला कदाचित याचं आश्चर्य वाटेल एमा. पण आमच्याकडे उतरलेल्या काही लोकांना सकाळी ठीक सात वाजता चहा-नाश्ता लागतो. ते सकाळी आठला कामाला जातात. त्यामुळे तुला रोज सकाळी सहा वाजता कामाच्या ठिकाणी हजर राहावं लागेल."

"कामाचं ठिकाण?"

"उद्या सकाळी सहाला इथे हजर तर हो. मग सगळं दाखवीन."

त्यानंतरच्या अठ्ठावीस दिवसांत एकदाही एमाला कामावर यायला उशीर झाला नाही. रोज पहाटे साडेचार वाजता तिच्या खोलीच्या दरवाज्यावर टकऽ टकऽऽ करून जेनकिन्स तिला उठवायचा. ग्रॅंड हॉटेलच्या कर्मचाऱ्यांसाठी असलेल्या प्रवेशद्वारा पासून सुमारे १०० यार्ड अंतरावर हडसन कारने तिला सोडायचा.

तेथील सर्व कर्मचारी एमाला 'मिस डिकन्स' म्हणून ओळखत असत. तिने आपलं सगळं अभिनय कौशल्य पणाला लावलं होतं, त्यामुळे ती बॅरिंग्टन घराण्यापैकी आहे, अशी कुणालाही कधीच शंकासुद्धा आली नाही.

नियमितपणे हॉटेलात येणाऱ्या एखाद्या पाहुण्याच्या अंगावर कधी एमाच्या

हातून चुकून सूप सांडलं, तेव्हा मेसीने तिची कधीही गय केली नाही. एकदा तर एकावर एक बऱ्याच प्लेट्स रचून त्या हातात सावरत एमा चालली असता डायनिंग हॉलच्या मध्यभागी तिच्या हातातून त्या निसटून खाली पडून फुटल्या. तेव्हातर तिला त्याची चांगलीच शिक्षा मिळाली. एमाला पगार मिळत असता, तर झालेल्या नुकसानाची भरपाई करण्यासाठी तिच्या पगारात कपात करण्यात आली असती. डायनिंग हॉलमधून किचनकडे जाणारे झुलते दरवाजे खांद्याने ढकलून हातातील ट्रेमध्ये प्लेट्स, काटे, चमचे इत्यादी सावरत, आतून बाहेर येत असलेल्या वेट्रेसला धक्का न देता शिताफीने आत जाण्याची कला अखेर एमाला साधली.

एवढं सगळं असूनसुद्धा एखादी गोष्ट एमाला केवळ एकदाच सांगून पुरते, त्यानंतर ती गोष्ट ती कधीच विसरत नाही, हे मेसीच्या लक्षात आलं. एमाने घरी कधीच जेवणासाठी टेबल लावलेलं नसलं, तरी इथे अल्पावधीतच ती ते काम अत्यंत कौशल्याने करू लागली. काटे, चमचे मांडण्याची, प्लेट्स आणि ग्लासेस लावण्याची ती विशिष्ट पद्धत होती, ती एमाने इतक्या झटपट आत्मसात केली की, त्यात तिची कधीच चूक होत नसे. दुसरा आठवडा संपत आल्यावर तर एमा कुणाच्याही देखरेखी शिवाय स्वत:च्या जबाबदारीवर ते काम पार पाडू लागली.

एमाचा तिसरा आठवडा संपत आल्यावर तर मेसीला असं वाटू लागलं की, ही एमा सोडून गेलीच नाहीतर किती बरं होईल. नियमित येणाऱ्या अनेक पाहुण्यांची ती आवडती झाली होती. ते तर आल्यावर मिस डिकन्सनेच आपल्याला सर्व्ह करावं, असा हट्ट धरून बसत.

इकडे कामाला सुरुवात केल्यानंतर केवळ एकाच महिन्यात मिस डिकन्सने काम सोडून जाण्यासाठी नोटिस कशी काय दिली, ही गोष्ट आता हॉटेल मॅनेजरला कशी स्पष्ट करून सांगायची, हा मोठाच पेचप्रसंग मेसीपुढे उभा राहिला.

''मला जास्त पगाराची नवीन नोकरी मिळते आहे, असं तुम्ही मि. हर्स्ट यांना सांगा ना!'' एमा आपल्या हातातल्या गणवेशाची घडी करता-करता म्हणाली.

''ते ही गोष्ट ऐकल्यावर अत्यंत वैतागणार आहेत.'' मेसी म्हणाली, ''तू जर काम करताना हलगर्जीपणा केलास किंवा दोन-चार वेळा कामावर यायला उशीर केलास, तर जरा बरं होईल.'' मेसी म्हणाली.

एमा हसली. तिने आपली पांढरी शुभ्र कॅप आपल्या गणवेशावर नीट ठेवली.

''मी तुमच्यासाठी आणखी काय करू शकते, मिस डिकन्स?'' मेसी म्हणाली.

''हो, प्लीज!'' एमा म्हणाली. ''मला 'रेफरन्स' लागेल.''

''आणखी कुठे-तरी बिनपगारी नोकरीसाठी तू अर्ज करते आहेस वाटतं?'' मेसी म्हणाली.

''हो, साधरणपणे तसंच!'' एमा म्हणाली. आपण हॅरीच्या आईला विश्वासात

घेऊन सगळं खरंखरं सांगू शकत नाही, या गोष्टीचं तिला जरा वाईट वाटत होतं.

"ठीक आहे, मग मी रेफरन्ससाठी लागणाऱ्या पत्राचा मसुदा तुला सांगते. तो तू नीट लिहून घे. त्यानंतर मी त्यावर सही करीन," असं म्हणून मेसीने एक कोरा कागद एमाच्या पुढे केला. ते हॉटेलचं लेटरहेड होतं

"टू हूम इट मे कन्सर्न..." मेसीने सांगण्यास सुरुवात केली. "जो काही थोडा काळ मिस डिकन्स यांनी आमच्याकडे काम केले."

मेसीच्या तोंडचे हे शब्द ऐकताच एमाने त्यात दुरुस्ती सुचवली. "आपण समजा 'काही थोडा काळ' हे शब्दच काढून टाकले तर?" ती म्हणाली.

मेसी हसली.

"आमच्या येथे 'द ग्रँड हॉटेल'मध्ये मिस डिकन्स जेवढे दिवस काम करत होत्या –" ती एमाला पत्र डिक्टेट करू लागली.

एमाने मिस डिकन्सऐवजी 'मिस बॅरिंग्टन' असं लिहिलं, पण ते तिने मेसीला सांगितलं नाही.

"तेवढे दिवस त्यांनी त्यांची जबाबदारी अत्यंत कुशलपणे आणि व्यवस्थित पार पाडली. त्या ग्राहकांमध्ये तसेच सहकारी कर्मचाऱ्यांमध्ये लोकप्रिय होत्या. एक वेट्रेस म्हणून त्यांचे काम उत्कृष्ट असून कोणत्याही संस्थेत त्यांना त्या कामी घेण्यात आल्यास त्या संस्थेचा फायदाच होईल, यात शंकाच नाही. त्या आमचे हॉटेल सोडून चालल्या आहेत, याचा आम्हास खेद वाटतो. भविष्यात कधीही त्यांना आमच्याकडे परत यावेसे वाटले, तर आम्ही त्यांचे निश्चित स्वागत करू!"

एमाने हसून पत्र पूर्ण केलं आणि सहीसाठी मेसीच्या हाती दिलं. मेसीने त्यावर सही केली.

"थँक यू!" एमा मेसीला मिठी मारत म्हणाली.

"तुझं हे सगळं नक्की काय चाललंय, ते मला काही कळतच नाहीये," मेसी म्हणाली. एमा आता बाजूला उभी राहिली होती.

मेसी म्हणाली, "पण तू जे काही करत असशील, त्यासाठी माझ्या शुभेच्छा!"

एमाला तिला सांगावंसं वाटत होतं, "मी तुमच्या मुलाला शोधण्यासाठी जाणार आहे. तो मला सापडेपर्यंत मी परत येणार नाही."

८

'कॅन्सस स्टार' जहाज दूरवरून बंदरात प्रवेश करताना दिसल्यावर एमा किनाऱ्यावर येऊन उभी राहिली होती. तिला तिथे ताटकळत उभं राहिल्याला तासभर लोटला होता. अखेर एकदाचं ते जहाज बंदरात येऊन दाखल झालं.

तिथे वाट पाहात उभं असताना स्वत: घेतलेल्या निर्णयावर एमा विचार करत होती. आपण हे जे साहस करायचं ठरवलं आहे, ते आपल्या हातून खरोखर पार पडणार आहे की नाही, याची तिला मनातून शंका वाटू लागली होती. काही महिन्यांपूर्वीच अथेनिया जहाजाला जलसमाधी मिळाली होती. तिने तो विचार मनातून दूर करण्याचा प्रयत्न केला. कदाचित असंच काहीतरी घडलं, तर आपण न्यू यॉर्कला पोहोचूही शकणार नाही, असा विचार तिच्या मनात वारंवार डोकं काढत होता. पण तिने तो दूर झटकला.

तिने आपल्या आईला एक भलं मोठं पत्र लिहून आपल्याला काही थोड्या दिवसांसाठी – जास्तीत जास्त तीन आठवड्यांसाठी – बाहेरगावी का जावं लागत आहे, हे स्पष्ट करून सांगण्याचा प्रयत्न केला होता. आपली आई आपलं मत नक्की समजून घेईल, अशी आशा तिला वाटत होती. पण छोट्या सेबॅस्टियनला तर ती काही पत्र लिहू शकत नव्हती. 'बाळा मी तुझ्या वडिलांचा शोध घ्यायला चालले आहे. मला समजून घे!' असं त्यालातरी ती सांगू शकत नव्हती. तिला त्याची फार तीव्रतेने आठवण येणार होती. पण आपण हे सगळं केवळ स्वत:साठी करत नसून आपला मुलगा सेबॅस्टियन याच्यासाठीसुद्धा करत आहोत, अशी तिने स्वत:च्या मनाची समजूत काढली.

सर वॉल्टर यांनी परत एकदा तिची कॅन्सस स्टारच्या कॅप्टनशी जातीने भेट घालून देण्याची तयारी दर्शवली. पण एमाने विनम्रपणे त्यांना नकार दिला. तिला त्या जहाजावर शक्यतो स्वत:ची ओळख उघड करायची नव्हती. त्यामुळे तिच्या या बेतात ते बसत नव्हतं. डॉ. वॉलेस यांचं साधारण वर्णन सर वॉल्टर यांनी केलं होतं.

पण त्या जहाजावरून सकाळपासून उतरून खाली बंदरात आलेल्या एकाही व्यक्तीशी ते वर्णन मिळतं-जुळतं नव्हतं. मात्र सर वॉल्टर यांनी आणखी दोन महत्त्वपूर्ण गोष्टी तिला सांगितल्या होत्या. कॅन्सस स्टार त्याच दिवशी संध्याकाळी परत फिरणार होतं. रोज दुपारी दोन ते पाचच्या दरम्यान पर्सर त्याच्या ऑफिसात एम्बार्केशन फॉर्म्स भरत बसलेला असतो, असंही त्यांनी तिला सांगितलं होतं जहाजावर नवीन कर्मचारिवर्ग नेमणं त्याच्याच हातात होतं.

आदल्या दिवशीच एमाने आपल्या आजोबांना पत्र लिहून त्यांचे मदतीबद्दल आभार मानले होते. पण आपला नक्की काय बेत आहे, याचा थांगपत्ता तिने त्यांना मुळीच लागू दिला नव्हता. परंतु त्यांना व्यवस्थित अंदाज आलाच असेल, याची तिला कल्पना होतीच.

बॅरिंग्टन हाउसवरच्या घड्याळात दोन ठोके पडले. अजूनही डॉ. वॉलेस यांचा काहीच पत्ता नव्हता अखेर एमाने आपली सूटकेस उचलून जहाजाला लावण्यात आलेल्या लाकडी जिन्याकडे चालायला सुरुवात केली. डेकवर पाऊल टाकल्यावर तिने अस्वस्थपणे इकडे-तिकडे पाहिलं आणि समोरच्या एका गणवेशधारी माणसाला तिने पर्सरच्या ऑफिसचा पत्ता विचारला, ते ऑफिस लोअर डेकवर होतं.

इतक्यात तिला एक प्रवासी एका मोठ्या जिन्याने खाली जाताना दिसला. तो नक्की लोअरडेक कडे चालला असणार, असा तिने मनाशी विचार केला. पण तरीही इन्फॉर्मेशन डेस्कपाशी जाऊन नीट चौकशी करावी म्हणून ती तिथल्या रांगेत उभी राहिली.

तिथे काउंटरच्या मागे दोन तरुण मुली उभ्या होत्या, त्यांच्या अंगात गडद निळा गणवेश आणि पांढरा ब्लाउज होता. चेहऱ्यावर छापील हास्य धारण करून त्या प्रत्येक प्रवाश्याच्या शंकाचं समाधान करण्याचा प्रयत्न करत होत्या.

''मी तुमची काय मदत करू शकते, मिस?'' एमाचा नंबर आल्यावर एका मुलीने विचारलं. एमा पण जहाजावरून प्रवासाला निघालेल्यांपैकीच एक आहे, असा तिचा ग्रह झाला होता. सुरुवातीला एमाने सुद्धा सरळ तिकीट काढून त्या जहाजातून न्यू यॉर्कला जायचं ठरवलं होतं. पण नंतर तिच्या असं मनात आलं की, जर आपण सरळ नोकरी धरून कर्मचाऱ्यांपैकीच एक म्हणून त्यांच्या सोबत राहिलो, तर त्या मार्गाने बरीच काही माहिती हाती लागू शकेल.

''मला पर्सरसाहेबांचं ऑफिस कुठे आहे, ते सांगाल का?''

''खालच्या मजल्यावर गेल्यावर उजवीकडचा दुसराच दरवाजा. तुम्हाला सहज सापडेल.''

तिने दाखवलेल्या दिशेने एमा निघाली. अखेर 'पर्सर' असं लिहिलेल्या दरवाज्यापाशी आल्यावर तिने क्षणभर थांबून दीर्घ श्वास घेतला आणि मग दारावर टकऽ टकऽऽ केलं.

''कम इन!''

एमा दार उघडून आत शिरली. टेबलापाशी एक तरतरीत गणवेशधारी तरुण ऑफिसर बसला होता. त्याच्या टेबलावर जिकडे-तिकडे फॉर्म्स होते. त्याने अंगात पांढरा शुभ्र परीटघडीचा शर्ट घातला होता. त्याच्या दोन्ही खाद्यांना सोनेरी पदकं होती.

''हाऊ कॅन आय हेल्प यू?'' त्याने विचारलं. त्याची बोलण्याची धाटणी परकीय होती. उच्चार सहज समजण्याजोगे नव्हते.

''मला इथे वेट्रेसचं काम मिळू शकेल का?'' एमा म्हणाली. तिने मॅनोर हाउसमध्ये काम करणाऱ्या मोलकरणींसारखा आवाज आणि हेल काढण्याचा प्रयत्न केला.

''सॉरी!'' तो मागे वळून खाली बघत म्हणाला. ''आम्हाला इथे वेट्रेस्सची गरज नाहीये. माझ्याकडे एक काम शिल्लक उरलंय. तेही इन्फर्मेशन डेस्कवर आहे.''

''मला तिथे काम करायला आवडेल,'' एमा तिच्या नेहमीच्या आवाजात म्हणाली.

पर्सरने तिच्याकडे नीट निरखून पाहिलं. ''आम्ही जास्त पगार देऊ शकणार नाही. शिवाय कामाचे तास फारच वाईट असतात,'' तो म्हणाला.

''मला त्याची सवय आहे.'' एमा म्हणाली.

''आणि शिवाय हे काम कायमस्वरूपी नसेल,'' तो पर्सर पुढे म्हणाला. ''कारण इथे काम करणारी मुलगी रजेवर न्यू यॉर्कला गेली आहे. हे जहाज न्यू यॉर्कला पोहोचलं की, ती परत तिच्या कामावर रुजू होईल''

''तो काहीच प्रश्न नाही!'' जास्त काही स्पष्ट करून न सांगता एमा म्हणाली.

पण त्या पर्सरचा तिच्यावर फारसा विश्वास बसला नसावा. तो म्हणाला, ''तुम्हाला लिहिता-वाचता येतं का?''

आपल्याला ऑक्सफर्डमध्ये शिकण्यासाठी शिष्यवृत्ती मिळाल्याचं एमा त्याला खरं तर सांगू शकली असती. पण तसे काही न सांगता ती म्हणाली,

''हो!''

त्यावर काही न बोलता त्याने टेबलाचा खण उघडून एक लांबलचक फॉर्म बाहेर काढला. तो फॉर्म आणि फाउंटन पेन तिच्या हातात देत तो म्हणाला, 'हा भरा.'' एमा तिथे बसून फॉर्म भरू लागली, एवढ्यात तो म्हणाला, ''मला रेफरन्ससुद्धा लागेल.''

एमाने तो फॉर्म व्यवस्थित भरून त्याच्या हाती ठेवला. त्यानंतर बॅग उघडून मेसीने दिलेलं रेकमेंडेशन लेटरही त्याला दिलं.

''वा! फारच छान, ''ते पत्र वाचल्यावर तो म्हणाला. ''पण रिसेप्शनिस्टचं काम जमेल का तुम्हाला?''

''द ग्रँड हॉटेलमध्ये माझं पुढचं काम रिसेप्शनिस्टचंच असणार होतं. कारण तिथे मी मॅनेजर होण्याचं प्रशिक्षण घेत होते,'' एमा म्हणाली.

''पण मग ती संधी सोडून तुम्ही इथे या जहाजावर का आलात?''

''माझी आजी माझ्या आईची मावशी न्यू यॉर्कला राहते. हे युद्ध संपेपर्यंत मी तिच्याकडे जाऊन राहावं, अशी माझ्या आईची इच्छा आहे.''

हे ऐकल्यावर त्या पर्सरचा तिच्या बोलण्यावर विश्वास बसला असावा. इंग्लंडमधून दूरच्या देशाला जाण्यासाठी जहाजावर काम मिळवणाऱ्यांची काही कमी नव्हती. यापूर्वीही अनेकांनी असं केलं होतं. ''ठीक आहे तर मग; आज कामाला सुरुवात करू या,'' तो जवळजवळ उडी मारून उठत म्हणाला. तो ऑफिसातून बाहेर पडला आणि त्याच्या मागोमाग एमाही. दोघही वरच्या इन्फर्मेशन डेस्कपाशी आले.

''पेगी आपल्या या सफरीत डॅनाची जागा घेण्यासाठी ही मुलगी आली आहे. तेव्हा तू तिच्याकडून ताबडतोब काम करून घ्यायला सुरुवात कर.''

''थँक गॉड!'' असं म्हणून पेगीने काउंटरचं दार उघडून एमाला आत घेतलं ''तुझं नाव काय?'' ती त्या माणसाच्या ढंगात बोलत म्हणाली. तिचं बोलणंही एमाला नीटसं कळत नव्हतं. ''इंग्लिश आणि अमेरिकन लोकांमध्ये एका कॉमन भाषेने विभागणी झाली आहे,'' असं पूर्वी जॉर्ज बर्नार्ड शॉ का म्हणाला होता, ते एमाला आता कळलं.

''एमा बॅरिंग्टन.''

''वेल एमा! ही माझी असिस्टंट टूडी. ''आमच्या इथं इतकं प्रचंड काम आहे की, आत्ता तू इथे बसून नुसतं ऐक, बघ, निरिक्षण कर! मधून-मधून वेळ मिळाला की, आम्ही तुला काय ते समजावून सांगूच.''

मग एमा तिथे जराशी मागच्या बाजूला उभी राहून निरिक्षण करू लागली. माहिती विचारण्यासाठी लोक त्या मुलींच्या अंगावर अक्षरशः चाल करून येत होते आणि त्या दोघी तो भडिमार शिताफीने झेलत होत्या. दोघीही चेहऱ्यावर सतत हसू बाळगून काम करत होत्या.

सुमारे तासाभरातच एमाला खूप काही कळलं. लाइव्ह बोटीच्या सराव आणि प्रशिक्षणासाठी प्रवाश्यांनी कुठे आणि कसं जमायचं, ती ड्रिलरूम नक्की कोणत्या मजल्यावर आहे, पॅसेंजर्स बारमध्ये जाऊन ड्रिंक्स अजून किती वेळाने मागवू शकतात, रात्रीच्या जेवणानंतर जर त्यांना ब्रिज खेळावंसं वाटलं, तर तशी सोय आहे का आणि सूर्यास्त पाहाण्यासाठी सर्वांत वरच्या डेकवरती जाण्याचा रस्ता कोणता... इत्यादी.

पुढच्या तासभर एमाने तीच-तीच प्रश्नोत्तरं पुन्हा-पुन्हा ऐकली. त्यानंतर मात्र ती आपण होऊन पुढे होऊन प्रवाश्यांच्या प्रश्नांना उत्तरं देऊ लागली. क्वचित

एखाद्या प्रश्नासाठी तिला त्या दोन मुलींची मदत घ्यावी लागत होती.

ते पाहून पेगी खूश झाली. हळूहळू समोरची रांग संपत आली. उशिरा उगवलेले काही प्रवासी वगळता फारसं कुणी आता उरलं नव्हतं. पेगी म्हणाली, ''चल, आता तुला तुझी राहण्याची जागा दाखवते. झटपट काहीतरी खाऊन घेऊ या. प्रवासी जेवणापूर्वीचं ड्रिंक घेत बसले आहेत.'' मग ती टूडीकडे वळून म्हणाली, ''मी तुला मोकळी करायला संध्याकाळी सातच्या सुमाराला येईन.'' त्यानंतर ती काउंटरच्या मागून बाहेर आली. टूडीने मान हलवली इतक्यात रांगेतला एक प्रवासी पुढे आला.

''आज रात्रीच्या भोजनासाठी काही खास औपचारिक पोशाख करणं गरजेचं आहे का?'' त्याने विचारलं.

''पहिल्या रात्रीसाठी त्याची गरज नाही, सर!'' ती म्हणाली, ''पण त्यानंतर मात्र रोज ते गरजेचं असेल.''

पेगी एमाला घेऊन एका लांबलचक कॉरिडॉरमधून चालता-चालता अखंड बडबड करत होती. जरा वेळात त्या दोघी एका शिडीसारख्या जिन्यापाशी आल्या. त्या जिन्यावर पाटी होती. ''फक्त जहाजावरील कर्मचाऱ्यांसाठी!''

''या जिन्याने खाली उतरून गेलं की, आपले राहण्याचे क्वाटर्स आहेत.'' पेगी म्हणाली, ''तुला माझ्याच केबिनमध्ये राहावं लागेल,' ती जिना उतरून खाली जात असताना बोलत होती. 'कारण सध्या फक्त डॅनाचा बंक बेड तेवढा रिकामा आहे.''

''ठीक आहे,'' एमा म्हणाली.

मग त्या दोघी बऱ्याच पायऱ्या उतरून खूप खाली गेल्या, खाली जात असताना तो जिना अगदीच अरुंद, निमुळता होत चालल्याचं एमाला जाणवलं. दोघींना वाट देण्यासाठी एक कामगार बाजूला होऊन अंग चोरून थांबला. तेवढ्यापुरती पेगीची बडबड थांबली. वाटेत कुणी भेटलं की, ती त्यांच्याकडे पाहून हसत असे. एमाची आजवरच्या आयुष्यात पेगीसारख्या मुलीशी कधीच ओळख झाली नव्हती. ती इतकी स्वतंत्र बाण्याची मुलगी होती आणि तरीही स्त्रीसुलभ नाजूकपणा तिच्या अंगी निश्चितच होता. तिचे चमकदार केस बारीक कापलेले होते. तिचा स्कर्ट इतका आखूड होता की, कसाबसा गुढघ्यांपर्यंत पोहोचत होता. तिने अंगात तंग जॅकेट घातलं होतं, त्यातून तिच्या शरीर सौष्ठवाचा अंदाज येत होता.

''हे आपलं केबिन!'' अखेर थांबून ती म्हणाली. ''पुढचा संपूर्ण आठवडाभर तुला इथेच झोपावं लागेल. इथे खूप काही राजेशाही सोय असेल, अशी तर तुझी अपेक्षा नव्हती ना?''

त्यानंतर तिच्या मागोमाग एमा एका लहानशा केबिनमध्ये शिरली. मॅनोर हाउसमधील प्रत्येक खोली त्या केबिनपेक्षा मोठी होती. अगदी झाडू-केरसुण्या ठेवण्याचं कपाटसुद्धा.

''भयंकर आहे ना हे?'' पेगी म्हणाली. ''खरं सांगू, या जुन्या जहाजावर त्यातल्या त्यात चांगली म्हणता येईल, अशी फक्त एकच गोष्ट आहे.'' ती गोष्ट कुठली ते विचारायची एमाला गरजच पडली नाही. पेगी स्वत:च प्रश्न विचारून त्याची उत्तर स्वत:च देत होती. इथे स्त्रिया आणि पुरुषांचं गुणोत्तर प्रमाण जगातल्या कोणत्याही जागेपेक्षा चांगलं आहे,'' असं म्हणून पेगी जोरजोरात हसली. मग म्हणाली, ''तो बंकबेड डॅनाचा आणि हा माझा. तुझ्या एक गोष्ट लक्षात आलीच असेल, या जागेत दोन व्यक्ती एकावेळी उभ्या राहू शकतच नाहीत. कुणाला तरी एकाला बेडवर पडून राहावं लागतं. तेव्हा मी आता जाते. तू तुझं सामान लाव आणि अर्ध्या तासात तयार राहा. मी तुला खाली स्टाफ कॅंटीनमध्ये जेवायला घेऊन जाण्यासाठी परत येईन.''

आता आणखी खाली म्हणजे नक्की कुठे जायचं तेच एमाला कळेना. पण ती पेगीला त्याबद्दल काही विचारणार इतक्यात ती तेथून अदृश्य झाली होती. एमा जरा वेळ स्वत:च्या बेडवर बसून विचारात गढून गेली. तिला खरं तर या पेगीला खूप काही प्रश्न विचारायचे होते. पण ती बोलायचीच थांबली, नाहीतर ते विचारणार तरी कसे. पण नंतर एमाला वाटलं, 'ही पेगी एवढी बडबडी आहे, तेच बरं आहे. कदाचित आपल्याला हवी असलेली माहिती ही आपल्याला आपण होऊनच देऊन टाकेल. ''एमाच्या हातात तब्बल एक आठवडा होता. त्यामुळे आत्ता कसलीही घाई करण्याची गरज नव्हती. तिने डॅनाच्या सामानाचा कप्पा उघडून त्यात आपलं सामान ठेवण्यास सुरुवात केली. डॅनाने जाण्यापूर्वी तो कप्पा रिकामा करण्याचेही कष्ट घेतले नव्हते.

एवढ्यात जहाजाचा कर्ण कर्कश्य भोंगा लागोपाठ दोनदा वाजला आणि त्या पाठोपाठ जहाज जोरात थरथरू लागल्याचं एमाला जाणवलं. पण त्या ठिकाणी पोर्ट होलच नसल्यामुळे तिला बाहेर पाहता येईना. तरीसुद्धा जहाज पुढे निघाल्याचं तिला जाणवलं. मग आपल्या बेडवर बसून ती विचार करू लागली. आपण अगदी योग्य तोच निर्णय घेतला असल्याची तिने स्वत:च्याच मनाची समजूत काढली. आणखी एक महिन्याच्या आतच ब्रिस्टॉलला परत येण्याचा तिचा निर्णय पक्का होता. आणि तरीही तिला सेबॅस्टियनची अत्यंत तीव्रतेने आठवण येतच होती.

पुढचा आठवड्याभर तिला जिथे वास्तव्य करायचं होतं, ते केबिन तिने नीट निरखून पाहाण्यास सुरुवात केली. केबिनच्या समोरासमोरच्या भिंतीवर एक-एक बंक बेड होता. दोन्ही बेड इतके लहान होते की, सर्वसाधारण उंची असलेल्या व्यक्तीला ते पुरलेच नसते. मग तिने त्यावर झोपून पाहिलं. गादी फारच चपटी होती. डोक्यासारखी उशी टणक रबराची होती. कोपऱ्यात एक छोटं वॉशबेसिन होतं आणि त्याला दोन नळ होते. पण दोन्हीही नळांना सारखंच कोमट पाणी येत होतं.

तिने डॅनाचा गणवेश काढून अंगात घातला. तिला स्वत:च्या अवताराचं हसू आलं.

ते तिने दाबलं. डॅना एमापेक्षा बरीच बुटकी आणि जाडजूड असणार. परत आल्यावर मात्र एमाचं ते ध्यान पाहून पेगी जोरात हसली. "नशीब समज, एक आठवडाच तुला हा पोशाख घालावा लागणार आहे." ती म्हणाली. दोघी जेवणासाठी बाहेर पडल्या.

त्या दोघी जिना उतरून आणखी बऱ्याच खाली गेल्या. तिथे त्यांना जहाजावरचे इतर कर्मचारी सुद्धा भेटले. अनेक तरुणांनी आणि दोन वयस्कर माणसांनी पेगीला स्वतःच्या टेबलापाशी जेवायला बसण्याचं निमंत्रण दिलं. त्यांच्यातून पेगीने एक उंचा-पुरा तरुण पसंत केला. तो इंजिनीअर असल्याचं तिने एमाला हळूच सांगितलं. त्याचे केस, हात, कपडे अशा सर्वत्र तेलाचे डाग पडलेले दिसत होते. त्यांचं कारण एमाला आता उमगलं. मग ते तिघं मिळून हॉटप्लेटपाशी येऊन रांगेत उभे राहिले. त्या इंजिनीअरने तिथे असलेले सगळेच्या सगळे पदार्थ आपल्या हातातल्या प्लेटमध्ये वाढून घेतले. पेगीने मात्र निम्मेच घेतले. एमाला अजूनही मळमळत होतं, त्यामुळे तिने केवळ एक बिस्किट आणि एक सफरचंद तेवढं घेतलं.

जेवणानंतर पेगी आणि एमा परत इन्फर्मेशन डेस्कपाशी ट्रूडीची सुटका करण्यासाठी आल्या. प्रवाश्यांसाठी रात्रीच्या भोजनाची वेळ आठची असल्यामुळे आत्ता डेकवर फारसे कुणी प्रवासी दिसत नव्हते. त्यातल्या काहींना जेवणघर कुठे आहे तेच माहीत नव्हतं, त्यामुळे ते चौकशीसाठी आले होते.

नंतरच्या एक तासात 'कॅन्सस स्टार' या जहाजाविषयी एमाला जेवढी माहिती मिळाली त्याहून कितीतरी जास्त माहिती तिला पेगीच्या खाजगी आयुष्याविषयी मिळाली. रात्री दहा वाजता त्यांची शिफ्ट संपताच त्या दोघी इन्फर्मेशन डेस्क बंद करून परत त्या जिन्याने खाली उतरून खालच्या मजल्यावर आल्या.

"तू आमच्या सोबत स्टाफ कँटीनमध्ये ड्रिंक घ्यायला येणार का?" पेगी म्हणाली.

"नको थँक यू, मी फार दमले आहे." एमा म्हणाली.

"पण तुला आपलं केबिन सापडेल ना?"

"लोअर डेक क्रमांक सात आणि खोली क्रमांक एकशे तेरा!" एमा म्हणाली. "आणि हो, तू परत आल्यावर जर मी माझ्या बेडवर नसले, तर सर्च पार्टी घेऊन शोध सुरू कर."

एमा केबिनमध्ये पोहोचल्या क्षणीच तिने दार बंद करून आधी कपडे काढून झटपट अंघोळ केली. आणि मग स्वच्छ कपडे चढवून बेडवर चढून पांघरुणात शिरली. अंगाची वळकटी करून ती एका कुशीवर पडून राहिली. पण जहाज इतके हेलकावे खात होतं की, तिला स्थिर पडून राहणं कठीण जात होतं. अखेर एकदाची कधीतरी झोप लागण्यापूर्वी जागृतावस्था आणि निद्रेच्या सीमारेषेवर असताना तिच्या मनात सेबॅस्टियनचे विचार होते.

एमाला दचकून जाग आली. खोलीत इतका काळोख होता की, किती वाजले ते कळायला काही मार्ग नव्हता; पण तिचा बेड हलत होता. आधी तिला वाटलं, सगळं जहाजच हलत असावं. पण नंतर तिला कळून चुकलं. समोरच्या बंक बेडवर अंधारात दोन मानवी आकृत्या दिसल्या. त्यांची तालात वरकधी खाली हालचाल चालू होती. त्यातल्या एका आकृतीचे पाय बरेच लांबलचक होते आणि त्यातला एक पाय बंक बेडच्या कितीतरी बाहेर आला होता. तो नक्कीच इंजिनीअर असणार असा एमाने अंदाज केला. एमाला जोरात हसू फुटणार होतं, पण ते तिने कसंतरी दाबलं. जरा वेळाने पेगीने एक दीर्घ निश्वास टाकला आणि ती हालचाल थांबली. क्षणभरानंतर ती लांबुळकी आकृती उडी मारून जमिनीवर उतरली आणि धडपडत गणवेश अंगात घालू लागली. काही वेळात केबिनचं दार उघडून ती व्यक्ती निघून गेली. दार बंद झालं. एमाला त्यानंतर गाढ झोप लागली.

९

दुसऱ्या दिवशी सकाळी एमाला जाग आली तेव्हा पेगी कपडे वगैरे करून जाण्यासाठी तयार होती.

"मी ब्रेकफास्टसाठी निघाले आहे." ती ओरडून म्हणाली, "मी तुला नंतर डेस्कपाशी भेटेन. आणि हो, बरोबर आठ वाजता आपली ड्युटी सुरू होईल."

पेगी बाहेर गेल्यावर दार बंद होताच एमा उडी मारून उठली. तिने सावकाश अंघोळ केली आणि मग मात्र झटपट कपडे चढवले. इन्फर्मेशन डेक्सच्या मागे वेळेत जाऊन उभं राहायचं असलं, तर आता आपल्याला ब्रेकफास्ट घ्यायला वेळच नाही, हे तिला कळून चुकलं.

डेस्कपाशी येऊन कामाला सुरुवात केल्यावर जरा वेळातच एक गोष्ट तिच्या लक्षात आली. पेगी स्वत:चं काम अत्यंत मनापासून आणि चोख करत होती. प्रत्येक प्रवाश्याचं व्यवस्थित शंका-समाधान करत होती. नंतर कॉफी पिण्याची सुट्टी झाली. एमा पेगीला म्हणाली, "एक प्रवासी मला विचारत होता, डॉक्टरांची ऑपरेशन्स करण्याची वेळ काय असते?"

"सकाळी सात ते अकरा या वेळात!" पेगी म्हणाली, "शिवाय दुपारी चार ते सहा. इमर्जन्सी असली, तर जवळच्या फोनवरून १११ हा नंबर डायल करायचा."

"आणि डॉक्टरांचं नाव काय?"

"पार्किन्सन! डॉ. पार्किन्सन. या इथे काम करणारी प्रत्येक मुलगी त्यांच्या प्रेमात आहे."

"पार्किन्सन का? त्या प्रवाश्याला वाटलं, इथे डॉ. वॉलेस काम करतात," एमा म्हणाली

"नाही, डॉ. वॉलेस साधारण सहा महिन्यांपूर्वी निवृत्त झाले."

एमाने कॉफी संपवली, पण आणखी काही प्रश्न विचारले नाहीत.

"तू एक काम कर. राहिलेल्या वेळात पूर्ण जहाजाच्या फेरफटका मारून काय-

काय कुठे-कुठे आहे, ते नीट पाहून घे. म्हणजे कुणाला कुठे पाठवायचं, ते तुला व्यवस्थित समजेल.'' डेस्कपाशी परत आल्यावर पेगी एमाला म्हणाली. मग तिने जहाजाची संपूर्ण माहिती लिहिलेली छोटी पुस्तिका एमाच्या हातात ठेवली. ''मग आता जेवणाच्या वेळी भेटूच!''

ती पुस्तिका हातात घेऊन एमाने – वरचं डेक, भोजनगृहे, बार, पत्ते खेळण्याची जागा, लायब्ररी, बॉल रूम व तिथे कायमस्वरूपी असणारा जाझबँड... अशा सर्व गोष्टी नीट पाहून त्यांची माहिती करून घेतली. दवाखाना होता. त्याला एका पाठोपाठ एक असे दोन दरवाजे होते. त्यातून आत घुसून तिने अंतर्भागावर नजर फिरवली. आतल्या खोलीच्या पलीकडच्या भिंतीपाशी दोन बेड तयार करून ठेवण्यात आले होते. पण सध्या ते रिकामेच होते. यातल्याच एका बेडवर हॅरी आणि दुसऱ्या बेडवर लेफ्टनंट ब्रॅडशॉ झोपला असेल का?''

''तुम्हाला काही हवंय का?'' कुणीतरी विचारलं.

एमाने दचकून जवळ-जवळ उडीच मारली. तिने मागे वळून पाहिलं तर पांढरा कोट घातलेला उंचनिच माणूस दारात उभा होता. पेगी त्याच्यावर का खूश होती, ते एमाला लगेच कळलं.

''मी आत्ता इथे नुकतीच नोकरीला लागले आहे; इन्फर्मेशन डेक्सवर. सगळ्या गोष्टी स्वत:च्या डोळ्याने पाहून नीट माहिती करून घेण्यासाठी मी इथे आले आहे.''

''मी सायमन पार्किन्सन!'' एमाकडे हसून पाहात तो म्हणाला, ''आता मी कुठे असतो, ते तर तुम्हाला कळलंच. मग आता कधीही या इकडे, गप्पा मारायला.''

''थँक यू!'' एमा म्हणाली. ती ताबडतोब बाहेर पडून कॉरिडॉरमध्ये आली. बाहेर पडताना तिने दरवाजा अलगद लावून घेतला. तेथून घाईघाईने ती निघाली.

'या आधी आपल्याशी अशा प्रकारे सलगीच्या स्वरात कोण बरं बोललं होतं?' तिने मनाशी आठवण्याचा प्रयत्न केला. 'पण या सायमन पार्किन्सनऐवजी आज डॉ. वॉलेस इथे असते, तर किती बरं झालं असतं.' उरलेला सगळा वेळ तिने सर्व मजल्यावरील प्रत्येक गोष्टींची बारकाईने माहिती करून घेण्यात घालवला. अखेर जहाजाची संपूर्ण रचना तिच्या व्यवस्थित लक्षात आली. आता आपण प्रवाश्यांनी विचारलेल्या कोणत्याही प्रश्नांची अगदी आत्मविश्वासाने उत्तर देऊ शकू, असा विश्वास तिला वाटू लागला.

आता दुपारच्या वेळात आपण प्रवाश्यांच्या शंकांचं निरसन करण्याचं काम कधी सुरू करतो, असं तिला झालं. परंतु पेगीने मात्र त्या ऐवजी प्रवाश्यांच्या माहितीने भरलेल्या फाइल्स तिच्या समोर ठेवल्या. जहाजाची जशी एमाने आपली आपण माहिती करून घेतली तशीच त्यातून प्रवास करणाऱ्या प्रवाश्यांचीही करून घ्यावी, असं पेगीचं म्हणणं होतं. मग पाठीमागच्या ऑफिसात एकटीच बसून एमा त्या फाइल्स वाचू लागली. ज्या व्यक्तींना पुढील आयुष्यात ती कधीच भेटणार

नव्हती, त्यांच्या विषयीची माहिती ही जाणून घेऊ लागली.

संध्याकाळ झाल्यावर थोडंफार खाऊन घेण्याचा तिने प्रयत्न केला. बीन्स, टोस्ट, आणि जोडीला ग्लासभर लिंबू सरबत. पण जरा वेळातच ती केबिनमध्ये येऊन स्वत:च्या बेडवर पडून राहिली. 'तो इंजिनीअर आजही पेगीकडे आला तर आपली झोपमोड होणार, तेव्हा आधीच जमेल तेवढं झोपून घ्यावं,' असा विचार तिने मनाशी केला.

काही वेळानंतर दार उघडून कुणीतरी आत शिरलं. परत समोरच्या बेडवर कालचाच प्रकार सुरू झाला. पण या वेळी तो इंजिनीअर नव्हता. कारण त्याचे पाय बेडच्या फारसे बाहेर येत नव्हते. तो उंचीने जरा कमी होता. चाळीस मिनिटं गेली. नंतर तो माणूस निघून गेल्यावर उशिरा एमाला झोप लागली.

लवकरच एमाला दिवसभराच्या कामाची सवय झाली आणि रात्री रोजच कुणीतरी नवीन व्यक्ती पेगीच्या बेडमध्ये शिरल्याने होणाऱ्या झोपमोडीची पण सवय झाली. तो प्रकार आता नित्याचाच झाला होता. फक्त दरवेळी भेटीला येणारी माणसे बदलत. बाकी सर्व तसेच असे. एकदा मात्र अंधारात एक माणूस चुकून पेगीऐवजी एमाच्या बेडवर चढू लागला.

''चुकीच्या मुलीकडे आलाय तुम्ही!'' एमा पेगीच्या बेडकडे निर्देश करत ठामपणे म्हणाली.

''सॉरी!'' असं म्हणून तो मागे वळला.

नंतर एमा नेहमीसारखी, निश्चल पडून होती. ती गाढ झोपली असावी, असे पेगीचा समज झाला असणार. कारण पेगीची आणि तिच्या मित्राची बराच वेळ कुजबुज चालू होती. एमाला त्यांचं बोलणं स्पष्ट ऐकू येत होतं.

''तुझी ही मैत्रीण राजी होईल का?''

''का रे बाबा? तुझ्या मनात भरली आहे का ती?'' पेगी खिदळत म्हणाली.

''नाही! नाही! माझ्या मनात नाही. पण माझ्या ओळखीच्या एकाच्या मनात ती भरली आहे. तिच्या अंगातला तो डॅनाचा गणवेश उतरवण्यासाठी तो बेटा फार अधिर झाला आहे.''

''त्याला म्हणावं, आशा सोडून दे. तिला तिच्या गावी ब्रिस्टॉलमध्ये बॉयफ्रेंड आहे. मला तर असं कळलंय की, आपल्या डॉ. पार्किन्सनचासुद्धा तिच्यावर काहीही प्रभाव पडलेला नाही.'' पेगी म्हणाली.

''अरेरे!'' तो दुसरा आवाज म्हणाला.

ज्या दुर्दैवी सकाळी 'देव्होनियन' जहाजावरच्या नऊ खलाश्यांना जलसमाधी मिळाली, त्याविषयी पेगी आणि टूडी नेहमीच बोलायच्या. त्यांच्याकडे त्या घटनेची एमा आडून-आडून चौकशी करत होती. त्यातून तिला काही महत्त्वाची माहिती समजली. ही माहिती तिला मेसी अथवा सर वॉल्टर बॅरिंग्टन यांच्याकडून मिळाली

नव्हती. पण आता न्यू यॉर्कला पोहोचायला फक्त तीनच दिवस उरले होते आणि अजूनही अपघातातून नक्की हॅरी वाचला की लेफ्टनंट ब्रॅडशॉ वाचला, हे एमाला शोधून काढण्यात यश मिळालेलं नव्हतं.

पाचव्या दिवशी प्रथमच इन्फर्मेशन डेस्कची संपूर्ण जबाबदारी एमाने एकटीने सांभाळली. त्या दिवसभरात कोणतीही अनपेक्षित घटना घडली नाही. अखेर ते पाचव्या दिवशी घडलं.

त्या रात्री नेहमीप्रमाणे केव्हातरी केबिनचं दार उघडून एक माणूस आत येऊन एमाच्या बंक पाशी थांबला. ती परत ठामपणे त्याला म्हणाली, ''रॉंग गर्ल!'' त्यावर तो ताबडतोब केबिनमधून निघून गेला. तो माणूस नक्की कोण असावा, याचा विचार करत ती नंतर बराच वेळ जागी होती.

सहाव्या दिवशीसुद्धा हॅरी किंवा टॉम ब्रॅडशॉबद्दल कोणतीही नवी माहिती एमाच्या हाती आली नाही. आपण कोणतीही माहिती, कोणताही धागा न मिळवता रिक्त हस्ताने न्यू यॉर्कच्या किनाऱ्यावर दाखल होणार, अशी तिला मनातून भीती वाटू लागली. तिथे जाऊन नक्की कशाचा पाठपुरावा करायचा हा प्रश्नच होता. त्या रात्री जेवता-जेवता एमाने मनाशी एक निश्चय केला. त्या अपघातामधून जो वाचला त्याचा विषय काही झालं, तरी आज पेगीपाशी काढायचाच, असं तिने मनाशी ठाम ठरवून टाकलं.

''मी त्या टॉम ब्रॅडशॉला फक्त एकदाच भेटले होते.'' पेगी म्हणाली, ''तो त्याच्या नर्ससोबत डेकवरती इकडे-तिकडे फिरत होता. वेल तो इकडे-तिकडे फिरत होता, असंच काही नाही म्हणता यायचं. बिचारा कुबड्या घेऊन चालत होता.''

''तू त्याच्याशी बोललीस का?'' एमा म्हणाली.

''नाही. तो खूप बुजरा होता. आणि शिवाय क्रिस्टिनने त्याला क्षणभराही नजरेआड होऊ दिलं नाही.''

''क्रिस्टिन?''

''त्या वेळी ती इथल्या दवाखान्यात नर्स होती. ती डॉ. वॉलेसच्या सोबत काम करायची त्या दोघांनी मिळूनच तर टॉम ब्रॅडशॉचा जीव वाचवला.''

''म्हणजे तू त्यानंतर त्याला पुन्हा कधीच पाहिलं नाहीस?''

''आणखी एकदाच पाहिलं. आमचं जहाज न्यू यॉर्कच्या बंदराला थांबल्यावर आम्ही सगळे खाली उतरलो, तेव्हा परत एकदा मी त्याला क्रिस्टिन सोबत पाहिलं.''

''म्हणजे तो क्रिस्टिन सोबतच जहाजावरून उतरून गेला का?'' एमाने काळजीने विचारलं.

''डॉ. वॉलेस होते का त्यांच्या सोबत?''

''नाही! फक्त क्रिस्टिन आणि तिचा बॉयफ्रेंड रिचर्ड असे दोघंच होते.''

''रिचर्ड?'' एमा एक निश्वास टाकून म्हणाली.

"हो, रिचर्ड! त्याचं संपूर्ण नाव काय बरं? आठवत नाही. तो आमच्या जहाजावरचा थर्ड ऑफिसर होता. त्यानंतर काही दिवसांतच त्याने आणि क्रिस्टिनने लग्न केलं. त्यानंतर ती दोघंही आम्हाला पुन्हा कधीच भेटली नाहीत."

"तो दिसायला उमदा, देखणा होता का?" एमा म्हणाली.

"टॉम का रिचर्ड?" पेगीने विचारलं.

"पेग, माझ्या बरोबर एखादं ड्रिंक घेणार का?" एक तरुण जवळ येऊन पेगीला म्हणाला. तिने आजवर त्याला कधी पाहिलं नव्हतं. "पण कदाचित आज रात्री अंधारात त्याची रेखाकृती पेगीच्या जवळ आपल्याला बघायला मिळेल," असं तिच्या मनात आलं.

एमाला जे वाटलं होतं, ते खरंच झालं. पण त्या रात्रभर एमाला झोपच लागत नव्हती. तो तरुण पेगीला भेट द्यायला येण्याच्या आधीही नाही आणि नंतरही नाही. तिच्या मनात वेगळेच विचार चालले होते.

दुसरा दिवस उजाडला. त्या दिवशी सकाळी एमा पेगीच्याही कितीतरी आधीच इन्फर्मेशन डेस्कवरच्या आपल्या ड्युटीवर हजर झाली होती. त्यानंतर बऱ्याच वेळाने पेगी आली आणि काउंटरच्या मागे येऊन एमाच्या शेजारी उभी राहिली.

"जहाजावरून बाहेर पडणाऱ्या प्रवाश्यांची यादी मी तयार करून ठेवू का?" तिने पेगीला विचारलं.

"आजपर्यंत हे काम आपण होऊन अंगावर ओढून घेणारी तू पहिली व्यक्ती आहेस," पेगी म्हणाली, "पण तू जरूर कर ते काम कधी-कधी इमिग्रेशनचे लोक जहाजावरून उतरणाऱ्या सर्व प्रवाश्यांचे तपशील तपासण्यासाठी मागून घेतात. त्यामुळे न्यू यॉर्कला उतरण्यापूर्वी आपल्याकडून आपण तयारीत असलेलं केव्हाही चांगलंच."

मग एमा तिथून लगेच बॅक ऑफिसमध्ये गेली. आत्ताचं आपण होऊन अंगावर घेतलेलं काम बाजूला ठेवून तिने जहाजावर यापूर्वी काम करणाऱ्या कर्मचाऱ्यांच्या फाइल्स शोधण्यास सुरुवात केली. त्या सर्व फाइल्स तिला एका कॅबिनेटमध्ये सापडल्या. त्या कित्येक दिवसांत कुणीच उघडलेल्या दिसत नव्हत्या.

मग तिने अत्यंत, शिस्तबद्ध रीतीने क्रिस्टिन आणि रिचर्ड यांच्या नावाचा शोध घ्यायला सुरुवात केली. क्रिस्टिन तिला लगेच सापडली. कारण कर्मचाऱ्यांमध्ये त्या नावाची ती एकटीच होती. १९३६ ते १९३९ या काळात 'कॅन्सस स्टार' जहाजावर ती सीनियर स्टाफ नर्स म्हणून कामाला होती. पण रिचर्ड, डिक, डिंकी अशा नावांची मात्र भरपूर मंडळी होती. परंतु त्यातील केवळ लेफ्टनंट रिचर्ड तिबेट याचा पत्ता मिस क्रिस्टिन क्रेव्हन हिच्या पत्त्याशी मिळता-जुळता होता. न्यू यॉर्कच्या मॅनहटन भागातील एका अपार्टमेंट बिल्डिंगचा तो पत्ता होता.

एमाने तो पत्ता टिपून घेतला.

१०

“*वेलकम टू द* युनायटेड स्टेट्स, मिस बॅरिंग्टन!”

“थँक यू!” एमा म्हणाली.

“तुमचा युनायटेड स्टेट्मध्ये किती दिवस राहण्याचा विचार आहे?” एमाचा पासपोर्ट तपासत असताना इमिग्रेशन ऑफिसरने विचारलं.

“एक आठवडा किंवा जास्तीत जास्त दोन आठवडे!” एमा म्हणाली, “मी माझ्या आजीला भेटायला आले आहे. नंतर मी इंग्लंडला परत जाणार आहे.” एमाच्या आजोबांची, लॉर्ड हार्वे यांची सख्खी बहीण खरोखरच न्यू यॉर्कला राहायची. पण तिच्या भेटण्याचा एमाचा मुळीच इरादा नव्हता. तिला भेटल्यावर एमाचे अमेरिकेत काय उपद्व्याप चालले आहेत, हे एमाच्या घरच्यांना समजलं असतं, आणि नेमकं तेच एमाला नको होतं.

“तुमच्या आजीचा पत्ता काय?”

“सिक्स्टी फोर्थ अ‍ॅन्ड पार्क.”

इमिग्रेशन ऑफिसरने त्याची नोंद करून घेतली.

“बिग ॲपल (न्यू यॉर्क)मध्ये तुमचं वास्तव्य सुखाचं होवो, मिस बॅरिंग्टन!”

एमा इमिग्रेशनची तपासणी पार करून पुढे गेल्यावर एमाला ‘कॅन्सस स्टार’वरून बाहेर पडलेल्या प्रवाश्यांची भली मोठी रांग दिसली. ती त्या रांगेत जाऊन उभी राहिली. तिला ‘यलो कॅब’ टॅक्सी मिळायला तब्बल वीस मिनिटं लागली.

“मला एखाद्या छोट्या, वाजवी दराच्या हॉटेलकडे घेऊन चला. शक्यतो मॅनहटनच्या मेर्टन स्ट्रीटच्या जवळपासचं असलं तर बरं!” तिने ड्रायव्हरला सांगितलं.

“जरा परत सांगता का बाई?” ड्रायव्हर ओठाच्या कोपऱ्यात धरलेलं सिगारेटचं न पेटवलेलं थोटूक चावत म्हणाला.

त्याच्या बोलण्यातला एक शब्दही एमाला धड समजला नाही. आपलेही उच्चार त्याला नीट कळत नसावेत, हे तिच्या लक्षात आलं. “मला मॅनहॅटन

भागातील मेर्टन स्ट्रीटवर एखादं छोटंसं, बेताच्या किमतीचं हॉटेल हवं आहे.'' ती प्रत्येक शब्द सावकाश उच्चारत म्हणाली.

''मेर्टन स्ट्रीट!'' ड्रायव्हर म्हणाला. त्याला बहुधा तेवढंच कळलं असावं.

''अगदी बरोबर!'' एमा म्हणाली.

''मग हे तुम्ही आधीच का नाही सांगितलं?'' असं म्हणून तो निघाला. त्यानंतर तो एक शब्दही बोलला नाही. जरा वेळाने एका लाल विटांनी बांधलेल्या इमारतीपाशी त्याने टॅक्सी उभी केली. इमारतीवर एक निशाण फडकत होतं, तसंच 'द मे फ्लॉवर हॉटेल' अशी पाटीसुद्धा होती.

एमाला जहाजावर नोकरी केल्या बद्दल जे थोडेफार पैसे पगारापोटी मिळाले होते, त्यातूनच तिने टॅक्सीचं भाडं चुकतं केलं. त्यानंतर ती लिफ्टने चौथ्या मजल्यावरच्या आपल्या खोलीकडे गेली. ती थेट बाथरूममध्ये शिरली. गरम पाण्याने अंघोळ करण्याची तिला नितांत गरज वाटत होती.

बाथरूममधून बाहेर येऊन तिने मऊ गुबगुबीत टॉवेलने अंग कोरडं केलं आणि अंगात जरा जुन्या पद्धतीचा पोशाख चढवला. मग ती परत खाली तळमजल्यावर गेली. तिला आता कुठे माणसात आल्यासारखं वाटत होतं.

हॉटेलच्या कॉफी शॉपमध्ये शिरल्यावर कोपऱ्यातलं रिकामं टेबल हेरून एमा तिथे जाऊन बसली. तिने स्वत:साठी चहा मागवला. हॉटेलमधल्या लोकांनी 'अर्ल ग्रे' नामक चहाचं नाव कधी ऐकलेलंसुद्धा नव्हतं. तिने मेन्यूकार्ड पाहून चहाबरोबर एक क्लब सँडविच मागवलं. या सँडविचबद्दल तिला काहीच ठाऊक नव्हतं. तिने मागवलेल्या गोष्टी वेटर घेऊन येईपर्यंत तिने तिथल्याच एका पेपर नॅपकिनवर प्रश्नांची भली मोठी यादी लिहिण्यास सुरुवात केली. ४६ मेर्टन स्ट्रीटवर राहणारं कुणीतरी आपल्याला या प्रश्नांची उत्तर देवो, अशी तिने मनोमन आशा केली.

वेटरने आणलेलं बिल देऊन झाल्यावर एमाने रिसेप्शनिस्टकडे जाऊन मेर्टन स्ट्रीटकडे जाण्याचा रस्ता विचारला इथून उत्तरेकडे तीन ब्लॉक्स चालत जा आणि तिथून नंतर पश्चिमेकडे दोन ब्लॉक चालत जा, असं तिला सांगण्यात आलं. न्यू यॉर्क मधल्या प्रत्येक माणसाच्या डोक्यात उपजतच एक दिशा दर्शक होकायंत्र असतं की काय, असा एमाला प्रश्न पडला.

एमा रमत-गमत चालत निघाली. तिला चालताना मजा वाटत होती. दुकानांच्या काचे मागे नानाविध वस्तूंचं प्रदर्शन मांडलेलं होतं. त्यातल्या बऱ्याचशा गोष्टी तिने या आधी कधीच पाहिलेल्या नव्हत्या. दुपारी बारा वाजून गेल्यावर ती एका उंच इमारतीपाशी आली. जर मिसेस तिब्बेट घरी नसली तर आपण काय करायचं, याचा तिने विचारच केला नव्हता.

एका रुबाबदार गणवेशधारी रखवालदाराने तिला सलाम ठोकत तिच्यासाठी दार

उघडून धरलं आणि तिला काही मदत हवी आहे का, अशी अदबीने चौकशी केली.

"मला मिसेस तिब्बेट यांना भेटायचंय." एमा जरा थाटातच म्हणाली जणूकाही मिसेस तिब्बेट आपली वाट बघत बसल्या असतील, असा तिने आव आणला.

"त्याचं अपार्टमेंट तिसऱ्या मजल्यावर आहे. एकतीस नंबर," तो आपल्या टोपीला हात लावत अदबीने म्हणाला.

एक गोष्ट खरी होती. तिच्या स्पष्ट शब्दोच्चारांवरून ती पक्की ब्रिटिश आहे हे सहज कळत होतं. त्या गोष्टीचा लोकांवर प्रभाव पडत होता, एवढं निश्चित.

एमा लिफ्टमध्ये शिरली. लिफ्ट अत्यंत सावकाश तिसऱ्या मजल्यावर जायला निघाली. एमाने काय बोलायचं याची मनातल्या मनात उजळणी केली. तिचं बोलणं ऐकून कदाचित आणखी काही अज्ञात दारं उघडण्यास मदत होणार होती. लिफ्ट थांबल्यावर जाळीचा दरवाजा सरकावून एमा बाहेर आली. कॉरिडॉरमध्ये पाऊल टाकल्यावर ३१ नंबरच्या फ्लॅटच्या शोधात निघाली. मिसेस तिब्बेटच्या फ्लॅटच्या दारावर एक छोटी काचेची खिडकी होती. खिडकी कसली, लहानसं छिद्र होतं, आतून बाहेर बघण्यासाठी. एमाने त्याला डोळा लावून पाहण्याचा प्रयत्न केला. तिला आतलं काही दिसेना. पण आतल्या लोकांना त्यातून बाहेरचं नक्की दिसू शकत असणार, हे तिच्या लक्षात आलं. दरवाज्याच्या शेजारी बेल होती. एमाने ती वाजवली. ती वाट पाहात उभी राहिली जरा वेळाने कुणीतरी आतून दार अगदी थोडंसच उघडलं. जेमतेम इंचभर दाराला आतल्या बाजूने पितळी साखळी लावण्यात आली होती. आतून दोन डोळे तिच्याकडे रोखून बघत होते.

"तुम्हाला काय हवंय?" आतून आवाज आला निदान तिला ते बोलणं समजलं.

"तुम्हाला त्रास देते आहे, याबद्दल माफ करा मिसेस तिब्बेट!" एमा म्हणाली, "पण खरं तर तुमच्यावर माझ्या खूप आशा केंद्रित आहेत." एमाच्या तोंडचे शब्द ऐकताच त्या डोळ्यांमध्ये संशय तरळला. "हे पाहा, मी टॉमच्या अगदी कसोशीने शोध घेत आहे."

"टॉम?" मघाचचा तो आवाज म्हणाला

"टॉम ब्रॅडशॉ!" एमा म्हणाली. "तो माझ्या बाळाचा बाप आहे." आपले हे शब्द ऐकताच ते दार उघडणार याची तिला खात्रीच होती.

दार आतून बंद झालं. कडी अडकवलेली साखळी काढण्यात आली. दार आता व्यवस्थित उघडलं. एका छोट्या बाळाला हातात घेऊन एक तरुण स्त्री दारात उभी होती.

"या सगळ्याबद्दल सॉरी हं!" ती दिलगिरीने एमाला म्हणाली. "पण परक्या, अनोळखी व्यक्तींना दार अजिबात उघडायचं नाही, असं रिचर्डचं म्हणणं असतं. प्लीज आत या ना!" असं म्हणून तिने एमाला बैठकीच्या खोलीत नेलं. "तुम्ही बसा

तोपर्यंत मी जॅकला आत पलंगावर ठेवून येते.''

एमाने खुर्चीवर बसत एकवार त्या खोलीवरून नजर फिरवली क्रिस्टिनचे बरेच फोटो सर्वत्र होते. काही फोटो नेव्हीचा गणवेश घातलेल्या एका ऑफिसरच्या सोबत होते. तो नक्कीच तिचा पती रिचर्ड असणार.

क्रिस्टिन हातात कॉफीचे कप असलेला ट्रे घेऊन आली. ''तुम्हाला कशी आवडते कॉफी? दुधाची की बिन दुधाची?'' ती म्हणाली.

''दुधाची!'' एमा म्हणाली. ती इंग्लंडमध्ये सहसा कधी कॉफी पीत नसे. पण इथे अमेरिकेत लोक सकाळी उठल्यावरसुद्धा कॉफी पितात हे तिने पाहिलं होतं.

''साखर हवी आहे?'' तिने एमाला विचारलं.

''नको, थँक यू!''

''मग... टॉम तुमचा नवरा का?'' क्रिस्टिन एमाच्या समोर बसत म्हणाली.

''नाही. मी त्याची प्रेयसी आहे. खरं सांगायचं तर मला दिवस राहिले आहेत, याची त्याला अजिबात कल्पना नव्हती.''

''पण तुम्ही मला कसं काय शोधून काढलंत?'' क्रिस्टिन म्हणाली. तिच्या आवाजात भीती स्पष्ट जाणवत होती.

''कॅन्सस स्टार या जहाजावरचा पर्सन म्हणाला, तुम्ही आणि रिचर्ड यांनीच टॉमला सर्वांत शेवटचं पाहिलं.''

''ते खरंच आहे. आम्ही जहाजातून एकत्रच खाली उतरून आलो. त्याला अटक होण्याच्या क्षणापर्यंत आम्ही एकत्रच होतो.''

''अटक?'' एमाने आश्चर्याने विचारलं.

''पण त्याला अटक होण्यासारखं त्याच्या हातून नक्की काय घडलं होतं?''

''त्याच्यावर त्याच्या भावाचा खून केल्याचा आरोप होता.'' क्रिस्टिन म्हणाली. ''पण तुम्हाला तर त्या गोष्टींची नक्कीच कल्पना असणार.''

एमाला जोरात रडू कोसळलं. नक्कीच ब्रॅडशॉ वाचला असणार आणि हॅरी त्या अपघातात मरण पावला असणार, अशी तिची खात्री पटली. कारण जर ब्रॅडशॉच्या भावाच्या खुनाचा आरोप हॅरीवर ठेवण्यात आलाच असता, तर मुळात आपण टॉम ब्रॅडशॉ नसून पोलिसांनी चुकीच्या माणसाला अटक केली आहे, हे त्यांना पटवून देणं, हॅरीला मुळीच अवघड गेलं नसतं.

'आपण कसंही करून हॅरीच्या आईच्या टेबलावरचं ते पत्र उघडून वाचलं असतं, तर सगळाच उलगडा झाला असता आणि हा नसता मनस्ताप आपल्याला भोगायला लागला नसता.' असं तिच्या मनात आलं. हॅरी खरोखरच मरण पावला आहे, या सत्याचा तिने आत्ता पहिल्यांदा स्वीकार केला.

गाइल्स बॅरिंग्टन

(१९३९-१९४१)

११

सर वॉल्टर बॅरिंग्टन यांनी आपला नातू गाइल्स बॅरिंग्टन याची जातीने भेट घेऊन हॅरी क्लिफ्टनचा समुद्रात अपघाती मृत्यू झाल्याची भयंकर बातमी त्याला सांगितली. ते ऐकून गाइल्स हतबुद्ध झाला. आपल्या स्वत:च्या शरीराचा एक हिस्साच आपण गमावून बसलो आहोत, असं त्याला वाटू लागलं. 'खरं तर आपला स्वत:चा अवयव गमावल्याने जर आपल्याला हॅरी परत मिळणार असेल, तर त्याला ही आपली तयारी आहे.' असं गाइल्सच्या मनात आलं. दोघांचीही लहानपणापासून अगदी घट्ट मैत्री होती. आपण दोघंही शंभरी गाठणार, अशी गाइल्सची जवळ-जवळ खात्रीच होती. हॅरीचं हे असं अचानक विनाकारण आयुष्याकडे पाठ फिरवून निघून जाणं पाहून गाइल्सने मनाशी एक निर्णय घेतला : 'आपण स्वत: अशी चूक कधीच करायची नाही!'

गाइल्स बैठकीच्या खोलीत बसून रेडिओवर सुरू असलेलं मि. विस्टन चर्चिल यांचं भाषण ऐकत होता. एमा म्हणाली, ''तू सैन्यात भरती होण्याचा बेत करतो आहेस की काय?''

''हो! मी ऑक्सफर्डला परत जाणार नाहीये. मी लगेच जाऊन स्वत:चं नाव नोंदवणार आहे.''

त्याचं बोलणं ऐकून त्याच्या आईला आश्चर्याचा जबरदस्त धक्का बसला. पण ती त्याला म्हणाली, ''ठीक आहे. मी समजू शकते.'' एमा आपल्या भावाला कडकडून मिठी मारत म्हणाली, ''हॅरीला तुझा केवढा अभिमान वाटला असता.'' ग्रेस सहसा मनातले भाव कधी चेहऱ्यावर उमटू देत नसे. पण तिला मात्र गाइल्सचा निर्णय ऐकून रडू कोसळलं.

दुसऱ्या दिवशी सकाळी उठून गाइल्स कारने ब्रिस्टॉलकडे निघाला. त्याने आपली भली-मोठी पिवळी भपकेबाज कार मुद्दामच रिक्रूटिंग ऑफिसच्या दारासमोर येणाऱ्या जाणाऱ्यांची वाट अडवून उभी केली. तो ताडताड चालत आत शिरला.

आपल्या चेहऱ्यावर दृढनिश्चय स्पष्ट उमटलेला लोकांना दिसत असेल, अशी त्याने मनोमन आशा केली. ग्लूस्टरचा सार्जंट मेजर– हा कॅप्टन जॅक टॅरंट यांच्या जुन्या रेजिमेंट मधला होता – तरुण मि. बॅरिंग्टन यांना पाहताच खडी सलामी देऊन थांबला. जरा वेळाने त्याने एक फॉर्म गाइल्सच्या हातात ठेवला. त्याने तो व्यवस्थित भरून दिला. एक तासानंतर त्याला वैद्यकीय तपासणीसाठी एका पडद्याआड बोलावून नेण्यात आलं.

आपल्यासमोर तपासणीसाठी आलेल्या सैन्यात भरती होण्यासाठी इच्छुक असलेल्या या नवीन उमेदवाराला काळजीपूर्वक तपासत डॉक्टर त्यांच्यासमोरील फॉर्मवरच्या एका-एका चौकटीत 'बरोबर'ची खूण करत होते – कान, नाक, घसा, छाती आणि हातपाय. त्यानंतर त्यांनी त्याचे डोळे तपासण्यास सुरुवात केली. गाइल्सला जमिनीवर ओढण्यात आलेल्या पांढऱ्या रेषेवर उभं करून समारेच्या भिंतीवरील तक्त्यावरची अक्षरं एक-एक करून वाचायला सांगण्यात आली. गाइल्स ती आत्मविश्वासाने वाचू लागला. ताशी नव्वद मैलांच्या वेगाने त्यांच्याकडे आलेला बॉल जर तो शिताफीने परतवून लावू शकत होता, तर मग त्याला काळजीचं कारणच नव्हतं. आपण डॉक्टरांच्या परीक्षेत सहज उत्तीर्ण होऊ, याची त्याला खात्रीच होती. पण मग डॉक्टरांनी अचानक त्याला विचारलं, ‘‘तुमच्या घराण्यात वंश परंपरेने चालत आलेल्या काही आजारांविषयी तुम्हाला माहिती आहे का?’’ त्यावर गाइल्सने अत्यंत प्रामाणिकपणे उत्तर दिलं, ‘‘माझे वडील आणि आजोबा या दोघांनाही रगांधत्वाचा आजार आहे.’’

त्यानंतर डॉक्टरांनी आणखी काही चाचण्या केल्या. त्यांचा चेहरा जरा बदलल्याचं गाइल्सच्या लक्षात आलं.

अखेर ते गाइल्सला म्हणाले, ‘‘ही गोष्ट तुम्हाला सांगताना मला खूप वाईट वाटतंय मि. बॅरिंग्टन; पण तुमच्या परिवारातील या विशिष्ट दुखण्याचा इतिहास लक्षात घेता मी लष्कर भरतीसाठी तुमच्या नावाची शिफारस करू शकत नाही. पण अर्थातच तुम्ही लष्करात दुसरं कोणतंही काम अंगावर घेऊ शकता. तुम्हाला लढण्यासाठी न जाता टेबलापाशी बसून काम करता येईलच.

‘‘तुम्ही या फॉर्मवरच्या त्या चौकटीत बरोबरची खूण करून सरळ मोकळे का होत नाही, डॉक्टर? मी तुम्हाला ही गोष्ट सांगितली आहे, हे सरळ विसरून जा ना तुम्ही!’’ गाइल्स अजिजीने म्हणाला.

डॉक्टरांनी अर्थातच त्याच्या बोलण्याकडे दुर्लक्ष करून त्या फॉर्मवरच्या सर्वांत खालच्या रेघेवर शेरा मारला. ‘‘लष्करात भरती होण्यास अपात्र.’’

दुपारच्या जेवणाच्या सुमाराला गाइल्स मॅनोर हाउसमध्ये परत आला. जेवणासोबत त्याने जवळपास वाइनची आख्खी बाटली संपवली. ते पाहून त्याची आई एलिझाबेथ

काही बोलली नाही. त्यानंतर आपण सैन्यात भरती होण्यासाठी गेलो असता आपल्या रंगाधत्वाच्या आनुवंशिक दुखण्यामुळे आपल्याला तिथे प्रवेश नाकारण्यात आला, असं गाइल्स दिवसभर ज्याला त्याला सांगत होता.

''पण आपले आजोबा तर बोअर वॉरमध्ये लढलेच ना! त्यांनाही हाच आजार होता की!'' ग्रेसने त्याला आठवण करून दिली. नोकराने तेवढ्यात त्याला खायला बोल भरून पुडिंग आणून दिलं.

तिने मारलेला टोमणा ऐकून गाइल्स मुद्दाम उडवाउडवी करत म्हणाला, ''कदाचित त्या काळी त्या लोकांना या आजाराविषयी काही माहीतच नसेल.''

एमाने पण त्याला सोडायचं नाही असं ठरवलं होतं. ती म्हणाली, ''गाइल्स, मुळात तुझ्या मनात सैन्यात भरती व्हायची इच्छाच नव्हती. खरं की नाही?'' हे बोलत असताना ती मुद्दामच आपल्या भावाच्या डोळ्यांत रोखून बघत होती. गाइल्स मान खाली घालून गप्प बसून होता, इतक्यात एमाने त्याला एक अखेरचा शालजोडीतला हाणला. ''तुझा जिवलग दोस्त एका गोष्टीची आठवण करून देण्यासाठी आज इथे नाही की, त्यालाही हेच दुखणं होतं. काय दुर्दैवाची गोष्ट आहे बघ.''

गाइल्सच्या आईने ही गोष्ट ऐकल्यावर मनोमन सुटकेचा निश्वास सोडला. पण ती काही बोलली नाही. ग्रेस मात्र केंब्रिजला परत जाण्याच्या दिवसापर्यंत आपल्या भावाशी एक अक्षरही बोलली नाही.

दुसऱ्या दिवशी कारने गाइल्स ऑक्सफर्डला परत गेला. आपण सैन्यात का भरती होऊ शकलो नाही, याचं कारण लोकांना समजल्यावर सर्वांचा त्यावर विश्वास बसेल, अशी स्वतःच्या मनाची समजूत घालून गाइल्सने आपला अभ्यासक्रम पुढे चालू ठेवण्याचं ठरवलं. परंतु तो जेव्हा कॉलेजच्या मुख्य प्रवेशद्वारातून आत शिरला तेव्हा तेथील दृष्य पाहून त्याला धक्काच बसला. कॉलेजच्या आवाराला लष्कर भरती करणाऱ्या छावणीचंच स्वरूप आलं होतं. जिकडे-तिकडे लष्करी गणवेशातील तरुण दिसत होते. गाइल्सच्या मते इतिहासात प्रथमच एक फार चांगली गोष्ट घडली होती. युनिव्हर्सिटीत मुलांच्या बरोबरीने जवळपास तेवढ्याच मुली शिक्षण घेत होत्या. पण दुर्दैवाने त्यातल्या बहुतांश तरुणींना लष्करी गणवेश चढवलेल्या तरुणांचं आकर्षण वाटत असलेलं दिसत होतं.

परंतु गाइल्सचा जुना मित्र डीकिन्स मात्र सैन्यात भरती न झाल्याबद्दल मनात अपराधीपणाची भावना मुळीच बाळगताना दिसत नव्हता. पण अर्थात डीकिन्स वैद्यकीय तपासणीला सामोरा गेला असता तरीही काही उपयोगच नव्हता. फक्त ह्या अशा एकाच अपवादात्मक चाचणीत बिचारा प्रत्येक विषयात अनुत्तीर्ण झाला असता. पण तसं घडलं नाही. कारण ब्लेचली पार्क नामक कुठल्यातरी अज्ञात

ठिकाणी तो अचानक गायब झाला. त्या स्थळी नक्की काय घडत होतं, हे गाइल्स सांगायला कुणीच तयार नव्हतं. त्याबद्दल आळीमिळी गुपचिळी असा कारभार होता. गाइल्सने आपल्याला त्या स्थळी कोणत्याही परिस्थितीत, कधीच भेटायला येऊ नये, अशी डीकिन्सने त्याला सक्त ताकीदच देऊन ठेवली होती.

जसजसे महिने जात होते, तशी-तशी गाइल्सची वर्गातली उपस्थिती कमी-कमी होत चालली होती. त्याचं पबमध्ये जाऊन बसणं वाढत चाललं होतं. एकीकडे ऑक्सफर्डमध्ये युद्धावरून परत आलेल्या सैनिकांची गर्दी वाढत चालली होती. कुणी आपला हात युद्धात गमावला होता, तर कुणी पाय. काही लोकांचे तर डोळेसुद्धा गेले होते. ते सगळे गाइल्ससारखेच त्या कॉलेजचे विद्यार्थी होते. हे सगळं काही आपल्या लक्षातच आलेलं नसल्याच्या आविर्भावात गाइल्स इकडे-तिकडे वावरत होता. पण खरी गोष्ट अशी होती की, त्या शैक्षणिक वर्षाचा शेवट जसा जवळ येत होता, तसे गाइल्सला या ठिकाणी उपऱ्यासारखं वाटू लागलं होतं.

वर्ष संपल्यावर सेबॅस्टियन ऑर्थर क्लिफ्टनच्या नामकरण समारंभासाठी गाइल्स कारने स्कॉटलंडला रवाना झाला. तिथे मलोरी कॅसलमधील चॅपेलमध्ये जवळचे आप्तेष्ट आणि थोडेसे स्नेहीसंबंधी यांच्या उपस्थितीत नामकरणाचा सोहळा पार पडला. एमा आणि गाइल्सचे वडील मात्र त्याला उपस्थित नव्हते.

सेबॅस्टियनचा गॉडफादर होण्याबद्दल एमाने जेव्हा गाइल्सला विचारलं, तेव्हा त्याला अतिशय आनंद झाला. पण नंतर तिने त्याच्या जवळ एक गोष्ट कबूल केली की, काहीही झालं तर हॅरी हयात असता, तर त्याने आपल्या मुलाचा गॉडफादर म्हणून गाइल्सचीच निवड केली असती. या एकाच कारणांमुळे एमाने त्याला विचारलं होतं. हे तिचे शब्द ऐकून तो जरा व्यथित झाला.

दुसऱ्या दिवशी सकाळी नाश्त्यासाठी गाइल्स जेव्हा खाली चालला होता, तेव्हा त्याला आपल्या आजोबांच्या अभ्यासिकेत दिवा लागलेला दिसला. तो त्यांच्या खोलीच्या बंद दारावरून पुढे निघाला, तेव्हा त्याला आतून स्वतःचं नाव ऐकू आलं. आजोबा कुणाशी तरी बोलत असावेत. गाइल्स क्षणभर थबकला. मग त्याने अर्धवट बंद दारापाशी जाऊन चाहूल घेतली. त्याला सर वॉल्टर बॅरिंग्टन यांच्या तोंडचे शब्द ऐकून प्रचंड धक्का बसला. ते म्हणत होते, ''मला हे असं बोलताना सुद्धा अतीव दुःख होतंय, पण अखेर तोही आपल्या वडिलांचाच मुलगा. तो कसा वेगळा असणार?

''अगदी खरं आहे.'' लॉर्ड हार्वे यांचा आवाज आला. ''पण माझं या मुलाबद्दल खरं तर इतकं चांगलं मत होतं. त्यामुळेच तर या सगळ्या प्रकाराने तोंड कडू झाल्यागत झालंय.''

''मी जेव्हा गव्हर्नर्सचा चेअरमन होतो.'' सर वॉल्टर बॅरिंग्टन म्हणाले, ''तेव्हा

गाइल्सची ब्रिस्टॉल ग्रामर स्कूलचा हेडबॉय म्हणून नेमणूक झाली होती. त्या वेळी माझा ऊर अभिमानाने भरून आला होता.''

''मला तर असंच वाटत होतं,'' लॉर्ड हार्वे म्हणाले, ''की खेळाच्या मैदानावर त्याचं ते अतुनलीय साहस आणि नेतृत्वगुण चमकून उठायचे तसेच ते रणभूमीवरही चमकून उठतील.''

''फक्त या सगळ्यातून एकच चांगली गोष्ट निघाली आहे, असं मला आता वाटायला लागलंय.'' सर वॉल्टर म्हणाले, ''ती म्हणजे, हॅरी क्लिफ्टन ह्युगोचा मुलगा असेल, असं मला नाही वाटत.''

गाइल्स तिथून निघाला तो बैठकीची खोली पार करून सरळ घराबाहेर आला. आपल्या कारमध्ये बसून वेस्ट काउंटीच्या प्रदीर्घ प्रवासाला तो निघाला.

दुसऱ्या दिवशी सकाळी त्याने आपली गाडी एका सैनिक भरती छावणी समोर उभी केली. या वेळी तो मुद्दाम वेगळ्या ठिकाणी जाऊन रांगेत उभा राहिला. वेसेक्स रेजिमेंटसाठी सैनिक भरती चालू होती.

फॉर्म भरून झाल्यानंतर त्याला आणखी एकदा कठोर वैद्यकीय तपासणीला सामोरं जावं लागलं. या वेळी जेव्हा डॉक्टरने त्याला आनुवंशिक दुखण्यांविषयी विचारलं, तेव्हा त्याचं उत्तर 'काहीही नाही' असं होतं.

१२

दुसऱ्या दिवशी दुपारी १२ वाजता गाइल्सने आपलं नेहमीचं जग सोडून एका पूर्णपणे दुसऱ्याच जगात प्रवेश केला.

एकूण ३६ तरुण भरती झालेले होते. सर्वांची देशासाठी लढण्याची इच्छा होती, एवढी गोष्ट वगळता त्यांच्यात समान असं काहीच नव्हतं. सर्व जण एका ट्रेनमध्ये शिरले. त्यांच्या सोबत त्यांची देखभाल करण्यासाठी एक कॉर्पोरल होता. तिसऱ्या श्रेणीच्या डब्याच्या खिडक्यांच्या कळकटलेल्या काचेतून गाइल्स टक लावून बाहेर बघत बसला होता. त्याला आत्तापर्यंत फक्त एवढंच कळलं होतं की, ते सगळे दक्षिणेकडे निघाले होते. पण नंतर चार तासांनी त्यांची ट्रेन जेव्हा लिंपस्टोन स्टेशनात शिरली, तेव्हा आपण किती दक्षिणेला येऊन पोहोचला आहोत, हे त्याला कळलं.

संपूर्ण प्रवासभर गाइल्स अगदी शांत बसून होता. त्याच्या आजूबाजूचे हे सगळे तरुण पुढचे बारा आठवडे त्याचे सोबती असणार होते. तो त्या सर्वांचं बोलणं अगदी मन लावून ऐकत होता. त्यांच्यात किल्टनहून आलेला एक बस ड्रायव्हर, लाँग ॲश्टन येथून आलेला खाटिक, नेलसी येथील बांधकाम व्यावसायिक विन्सकोम्ब येथील शेतकरी असे नाना प्रकारचे लोक होते.

ते सर्व जण अखेर जेव्हा ट्रेनमधून खाली उतरले, तेव्हा कॉर्पोरलने त्या सर्वांना जवळच थांबलेल्या एका बसकडे नेलं.

"आपण कुठे निघालोय?" खाटिक म्हणाला.

"लवकरच कळेल हं, ते पोरा!" कॉर्पोरल उद्गारला.

त्यानंतर सुमारे तासभर ती बस डार्टमूर हा प्रदेश पार करून जात होती. वाटेत घरं किंवा लोकवस्ती दिसत नव्हती. मधूनच कधीतरी आकाशात एखादा ससाणा भक्ष्यांच्या शोधात झेपावताना दिसे.

अखेर ते एका इमारतींच्या संकुलापाशी येऊन पोहोचले. आजूबाजूला सगळा

ओसाड भूभाग होता. त्या इमारतींसमोर रंग उडालेली जुनाट पाटी होती. 'येर्पेस बरॅक्स : ट्रेनिंग कॅम्प फॉर द वेसेक्स रेजिमेंट.' ते दृश्य पाहून गाइल्सच्या मनावर आलेलं मळभ काही दूर होईना. समोरच्या गेस्ट हाउसमधून एक सैनिक ताड-ताड चालत बाहेर आला. त्याने मुख्य प्रवेशदारावरचा आडवा अडसर उचलून आत जाण्यास मार्ग मोकळा केला. बस त्यानंतर सुमारे शंभर यार्ड पुढे जाऊन एका मोकळ्या मैदानाच्या मधोमध थांबली. तिथे एक व्यक्ती त्यांचीच वाट बघत थांबली होती.

सर्वांसोबत गाइल्सने बसमधून खाली पाऊल टाकलं, तेव्हा त्याच्या समोरच तो महाकाय माणूस उभा होता. भरदार छातीच्या त्या अवाढव्य माणसाने खाकी रंगाचा गणवेश घातला होता. तो त्या मैदानातूनच जणूकाही उगवल्यासारख्या गाइल्सला भासला. त्याच्या छातीवर पदकांच्या तीन रांगा लटकत होत्या. या सर्वांपेक्षाही गाइल्सच्या नजरेत ठळकपणे भरलेली गोष्ट म्हणजे त्याचा गणवेश अत्यंत कडक इस्त्रीचा होता आणि त्याच्या पायातले पॉलिश केलेले गुळगुळीत बूट असे काही चमकत होते की, त्यात गाइल्सला स्वत:चं प्रतिबिंब दिसत होतं.

''गुड आफ्टरनून, जंटल मेन!'' तो माणूस खड्या आवाजात ओरडला. त्याचा आवाज सगळ्या पटांगणावर दुमदुमला. 'याला कधीही बोलण्यासाठी कर्ण वापरण्याची गरजच पडणार नाही.' गाइल्सच्या मनात आलं. ''माझं नाव सार्जंट मेजर डॉसन – तुमच्यासाठी 'सर!' येत्या बारा आठवड्याच्या कालावधीत डोक्यात सावळागोंधळ घेऊन इथे माझ्या पुढे उभ्या असणाऱ्या तुम्हा सर्व नगांचं रूपांतर मला निधड्या छातीच्या लढवय्यांमध्ये करायचं आहे. मग तुम्ही स्वत:ला वेसेक्ससारख्या उत्कृष्ट दर्जाच्या रेजिमेंटचे सदस्य म्हणवून घेऊ शकाल. इथून पुढचे बारा आठवडे मीच तुमची आई, मीच तुमचे वडील आणि तुमच्या आयुष्यातील सर्वांत जवळची व्यक्तीसुद्धा मीच! एक गोष्ट लक्षात ठेवा. माझ्या आयुष्याला फक्त एकच ध्येय आहे, ते म्हणजे रणांगणावर जेव्हा तुमची एखाद्या जर्मनाशी गाठ पडेल, तेव्हा त्याने तुम्हाला मारण्यापूर्वी तुम्ही त्याचा बळी घ्यायला हवा. आणि मी तुम्हाला तेवढं सक्षम बनवणार आहे. या सगळ्या प्रक्रियेला उद्या पहाटे पाच वाजता सुरुवात होईल.'' त्याचं बोलण ऐकल्यावर जमलेल्या तरुणांच्या घोळक्यातून एक नाराजीचा सूर उमटला, पण त्या कॉर्पोरलने त्याकडे पूर्ण दुर्लक्ष केलं. तो पुढे म्हणाला, ''आता कॉर्पोरल मॅक क्लाऊड तुम्हाला इथल्या कँटीनमध्ये घेऊन जातील. त्यानंतर तुम्ही आपापल्या बराकीत जाऊन विश्रांती घ्यायची. रात्रभर व्यवस्थित झोप काढा. कारण आपली पुढची भेट जेव्हा होईल, तेव्हा तुम्हाला तुमच्या अंगी असलेल्या ऊर्जेचा कणन्‌कण वापरावा लागणार आहे.''

गाइल्स जेव्हा जेवणाच्या टेबलापाशी बसला तेव्हा माश्यांपासून बनवण्यात

आलेला एक पदार्थ आणि गढुळ पाण्यासारखा दिसणारा एक द्रव त्याच्या समोर आला. तो कोमट चहा होता. एक घोट घेऊन गाइल्सने तो दूर सारला.

"तू जर खाणार नसशील, तर मी तुझ्या वाटणीचं खाऊ?" गाइल्सच्या शेजारी बसलेला तरुण म्हणाला. गाइल्सने मान हलवून त्याला होकार दिला. गाइल्सच्या पानातलं सगळं अन्न त्याने अधाश्यासारखं संपवलं. त्याचं जेवण पूर्ण होईपर्यंत दोघंही काही बोलले नाहीत.

"मी तुझ्या आईला ओळखतो," तो मुलगा गाइल्सला म्हणाला.

गाइल्सने त्याच्याकडे निरखून पाहिलं. हे कसं काय शक्य होतं?

"आम्ही मॅनोर हाउसला आणि बॅरिंग्टन हॉलला मांसमच्छी पुरवतो." तो मुलगा म्हणाला. "तुझ्या आई किती चांगल्या आहेत. अरे हो... मी बेट्स टेरी. बेट्स!" असं म्हणून त्याने गाइल्सचा हात हातात घेऊन अगदी घट्ट दाबला. "मी आयुष्यात कधी तुझ्या शेजारी बसेन, असं मला वाटलंच नव्हतं."

"तर पोरांनो, चला! कॉर्पोरल ओरडून म्हणाला. त्याचा आवाज ऐकताच सगळे उडी मारून उठून उभे राहिले. कॉर्पोरल कँटीनमधून बाहेर पडताच सगळे त्याच्यामागोमाग पटांगणावर आले. जरा पुढे गेल्यावर एक पत्र्याची छावणी होती. त्याच्या दारावर 'मार्ने' अशी अक्षरं रंगवण्यात आली होती. "वेसेक्सच्या लढाईत प्राप्त झालेला हा आखणी एक सन्मान आहे," असं त्या कॉर्पोरलने स्पष्ट करून सांगितले. त्याने ते दार उघडून सर्वांना आत नेलं. इथून पुढचे काही आठवडे हे त्या सर्वांचं घर असणार होतं.

आतल्या भागात एकंदर छत्तीस बेड्स होते. तंबूच्या दोन्ही बाजूंना प्रत्येकी अठरा. पण त्या तंबूचा अंतर्भाग तसा फार मोठा नव्हता. जेमतेम बॅरिंग्टन हॉलच्या भोजनगृहा एवढा असेल. त्यातच दाटीवाटीने ते बेड्स लावण्यात आले होते. गाइल्सीची जागा अटकिन्स आणि बेट्स या दोघांच्या मधोमध होती. 'हे तर आपल्या शाळेसारखंच आहे.' गाइल्सच्या मनात आलं. पण इथे एक-दोन गोष्टी शाळेपेक्षा खूपच वेगळ्या होत्या, हे त्याला पुढच्या काही दिवसांतच कळून चुकलं.

"तर मग पोरांनो! आता कपडे बदलून झोपायची वेळ झाली."

सर्व जण अंथरुणात शिरल्यावर कॉर्पोरलने दिवे मालवले आणि जोरात ओरडून म्हणाला, "रात्री नीट झोप काढा. उद्या दिवसभर खूप धावपळ आहे." यानंतर शाळेतल्या त्या आगाऊ प्रिफेक्ट फिशर प्रमाणे हा कॉर्पोरलसुद्धा, 'दिवे मालवल्यानंतर कुणी बोलाल तर याद राखा,' अशी धमकी आता देणार, असं गाइल्सला क्षणभर वाटलं.

ठरल्याप्रमाणे दुसऱ्या दिवशी पहाटे बरोबर पाच वाजता तंबूतले सगळे दिवे लागले. किती वाजले हे पाहण्यासाठी गाइल्स हातातल्या घड्याळाकडे नजर

टाकणार इतक्यात कॉर्पोरल आत घुसून मोठ्यांदा खेकसला, "जो बेडवरून सर्वांत शेवट उतरून जमिनीवर उभा राहील, तो जर्मनांच्या भाल्याला बळी पडणार हे नक्की!"

त्यानंतर खाड-खाड बूट वाजवत तो सार्जंट मेजर तंबूच्या मध्यभागी येऊन उभा राहिला. त्याबरोबर बरेचसे तरुण घाईने बेडवरून उतरून उभे राहिले. ज्यांचे दोन्ही पाय अजून जमिनीवर नव्हते. अश्यांच्या बेडवर हातातील काठी जोराने आपटतच तो तंबूच्या मध्यभागी पोहोचला होता.

"आता माझं बोलणं सर्व जण नीट लक्ष देऊन ऐका!" तो म्हणाला, "तुमच्याकडे दाढी, अंघोळ या कार्यक्रमांसाठी चार मिनिटं आहेत, चार मिनिटं अंथरूण आवरण्यासाठी आणि चार मिनिटं कपडे घालून तयार होण्यासाठी. त्यानंतर तुम्हाला चहा-नाश्ता इत्यादीसाठी आठ मिनिटं मिळतील, एकंदर फक्त वीस मिनिटं. तुम्ही एकमेकांशी बोलण्यात वेळ फुकट दवडू नये, असं माझं तुम्हाला सांगणं आहे. आणि शिवाय इथे तोंड उघडून बोलण्याची मुभा फक्त मलाच आहे. सर्वांना नीट समजलं?"

"हो! हो! अगदी नीट समजलं," वाईन्स म्हणाला. त्याच्या बोलण्यावर पाठीमागून दबत्या आवाजात हसणं ऐकू आलं. सार्जंट मेजर हातातील दंडुका गाइल्सच्या खांद्यावर ठेवून म्हणाला, "माझ्या राजा, तू जेव्हा कधी तुझं हे तोंड उघडशील ना, तेव्हा त्यातून फक्त 'येस सर, नो सर, थ्री बॅग्ज फुल सर' एवढेच शब्द बाहेर निघाले पाहिजेत समजलं?"

"येस सर!" गाइल्स म्हणाला.

"राजा, मला तुझं बोलणं नीट ऐकू आलं नाही.'

"येस सर!" गाइल्स मोठ्यांदा ओरडला.

"हां, आता कसं? आता मी तुला शिक्षा करण्याआधी ताबडतोब न्हाणीघरात जा हरामखोरा!"

शिक्षा करणार म्हणजे नक्की कोणती शिक्षा असेल, ते काही गाइल्सला ठाऊक नव्हतं. पण ती सुसह्य असण्याची शक्यता कमीच होती.

गाइल्स न्हाणीघरात शिरत होता तेव्हा बेट्स अंथरूण आवरून, कपडे करून तयार होऊन कॅंटिनकडे निघाला होता. अखेर घाईघाईने सगळं उरकून धावत-पळत कॅंटीनमध्ये जाऊन गाइल्स बेट्सच्या शेजारी धपकन बसला.

"तुला हे सगळं कसं काय जमतं?"

"काय जमतं?" बेट्स म्हणाला.

"आम्ही सगळे इतके पेंगुळलेले असताना तू इतका टक्क जागा कसा?"

"अरे साधी गोष्ट आहे. माझ्या वडिलांप्रमाणेच मीसुद्धा एक खाटीक आहे. रोज

पहाटे चारला उठून मी त्यांच्याबरोबर बाजारात जातो. पहाटे बंदरात जहाजावरून माल उतरवला जात असताना मी तिथे हजर असतो. त्यामुळे उत्तम प्रतीचा, ताजा माल पदरात पडतो. जरा जरी उशीर झाला, तरी दुय्यम दर्जाच्या माल गळ्यात मारतात ते लोक. आणि अर्धा तास उशिरा जर पोहोचलो ना, तर मग काही विचारू नका. उरलं-सुरलं वाट्याला येतं. तुझ्या आई ते खपवून घेतील का?''

गाइल्स हसला. बेट्स उडी मारून उठून तडक बराकीकडे निघाला, पण सार्जंट मेजरने दात घासून चूळ भरण्यासाठी काही वेळच ठेवला नव्हता.

सकाळचा बरासचा वेळ नव्याने भरती झालेल्या 'काट्यांना' (सार्जंटच्या भाषेत!) गणवेशाचं वाटप करण्यात गेला. काही लोकांच्या वाट्याला आलेले गणवेश तर वापरलेले होते. त्या शिवाय लेदरचे पट्टे, बूट, पॉलिशच्या डब्या, हॅट इत्यादी सामानही त्यांना पुरवण्यात आलं. एकदा प्रत्येकाला आपापला संच ताब्यात मिळाल्यानंतर त्यांना मैदानावर परेडसाठी नेण्यात आलं. गाइल्सने रडतखडत का होईना, पण शाळेच्या 'कम्बाइड कॅडेट फोर्स'मध्ये भाग घेतलेला असल्यामुळे त्याची स्थिती इतरांपेक्षा बरी होती. पण अगदी थोड्याच वेळात टेरी बेट्स नक्कीच आपल्या बरोबरीला येईल, याची गाइल्सला खात्रीच होती. बरोबर बारा वाजता सर्वांना कँटीनमध्ये नेण्यात आले. गाइल्सला इतकी कडकडून भूक लागली होती की, पानात जे काही वाढण्यात आलं, त्यावर त्याने ताव मारला. दुपारच्या जेवणानंतर सर्वांनी बरकीमध्ये जाऊन परेड करण्याचा गणवेश काढून व्यायामाचा पोषाख घातला. त्यानंतर सर्व जण व्यायाम शाळेत गेले. शाळेत असताना आपल्या क्रिडा शिक्षकांनी आपल्याकडून दोराच्या साहाय्याने वर चढण्याचा सराव करून घेतल्याबद्दल गाइल्सने त्यांचे मनोमन आभार मानले. खांबावर तोल सावरणं आणि भिंतीवर लावलेल्या बारवर अंग ताणून व्यायाम करणंही त्याला लीलया जमलं. आपल्या प्रत्येक हालचालींवर बेट्स बारकाईने नजर ठेवून आहे, हे गाइल्सच्या लक्षात आलं.

दुपारी त्यांना देव्हन मूर पार करून पाच मैलाचं अंतर काटायला लावण्यात आलं. एकंदर नवशिक्या छत्तीस जवानांपैकी केवळ आठच जवान आपल्या प्रशिक्षकाबरोबर त्याच्या एवढ्याच वेगाने पळत बराकीकडे जाण्याच्या प्रवेशद्वारातून आत शिरले. एक जवान तर चक्क रस्ता चुकून हरवला. मग त्याला शोधून काढण्यासाठी शोधपथक रवाना झालं. त्यानंतर सर्वांनी चहापान केलं आणि थोडाफार निवांत वेळ गप्पा-गोष्टी करण्यात घालवला. रात्री सर्व जण अंथरुणावर अक्षरश: कोसळून गाढ झोपी गेले.

दुसऱ्या दिवशी सकाळी बराकीचं दार परत एकदा धाडकन उघडलं. सार्जंट मेजरने दिवे लावण्यापूर्वीच बरेच पाय जमिनीवर ताठ उभे झालेले होते. नाश्त्यानंतर

तासभर पटांगणावर सर्वांची परेड झाली. आता प्रत्येकाची पावलं तालात पडत होती. त्यानंतर नवीन भरती झालेल्या जवानांना रायफल उघडून साफ कशी करायची, त्यात काडतुसं कशी भरायची आणि ती चालवायची कशी, याचं प्रशिक्षण देण्यात आलं. बंदुकीमध्ये गोळी भरताना कशी काळजी घ्यायची, गोळी बरोबर शत्रूलाच कशी लागायला हवी, हे कॉर्पोरलने समजावून सांगितलं. कधी-कधी त्यात काही चूक झाली, तर गोळी झाडताच ती चुकून स्वत:वरच उलटून तुमचे प्राण जाऊ शकतात, अशी सावधगिरीची सूचनाही त्याने दिली.

दुपारी प्रत्यक्ष निशाण कसं साधायचं, याचं जवानांना प्रशिक्षण देण्यात आलं. बंदुकीचा दस्ता खांद्यावर कसा विशिष्ट पद्धतीने ठेवायचा, हे त्याने त्यांना दाखवलं. आपल्या लक्ष्यावर अचूक नेम कसा धरायचा हे समजावून सांगितलं. बंदुकीचा घोडा घाईगर्दीने कधीही न दाबता हळुवारपणे कसा दाबायचा याचं प्रात्यक्षिक दाखवलं. लहानपणी आपल्या आजोबांनी आपल्याकडून नेमबाजीचा घोटून सराव करून घेतल्याबद्दल गाइल्सने त्यांचे आभार मानले.

संध्याकाळी परत एकदा सर्वांनी पाच मैलांची रपेट केली. चहा व गप्पागोष्टीनंतर रात्री दहा वाजता दिवे घालवण्यात आले. परत एकदा बरेच जवान बिछान्यावर कोसळत असताना असाच विचार करत होते की, उद्या पहाटे सूर्य उगवलाच नाही तर किती बरं होईल किंवा निदान तो सार्जंट मेजर झोपेत मरण पावला, तर किती बरं होईल. पण एवढं कुठलं त्यांचं भाग्य? पहिला आठवडा गाइल्सला एका महिन्यासारखा भासला. दुसऱ्या आठवड्याच्या शेवटापर्यंत हा खडतर दिनक्रम त्याच्या व्यवस्थित अंगवळणी पडला होता. पण तरीही बेट्सच्या आधी न्हाणीघरापाशी जाऊन पोहोचणं, त्याला अजूनही जमलेलं नव्हतं.

सैनिकी प्रशिक्षण घेण्यात इतरांप्रमाणेच गाइल्सलाही विशेष रस वाटत नसे. फक्त त्याला इतरांशी स्पर्धा करणं, आव्हानं स्वीकाराणं आवडायचे. पण एक गोष्ट मात्र खरी होती. ब्रॉड स्ट्रीटवरच्या त्या खाटकाच्या पोराशी – बेट्सशी स्पर्धा करणं, त्याला हरवणं खरोखरच महाकर्मकठीण काम होतं. बॉक्सिंगच्या वेळी बेट्स त्याच्या ठोश्यास सहजतेने प्रतिठोसा हाणायचा. नेमबाजीतही तो गाइल्स इतकाच निष्णात झाला होता. त्यानंतर काही दिवसांनी सर्वांना जड बूट पायात घालून खांद्यावर बंदूक धरून पाच मैलांची रपेट करण्यासाठी पाठवण्यात येऊ लागलं, त्या वेळी तर खांद्यावर बीफचं ओझं वागवण्याची सवय असलेल्या बेट्सला हरवणं गाइल्सला अशक्यच होऊन बसलं.

सहाव्या आठवड्याच्या शेवटी अर्थातच लान्स कॉर्पोरलच्या प्रमोशनसाठी गाइल्स आणि बेट्स या दोघांची जेव्हा निवड झाली, तेव्हा त्याबद्दल कुणालाही

आश्चर्य वाटलं नाही. प्रत्येकाला आपापला विभाग देण्यात आला.

दोघांनीही गणवेश अंगात चढवून ज्या क्षणी आपापल्या विभागाचं नेतृत्व करायला सुरुवात केली, त्या क्षणी ते एकमेकांचे कट्टर प्रतिस्पर्धी बनले. ही स्पर्धा फक्त परेडच्या मैदानापुरती किंवा व्यायामशाळेपुरती मर्यादित राहिली नाही. रात्रीच्या वेळी त्यांना प्रात्यक्षिकांसाठी किंवा फील्डवरच्या सरावासाठी जावं लागे, तेव्हाही त्यांच्यात स्पर्धा चालायची. दररोज दिवस मावळला की शाळकरी पोरांप्रमाणे गाइल्स आणि बेट्स हे दोघंही स्वत:ची सरशी झाल्याचं घोषित करून टाकायचे. अनेकदा सार्जंट मेजरलामध्ये पडून त्या दोघांचा झगडा सोडवावा लागायचा.

'पासिंग आउट परेड'चा दिवस जसजसा जवळ येत चालला होता तसा गाइल्सच्या आणि बेट्सच्या विभागातील जवानांच्या अंगात उत्साहाचा, अभिमानाचा संचार होत चालला होता. आता लवकरच पासिंग आउट परेड नंतर त्या सर्वांनाच 'वेसेक्सियन्स' म्हणून संबोधण्यात येणार होतं. हा त्यांच्या दृष्टीने सर्वोच्च बहुमान होता. सार्जंट मेजरने एक गोष्ट त्यांना अनेकदा बजावून सांगितली होती की, अगदी थोड्याच दिवसांत त्या सर्वांना सरहद्दीवर जाऊन खऱ्याखुऱ्या शत्रूचा सामना करावा लागणार होता. खरोखरच्या गोळ्या झाडण्याचा प्रसंग येणार होता. त्या वेळी तुमचा हात धरायला मी तुमच्या जवळ नसेन!'' तो त्यांना म्हणाला होता. गाइल्सच्या प्रथमच एक गोष्ट लक्षात आली की, त्या महाभयंकर सार्जंट मेजरची आपल्याला खूप म्हणजे खूप आठवण होणार आहे.

''आणा त्या शत्रूला आमच्या समोर!'' बेट्स म्हणाला.

अखेर बाराव्या आवड्यातील शुक्रवारी त्यांची 'पासिंग आउट परेड' झाली. गाइल्सला वाटलं, इतर जवानांसारखं आपल्यालाही एका आठवड्याची सुट्टी देऊन ब्रिस्टॉलला पाठवण्यात येईल. कारण पुढच्या आठवड्यातील सोमवारी सर्वांनाच रेजिमेंटल डेपोमध्ये रुजू होण्यास सांगितलं होतं. परंतु तो परेड नंतर परत निघाला असताना सार्जंट मेजरने त्याला गाठलं आणि एका बाजूला बोलावून घेऊन म्हणाला, ''कॉर्पोरल बॅरिंग्टन, तुम्ही ताबडतोब मेजर रॅडक्लिफ यांना जाऊन भेटा.

'कशासाठी?' असं गाइल्सच्या मनात आलं. पण विचारूनही काही फायदा नव्हता. उत्तर मिळालंच नसतं.

मग गाइल्स खाडऽ खाडऽऽ चालत पटांगण पार करून मेजर साहेबांच्या ऑफिसपाशी गेला. त्यांना आजवर त्याने फक्त दुरूनच पाहिलं होतं.

त्याने दरवाज्यावर टकटक केल्यावर आतून आवाज आला, ''आत या!''

गाइल्सने आत प्रवेश करून खाडकन सलाम ठोकला. मेजर रॅडक्लिफ म्हणाले, ''बॅरिंग्टन, तुमच्यासाठी एक चांगली बातमी आहे. तुम्हाला ऑफिसर ट्रेनिंग स्कूलमध्ये प्रवेश देण्यात येत आहे.''

आपल्याला कमिशन देण्याचा वरिष्ठांचा विचार चालू आहे, ही गोष्ट गाइल्सच्या गावीच नव्हती.

“उद्या सकाळी तुम्हाला मॉन्सला जावं लागेल. सोमवार सकाळपासून तुमचं प्रशिक्षण सुरू होईल. हार्दिक अभिनंदन आणि शुभेच्छा!”

“थँक यू, सर!” गाइल्स म्हणाला. “माझ्या सोबत बेट्ससुद्धा येणार असेल ना?”

“बेट्स?” मेजर रॅडक्लिफ म्हणाले. “म्हणजे कॉर्पोरल बेट्स?”

“होय सर!”

“गुड हेवन्स, नो!” मेजर म्हणाले. “बेट्सची काही ऑफिसर होण्याची पात्रता नाही.”

‘आपल्या ऑफिसर्सची निवड करताना त्या जर्मनांनी पण इतकाच बिनडोकपणा केला असेल तर बरं!’ गाइल्सच्या मनात आलं.

दुसऱ्या दिवशी दुपारीच आल्डरशॉटमधील मॉन्स ऑफिसर कॅडेट ट्रेनिंग युनिटमध्ये येऊन दाखल झाला. यानंतर आपल्या आयुष्यात तडकाफडकी किती आमूलाग्र बदल घडून येणार आहे, याची त्याला मुळीच कल्पना नव्हती. कॉर्पोरल्स, सार्जंट्स आणि सार्जंट मेजर्ससुद्धा त्याला आता ‘सर’ असं संबोधू लागले. या गोष्टीची त्याला सवय होण्यासाठी काही दिवस जावे लागले.

आता त्याला झोपण्यासाठी स्वतंत्र खोली होती. भल्या पहाटे पाच वाजता दंडुका आपटून त्याला कुणीही आता उठवायला येत नव्हतं. ताबडतोब पलंगावरून खाली उतरून उभं राहाण्याची धमकीही कुणी देत नव्हतं. गाइल्स स्वत:च्या मर्जीने पाहिजे तेव्हा तो दरवाजा उघडू शकत होता. सकाळच्या वेळी तो ‘ऑफिसर्स मेस’मध्ये ब्रेकफास्ट घेण्यासाठी गेला की, तिथे बसलेले त्याच्यासारखे तरुण ऑफिसर्स त्याच्याप्रमाणेच उच्चशिक्षित, उच्चकुलीन आणि सुसंस्कृत असत. खाताना काटा-चमचा कसा पकडायचा, हे त्यांना कुणी शिकवण्याची गरज नसे. त्यांच्यातले एक-दोन तरुण तर असे दिसत होते की, यांना बंदूक हातात पकडता येत असेल की नाही, अशी शंका यावी. सरहद्दीवर जाऊन शत्रूवर गोळ्यांचा भडिमार करणं तर दूरच राहिलं. पण काही आठवड्यातच हे सर्व तरुण सरहद्दीवर जाणार होते. त्यांच्या हाताखाली देशभरातून भरती झालेले अननुभवी स्वयंसेवी तरुण असणार होते. त्यांची सर्वांची आयुष्ये या ऑफिर्सच्या निर्णयशक्तीवर अवलंबून असणार होती.

गाइल्स आणि त्याच्यासारख्याच प्रशिक्षणार्थींचा अभ्यासक्रम सुरू झाला. वर्गात त्यांना लष्कराचा इतिहास, भूगोल, नकाशावाचन, सैन्याची व्यूहरचना, जर्मन भाषा आणि नेतृत्वकला इत्यादी अनेक विषयांचे शिक्षण मिळण्यास सुरुवात झाली.

ब्रॉड स्ट्रीटवरच्या खाटकाच्या पोराकडून गाइल्सला एक गोष्ट शिकायला मिळाली होती. नेतृत्वगुण कुणाला शिकवता येत नाहीत. ते व्यक्तीच्या अंगी उपजतच असावे लागतात.

आठ आठवड्यानंतर ते सगळे तरुण परत एकदा 'पासिंग आउट परेड'मध्ये भाग घेण्यासाठी उभे राहिले. तेथे त्यांना 'किंग्ज कमिशन' हा बहुमान प्रदान करण्यात आला. त्यांना त्यांच्या खांद्यावर गणवेशाच्या दोन्ही बाह्यांवर परिधान करण्यासाठी पदकं मिळाली. तांबूस रंगाची एक छडी त्याचप्रमाणे राजाकडून एक आभाराचं पत्रही देण्यात आलं.

आपण आपल्या जुन्या रेजिमेंटमध्ये परत जावं आणि तिथल्या सोबत्या समवेत राहावं, असं गाइल्सला फार तीव्रतेने वाटत होतं. पण ते आता कधीच शक्य नव्हतं. कारण शुक्रवारी दुपारी 'पासिंग आउट परेड' संपवून तो पटांगणावरून बाहेर पडत असताना वाटेत भेटलेल्या कॉर्पोव्हल्स आणि सार्जंट्सनी, इतकंच कायतर सार्जंट मेजरनेसुद्धा त्याला सलाम ठोकला.

त्या दिवशी दुपारी परेडनंतर सहा तरुण सेकंड लेफ्टनंट जवान देशभरातील आपापल्या गावी रवाना झाले. ते एका आठवड्याची सुट्टी आपापल्या कुटुंबीयांसोबत घालवणार होते. त्यांच्यातील काहींची तर कदाचित कुटुंबासोबत व्यतीत केलेली अखेरची सुट्टी असणार होती.

ती संपूर्ण दुपार गाइल्सने एका ट्रेनमधून उतरून पुढची ट्रेन पकडून प्रवास करण्यात घालवली. अखेर रात्रीच्या जेवणाच्या वेळेपर्यंत तो आपल्या घरी मॅनोर हाउसला येऊन पोहोचला.

लष्करी अधिकाऱ्याच्या गणवेशात घराच्या दारात उभ्या असलेल्या आपल्या तरुण मुलाला पाहून एलिझाबेथचा ऊर अभिमानाने भरून आला. तिला आपला आनंद लपवता आला नाही.

आपल्याला गणवेशात पाहायला एमा किंवा ग्रेस घरी नसल्याचं पाहून गाइल्स थोडा खट्टू झाला. पण ग्रेसचं केंब्रिजमधलं दुसरं वर्ष चालू होतं, त्यामुळे आजकाल ती सुट्टीत सुद्धा फारशी घरी येत नसल्याचं एलिझाबेथने त्याला सांगितलं.

मग एलिझाबेथ आणि गाइल्स जेवायला बसले. जेनकिन्स त्यांना वाढत होता. परंतु जेवणात पूर्वीसारखी खाद्यपदार्थांची रेलचेल नव्हती. घरातील बराच नोकरवर्ग स्वेच्छेने लष्करात भरती होण्यासाठी सोडून गेला असल्याचं एलिझाबेथने गाइल्सला सांगितलं. डार्टमूरमधल्या ट्रेनिंग कॅंपमधल्या हकिकती गाइल्सने आपल्या आईला सांगितल्या. मग त्याने तिला टेरी बेट्स बद्दलही सांगितलं. त्यावर ती एक निश्वास टाकून म्हणाली, "बेट्स ॲन्ड सन!" यांच्याकडे अतिशय उत्कृष्ट प्रतीचा माल

मिळत असे.''

''मिळत असे? म्हणजे?'' गाइल्स म्हणाला.

''त्या ब्रॉड स्ट्रीटवरची सगळीच्या सगळी दुकानं जमीनदोस्त झाली. त्यामुळे बेट्सच्या दुकानातला माल आजकाल आपल्याला मिळत नाही. त्या जर्मनांना चांगला धडा शिकवण्याची वेळ आली आहे.''

गाइल्सच्या कपाळाला आठी पडली. तो म्हणाला, ''आणि एमाचं काय?''

''तिचं उत्तम चाललंय... फक्त – ''

''फक्त? ''गाइल्स म्हणाला. मग जरावेळ थांबून त्याची आई शांतपणे म्हणाली, ''जर एमाला मुलगा होण्याऐवजी मुलगी झाली असती, तर सगळं किती सोयीचं झालं असतं.''

''पण असं का म्हणतेस तू? इतकं का महत्त्वाचं आहे हे?'' गाइल्स म्हणाला.

त्यावर त्याच्या आईने काही न बोलता मान खाली घातली.

''ओ गॉड!'' गाइल्स म्हणाला. तिच्या शब्दांचा अर्थ आता त्याच्या लक्षात आला. ''हॅरी मरण पावल्याचं कळल्यानंतर, मी तर असं गृहीतच धरून चाललो होतो की, वारसा हक्कानुसार सगळी मालमत्ता –''

''बाळा, माणसाने कधीही कुठली गोष्ट गृहीत धरू नये!'' त्याची आई वर बघत म्हणाली, ''जोपर्यंत तुझे वडील हेच हॅरीचेही वडील असल्याचं खात्रीलायकरित्या सिद्ध होत नाही, तोपर्यंत काहीच गृहीत धरू नको. तोपर्यंत तरी असंच आहे की, तुझ्या आजोबांच्या मृत्युपत्रानुसार सर्व मालमत्तेचा वारस सेबॅस्टियन हाच असेल.''

त्यानंतर गाइल्स जेवता-जेवता आणखी काहीच बोलला नाही. आपल्या आईच्या बोलण्याचा मथितार्थ समजून घेण्याचा तो प्रयत्न करत होता. जेवणानंतर कॉफी आली. त्यानंतर त्याच्या आईने थकल्याचं कारण सांगून गाइल्सची रजा घेतली.

त्यानंतर गाइल्स जिना चढून आपल्या खोलीकडे निघाला. वाटेत सेबॅस्टियनची खोली लागली. गाइल्स त्याचा गॉडफादर होता, त्यामुळे आपल्या चिमुकल्या गॉडसनची भेट घेण्यासाठी तो अलगद पावलांनी खोलीत शिरला. संपूर्ण मालमत्तेच्या त्या वारसदाराजवळ गाइल्स जरा वेळ बसला. सेबॅस्टियन शांत गुरफटून झोपला होता. देशातल्या युद्ध परिस्थितीविषयी त्याला काहीही देणं-घेणं नव्हतं. आणि त्या मृत्युपत्राविषयी त्याला काय समजणार होतं?

दुसऱ्या दिवशी गाइल्स आपल्या दोन्ही आजोबांसमवेत सॅव्हेज क्लब येथे दुपारच्या जेवणासाठी गेला. पाच महिन्यांपूर्वी मल्गेरी कॅसलमध्ये त्या सर्वांनी थोडा काळ एकत्र घालवला होता. त्यापेक्षा आत्ता सगळंच खूप वेगळं होतं. त्या दोघाही आजोबांना एका गोष्टीची खूप उत्सुकता होती. गाइल्सच्या रेजिमेंटचं पोस्टिंग नक्की कुठे होणार?''

''मलाही काहीच कल्पना नाही.'' गाइल्स म्हणाला. खरं तर त्यालाही हे समजून घेण्याची मनातून खूपच उत्सुकता होती. पण तसंही जरी त्याला ते माहीत असतं, तरीही त्याने ती माहिती आपल्या आजोबांना निश्चितच पुरवली नसती. वास्तविक ते दोघंही लोअर वॉरमध्ये स्वत: सरहद्दीवर जाऊन लढले होते. पण तरीही!

सोमवारी सकाळी लेफ्टनंट बॅरिंग्टन लवकर उठला. त्याने आपल्या आईबरोबर नाश्ता केला. त्यानंतर त्यांच्या घरच्या गाडीने त्याला फर्स्ट वेसेक्स रेजिमेंटच्या मुख्यालयात नेऊन सोडलं. मुख्य प्रवेशद्वारापाशी शस्त्रास्त्रांनी भरलेल्या अनेक गाड्या होत्या. जिकडे पाहावं तिकडे माणसंच माणसं होती. तो कारमधून उतरून प्रवेशद्वारापाशी असलेल्या चौकीजवळ आला.

''गुड मॉर्निंग सर!'' एक कॉर्पोरल म्हणाला. त्याने गाइल्सला एक कडक सलाम ठोकला. या गोष्टींची गाइल्सला अजूनही सवय झालेलीच नव्हती. ''ॲडजटंटसाहेबांनी तुम्हाला इथे आल्यावर ताबडतोब त्यांच्या ऑफिसात भेटायला येण्यास सांगितलंय.''

गाइल्स त्याला सलाम करत म्हणाला, ''कॉर्पोरल मला मेजर रॅडक्लिफ याचं ऑफिस नेमकं कुठे आहे, ते तर सांगा.''

''चौकाच्या पलीकडे हिरव्या रंगाचं दार आहे, सर! तिकडे गेल्यावर दिसेलच ते तुम्हाला.''

गाइल्स खाडऽ खाडऽऽ मार्च करत त्या चौकातून पलीकडे गेला. वाटेत अनेकांनी त्याला सलाम ठोकला व दरवेळी त्यानेही त्यातील प्रत्येकाला प्रतिसलाम ठोकला. अखेर तो ॲडजटंटसाहेब, म्हणजेच मेजर रॅडक्लिफ यांच्या ऑफिसात पोहोचला.

''बॅरिंग्टन, आत या! तुम्हाला पाहून खूप बरं वाटलं. तुम्ही वेळेत इथे येऊन पोहोचता की नाही, याचीच आम्हाला काळजी वाटत होती.'' ते म्हणाले.

''वेळेत? म्हणजे काय?'' गाइल्स म्हणाला.

''अहो, आमच्या रेजिमेंटचं पोस्टिंग परदेशी झालं आहे. आणि कर्नलसाहेबांना वाटलं, आमच्या बरोबर येऊन युद्धात सहभागी होण्याची संधी तुम्हाला देण्यात आली पाहिजे किंवा मग तुम्ही मागे थांबून पुढच्या संधीची वाट बघू शकता.''

''आपण कधी निघायचं, सर?''

''मला ते काही ठाऊक नाही. ते सगळं माझे वरिष्ठ ठरवतात. पण मी तुम्हाला एका गोष्टीची खात्री देतो. ब्रिस्टॉलपेक्षा त्या जर्मनांच्या आपण कितीतरी जास्त जवळ असू.''

हॅरी क्लिफ्टन

(१९४१)

१३

लेव्हनहॅमच्या तुरुंगातून लॉईडची ज्या दिवशी सुटका झाली, तो दिवस हॅरी कधीही विसरणं शक्य नव्हतं. अर्थात त्याला सुटून जाताना पाहून हॅरीला मुळीच वाईट वाटलं नाही. पण जाण्यापूर्वी मॅक्स लॉईड जे काही म्हणाला, ते ऐकून त्याला आश्चर्याचा धक्का बसला.

"टॉम तू माझ्यावर एक मेहरबानी करशील का?" हॅरीचे हात हातात घेऊन त्याचा निरोप घेत असताना तो म्हणाला. "तुझ्या या डायऱ्या वाचायला मला फार मजा येते. त्या वाचतच बसाव्यात असं मला वाटतं." मग त्याने खिशातून एक कार्ड काढले.

"तू जर तुझ्या सगळ्या डायऱ्या या कार्डावर लिहिलेल्या पत्त्यावर पाठवल्यास, तर त्या मी एका आठवड्याच्या आत तुला परत पाठवेन."

हॅरीला त्याचं बोलणं ऐकून खूप आनंद झाला. आपली एक-एक डायरी लिहून संपली की, ती मॅक्सला पाठवण्याचं त्याने त्याला वचन दिलं.

दुसऱ्या दिवशी सकाळी लायब्ररीत गेल्यावर लायब्ररीयनच्या जागी हॅरी जाऊन बसला. पण त्याने आपलं काम संपवल्याशिवाय आदल्या दिवशीचं वृत्तपत्र हाततही घेतलं नाही. रोज रात्री तो नेमाने डायरी लिहायचा. त्याची जी डायरी लिहून पूर्ण होईल, ती तो लॉईडच्या पत्त्यावर पोस्टाने पाठवून देई. लॉईड सुद्धा न चुकता त्या अगदी वेळेत परत पाठवून द्यायचा, हे मात्र जरा नवलच होतं.

जसजसे महिने जात होते, तसा तुरुंगातल्या रटाळ कंटाळवाण्या आयुष्याचा हॅरीने मनातून स्वीकार केला होता. पण एक दिवस वॉर्डन न्यू यॉर्क टाइम्सची प्रत हातात घेऊन धाडकन लायब्ररीचं दार उघडून आत शिरला, तेव्हा हॅरी दचकला. तो हातात पुस्तकांचा एक भला मोठा ढीग सांभाळत एक-एक पुस्तक नीट नेटकेपणाने पुस्तकांच्या शेल्फमध्ये लावत होता.

"आपल्याकडे युनायडेट स्टेट्‌सचा नकाशा आहे का?" स्वानसन म्हणाला.

“हो, अर्थातच आहे! हॅरी म्हणाला. लगेच संदर्भ ग्रंथ विभागात जाऊन त्याने ह्युबर्टच्या ‘मॅप ऑफ अमेरिका’ची प्रत आणली. नक्की कोणतं ठिकाण पाहचंय तुम्हाला?” तो म्हणाला.

“पर्ल हार्बर!”

त्यानंतरचे चोवीस तास ज्याच्या त्याच्या तोंडी फक्त एकच विषय होता. कैदी आणि पहारेकरी एकाच गोष्टीची चर्चा करत होते – ‘अमेरिका युद्धात सहभागी कधी होणार?’

दुसऱ्या दिवशी सकाळी स्वानसन परत लायब्ररीत आला.

“अध्यक्ष रुझवेल्ट यांनी रेडिओवरून नुकतंच राष्ट्राला उद्देशून भाषण केलं. युनायटेड स्टेट्सने जपानविरुद्ध युद्ध पुकारल्याची घोषणा त्यांनी त्या वेळी केली.

“ते सगळं ठीक आहे.” हॅरी म्हणाला.

“पण हिटलरचा पाडाव करण्याच्या कामी हे अमेरिकन्स आपल्याला मदत कधी करणार?”

ज्याक्षणी त्याच्या तोंडून ‘आपल्याला’ हा शब्द बाहेर पडला, त्याच क्षणी त्याला त्याचा पश्चात्तापसुद्धा झाला. त्याने वर पाहिलं, तर स्वानसन विचित्र नजरेने त्याच्याकडे बघत उभा होता. मग हॅरी घाईने पुस्तकं शेल्फमध्ये लावण्याच्या आपल्या कामाकडे वळला.

पण हॅरीच्या मनात उमटलेल्या प्रश्नाचं उत्तर नंतरच्या काही दिवसांतच त्याला मिळालं. खुद्द विन्स्टन चर्चिल क्वीन मेरी या जहाजाने प्रवास करून प्रेसिडेंट रुझवेल्ट यांच्याशी बोलणी करण्यासाठी वॉशिंग्टन डी.सी.मध्ये येऊन दाखल झाले. ती बोलणी करून विन्स्टन चर्चिल तेव्हा ब्रिटनला परतले, त्यापूर्वी त्यांनी प्रेसिडेंट रुझवेल्ट कडून एक वचन मिळवलं होतं. अमेरिकेने युरोपमध्ये चालू असलेल्या युद्धात लक्ष घालून नाझी जर्मनीचा पाडाव करण्याचं वचन दिलं होतं.

आपला देश युद्धात उतरत असल्याच्या बातमीवर तुरुंगातील कैद्यांच्या ज्या विविध प्रतिक्रिया उमटल्या होत्या, त्यांची हॅरीने आपल्या डायरीत नोंद करून ठेवली होती. त्याने त्यावरून असा निष्कर्ष काढला होता की, त्यांच्यात दोन मतप्रवाह होते. एक गट भित्र्यांचा होता, तर दुसरा साहसी, धीरोदत्त माणसांचा. भित्र्या लोकांना या वेळी आपण नेमके तुरुंगात बंद आहोत, ही गोष्ट म्हणजे इष्टापत्तीच वाटली होती. आपली सुटका होण्यापूर्वीच हे युद्ध संपून सगळी परिस्थिती पूर्ववत झाली पाहिजे, अशी त्यांची मनोमन इच्छा होती. तर दुसऱ्या प्रकारच्या लोकांना कधी एकदा आपण इथून बाहेर पडतो आणि युद्धात सहभागी होऊन शत्रूला चारीमुंड्या चीत करतो, असं झालं होतं. ते तुरुंगातल्या पहारेकऱ्यांपेक्षाही शत्रूचा कितीतरी जास्त प्रमाणात तिरस्कार करत होते. ‘तुझं काय मत आहे?” असं विचारताच क्विन म्हणाला,

“ज्याला घाण चिवडायला आवडत नाही, असा एक तरी आयरिश माणूस तू आजवर पाहिला आहेस का?”

हॅरी मात्र अलीकडे जास्तच निराश होत चालला होता. आता हे अमेरिकन लोकसुद्धा युद्धात सहभागी झाले होते. त्यामुळे आपण तुरुंगातून सुटून युद्धात काही कामगिरी बजावण्यापूर्वीच हे युद्ध संपूनही जाणार, अशी त्याला मनातून भीती वाटायची. तुरुंगात आल्यापासून प्रथमच आता त्याच्या मनात इथून पळ काढण्याचे विचार घोळू लागले होते.

हॅरीने ‘न्यू यॉर्क टाइम्स’मधलं एक पुस्तक परीक्षण नुकतं वाचून संपवलं होतं. एवढ्यात एक ऑफिसर लायब्ररीत शिरून त्याला म्हणाला, “तुला वॉर्डनसाहेबांनी ताबडतोब भेटायला बोलावलं आहे, ब्रॅडशॉ!”

हॅरीला मुळीच आश्चर्य वाटलं नाही. त्याने वृत्तपत्रात छापून आलेली ती जाहिरात वाचली होती. हे असले उद्योग लॉईड कसे काय करू शकतो, त्याची मान यात अडकणार कशी नाही, याचंच त्याला राहून-राहून आश्चर्य वाटत होतं. त्याने हातातल्या वृत्तपत्रांची नीट घडी करून ते शेल्फमध्ये ठेवलं आणि ऑफिसरच्या मागोमाग लायब्ररी बाहेर पडला.

“मि. जॉईस, त्यांना मला कशासाठी भेटायचंय?” हॅरी प्रांगणातून त्यांच्या मागोमाग जात असताना म्हणाला.

“ते मला नको विचारू,” जॉईस स्वतःच्या आवाजातला उपहास जराही न लपवता म्हणाला. “मी काही कधी वॉर्डनच्या खास विश्वासातला माणूस नव्हतो.”

त्यानंतर चालत जाऊन वॉर्डनच्या ऑफिसपाशी पोहोचेपर्यंत हॅरी एक शब्दही बोलला नाही. जॉईसने दारावर हलके टकटक केलं.

“आत या!” तो ओळखीचा आवाज आतून म्हणाला. जॉईसने दार ढकलून उघडलं. हॅरी आत शिरला. वॉर्डनच्या समोरच्या खुर्चीत एक अनोळखी माणसाला बसलेलं पाहून हॅरीला नवल वाटलं. त्या माणसाच्या अंगात रुबाबदार अधिकाऱ्याचा गणवेश होता. तो अत्यंत रुबाबदार होता. त्याच्याकडे पाहताच स्वतःचा ओंगळवाणेपणा हॅरीला प्रकर्षाने जाणवला. तो माणूस हॅरीकडे एकटक बघत होता.

वॉर्डन आपल्या टेबलामागे उठून उभा राहिला. “गुड मॉर्निंग, टॉम!” आजवर प्रथमच स्वानसनने त्याला त्याच्या नावाने हाक मारली होती. “हे कर्नल क्लेव्हरडन, फिफ्थ टेक्सास रेंजर्सचे आहेत हे!”

“गुड मॉर्निंग, सर! “हॅरी म्हणाला.

क्लेव्हरडन यांनीसुद्धा उठून उभं राहून हॅरीशी हस्तांदोलन केलं. हे ही यापूर्वी असं कधीच घडलेलं नव्हतं.

''खाली बस, टॉम!'' स्वानसन म्हणाला.

''कर्नल तुझ्यासाठी एक प्रस्ताव घेऊन आले आहोत.''

हॅरी खाली बसला.

''ब्रॅडशॉ, तुला भेटून मला फार आनंद झाला.'' कर्नल क्लेव्हरडन यांनी बोलायला सुरुवात केली. ''मी टेक्सास रेंजर्सचा कमांडिंग ऑफिसर आहे.'' त्यांचे शब्द ऐकून हॅरीने जरा अविश्वासाने त्यांच्याकडे पाहिलं. ते ओळखून ते म्हणाले, ''तुला कोणत्याही रिक्रूटमेंट मॅन्युअलमध्ये आमचा उल्लेख आढळणार नाही. मी ज्या सैनिकांना प्रशिक्षण देतो, त्यांना मुद्दामच शत्रूच्या हद्दीत नेऊन सोडलं जातं. तिथे जाऊन त्या प्रदेशात जास्तीत जास्त अराजक माजवणं, हे त्या माणसांचं काम असतं. त्यामुळे आपल्या सैनिकांना त्यांचं काम व्यवस्थित पार पाडता येतं. आपल्या पलटणी युरोपात नक्की कुठे उतरणार आहेत, हे तर अजून कुणालाच माहीत नाहीये. पण ही माहिती, सर्वांत आधी मलाच कळेल, हे मात्र नक्की! कारण शत्रूवर आक्रमण करण्याच्या काही दिवस आधी माझ्या पोरांना पॅराशूटच्या साहाय्याने त्या भागात उतरवण्यात येईल.''

हॅरी खुर्चीच्या कडेवर कसाबसा चुळबुळत बसला होता.

''पण बलून आकाशात उडण्याअगोदर मी एक छोटा स्पेशालिस्ट लोकांचा गट तयार करणार आहे. म्हणजे कोणताही आणीबाणीचा प्रसंग ओढवला तरी आपली तयारी असली पाहिजे. या गटात आणखी छोटे तीन उपविभाग असतील. त्यात प्रत्येकी दहा माणसं असतील : एक कॅप्टन, एक स्टफ सार्जंट, दोन कॉर्पोरल्स आणि सहा प्रायव्हेट सोल्जर्स. गेल्या काही आठवड्यांत मी विविध तुरुंगांच्या वॉर्डन्सच्या संपर्कात आहे. त्यांच्या नजरेत जर कुणी या कामासाठी सुयोग्य कैदी असतील, तर अशा खास कैद्यांची नावं त्यानी मला सुचवावी, अशी मी त्यांना विनंती केली आहे. मि. स्वानसन यांनी मला जी दोन नावं सुचवली, त्यांपैकी एक नाव तुमचं होतं. मी तुमचं जुनं रेकॉर्ड तपासून पाहिलं. तुम्ही नेव्हीमध्ये होता. वॉर्डन साहेबांप्रमाणे मला पण असंच वाटतं की, तुम्ही असा इथे तुरुंगात वेळ घालवण्यापेक्षा अंगात गणवेश चढवून लढायला यावं.

हॅरी वॉर्डनकडे वळून म्हणाला, ''थँक यू, सर! पण एक विचारू? हा दुसरा माणूस कोण?''

''क्विन!'' वॉर्डन स्वानसन म्हणाला. ''तुम्ही दोघांनी मिळून मला गेल्या काही वर्षांत इतका त्रास दिलेला आहे की, मला वाटतं आता तुम्हा दोघांच्या उपद्व्यापांना तोंड द्यायची वेळ त्या जर्मनांवरच आली पाहिजे.'' ते ऐकून हॅरीच्या चेहऱ्यावर स्मितरेषा उमटली.

''ब्रॅडशॉ! तुम्ही जर आमच्यासोबत यायचं ठरवलंत –'' कर्नल पुढे म्हणाले,

“तर तुम्हाला ताबडतोब आठ आठवड्यांच्या प्रशिक्षण वर्गात भरती व्हावं लागेल. त्यानंतर आणखी एक सहा आठवड्यांचं ‘स्पेशल ऑपरेशन्स’चं वेगळं प्रशिक्षण तुम्हाला दिलं जाईल. पण याहून आणखी काही सांगण्याआधी मी तुम्ही मला हे सांगा की, तुम्हाला यात रस आहे का?”

“मी प्रशिक्षणाला कधी सुरुवात करू?” हॅरी म्हणाला.

कर्नल किंचित हसले. “माझी कार बाहेर पटांगणात उभी आहे. मी इंजिन सुरुच ठेवून आत आलोय.”

“तुझे पूर्वीचे कपडे तुला स्टोअरमध्ये गेल्यावर लगेच मिळतील. मी तशी व्यवस्था करूनच ठेवली आहे.” वॉर्डन म्हणाले. “अर्थात तू इतक्या तडकाफडकी इथून निघून जाण्यामागच्या कारणाविषयी आपल्याला अत्यंत गुप्तता बाळगावी लागणार आहे. मला जर कुणी विचारलं, तर मी असंच सांगणार आहे की, तुला आणि क्विनला दुसऱ्या तुरुंगात हलविण्यात आलं आहे.

कर्नल होकारार्थी मान हलवत हॅरीला म्हणाले, “ब्रॅडशॉ, तुला काही विचारायचंय?”

“क्विनने तुमचा प्रस्ताव मान्य केला आहे का?”

“तो आत्ता बाहेर उभ्या असलेल्या माझ्या कारच्या मागच्या सीटवर बसला आहे. तुम्हाला इतका वेळ का लागतोय, याचं त्याला नक्कीच आश्चर्य वाटतं असेल.”

“पण मी इथे तुरुंगात कशासाठी शिक्षा भोगतोय, याची तुम्हाला कल्पना आहे ना कर्नल?”

क्लेव्हरडन म्हणाले. “त्यामुळे मग तुझ्यावर मला अगदी बारकाईने नजर ठेवावी लागेल, नाही का?” दोघं त्यावर हसले. “तुम्ही माझ्या तुकडीत ‘प्रायव्हेट सोल्जर’ म्हणून भरती व्हाल आणि एक गोष्ट मी तुम्हाला खात्रीपूर्वक सांगतो. तुमचा पूर्वेतिहास तुमच्या प्रगतीच्या किंवा बढतीच्या आड येणार नाही. आणि हो! आता विषय निघालाच आहे म्हणून सांगतो – पण ब्रॅडशॉ! मला वाटतं तुम्ही नवीन नाव घेऊन सैन्यात भरती झालेलं बरं. एखाद्या भोचक माणसाने उगाच जुनी रेकॉर्ड्स काढून नसत्या चौकश्या केल्या, तर उगीच पंचाईत व्हायची. मग काय नाव ठरवलंय तुम्ही?”

“हॅरी क्लिफ्टन, सर!” हॅरी जरा जास्तच घाईने म्हणाला.

वॉर्डन हसला. “तुझं खरं नाव काय असेल, याची मला नेहमीच उत्सुकता वाटायची.”

एमा बॅरिंग्टन

(१९४१)

१४

क्रिस्टिनचं अपार्टमेंट सोडून कधी एकदा आपण बाहेर पडतो आणि न्यू यॉर्कहून इंग्लंडला परत जातो, असं एमाला झालं होतं. एकदा ब्रिस्टॉलला गेलं की, एकटीने एकांतात या दुःखाचा सामना करायचा आणि उर्वरित आयुष्य हॅरीच्या मुलाला लहानाचं मोठं करण्यात घालवायचं, असं तिने ठरवलं. पण तिची एवढ्यात सुटका होणार नव्हती.

"आय ॲम सो सॉरी!" क्रिस्टिन एमाच्या खांद्याभोवती हात टाकून म्हणाली. "टॉमच्या बाबतीत काय घडलं, हे तुम्हाला माहीत नाहीये, याची मला काहीच कल्पना नव्हती."

एमा म्लानपणे हसली.

"मी तुम्हाला फक्त एकच सांगेन की, टॉम पूर्णपणे निरपराध आहे, अशी माझी आणि रिचर्डची शंभर टक्के खात्री आहे. त्याच्या हातून असं काही घडलं असेल, अशी शंकाही आम्हाला येत नाही. ज्या माणसाची शुश्रूषा करून मी त्याला वाचवलं, त्या माणसाच्या हातून खुनासारखं कृत्य घडणं शक्यच नाही."

"थँक यू!" एमा म्हणाली.

"टॉम आमच्याबरोबर 'कॅन्सस स्टार'वर असताना आम्ही काही फोटो काढले होते. तुम्हाला ते बघायचे आहेत का?" क्रिस्टिनने विचारलं.

एमाने सौजन्याने होकार दिला. पण खरंतर त्या टॉम ब्रॅडशॉचे फोटो बघण्यात एमाला काडी इतकाही रस नव्हता. क्रिस्टिन ते फोटो आणण्यासाठी आतल्या खोलीत गेली की, आपण गुपचूप तिथून सटकायचं आणि आपल्या हॉटेलात परत जायचं, असं तिने ठरवलं. एका परक्या व्यक्तीसमोर स्वतःचं आणखी जास्त हसं करून घेण्याची तिची अजिबात इच्छा नव्हती.

क्रिस्टिन आतल्या खोलीत गेल्यावर, एमा घाईने उडी मारून उठली. पण उठता-उठता तिचा टेबलावर ठेवलेल्या कॉफीच्या कपाला धक्का लागून कप खाली

पडला आणि सगळी कॉफी कार्पेटवर सांडली. एमा हताशपणे गुडघ्यांवर बसून रडू लागली. एवढ्यात क्रिस्टिन हातात काही फोटो घेऊन खोलीत परत आली.

एमाला खाली बसून रडताना पाहून तिने तिचं सांत्वन करण्याचा प्रयत्न केला – "हे पाहा, त्या कार्पेटची काळजी नका करू. एवढं काही बिघडलं नाही. हे बघा... तुम्ही जरा या फोटोवरून नजर टाका, तोपर्यंत मी ही कॉफी पुसायला आतून फडकं घेऊन येते." असं म्हणून तो फोटोंचा गठ्ठा एमाच्या हातात ठेवून ती आत निघून गेली.

आता काही आपली इथून सुटका नाही, हे लक्षात आल्यावर एमा खुर्चीवर जाऊन बसली आणि तिने टॉम ब्रॅडशॉचे फोटो बघण्यास सुरुवात केली.

"ओ माय गॉड!" ती मोठ्यांदा म्हणाली. तिच्या हातातल्या फोटोत एका जहाजाच्या डेकवर हॅरी उभा होता. मागच्या बाजूला दूरवर अमेरिकेच्या स्वातंत्र्य देवतेचा पुतळा दिसत होता. त्यानंतरच्या फोटोत हॅरीच्या मागच्या बाजूला मॅनहॅटन भागातल्या उंच-उंच इमारती होत्या. तिचे डोळे पाण्याने भरून आले. हे कसं काय शक्य आहे, तेच तिला कळेना, मग ती अधिरतेने क्रिस्टिनची वाट पाहू लागली. अगदी काही क्षणांतच हातात ओलं फडकं घेऊन क्रिस्टिन परत आली आणि खाली बसून कार्पेटवर सांडलेल्या कॉफीचे डाग काळजीपूर्वक पुसू लागली.

"टॉमला अटक झाल्यानंतर त्याचं पुढे काय झालं, हे तुम्हाला माहीत आहे का?" एमाने काळजीने विचारलं.

"तुम्हाला कुणी सांगितलं नाही का?" क्रिस्टिन वर बघत म्हणाली, "त्याच्या विरुद्ध खुनाचा आरोप सिद्ध होण्याइतका पुरावा नव्हता. त्यामुळे जेल्क्सने त्याला सोडवलं. पण त्यावर नेव्हीमधून पळ काढल्याचा ठपका ठेवण्यात आला. त्याने स्वतःचा गुन्हा कबूल केला आणि त्याबद्दल त्याला सहा वर्षांच्या तुरुंगवासाची शिक्षा ठोठावण्यात आली."

हॅरीने जो गुन्हा केलेलाच नव्हता, त्यासाठी तो कारावासाची शिक्षा का भोगत होता, हे कोडं एमाला काही केल्या सुटेना. "हा खटला न्यू यॉर्कमध्येच चालला होता का?"

"हो!" क्रिस्टिन म्हणाली, "आणि त्याने आपला वकील म्हणून सेफ्टन जेल्क्स यांची नेमणूक केली होती, त्यामुळे माझी आणि रिचर्डची खात्रीच पटली की, त्याला आर्थिक चणचण अजिबात भासत नसणार."

"म्हणजे? मी नाही समजले."

"न्यू यॉर्कच्या अत्यंत नावाजलेल्या वकिली फर्मचे सेफ्टन जेल्क्स हे सिनियर पार्टनर आहेत. याचा अर्थ असा की, टॉमची बाजू त्यांनी अत्यंत कौशल्याने मांडली. ते टॉमच्या संदर्भात आमची भेट घेण्यासाठी आले, तेव्हा ते बरेच काळजीत दिसत होते. त्यांनी डॉ. वॉलेस त्याचप्रमाणे जहाजाच्या कॅप्टनसाहेबांची पण भेट घेतली

होती. टॉम निरपराध आहे, असं त्यांनी आम्हा सर्वांना खात्रीपूर्वक सांगितलं होतं.''

''त्याला त्यांनी नक्की कोणत्या तुरुंगात पाठवलं आहे, याची तुम्हाला कल्पना आहे का?'' एमाने हळुवारपणे विचारलं.

''हो न्यू यॉर्कमधल्या लेव्हनहॅम तुरुंगात रिचर्डने आणि मी त्याची भेट घेण्याचा प्रयत्न केला, पण तो कुणाला भेटत नाही, असं मि. जेल्क्स यांनी आम्हाला सांगितलं.''

''तुमचे खूप उपकार आहोत माझ्यावर!'' एमा म्हणाली, ''मी निघते आता! पण जाण्यापूर्वी एक छोटीशी गोष्ट मागू? यातला एक फोटो मी माझ्याकडे ठेवून घेऊ?''

''एकच का? सगळे ठेवून घ्या ना. रिचर्डने डझनवारी फोटो काढले आहेत. तो नेहमीच पुष्कळ फोटो काढतो. तो त्याचा छंदच आहे.

''मी तुमचा आणखी वेळ घेत नाही.'' एमा थरथरत्या पायांनी उठून उभी राहत म्हणाली.

''तुम्ही काही माझा वेळ वगैरे घेतला नाही.'' क्रिस्टिन म्हणाली, ''टॉमच्या बाबतीत हे असं सगळं विचित्र का घडलं, हे खरं तर मला आणि रिचर्डला अजूनही नीट उलगडलेलं नाही. तुम्ही त्याला भेटलात की, आमच्या शुभेच्छा त्याला पोहोचवा. आणि त्याची जर आम्हाला भेटायची इच्छा असेल, तर आम्ही नक्की जाऊ त्याला भेटायला.''

''थँक यू!'' एमा म्हणाली. क्रिस्टिनने दाराची साखळी उघडून दार उघडलं ''टॉम कुणाच्या तरी प्रेमात आकंठ बुडालेला असल्याचं आमच्या लक्षात आलंच होतं. पण तुम्ही इंग्लिश आहात, हे आम्हाला माहीत नव्हतं,'' ती म्हणाली.

१५

एमाने पलंगाशेजारचा दिवा लावला आणि कॅन्सस स्टार जहाजाच्या डेकवर उभ्या असलेल्या हॅरीचे फोटो परत एकदा निरखून पाहिले. तो इतका आनंदात दिसत होता. त्याच्या मनावर कोणताही ताण नसणार. बंदरात उतरल्यावर आपल्यापुढे काय वाढून ठेवलंय, याची त्याला नक्कीच कल्पना नसणार.

हॅरी मुळात या खून खटल्यात गुंतलाच कसा, स्वत: न केलेल्या खुनाच्या आरोपाला तो सामोरा गेलाच कसा आणि ज्या नेव्हीमध्ये तो कधी भरती झालाच नव्हता, ती नेव्ही सोडून पळून गेल्याचा गुन्हा त्याने कबूल कसा काय केला. या सगळ्या प्रश्नांची उत्तर शोधता-शोधता एमाचा डोळा लागला. मध्येच तिला जाग यायची आणि जरा वेळात परत ती झोपेच्या आधीन व्हायची. या सगळ्या प्रश्नांची उत्तरं केवळ ॲडव्होकेट सेफ्टन जेल्क्स देऊ शकेल, अशा निष्कर्षाप्रत ती आली. आता सर्वांत प्रथम त्याच्या भेटीची वेळ निश्चित करून घेणं अत्यंत महत्त्वाचं होतं.

एमाने परत एकदा पलंगाशेजारच्या घड्याळाकडे पाहिलं. तीन वाजून एकवीस मिनिटं. तिने उठून ड्रेसिंग गाउन चढवला आणि खोलीतल्या टेबलापाशी लिहायला बसली. हॉटेल स्टेशनरी वापरून सेफ्टन जेल्क्सला भेटण्यासाठी पूर्वतयारी म्हणून तिने भरपूर नोट्स काढल्या. अनेक ताव भरले. आपण एखाद्या परीक्षेला बसण्याची पूर्वतयारी करत आहोत, असं तिला वाटलं.

सकाळी सहा वाजता अंघोळ करून ती कपडे वगैरे घालून तयार झाली. त्यानंतर तळमजल्यावर ब्रेकफास्ट घेण्यासाठी आली. तिच्या टेबलावर न्यू यॉर्क टाइम्सचा अंक ठेवण्यात आला होता. तिने तो घाईने चाळला. परंतु एका लेखाने तिचं लक्ष वेधून घेतलं. तो तिने व्यवस्थित वाचला. ब्रिटन जर्मनांच्या आक्रमणाला व्यवस्थित तोंड देऊ शकेल की नाही, त्यातून स्वत:चा बचाव करू शकेल की नाही, याविषयी अमेरिकन्स साशंक होते. आक्रमण तर आता अटळच दिसत होतं. लेखात विस्टन चर्चिल यांचा एक फोटो छापण्यात आला होता. डोव्हरच्या

कड्यावर उभं राहून ते त्यांची नेहमीची सिगार हातात धरून खाडीकडे बघत बेदरकारपणे बघत होते. लेखाचा मथळा होता : ''आम्ही समुद्रकिनाऱ्यावर त्यांच्याशी दोन हात करू.''

आपण नेमके या वेळी आपली मातृभूमी सोडून दूर निघून आलो आहोत, याबद्दल एमाला अपराधी वाटलं. 'आपल्याला आता लवकरात लवकर हॅरीचा शोध लावला पाहिजे आणि त्याची तुरुंगातून सुटका करून त्याच्यासह ब्रिस्टॉलला परत गेलं पाहिजे,' एमाच्या मनात आलं.

हॉटेलच्या रिसेप्शनिस्टने मॅनहॅटनच्या टेलिफोन डिरेक्टरीमध्ये 'जेल्क्स, मेयर्स ॲन्ड ॲबरनॅथी' यांचा फोन नंबर आणि पत्ता शोधून काढला. ते दोन्ही तिने एका कागदावर लिहून तो कागद एमाच्या स्वाधीन केला.

त्यानंतर एमा टॅक्सीने एका प्रचंड मोठ्या उंच इमारतीपाशी आली. भरपूर स्टील आणि काचा वापरून बनवलेली ती इमारत दिमाखत उभी होती. तिने फिरत्या दरवाजातून आत प्रवेश केला. समोरच भला मोठा फलक होता. त्या अठ्ठेचाळीस मजली इमारतीच्या प्रत्येक मजल्यावर असणाऱ्या ऑफिसेसची नावं त्यावर होती. 'जेल्क्स, मेयर्स ॲन्ड ॲबरनॅथी' या फर्मने २०, २१ आणि २२ हे मजले व्यापले होते. विसाव्या मजल्यावर त्यांचा स्वत:चा चौकशी विभाग होता.

एमा समोरच्या एका रिकाम्या लिफ्टमध्ये शिरली. तिच्या सोबत सुटाबुटातील अनेक लोक होते. विसाव्या मजल्यावर लिफ्ट थांबल्यावर एमा बाहेर पडली. समोरच पांढरे शुभ्र ब्लाउज आणि काळे स्कर्ट घातलेल्या तीन तरतरीत तरुणी रिसेप्शन डेस्कच्या मागे बसलेल्या होत्या. हे असं काही तिने ब्रिस्टॉलमध्ये कधीच पाहिलं नव्हतं. एमा चेहऱ्यावर धीर गोळा करून रिसेप्शन-डेक्स पाशी गेली. ''मला मि. जेल्क्स यांना भेटायचंय.''

''तुम्ही आधी भेटीची वेळ ठरवून घेतली आहे का?'' रिसेप्शनिस्टने गोड आवाजात विचारलं.

''नाही!'' एमा म्हणाली. आजपर्यंत तिचा संबंध फक्त ब्रिस्टॉल गावातल्या वकिलांशीच आलेला होता. आणि बॅरिंग्टन परिवाराच्या कुणाही सदस्यांचे स्वागत करण्यासाठी त्याचे दरवाजे सतत खुलेच असत.

एमाचं उत्तर ऐकून रिसेप्शनिस्टच्या चेहऱ्यावर आश्चर्य उमटलं. त्यांच्या फर्मच्या सिनियर पार्टनरची भेट घेण्यासाठी आधी वेळ वगैरे निश्चित करून न घेता असं कुणीच कधी उगवत नसे. मि. जेल्क्स यांची अपॉईंटमेंट डायरी भरलेली असे. अशील किंवा त्याची सेक्रेटरी आधी फोन करून त्यांची अपॉईंटमेंट घेत असे. ''तुम्ही मला तुमचं नाव सांगता का? मी त्यांच्या असिस्टंटशी बोलून बघते.''

''एमा बॅरिंग्टन!''

''तुम्ही बसा, मिस बॅरिंग्टन. लवकरच कुणीतरी तुमची भेट घेईल.''

एमा एका कोपऱ्यात बसली. 'लवकरच' म्हणजे अर्ध्या तासाने आणखी एक सुटाबुटातला माणूस पिवळं पॅड हातात घेऊन उगवला.

''माझं नाव सॅम्युएल ॲनस्कॉट!'' तो हात पुढे करत म्हणाला, '' तुम्हाला आमचे सिनियर पार्टनर मि. जेल्क्स यांची भेट घ्यायची आहे ना?''

''हो.''

''मी त्यांचा लीगल असिस्टंट आहे,'' ॲनस्कॉट तिच्या समोर बसत म्हणाला, ''मि. जेल्क्स यांची भेट तुम्हाला नक्की कशासाठी घ्यायची आहे, हे त्यांनी मला तुम्हाला विचारायला सांगितलंय.''

''ती माझी खाजगी बाब आहे.'' एमा म्हणाली.

''पण तुम्हाला नक्की कशाविषयी बोलायचंय हे मी जो पर्यंत त्यांना सांगणार नाही, तो पर्यंत ते तुमची भेट घेण्यास राजी होणार नाहीत.''

एमाने क्षणभर ओठ घट्ट मिटले. मग म्हणाली, ''मी हॅरी क्लिफ्टनची मैत्रिण आहे.''

तिने त्यानंतर ॲबस्कॉटच्या चेहऱ्याचं अगदी बारकाईने निरीक्षण केलं. पण त्याच्या डोक्यात काही प्रकाश पडलेला नव्हता हे नक्की. फक्त त्याने आपल्या हातातल्या पॅडवर त्या गोष्टीची नोंद केली.

''मला एक गोष्ट खात्रीशीर माहीत आहे की, ॲडम ब्रॅडशॉ याच्या खुनासाठी हॅरी क्लिफ्टन याला अटक करण्यात आली होती आणि त्या वेळी त्याचं वकीलपत्र मि. जेल्क्सन यांनी घेतलं होतं.''

आता मात्र त्याच्या डोक्यात प्रकाश पडलेला दिसत होता. तो अतिशय वेगाने त्या पॅडवर लिहीत होता.

''मला मि. जेल्क्स यांची भेट घ्यायची आहे. त्यांच्यासारख्या प्रतिष्ठित, नावाजलेल्या वकिलाने थॉमस ब्रॅडशॉच्या जागी माझ्या प्रियकराला कसं काय उभं केलं, हे मला जाणून घ्यायचं आहे.''

एमाच्या समोर बसलेल्या त्या तरुणाच्या चेहऱ्यावर आठी उमटली. त्याच्या 'बॉस'विषयी आजवर अशाप्रकारे त्याच्यापाशी कुणीच बोललं नव्हतं. ''मिस बॅरिंग्टन, तुम्ही हे सगळं नक्की कशाबद्दल बोलताय, याची मला काहीच कल्पना नाही.'' तो म्हणाला ते खरचं असावं. ''पण मी मि. जेल्क्स यांना आपलं हे संभाषण सांगतो आणि मग ते काय म्हणतायत ते बघू. मी तुमच्याशी संपर्क साधेन. तुमचा काही इथला पत्ता असेल तर द्या.''

''मी इथल्या 'मेफ्लॉवर' हॉटेलमध्ये उतरले आहे.'' एमा म्हणाली, ''आणि मि. जेल्क्स यांची भेट घेण्यासाठी मी दिवसाच्या कोणत्याही प्रहरी मोकळी आहे.''

ॲनस्कॉटने परत हातातल्या पॅडवर काहीतरी लिहिलं. त्यानंतर त्याने उठून उभं राहात करारी चेहऱ्याने एकदा मानेचा झटका दिला, पण या खेपेस हस्तांदोलनासाठी हात मात्र पुढे केला नाही. आता लवकरच सिनियर पार्टनर आपली भेट घेण्यास तयार होतील, अशी एमाला खात्रीच होती.

मग ती टॅक्सीने मेफ्लॉवर हॉटेलमध्ये परत गेली. ती वरच्या मजल्यावरच्या स्वत:च्या खोलीपाशी पोहोचून खोलीचं दार उघडत असतानाच तिला आतून फोनची घंटी ऐकू आली. तिने फोनकडे धाव घेतली, पण तिने कानाला रिसिव्हर लावला तोपर्यंत फोन बंद झाला होता.

मग ती टेबलपाशी बसून आपल्या आईला पत्र लिहू लागली. आपण न्यू यॉर्कला सुखरूप येऊन पोहोचल्याचं तिने आईला कळवलं. पण हॅरी जिवंत असल्याची आपली शंभर टक्के खात्री पटल्याचा मात्र तिने त्यात उल्लेख केला नाही. एकदा स्वत:च्या डोळ्यांनी हॅरीला समोर पाहिल्याशिवाय कुणालाही काही सांगायचं नाही, असं तिने ठरवलंच होतं. तिची पत्राची दोन पानं लिहून आली होती आणि आता तिसऱ्या पानावर लिहिण्यास तिने सुरुवात केली होती. इतक्यात परत फोन वाजला. एमाने फोन उचलला.

"गुड आफ्टरनून, मिस बॅरिंग्टन!"

"गुड आफ्टरनून, मि. ॲनस्कॉट!" त्या तरुण वकिलाचा आवाज ओळखून ती म्हणाली.

"मी मि.जेल्क्स यांच्याशी तुमची भेट घेण्याबद्दल बोललो. पण ते तुमची गाठ घेऊ शकत नाहीत, याचं कारण आणखी एका व्यक्तीचं वकीलपत्र त्यांनी घेतलेलं असून तुमच्यासाठी गाठ घेणं, हे 'कॉन्फ्लिक्ट ऑफ इंटरेस्ट' या प्रकारात मोडेल, असं त्यांना वाटतं. ते तुमची काही मदत करू शकत नाहीत, याबद्दल त्यांनी दिलगिरी व्यक्त केली आहे."

फोन बंद झाला.

एमा टेबलापाशी बसून राहिली. तिला प्रचंड धक्का बसला होता. फोनचा रिसिव्हर तिने हातात अजूनही घट्ट पकडला होता. 'कॉन्फ्लिक्ट ऑफ इंटरेस्ट' हे शब्द अजूनही तिच्या कानात घुमत होते. त्यांचं खरोखर दुसरं कुणी अशील होतं का? असलंच तर ते कोण होतं? का तिला भेटावं लागू नये यासाठी त्यांनी ती केवळ एक सबब पुढे केली होती? एमाने हातातला रिसिव्हर नीट जागच्या जागी ठेवला आणि जरावेळ तशीच स्तब्ध बसून राहिली. 'या अशा परिस्थितीत आपल्या आजोबांनी काय बरं केलं असतं?' असा ती विचार करू लागली. 'आपल्याला पाहिजे ते साध्य करण्यासाठी नेहमीच एकाहून अधिक मार्ग उपलब्ध असतात,' असं ते म्हणायचे.

एमाने टेबलाचा खण उघडला. नशिबाने त्यात आणखी बरेच कोरे कागद होते. मि. जेल्क्स ज्या 'कॉन्फ्लिक्ट ऑफ इंटरेस्ट'विषयी बोलत होते, त्या कोड्यामधले काही दुवे आणखी कोण व्यक्ती आपल्याला पुरवू शकतील, त्यांची नाव लिहून झाल्यावर ती तळमजल्यावर रिसेप्शन-डेस्क पाशी गेली. यापुढचे काही दिवस अत्यंत धावपळीचे जाणार आहेत, याची तिला पूर्ण कल्पना होती. इंग्लंडहून आलेल्या या गोड आवाजाच्या मुलीने जेव्हा कोर्ट, पोलिस-चौकी आणि तुरुंगाचा पत्ता विचारला, तेव्हा तिथे बसलेली रिसेप्शनिस्ट आश्चर्याने थक्क झाली. पण तिने ते चेहऱ्यावर दिसू दिलं नाही.

मेफ्लॉवर हॉटेलातून बाहेर पडण्यापूर्वी तिने हॉटेलातील शॉपमध्ये शिरून स्वत:साठी एक पिवळ्या रंगाचं पॅड विकत घेतलं. मग बाहेर पडून तिने टॅक्सी केली. मि. जेल्क्स यांच्या ऑफिसपासून खूप दूर असलेल्या एका वेगळ्याच परिसरात ती येऊन उतरली. कोर्टाच्या पायऱ्या चढत असताना तिच्या मनात हॅरीचाच विचार चालू होता. 'खूप वेगळ्या परिस्थितीत शिरत असताना, त्याच्या मनात नक्की काय चालू असेल?' ती स्वत:शीच म्हणाली. संदर्भ-ग्रंथ असलेली लायब्ररी कुठे आहे, असं तिथल्या रखवालदाराला तिने विचारलं. हॅरी नक्की कोणत्या परिस्थितीत सापडला होता, हे आपल्याला शोधून काढला आलं तर बरं, अशी तिने मनोमन आशा केली.

''तुम्ही आमच्या रेकॉर्डरूमबद्दलच विचारताय ना? ती तर तळघरात आहे,'' रखवालदार म्हणाला.

मग एमा दोन जिने उतरून तळघरात शिरली तिथे एका काउंटरपाशी बसलेल्या क्लार्कला ती म्हणाली, ''स्टेट ऑफ न्यू यॉर्क विरुद्ध ब्रॅडशॉ या खटल्याची रेकॉर्ड्स मला पाहायला मिळतील का?'' त्यावर त्या क्लार्कने तिला एक फॉर्म भरायला दिला. त्यात एक प्रश्न होता, 'तुम्ही विद्यार्थी आहात का?' त्यावर एमाने 'होय' असं उत्तर लिहिलं. जरा वेळात एमाला तीन भल्या मोठ्या फाइल्स देण्यात आल्या.

''आणखी काही तासांत हा विभाग बंद होईल,'' तो क्लार्क म्हणाला, ''घंटा वाजली की, ताबडतोब तुम्ही या फाइल्स डेस्कपाशी नेऊन दिल्या पाहिजेत.''

एमाने त्या कागदपत्रांची पहिली काही पानं वाचून काढली. टॉम ब्रॅडशॉवर खुनाचा आरोप होता आणि त्याच्या विरुद्ध स्टेटकडे इतका भरभक्कम पुरावा असतानाही त्यांनी खटला का चालवला नाही, हे एमाला कळेना. 'दोन्ही भाऊ एकाच हॉटेलातील रूममध्ये राहात होते. व्हिस्कीच्या बाटलीवर सर्वत्र टॉमच्या हाताचे ठसे होते. ॲडमचा मृतदेह रक्ताच्या थारोळ्यात पडलेला सापडला होता. आणि त्यापूर्वी दुसरी कोणीही व्यक्ती खोलीत शिरली असल्याचा काहीच पुरावा उपलब्ध नव्हता. पण याहूनही वाईट असं की, खून घडल्यानंतर टॉम तिथून पळून

का गेला होता? आणि दुसऱ्या एका कमी तीव्रतेच्या – नेव्हीतून पळ काढल्याच्या – गुन्ह्याची कबुली त्याने का दिली होती? पण त्या सर्वांपेक्षाही अधिक मोठं रहस्य हे होतं की, या सगळ्यात हॅरी कसा काय अडकला होता? कदाचित मेसीच्या घरच्या टेबलावर असलेल्या त्या पत्रात या सर्व प्रश्नांची उत्तरं बंदिस्त होती.'

'किंवा कदाचित असं तर नसेल ना की, या जेल्क्सला काहीतरी गुपित माहीत असेल, पण ते आपल्याला कळू नये, अशी त्याची इच्छा असेल?' एमाच्या मनात आलं.

इतक्यात घंटेच्या खणखणाटाने तिची तंद्री भंग पावली. आता त्या फाइल्स परत करण्याची वेळ आली होती. तिच्या मनातल्या काही प्रश्नांची उत्तरं त्या फाइलींमधून तिला मिळाली होती, पण अनेक प्रश्न अजूनही अनुत्तरितच राहून गेले होते. एमाने दोन व्यक्तींची नावं टिपून ठेवली. त्यांच्याकडून राहिलेल्या प्रश्नांपैकी बऱ्याच प्रश्नांची उत्तर मिळण्याची बरीच शक्यता होती. पण जर त्यांनीसुद्धा 'कॉन्फ्लिक्ट ऑफ इंटरेस्ट' होत असल्याचा दावा केला तर?

पाच वाजून गेल्यावर एमा कोर्टहाउसच्या बाहेर पडली. आपल्या लांबसडक हातात तिने बरेच कागद घट्ट पकडले होते. रस्त्यातल्या एका छोट्या दुकानातून तिनं एक मोठं चॉकोलेट आणि कोकची बाटली विकत घेतली. त्यानंतर टॅक्सी करून ती २४ प्रेसिंक्टमधील पोलिस-चौकीत येऊन दाखल झाली. वाटेतच तिने चॉकोलेट खाऊन कोक पिऊन घेतलं. 'आपल्या आईला हे असलं मुळीच आवडणार नाही.' तिच्या मनात आलं.

पोलिस-चौकीत शिरल्यावर एमाने आपल्याला डिटेक्टिव्ह कोलोवस्की किंवा डिटेक्टिव्ह रायन यांपैकी कोणालाही एकाला भेटायचं असल्याचं सांगितलं.

पण त्या दोघांचीही त्या आठवड्यापुरती नाइट ड्युटी असल्याचं तिला सांगण्यात आलं. "ते रात्री दहा शिवाय इथे हजर होणार नाहीत, "चौकीतला पोलीस म्हणाला.

त्याचा निरोप घेऊन एमा हॉटेलात परत आली. काहीतरी खाऊन खोलीत जायचं आणि रात्री दहाला परत बाहेर पडून त्या पोलीस चौकीत जायचं असं तिने ठरवलं.

थोडंसं खाऊन एमा चौथ्या मजल्यावर असलेल्या तिच्या खोलीत आली. पलंगावर पडल्या-पडल्याच ती विचार करू लागली. 'कोलोवस्की किंवा रायन यांपैकी कुणीही आपली भेट घेण्यासाठी जर तयार झालंच, तर त्यांना काय विचारावं? या लेफ्टनंट ब्रॅडशॉची बोलण्याची, शब्दोच्चारांची धाटणी नेमकी कशी होती? अमेरिकन की...?"

विचार करता-करता तिचा डोळा कधी लागला ते तिचे तिलाच कळलं नाही. अचानक रस्त्यावरून जाणाऱ्या पोलीस सायरनचा आवाजाने तिला दचकून जाग आली. सर्वांत वरच्या मजल्यावरच्या खोल्या इतक्या महाग का होत्या, त्याचं कारण तिला आता कळलं. तिने घड्याळात पाहिलं. रात्रीचा एक वाजून १५ मिनिटं झाली होती.

तिने मनातल्या मनात स्वत:ला शिवी दिली. पलंगावरून उतरून ती पळतच

बाथरूममध्ये शिरली. तिने चेहरा ओल्या रुमालाने खसखसून पुसला. खोली बाहेर पडून रस्त्यावर आली. रस्ता अजूनही गजबजलेला असल्याचं पाहून तिला जरा आश्चर्य वाटलं. रस्त्यावरच नव्हे; तर पादचाऱ्यांसाठी बांधण्यात आलेल्या फूटपाथवराही पुष्कळ गर्दी होती. अगदी भर दुपारी असावी, तशी!

परत एकदा टॅक्सी करून ती त्या पोलीस चौकीकडे निघाली. आता न्यू यॉर्क मधल्या टॅक्सी ड्रायव्हर्सना तिचे आणि तिला त्यांचे उच्चार कळू लागले होते.

रात्री दोन वाजण्याच्या सुमाराला ती पोलीस ठाण्याच्या पायऱ्या चढून आत शिरली. आता दुसराच एक डेस्क सार्जंट होता. त्याने तिला बसायला सांगितलं. "तुम्ही इथे आल्याचं मी कोलोवस्की किंवा रायन साहेबांना सांगतो," तो म्हणाला.

आपल्याला बराच वेळ ताटकळत बसून राहावं लागणार अशी एमाने स्वत:च्या मनाची तयारी केली. पण काही क्षणांतच तिला आतून डेस्क सार्जंटचा आवाज आला, "कार्ल, इथे एक मॅडम तुला भेटायला आल्या आहोत." सार्जंट बाहेर आला.

त्याच्या पाठोपाठ एका हातात कॉफीचा मग आणि दुसऱ्या हातात सिगारेट घेऊन डिटेक्टिव्ह कोलोवस्की बाहेर आला. एमाकडे पाहून तो किंचित हसला. "आता आपण जेव्हा ह्याला आपल्या येण्याचं कारण सांगू, तेव्हा याच्या चेहऱ्यावरचं हसू नक्कीच मावळेल," तिच्या मनात आलं.

"मी तुमची काय मदत करू शकतो, मॅडम?" तो म्हणाला.

"माझं नाव एमा बॅरिंग्टन, "ती मुद्दाम अगदी जाणीवपूर्वक ब्रिटिश धाटणीचे शब्दोच्चार करत म्हणाली. "मला एका खाजगी बाबतीत तुमचा सल्ला हवा आहे."

"ठीक आहे, मग आपण माझ्या ऑफिसात जाऊ, मिस बॅरिंग्टन," असं म्हणून कोलोवस्की मागे वळून एका लांबलचक कॉरिडॉरमधून चालू लागला. अखेर तो एका बंद दारापाशी पोहोचला. त्याने लाथेने ढकलून ते दार उघडलं. "बसा!" खुर्चीकडे बोट दाखवत तो म्हणाला. एमा बसली. "तुम्ही कॉफी घेणार?" त्याने विचारलं.

"नको, थँक यू!"

मग स्वत:चा कॉफी मग टेबलावर ठेवून हातातली सिगारेट ओठात धरून ती शिलगावून तो म्हणाला, "मग आता सांगा, काय मदत हवी आहे, माझ्या कडून?"

"माझ्या प्रियकराला अटक करणाऱ्या डिटेक्टिव्हज्पैकी एक तुम्ही होता, असं मी ऐकलंय," ती म्हणाली.

"त्याचं नाव काय?"

"थॉमस ब्रॅडशॉ."

एमाला जे वाटलं होतं, ते बरोबरच होतं. ते नाव ऐकताच त्याच्या चेहऱ्यावरचे भाव, त्याचा आवाज... सगळं काही बदललं. "हो, हो. मीच होतो. आणि तुम्हाला एक गोष्ट सांगतो. ती केस अगदी सरळ, साधी होती. मुळीच गुंतागुंतीची नव्हती.

पण नंतर त्या सेफ्टन जेल्क्सने ती हातात घेतली.''

''पण तो खटला कोर्टासमोर आलाच नाही ना?'' एमा म्हणाली.

''त्याचं कारण एकच. ब्रॅडशॉने जेल्क्सला आपला वकील म्हणून नेमलं होतं. तो काय, एखाद्या अट्टल खुन्याला सुद्धा निर्दोष म्हणून सिद्ध करू शकेल, असा आहे.''

''तुम्हाला असं म्हणायचंय, की जेल्क्स–'' एमाने बोलण्यास सुरुवात केली. इतक्यात तिचं वाक्य अर्ध तोडत कोलोवस्की म्हणाला, ''नेमकी त्याच वेळी डिफेन्स ॲटर्नींची निवडणूक अगदी तोंडावर आलेली असावी, हा खरंच योगायोग असेल का? आणि जेल्क्सचे अशील असणारी काही बडी धेंडं त्या निवडणुकीत डिफेन्स ॲटर्नींच्या कँपेनला सढळ हाताने मदत करणारी असावी हा तरी योगायोग असेल का? असो–'' असं म्हणून सिगारेटच्या धुराचा मोठा लोट नाकातोंडातून बाहेर सोडला. ''अखेर ब्रॅडशॉला नेव्हीतून पळ काढल्या बद्दल सहा वर्षांच्या तुरुंगवासाची शिक्षा झाली. खरं तर त्याच्यावर मूळ जो गुन्हा होता, त्यात त्याला जास्तीत जास्त अठरा महिने ते दोन वर्षं शिक्षा मिळाली असती.''

''तुम्हाला नक्की काय म्हणायचंय?'' एमा म्हणाली.

''एवढंच की, ब्रॅडशॉने खरोखरच खून केला असावा, असं त्या जज्जांना वाटलं असणार!'' असं म्हणून त्याने आणखी एक धुराचा लोट बाहेर सोडला.

''मी तुमच्या आणि त्या जज्जांच्या मताशी सहमत आहे.'' एमा म्हणाली, ''टॉम ब्रॅडशॉने कदाचित खरोखरच तो खून केला असेल.'' तिचं बोलणं ऐकून कोलोवस्कीला आश्चर्य वाटलं.

एमा पुढे म्हणाली, ''पण तुम्ही ज्या माणसाला अटक केली त्याने तुम्हाला हे सांगितलं का की, तो स्वत: टॉम ब्रॅडशॉ नव्हताच? तुमची काहीतरी चूक होत असल्याचं त्याने तुम्हाला नाही का सांगितलं? आपलं नाव टॉम ब्रॅडशॉ नसून हॅरी क्लिफ्टन आहे, असं तो म्हणाला नाही का?''

डिटेक्टिव्हने आता एमाकडे नीट निरखून पाहिलं. तो जरा विचारात पडला. ''सुरुवातीला तो हे असं काहीतरी सांगण्याचा प्रयत्न करत होता. पण मग जेल्क्सने त्याला समजावून सांगितलं असेल की, या असल्या बोलण्याचा काहीही उपयोग होणार नाही; कारण त्या नंतर पुन्हा तो हे असं कधी बोलला नाही.''

''पण तो आधी जे काही सांगत होता, ते खरंच होतं. हे जर मी तुम्हाला सिद्ध करून दाखवलं मि. कोलोवस्की, तर त्याचा काही उपयोग होईल का?'' एमा म्हणाली.

''नाही, मॅडम!'' कोलोवस्की ठामपणे म्हणाला, '' ती केस बंद होऊन खूप दिवस झाले. तुमच्या प्रियकराने स्वत:च्या तोंडाने गुन्हा कबूल केला आहे. त्यासाठी तो सहा वर्षांची शिक्षा भोगतो आहे. आणि इथे मला प्रचंड काम आहे.'' त्याने टेबलावरच्या फाइल्सच्या ढिगाऱ्यावर हात ठेवला. ''जुन्या जखमा परत नव्याने

खरवडून काढायला मला मुळीच वेळ नाही. आता तुम्हाला माझ्याकडून या व्यतिरिक्त आणखी काही मदत जर नको असेल, तर मग –''

''लेव्हनहॅममध्ये जाऊन टॉमची भेट घेण्याची परवानगी मला मिळेल?'' एमा म्हणाली.

''हो, मिळेल की! ''कोलोवस्की म्हणाला.

''तुम्ही वॉर्डनला एक पत्र लिहून तशी विनंती करा. मग तो तुम्हाला लेखी परवानगीसाठी लागणारा एक अर्ज पाठवेल. तो भरून तुम्ही त्याच्याकडे परत पाठवायचा. त्यानंतर तुम्हाला भेटीची तारीख कळवण्यात येईल. या सगळ्याला जास्तीत जास्त सहा ते आठ आठवडे लागतील.''

''पण माझ्याकडे इतका वेळच नाहीये,'' एमा म्हणाली, मला काही दिवसांत इंग्लंडला परत जायचंय. हे सगळं लवकरात लवकर होऊ शकेल का? त्यासाठी काय करावं लागेल?''

''तुम्ही दयेचा अर्ज केला तर त्या आधारे ते होऊ शकतं.'' डिटेक्टिव्ह म्हणाला, ''पण अशी परवानगी फक्त कैद्याची पत्नी अथवा त्याच्या आई-वडीलांनाच मिळू शकते.''

''कैद्याच्या मुलाच्या आईला नाही का मिळू शकत?'' एमा म्हणाली.

''न्यू यॉर्क मध्ये तसं असेल, तर त्या स्त्रीला पत्नीचेच हक्क मिळू शकतात. पण तुम्हाला तसं सिद्ध करावं लागेल.''

एमाने हातातल्या बॅगेतून दोन फोटो बाहेर काढले. एक कॅन्सस स्टारच्या डेकवर उभ्या असलेल्या हॅरी तर दुसरा फोटो सेबॅस्टियनचा होता.

कोलोवस्कीने ते फोटो पाहून तिला परत दिले. 'ठीक आहे. माझ्यासाठी एवढा पुरावा पुरेसा आहे. फक्त यापुढे मला तुम्ही कोणत्याही प्रकारची तसदी न देण्याचं वचन देत असाल, तर मी वॉर्डनशी बोलेन. बघू काही जमतंय का!''

''थँक यू!'' एमा म्हणाली.

''तुमच्याशी संपर्क कसा साधायचा?''

''मी मेफ्लॉवर हॉटेलमध्ये उतरले आहे.''

''ठीक आहे. मी काय ते कळवतो तुम्हाला!''

हॉटेलच्या नावाची नोंद करत कोलोवस्की म्हणाला, ''पण तुम्ही एका गोष्टीची खात्रीच बाळगा मॅडम की, टॉम ब्रॅडशॉने स्वत:च्या भावाला मारलं. मला पक्कं ठाऊक आहे.''

''आणि तुम्ही सुद्धा एका गोष्टीची खात्री बाळगा ऑफिसर की, लेव्हनहॅमच्या तुरुंगातला माणूस टॉम ब्रॅडशॉ नाहीये. मी तुम्हाला तसे शंभर टक्के सांगते.'' एमा हातातले फोटो बॅगेत ठेवून, जाण्यासाठी उठली.

ती खोलीतून बाहेर पडत असताना डिटेक्टिव्हच्या चेहऱ्यावर आठी पडली.

एमा हॉटेलात परत आली ती कपडे बदलून सरळ अंथरुणावर पडली. 'आपण नक्की बरोबर माणसालाच अटक केली की चुकीच्या माणसाला पकडलं अशी शंका कोलोवस्कीच्या मनात उत्पन्न झाली असेल का?' एमाच्या मनात आलं खरंतर हॅरी हा टॉम ब्रॅडशॉ नाही, हे सिद्ध करणं जेल्क्सला कितीतरी सोपं गेलं असतं. पण तसं करण्याऐवजी त्याने टॉमची सहा वर्षांसाठी तुरुंगात रवानगी का केली असावी, या प्रश्नाने एमा बेचैन झाली.

अखेर ती झोपी गेली. रात्री कुणीही तिच्या झोपेत व्यत्यय आणला नाही. ती शांत झोपली.

फोन वाजला तेव्हा एमा बाथरूममध्ये होती. तिने घाईने बाहेर येऊन फोन उचलेपर्यंत तो बंद झाला.

त्यानंतर अंघोळ करून तयार होऊन ब्रेक फस्टला खाली जाण्यासाठी ती खोलीतून बाहेर पडून कुलूप लावत असताना परत फोन वाजला. तिने पळत जाऊन तो उचलला. पलीकडून डिटेक्टिव्ह कोलोवस्की बोलत होता.

"गुड मॉर्निंग, ऑफिसर कोलोवस्की!" ती म्हणाली.

"बातमी चांगली नाही!" कोणतीही प्रस्तावना न करता कोलोवस्कीने विषयालाच हात घातला. एमा फोनचा रिसिव्हर कानाला लावून मटकन पलंगावर बसली. तिच्या मनात भीतीचं काहूर माजलं. मी जरा वेळा पूर्वी लेव्हनहॅमच्या वॉर्डनशी बोलतो. त्याने मला सांगितलं की, ब्रॅडशॉची कोणालाही भेटायची इच्छा नाही. त्याने हे अगदी स्पष्टच सांगितलं आहे. अगदी अपवादात्मक परिस्थितीतसुद्धा नाही. जेल्क्सने अशी ऑर्डर पास करून घेतली आहे की, कुणी ब्रॅडशॉला भेटण्याची इच्छा व्यक्त केलीच, तर ती गोष्ट ब्रॅडशॉच्या कानावरसुद्धा घातली जावू नये."

"पण तुम्ही माझा निरोप कोणत्या ना कोणत्यातरी मार्गाने त्याच्यापर्यंत पोहोचवू शकणार नाही का? मी त्याला भेटायला आल्याचं त्याला कळलं की–"

"ते अगदी अशक्य आहे, मॅडम!" कोलोवस्की म्हणाला. "जेल्क्सचे हात किती वरपर्यंत पोहोचले आहेत, याची तुम्हाला कल्पना नाही."

"पण त्याची प्रिझन वॉर्डनवर हुकूमत चालते?"

"त्याच्यापुढे एक प्रिझन वॉर्डन म्हणजे तर पालापाचोळाच. डिस्ट्रिक्ट अॅटर्नी आणि न्यू यॉर्कमधले अर्धेअधिक जज्ज त्याच्या मुठीत आहेत. फक्त मी असं म्हणाल्याचं कुणाला सांगू नका."

त्यानंतर फोन बंद झाला.

एमा नुसती बसून राहिली. असा किती वेळ गेला, हे तिचं तिलाच कळलं नाही.

जरा वेळाने दरवाजावर कुणीतरी टकऽ टकऽ केलं. आपल्याकडे कोण आलं असणार? असा एमाला प्रश्न पडला. तिने दार उघडलं. खोली साफ करण्याच्या समानाची ट्रॉली घेऊन एक मुलगी हसतमुख चेहऱ्याने दारात उभी होती.

"मी खोली साफ करू का?"

"ठीक आहे. मी थोडावेळ बाहेर जाऊन येते. लगेच परत येते." एमा म्हणाली. तिने घड्याळात पाहिले. सकाळचे दहा वाजून दहा मिनिटं झाली होती. तिचं डोकं गच्च झालं होतं. विचारांची गर्दी झाली होती. आपण सेंट्रल पार्कमध्ये एक फेरफटका मारला की, आपल्याला नक्की बरं वाटेल, असं तिला वाटलं.

तिने त्या प्रमाणे पार्कमध्ये एक-दोन फेऱ्या मारल्या. आता तिचा निर्णय पक्का झाला होता.

'आता आपल्या आजीला भेटून तिचा सल्ला घेण्याची वेळ आली आहे. आता या पुढचं पाऊल आपण तिच्याच सल्ल्याने उचलायचं.' असं एमाने ठरवलं.

चालता-चालता ती बाहेर पडून रस्त्यावर आली. ती स्वत:च्याच विचारात मग्न होती. आपल्या आजीला, फिलिसला भेटल्यावर तिच्याशी काय आणि कसं बोलायचं, हे ती मनाशी ठरवत होती. त्या तंद्रीत चालता-चालता ती एका दुकानावरून सरळ पुढे निघून गेली. दुकानाच्या काचेच्या शोकेसमध्ये मांडून ठेवलेल्या गोष्टींकडे व त्याखालच्या पाटीवरील मजकुराकडे तिने पाहिलं... पण तरीही त्याचा अर्थ काय, हे तिच्या डोक्यात शिरायला थोडा वेळ जावा लागला. ती अचानक रस्त्यात थांबली, मग दुकानाच्या शोकेसमध्ये पुस्तकांचा भला मोठा ढिगारा कलात्मकरीत्या रचून ठेवण्यात आला होता. त्याच्या शेजारी काळेभोर केस उलटे फिरवलेल्या आणि पेन्सिलच्या रेघेसारखी बारीक मिशी असलेल्या माणसाचा फोटो होता. फोटोतील माणूस जणूकाही आपल्याकडे बघून हसतोय,असा तिला भास झाला. खालच्या पाटीवरील मजकूर तिने लक्षपूर्वक वाचला.

'द डायरी ऑफ अ कन्व्हिक्ट'

लेव्हनहॅम अति सुरक्षा तुरुंगात मी घालवलेले दिवस

लेखक : मॅक्स लॉईड

सध्या गाजत असलेल्या या पुस्तकाचे लेखक या दुकानात गुरुवारी संध्याकाळी ५.०० वाजता उपस्थित राहून पुस्तकांवर स्वाक्षऱ्या देणार आहेत.

प्रत्यक्ष लेखकास भेटण्याची ही सुवर्णसंधी गमावू नका.

गाइल्स बॅरिंग्टन

(१९४१)

१६

रेजिमेंट नक्की कुठे निघालं आहे. याची गाइल्सला काहीच कल्पना नव्हती. कितीतरी दिवस सतत त्यांचा प्रवास चालूच होता. एक सलग जास्त वेळ कुणालाही झोप लागत नव्हती. आधी गाइल्सने ट्रेनने प्रवास केला, त्यानंतर ट्रकने त्यानंतर ट्रूप कॅरियर्सचा ताफा सागरी मार्गाने निघाला. सरतेशेवटी उत्तर आफ्रिकेतील अलेक्झांड्रिया या इजिप्तच्या बंदरात वेसेक्स रेजिमेंटचे एक हजार सैनिक येऊन दाखल झाले.

या प्रवासात डार्टमूरच्या येप्रेसकडून आलेल्या जुन्या सोबत्यांशी गाइल्सची पुन्हा भेट झाली. पण आता तो त्या सर्वांचा वरिष्ठ झालेला होता. त्यातल्या काही लोकांना गाइल्सला 'सर' म्हणून हाका मारणं जरा जड जात होतं. विशेषत: बेट्स आणि गाइल्स यांची समोरासमोर गाठ पडल्यावर 'सर' हे संबोधन बेट्सच्या तोंडून पटकन बाहेर पडत नसे.

सर्व जण जहाजातून बाहेर पडून बंदरात आले. तेव्हा मोठाल्या आर्मीच्या वाहनांचा तांडा समोर त्यांची वाट बघत होता. गाइल्सने आजवर एवढ्या उष्ण हवामानाचा अनुभव कधीच घेतला नव्हता. परदेशाच्या भूमीवर पाऊल टाकताक्षणीच त्याचा स्वच्छ धुतलेला इस्त्रीचा खाकी शर्ट घामाने भिजून चिंब झाला. समोर थांबलेल्या ट्रक्समध्ये सर्व जण चढून बसण्यापूर्वी गाइल्सने त्यांचे तीन गट केले. मग तो ट्रक्सचा तांडा समुद्रकिनारी असलेल्या निमुळत्या लांबलचक धूळभरल्या रस्त्यावरून कित्येक तास कुठेही न थांबता त्यांचा प्रवास चालू होता. अखेर ते एका गावाच्या बाहेरच्या बाजूला येऊन थांबले. हे गाव बाँबहल्यात उद्ध्वस्त झालेलं होतं. बाहेर पडताच बेट्स मोठ्यांदा म्हणाला, ''टोब्रुक! मी तुम्हाला म्हणालोच होतो.'' आणि बेट जिंकलेल्या व हरलेल्या सैनिकांमध्ये आपापसात पैशांची देवाण- घेवाण सुरू झाली.

सर्व सैनिक परत ट्रक्समध्ये चढले आणि त्यांचा तांडा गावात शिरला. मग

गावात वेगवेगळ्या ठिकाणी सैनिकांच्या वेगवेगळ्या गटांना उतरविण्यात आलं. गाइल्स आणि त्याच्याबरोबरचे इतर ऑफिसर मॅजेस्टिक हॉटेलपाशी उतरले. वेसेक्स रेजिमेंटने ते हॉटेल कंपनी हेडक्वार्टर बनवण्यासाठी ताब्यात घेतलं होतं. हॉटेलच्या काचेच्या फिरत्या दारांमधून गाइल्स आत शिरला. त्या हॉटेलला 'मॅजेस्टिक' म्हणून संबोधण्याजोगं भव्यदिव्य असं तिथे काहीच नसल्याचं त्याच्या लगेच लक्षात आलं. जिथे कुठे जागा सापडेल, तिथे तात्पुरती ऑफिसेस दाटीवाटीने बसवण्यात आली होती. पूर्वी भिंतीवर जिथे तैलचित्रं लटकत होती, तिथे आता चार्ट आणि नकाशे टांगण्यात आले होते. जगभरातील महत्त्वाच्या व्यक्तींनी ज्या लाल गालिचावर आपली पायधूळ झाडली होती, तो एकेकाळचा देखणा उंची गालीचा आता झिजून जागोजागी विरला होता.

रिसेप्शन एरिया मात्र त्या मानाने जरा व्यवस्थित होता. एके काळी हे उत्तम चालणारं हॉटेल होतं, याची खूणगाठ पटवून देणारं होतं. ड्युटीवर असलेल्या कॉर्पोरलने नव्याने आगमन झालेल्या व्यक्तींच्या नावांच्या भल्यामोठ्या यादीमधील सेकंड लेफ्टनंट बॅरिंग्टनच्या नावापुढे 'टिक्' केली.

"खोली क्रमांक २१९!" गाइल्सच्या हातात एक बंद लिफाफा ठेवत तो म्हणाला. "तुम्हाला हवी असलेली सर्व महिती यात मिळेल, सर!"

गाइल्स मोठमोठ्या ढांगा टाकत जिन्याने वरच्या मजल्यावर असलेल्या आपल्या खोलीत गेला. त्याने पलंगावर बसून हातातला लिफाफा उघडून त्यात लिहिलेल्या सर्व ऑर्डर्स वाचल्या. बरोबर सात वाजता खाली असलेल्या बॉलरूममध्ये उपस्थित राहायचं होतं. तिथे रेजिमेंटचे कर्नल सर्व ऑफिसर्सना उद्देशून भाषण करणार होते. गाइल्सने सूटकेस उघडून कपडे आणि इतर सामान बाहेर काढून नीट आवरून ठेवलं. त्यानंतर अंघोळ करून स्वच्छ कपडे घालून तयार होऊन खाली गेला. त्यांनी आधी ऑफिसर्स मेसमध्ये जाऊन चहा-नाश्ता केला आणि मगच बॉलरूममध्ये गेला.

बॉलरूम खूप प्रशस्त होती. त्याच्या उंच छतापासून हंड्या-झुंबरं लटकत होती. जमलेल्या ऑफिर्सचा मोठ्यांदा हास्यविनोद चालला होता. कुणाला जुने मित्र भेटले होते, तर काहींना नवे दोस्त मिळाले होते. बुद्धिबळाच्या पटावरील नक्की कोणत्या घरात आपल्याला हलवण्यात येतं, याची उत्सुकता सर्वांच्याच मनात होती. बॉलरूमच्या विरुद्ध टोकाला एका तरुण लेफ्टनंटचा ओझरता चेहरा गाइल्सला दिसला. तो त्याला ओळखीचा वाटला. पण तेवढ्यात तो दिसेनासा झाला.

सातला एक मिनिट कमी असताना कर्नल रॉबर्टसन व्यासपीठावर आले. त्याबरोबर सर्वत्र शांतता पसरली. सर्वांचं लक्ष त्यांच्याकडे लागलं. व्यासपीठाच्या मधोमध येऊन उभं राहात त्यांनी समोर जमलेल्या लोकांकडे पाहून हात हलवला.

दोन्ही पायात अंतर राखून ताठ उभं राहून, हात कमरेवर ठेवून त्यांनी बोलण्यास सुरुवात केली.

"जंटलमेन, राज्याच्या कानाकोपऱ्यांतून प्रवास करून जर्मनांशी मुकाबला करण्यासाठी तुम्हाला इतक्या दूरवर उत्तर आफ्रिकेत आणण्यात आलं आहे, हे तुम्हाला जरा विचित्र वाटलं असेल. परंतु असं घडलं आहे की, फील्ड मार्शल रोमेल आणि त्याची 'आफ्रिका कोअर' नामक पलटण इथे येऊन दाखल झालेली आहे. युरोपात लढणाऱ्या त्यांच्या सेनेला तेल पुरवठा करणं, हा त्यांचा उद्देश आहे. पण त्यांच्या शेवटच्या रणगाड्यातील पेट्रोल संपण्यापूर्वीच त्या जनरल रोमेलचं नाक ठेचायचं आहे आपल्याला. तो रडत-रडत बर्लिनला परत गेला पाहिजे."

त्यावर जमलेल्या लोकांनी टाळ्यांचा कडकडाट केला आणि पाय जमिनीवर जोरजोरात आपटून आपला आनंद व्यक्त केला.

"जनरल वॅव्हेल यांनी टोब्रुकचं संरक्षण करण्याची संधी वेसेक्स रेजिमेंटला दिली आहे. आणि त्या जनरल रोमेलने इथे मॅजेस्टिक हॉटेलमध्ये येऊन मुक्काम ठोकण्यापूर्वी आम्ही सर्व जण प्राणपणाने त्याच्याशी लढून त्याला नेस्तनाबूत करू, असं मी त्यांना आश्वासन दिलं आहे."

त्यांच्या ह्या बोलण्यावर सभागृहातून आणखी जास्त आनंदाचं वातावरण पसरलं. सर्वांनी आणखी जोरात पाय आपटले.

"आता तुमच्यापैकी प्रत्येकाने आपल्या कंपनी कमांडरना रिपोर्ट करा. या शहराचं रक्षण करण्यासाठी जी योजना बनवण्यात आली आहे, तिची तपशीलवार माहिती तेच तुम्हाला देतील. तुमच्यापैकी प्रत्येकावर काहीतरी जबाबदारी सोपवण्यात येईल. मित्र हो! आपल्याला एक क्षणही व्यर्थ दवडून चालणार नाहीये. गुडलक! आणि शिकारीला शुभेच्छा!"

यानंतर सर्व सैनिक 'अटेन्शन'मध्ये ताठ उभे राहिले. कर्नलसाहेब व्यासपीठावरून निघून गेले. गाइल्सने परत एकदा हातातल्या पत्रामधील ऑर्डर्स नीट वाचून पाहिल्या. त्याची नेमणूक 'सी' कंपनीमधील सातव्या क्रमांकाच्या प्लॅटूनवर करण्यात आली होती. कर्नलसाहेबांच्या भाषणानंतर लगेच त्या सर्वांना हॉटेलच्या लायब्ररीत जमण्याचा हुकूम होता. तिथे मेजर रिचर्डस् त्यांना पुढची माहिती देणार होते.

काही मिनिटांनंतर गाइल्स लायब्ररीत शिरला तेव्हा मेजर म्हणाले, "तुम्ही बॅरिंग्टन ना?" गाइल्सने त्यांना सलाम ठोकला. "तुम्हाला नुकतंच कमिशन मिळालं आहे ना? त्यानंतर इतक्या लगेच तुम्ही आमच्याकडे आलात, त्याबद्दल मनापासून धन्यवाद! मी सात क्रमांकाची प्लॅटून तुमच्या हातात सोपवतो आहे. तुम्हाला तुमच्याच जुन्या मित्राच्या हाताखाली उमेदवारी करावी लागेल. बारा माणसांचे तीन विभाग तुमच्याकडे असतील. तुम्हाला शहराच्या पश्चिम भागातून

गस्त घालावी लागेल. तुमच्या मदतीसाठी एक सार्जंट आणि तीन कॉर्पोरल्स असतील बाकीचे तपशील लेफ्टनंट तुम्हाला सांगतीलच. तुम्ही दोघं शाळेत बरोबरच होता ना? मग तुम्हाला एकमेकांची ओळख करून घेण्यात वेळ घालवावा लागणार नाही.''

'हा, माणूस नक्की कोण बरं असेल? असा गाइल्सला प्रश्न पडला. बॉलरूमच्या दुसऱ्या टोकाला कुणीतरी ओळखीचा चेहरा दिसल्याचा आपल्याला भास झाला होता, हे त्याला आठवलं.

सेकंड लेफ्टनंट गाइल्स बॅरिंग्टनने मनातल्या मनात अशी आशा केली की, लेफ्टनंट फिशर आता बदलला असेल. तो आता पूर्वीसारखा राहिला नसेल. पण सेंट बेडेज् हायस्कूलमध्ये शिकत असताना प्रिफेक्ट म्हणून त्याचं वागणं, त्यांचं शाळेच्या पहिल्या आठवड्यात रोज हॅरीला बदडून काढणं आणि तेही हॅरी एका गोदीकामगाराचा मुलगा होता. या एकाच कारणावरून... गाइल्सला हे सगळं आजही जसंच्या तसं आठवत होतं.

''खूप दिवसांनी तुला भेटून, तुझ्याशी गप्पा मारून बरं वाटलं, बॅरिंग्टन!'' फिशर म्हणाला, ''आपलं दोघांचं काम करताना चांगलं जमलं, नाही का?'' आपण एके काळी हॅरीला कशी वागणूक दिली होती, हे फिशरला स्वत:लाही नक्कीच आठवत असणार. गाइल्स कसंनुसं हसला.

''आपल्या हाताखाली तीस माणसं आहेत. या शिवाय तीन कॉर्पोरल्स आणि एक सार्जंटसुद्धा आहे, यातले काहींशी तर तुझी ट्रेनिंग कँपमध्ये ओळखसुद्धा झालेली असेल. मी तर कॉर्पोरल बेट्सला पहिल्या सेक्शनचा इनचार्ज म्हणून नेमूनही टाकलं आहे.

''टेरी बेट्स?''

''कॉर्पोरल बेट्स,'' फिशर मुद्दाम शब्दांवर जोर देत म्हणाला. ''हे पाहा, लोकांशी बोलत असताना त्यांचा नावाने कधीही उल्लेख करायचा नाही, समजलं? मेसमध्ये किंवा आपण दोघं एकटे असताना तू मला फिशर म्हणून हाक मारलेली चालेल, गाइल्स! पण इतरांच्या समोर कधीही नाही. समजलं?''

'या माणसाची घमेंड किंचितही उतरलेली नाही. पूर्वी जसा होता, तसाच आहे अजून.' गाइल्स स्वत:शीच म्हणाला. आता फिशरकडे पाहून त्याने चेहरा कोराच ठेवला. स्मितहास्यसुद्धा केलं नाही.

''मग गावाच्या पश्चिम सरहद्दीवर चार-चारच्या गटाने गस्त घालण्याची जबाबदारी आपली आहे. आपल्या कामाचं महत्त्व मुळीच कमी समजू नको. कारण रोमेलने टोब्रूकवर खरोखरच आक्रमण करायचं ठरवलं, तर गुप्तहेर एजन्सींच्या अंदाजानुसार

तो शहरात पश्चिमेकडूनच घुसण्याचा प्रयत्न करेल. त्यामुळे आपल्याला सतत सतर्क राहावं लागणार आहे. कोणाकोणाला कामाचे तास कसे विभागून द्यायचे याचं वेळापत्रक बनवण्याची जबाबदारी मी तुझ्यावर टाकतो आहे. मला स्वत:ला दररोज एकापेक्षा अधिक शिफ्टवर काम करणं, सहज जमू शकतं. पण माझ्या डोक्यावर असलेल्या इतर अनेक जबाबदाऱ्यांमुळे ते मला जमणार नाही.''

'उदाहरणार्थ, कोणत्या!' असं गाइल्सला त्याला विचारावंसं वाटलं.

आपल्या माणसांबरोबर शहराच्या पश्चिम भागात गस्त घालायला गाइल्सला मजा येत होती. लवकरच त्याची त्या सर्वच्या सर्व छत्तीस माणसांची ओळख झाली. कॉर्पोरल बेट्सच्या ते सर्व जण ओळखीचे होते. आपल्या माणसांनी सतत सतर्क राहायला हवं, अशी गाइल्सने त्यांना ताकीद देऊन ठेवलीच होती. तो स्वत:ही अत्यंत दक्ष होता. पण कित्येक आठवडे झाले, तरी काहीच घडेना. अखेर आपल्याला कधी शत्रूचं तोंड पाहायला मिळणार की नाही, अशी त्याला शंका वाटू लागली.

एप्रिल महिन्याची नुकती सुरुवात होती. एका धुरकटलेल्या सकाळी गाइल्सचे जवान बाहेर व्यायाम करत असताना अचानक बंदुकींच्या गोळ्यांच्या फैरी झडल्या. त्यांचा मारा अगदी अकल्पित होता. त्या गोळ्या सणाणत कुठून आल्या ते समजलं नाही. जवान तात्काळ जमिनीवर पालथे पडून आसरा शोधण्यासाठी सरपटत जवळच्या बिल्डिंगकडे गेले.

तशात जर्मनांनी आणखी एक बंदुकांच्या गोळ्यांची फैर झाडली. त्या वेळी गाइल्स सर्वांत पुढच्या तुकडीत होता. बऱ्याच गोळ्या तर त्याच्या अगदी जवळपास येऊन पडल्या. लवकरच शत्रूला आपला ठावठिकाणा कळून येणार, अशी त्याची खात्रीच पटली.

त्याने दुर्बिणीतून क्षितिजावर बारकाईने नजर फिरवली. ''मी सांगितल्याशिवाय कुणीही गोळीबार करायचा नाही,'' तो म्हणाला. पुढील हालचाल करण्याआधी फिशरला घडलेल्या प्रकाराची माहिती द्यायची असं त्याने ठरवलं, मग त्याने फील्ड फोनवरून फिशरलर फोन केला.

''शत्रूंची संख्या साधारण किती असेल?'' फिशर म्हणाला.

''मला वाटतं सत्तर असतील किंवा जास्तीत जास्त ऐंशी. आपण सेक्शन नंबर दोन आणि तीन यांना पुढे पाठवलं, तर पाठीमागून आणखी कुमक येईपर्यंत ते शत्रूला सहज थोपवून धरू शकतील, अशी माझी खात्री आहे.''

इतक्यात आणखी एकदा गोळ्यांचा वर्षाव झाला. गाइल्सने दुर्बिणीतून क्षितिजाकडे पाहात अंदाज घेऊन हुकूम दिला, ''थांबा, आत्ताच गोळीबार करू नका!''

''मी लगेच सार्जंट हॅरीस आणि त्यांच्या हाताखालच्या सेक्शन दोनला तुमच्या

मदतीसाठी पाठवून देतो.'' फिशर म्हणाला, ''आणि मला फोन करून जे काही घडेल ते सांगत राहा, मग तीन नंबरच्या सेक्शनला बरोबर घेऊन तुम्हाला येऊन मिळायचं की नाही, ते मी नंतर ठरवीन.'' फिशरने फोन बंद केला.

तिसऱ्यांदा झडलेल्या गोळीबाराच्या फैरी पाठोपाठ परत चौथ्यांदा गोळीबार झाला. गाइल्सने डोळ्यांना दुर्बीण लावून समोर पाहिल्यावर समोरच्या उघड्या मैदानावरून सुमारे डझनभर माणसं सरपटत त्यांच्याच रोखाने येत असलेली त्याला दिसली.

''नेम धरा, पण शत्रू अगदी दृष्टिपथात आल्याशिवाय गोळी झाडू नका. एक लक्षात ठेवा, प्रत्येक गोळी किमती आहे. अचूक बसलीच पाहिजे.''

पहिली गोळी बेट्सने झाडली. त्या गोळीने अचूक निशाणा साधला. एका जर्मनाचा त्या गोळीने बळी घेतला. तो समोर वाळवंटात कोसळताच बेट्स आनंदाने म्हणाला, ''पाडला हरामखोराला!'' बंदुकीत पुन्हा काडतूस भरत तो म्हणाला, ''ब्रॅंड स्ट्रीटवर बॉंब हल्ला करण्याची चांगली अद्दल घडवतो यांना.''

''गप्प बस, बेटस आणि लक्ष समोर! गाइल्स ओरडला.

''सॉरी सर!''

गाइल्स अजूनही बंदूक रोखून क्षितिजावर नजर लावून टेहाळणी करत होता. त्याला समोर गोळीची शिकार होऊन जमिनीवर पालथे पडलेले शत्रूचे दोन-तीन सैनिक दिसत होते. त्याने आपल्या जवानांना आणखी एकदा गोळीबार करण्याचा हुकूम दिला. डोळ्यांसमोर सैरावैरा मुंग्या धावत सुटाव्या, तसे अनेक जर्मन सुरक्षित ठिकाणांकडे पळ काढताना त्याला दिसले.

''गोळीबार थांबवा!'' गाइल्स ओरडला. त्यांच्या जवळचा मौल्यवान दारूगोळा वाया घालवून चालणार नव्हतं. त्याने आपल्या डावीकडे पाहिलं. सार्जंट हॅरीस आणि त्याच्या हाताखालचे सेक्शन दोनचे जवान आपल्याला कधी हुकूम मिळतो, याची वाट बघत तयारीत थांबलेले त्याला दिसले.

त्याने परत फील्ड फोन लावला. फिशरने पलीकडच्या बाजूने फोन उचलला. ''माझ्याकडचा दारूगोळा फार काळ पुरे पडणार नाही, सर! माझी डावी बाजू सार्जंट हॅरिस सांभाळत आहेत, पण उजव्या बाजूने काहीच संरक्षण नाही. तुम्ही आता जर तुमच्या सैनिकांसह इकडे आलात, तर आम्ही शत्रूचा अधिक चांगल्या पद्धतीने मुकाबला करू शकू.''

''बॅरिंग्टन, आता सेक्शन दोन तुमच्या मदतीला आल्यामुळे तुमची ताकद वाढली आहे. त्यामुळे मी आता मागेच थांबतो. जर ते मागच्या बाजूने घुसलेच तर इकडून तुम्हाला संरक्षण असलेलं बरं!''

इतक्यात गाइल्सच्या सैनिकांच्या दिशेने गोळ्यांचा वर्षाव झाला. गाइल्स व त्याचे सैनिक नक्की कुठे आहेत, ते जर्मनांना कळून चुकलं होतं, हे तर उघडच होतं.

पण तरीही गाइल्सने आपल्या दोन्ही सेक्शन्सला गोळीबार थांबवण्याची ऑर्डर दिली. त्याने फोन खाली ठेवून एक शिवी हासडली आणि मधल्या मोकळ्या जागेतून पळत सार्जंट हॅरीस पाशी गेला. लगेच त्याच्या रोखाने गोळीबार झाला.

"तुम्हाला काय वाटतं, सार्जंट?"

"एकूण ऐंशी माणसं आहोत, सर! पण ते या प्रदेशाची नुसती पाहणी करायला आलेले आहेत, हे नक्की! त्यामुळे आपण शांत राहून नुसता दबा धरून बसणंच योग्य होईल."

"मलाही तसंच वाटतं!" गाइल्स म्हणाला.

"ते काय करतील? तुमचं काय मत आहे?"

"आपण संख्येने त्यांच्यापेक्षा कमी आहोत, याची त्या जर्मन हरामखोरांना कल्पना आहे, त्यामुळे आपल्या मदतीसाठी आणखी कुमक येण्यापूर्वीच ते आपल्यावर हल्ला करतील, असा माझा अंदाज आहे. पण आपल्या डाव्या बाजूला भक्कम फळी उभारून आपलं रक्षण करण्यासाठी लेफ्टनंट फिशर आणि त्यांची तुकडी आली, तर आपली पोझिशन नक्की मजबूत होऊन जाईल."

"मलाही अगदी तसंच वाटतं!" गाइल्स म्हणाला. परत एकदा गोळ्यांची फैर झडली. "मी लगेच जाऊन फिशरशी बोलतो. तुम्ही आत्ताच काही करू नका माझ्या ऑर्डरची वाट बघा."

उघड्या मुलखातून गाइल्स जीव वाचवून वेडावाकडा पळत गेला. त्यांच्या रोखाने गोळीबार झाला. काही गोळ्यातर त्याच्या इतक्या जवळून गेल्या की, परत असा धोका पत्करणं योग्य नव्हतं. इतक्यात फील्ड फोन वाजला. गाइल्सने झडप घालून तो उचलला.

"बॅरिंग्टन, मला वाटतं आता आपण हालचाल करण्याची वेळ आलेली आहे."

गाइल्सने मनातल्या मनात त्या शब्दांचा पुनरूच्चार करून पहिला, त्याचा बोलण्याचा मथितार्थ गाइल्सच्या ध्यानात यायला थोडा वेळ लागला. "तुमचं असं म्हणणं आहे की, आम्ही पुढे होऊन त्या जर्मनांवर हल्ला चढवायचा आणि तुम्ही मागून आम्हाला कव्हर करण्यासाठी सेक्शन तीनला पुढे आणायचं?"

"आपण असं काही जर केलं, तर आपण आयतेच त्यांच्या बंदुकीच्या तडाख्यात सापडू!" बेट्स म्हणाला.

'शट अप, बेट्स!"

"येस सर!"

गाइल्स फोनवर फिशरला म्हणाला, "सार्जंट हॅरिस याचं असं म्हणणं आहे की, तुम्ही सेक्शन तीनला जर आमच्या उजव्या बाजूने आणलेत, तर जर्मनांना हल्ला चढवणं भाग पडेल आणि मग आम्ही –"

"सार्जंट फिशर यांचं मत काय आहे, ह्याच्याशी मला काहीही देणं घेणं नाही. मी आज्ञा देतो आणि तुम्ही त्या पाळायच्या समजलं?"

"होय, सर!" असं म्हणून गाइल्सने फोन आपटला.

"मी त्याला ठार मारू का, सर?" बेट्स म्हणाला. गाइल्सने त्याच्या बोलण्याकडे दुर्लक्ष करून कमरेच्या पट्ट्याला चार हात बाँब अडकवले. मग तो मुद्दाम उठून उभा राहिला. आता समोरच्या दोन्ही पलटणींना तो व्यवस्थित दिसत होता. तो मोठ्या आवाजात म्हणाला, "संगिनी सज्ज करा आणि शत्रूवर हल्ला करण्यासाठी तयारीत राहा!" मग तो आडोशाच्या जागेतून बाहेर येऊन जोरात ओरडला, "माझ्या मागे चला!"

तापलेल्या वाळूवर गाइल्स आणि सार्जंट हॅरिस धावत निघाले. गाइल्सच्या मागोमाग थोडं अंतर ठेवून सार्जंट बेट्स हाही पळत होता. इतक्यात समोरच्या बाजूने गोळ्यांचा जोरदार वर्षाव झाला. या अशा प्रतिकूल परिस्थितीत आपला कसा काय टिकाव लागणार, अशी त्याला मनातून काळजी वाटली. समोर चाळीस यार्डांवर तीन चर खणण्यात आले होते. त्यात शत्रू लपून बसले होते. त्याने कमरपट्ट्या लावलेला एक हातबाँब काढून हातात घेतला. त्याची पिन काढून तो त्याने समारेच्या बाजूला मधोमध असलेल्या चराच्या दिशेने फेकला. अगदी लीलया, क्रिकेटचा चेंडू उचलून विकेटकीपरकडे परत फेकावा तसा! तो त्या चराच्या तोंडापाशी जाऊन फुटला. समोरून दोन माणसं जोरात वर उडाली व त्यातला एक धाडकन खाली कोसळला.

त्याने ताबडतोब डाव्या बाजूला असलेल्या चराच्या दिशेने दुसरा हातबॉब भिरकावला. शत्रू रनआउट झाला असावा. कारण शत्रूकडून प्रतिकारार्थ गोळीबार झाला नाही. मग त्याने तिसरा हातबाँब फेकला. त्याच क्षणी एक मशिनगन वर झाली. गाइल्स कसलीही पर्वा न करता पळत पुढे निघाला. त्याच्या समोर एका माणसाची आकृती स्पष्ट दिसत होती. गाइल्सने कमरेचं पिस्तूल काढून लागोपाठ गोळ्या झाडण्यास सुरुवात केली. एक... दोन... तीन... मानवी आकृत्या खाली कोसळू लागल्या. इतक्यात समोरून एका जर्मनाने बंदूक त्याच्या रोखाने वळवून नेम धरलेला पाहताच गाइल्सने त्याच्यावर गोळी झाडली. तो मैदानात गाइल्सच्या समोर मरून पडला. गाइल्सला मळमळू लागलं.

आता तो शत्रू लपलेल्या ठिकाणापासून बराच जवळ पोहोचला होता. त्याला पाहून एका जर्मन अधिकाऱ्याने हातातील बंदूक जमिनीवर टाकली, तर दुसरा हात वर करून शरण आला. त्याच्या पराभूत डोळ्यांकडे गाइल्स बघत राहिला. त्या माणसांना मरायचं नव्हतं, हे उघड होतं. त्यासाठी जर्मन भाषा येण्याची गाइल्सला गरज नव्हती.

"गोळीबार थांबवा!" गाइल्स मोठ्यांदा किंचाळला. त्याच्या स्वत:च्या सेक्शन १

आणि सेक्शन २मधील जे काही सैनिक जगले वाचले होते, त्यांनी पळत जाऊन शत्रूच्या लपण्याच्या ठिकाणावर कब्जा केला. ''त्यांना वेढा घाला आणि त्यांची शस्त्रास्त्रं काढून घ्या, सार्जंट हॅरिस!'' असं म्हणून गाइल्स पाठीमागे वळला. पाहतो तर काय, सार्जंट हॅरिस शत्रूच्या लपण्याच्या ठिकाणापासून केवळ काही यार्डांवर जमिनीत पालथे पडले होते. त्यांच्या तोंडातून रक्त वाहत होतं.

गाइल्सने पाठीमागच्या मोकळ्या मैदानावर दृष्टिक्षेप टाकला. ते अंतर कापून शत्रूपर्यंत पोहोचत असताना शर्थीने लढता-लढता त्याच्या किती सैनिकांनी आपले प्राण गमावले होते, याची तर गणतीच नव्हती. आणि ते ही केवळ एका माणसाच्या भेकडपणाने घेतलेल्या निर्णयामुळे. छावणीतून अनेक माणसं स्ट्रेचर घेऊन पुढे येऊन मृत आणि घायाळ सैनिकांना उचलून नेण्याच्या कामी लागली होती.

''कार्पोरल बेट्स, कैदेत असलेल्या शत्रुसैनिकांना तीन-तीनच्या गटाने छावणीत घेऊन जा!'' गाइल्स म्हणाला.

''येस सर!'' कॉर्पोरल बेट्स म्हणाला.

काही क्षणानंतर गाइल्स आपले जे काही वाचलेले सैनिक होते, त्यांच्यासह मोकळं मैदान पार करून परत निघाला. ते सर्व जण जेमतेम पन्नास यार्ड चालले नसतील, इतक्यात फिशर पळत-पळत गाइल्सकडे येत असलेला त्याला दिसला. त्याच्या मागोमाग त्याच्या सेक्शन ३चे जवानसुद्धा होते.

''राईट बॅरिंग्टन. आता इथून पुढचं मी बघतो!'' तो जोरात ओरडला. तुम्ही राहिलेल्यांना माझ्या मागोमाग घेऊन या!'' तो मोठ्यांदा म्हणाला. जर्मन युद्ध कैद्यांना स्वत:बरोबर घेऊन विजयी मुद्रेने तो शहराकडे निघाला.

अखेर सर्व जण जेव्हा मॅजेस्टिक हॉटेलात पोहोचले तेव्हा तिथे लोकांचा लहानसा घोळका त्यांच्या स्वागतासाठी उभा होता. फिशरला बघून सैनिकांनी कडक सलाम ठोकला. त्यानेही त्याचा स्वीकार करत उलटा सलाम ठोकला.

''बॅरिंग्टन, आधी सगळ्या युद्ध कैद्यांना स्थानबद्ध करा. नंतर आपल्या पोरांना घेऊन कॅंटिनमध्ये जा. सर्वांसाठी ड्रिंक्स मागवा. आपल्या पोरांनी आज खूप मोठी कामगिरी करून दाखवली आहे. तेवढ्यात मी जाऊन मेजर रिचर्ड्सना रिपोर्ट करतो.''

फिशरची पाठ वळताच बेट्स म्हणाला, ''सर, त्या हरामखोराला मी ठार करू का?''

१७

दुसऱ्या दिवशी सकाळी गाइल्स जेव्हा नाश्त्यासाठी खाली आला तेव्हा त्याच्या ओळखीच्या असलेल्या आणि नसलेल्या अनेक अधिकाऱ्यांनी त्याच्या जवळ येऊन त्याच्याशी हस्तांदोलन केलं. त्यांच्यातील काहींचे तर चेहरेही या आधी कधी पाहिल्याचं त्याला आठवत नव्हतं.

तो मेसमध्ये अधिकाऱ्यांच्या गर्दीतून वाट काढत जसा पुढे जाऊ लागला तसे अनेक डोळे त्याच्यावर रोखले गेले. त्याला थोडा संकोच वाटला त्याने स्वत:ची प्लेट भरून घेतली. आणि 'पंच' नावाच्या दैनिकाचा बरेच दिवसांपूर्वीचा जुना अंक वाचायला घेतला. एका जागी एकट्याने निवांत बसून नाश्ता उरकण्याचा त्याचा बेत होता. पण काही वेळातच तीन अनोळखी ऑस्ट्रेलियन अधिकारी त्याच्या शेजारी येऊन बसले. त्याने हातातल्या वृत्तपत्राचं पान उलटलं. त्यातलं माघार घेऊन पळ काढत असलेल्या हिटलरचं व्यंगचित्र पाहून त्याला हसू फुटलं.

"फारच जबरदस्त कामगिरी!" गाइल्सच्या उजव्या बाजूचा ऑस्ट्रेलियन म्हणाला.

गाइल्स संकोचून लाल झाला.

तोच टेबलाच्या पलीकडच्या बाजूने आवाज आला, "खरं आहे. फारच जबरदस्त!"

त्यांनी पुढे आणखी काही स्तुतिसुमनांचा वर्षाव करायच्या आत गाइल्स तिथून निघाला तेवढ्यात पहिला म्हणाला, "त्यांचं नाव काय?"

ते ऐकून गाइल्स क्षणभर थबकला.

"फिशर," दुसरा म्हणाला.

गाइल्सला जोराचा ठसका लागला.

"मी तर असं ऐकलं की, अत्यंत प्रतिकूल परिस्थितीवर मात करून उघड्या मैदानातून आपली पलटण घेऊन केवळ एक पिस्तूल आणि थोडे हातबॉंब इतक्या सामग्रीनिशी ते शत्रूवर चाल करून गेले आणि त्यांनी शत्रूचे तीन अड्डे उद्ध्वस्त

केले. तिथे लपलेल्या जर्मनांचं शिरकाण केलं.''

''काय सांगताय? माझा तर विश्वासच बसत नाही.''

या वाक्याशी मात्र गाइल्स सहमत झाला.

''अहो, एवढंच नाहीतर त्यांनी एका जर्मन ऑफिसरला ठार मारलं आणि त्याच्या पन्नास हरामखोर सैनिकांना ते युद्धकैदी बनवून इकडे घेऊन आले. आणि त्यांच्या कडे स्वत:ची केवळ बाराच माणसं होती म्हणे!''

गाइल्सने आपल्या प्लेट मधल्या उकडलेल्या अड्याचं टरफल सोलून काढलं.

''हे खरंच असणार!'' पलीकडून आवाज आला, ''कारण त्यांना आता कॅप्टन करण्यात आलं आहे.''

गाइल्स मटकन खुर्चीत बसून प्लेटमधल्या अंड्याकडे पाहू लागला.

''मी असं ऐकल की, त्यांना शौर्यपदक देण्यात येणार आहे.''

''त्यांना तेवढं तरी किमान मिळायलाच हवं.''

''यात त्यांच्या साथीला आणखी कोणी होतं का?'' पलीकडचा आवाज म्हणाला.

''हो, त्यांचा सेकंड इन कमांड होता ना, पण मला नावच आठवत नाहीये. कोण बरं?''

गाइल्सला आता ते सगळं संभाषण तिथे उभं राहून ऐकणं, अगदीच असह्य झालं. आत्ताच्या आत्ता त्या फिशरकडे जायचं आणि त्याला खरमरीतपणे सुनवायचं असं त्याने ठरवलं. हातातली प्लेट तिथेच टाकून तो उठला आणि ताडताड ढांगा टाकत मेसच्या बाहेर पडला. केबिनच्या दारावर टकटक करण्याचे कष्टही न घेता तो दार ढकलून आत शिरला. पण आत पाऊल टाकताच त्याने भानावर येऊन खाडकन सलाम ठोकला. ''माफ करा सर तुम्ही इथे आहात, याची मला कल्पना नव्हती.''

''हे मिस्टर बॅरिंग्टन, कर्नल!'' फिशर कर्नलसाहेबांना म्हणाला. ''कालच्या चकमकीत यांनीच मला साथ दिल्याचं मी तुम्हाला बोललो होतो ना?''

''हो, येस मि. बॅरिंग्टन उत्तम. उत्तम कामगिरी! तुम्ही आज सकाळी निघालेली कंपनी ऑर्डर अजून पाहिली नसेल. पण तुम्हाला लेफ्टनंट बनवण्यात आलं आहे. आणि मी आत्ताच कॅप्टन फिशर यांनी बनवलेला रिपोर्ट वाचला आहे, त्यामुळे मी तुम्हाला खात्रीपूर्वक सांगतो की, सरकारी अहवालात तुमचा सन्मानपूर्वक उल्लेख करण्यात येणार आहे.''

''मन:पूर्वक अभिनंदन, गाइल्स!'' फिशर म्हणाला, ''खरोखर अभिनंदनास पात्र!''

''हो. खरोखरच!'' कर्नल म्हणाले, ''आणि हो, बॅरिंग्टन, आता तुम्ही इथे आलाच आहात तर कॅप्टन फिशर यांना मगाशी मी जे सांगत होतो, ते तुम्हालाही सांगतो. कॅप्टन फिशर यांनी असा अंदाज बांधला आहे की, तो रोमेल नक्की टोब्रुककडेच

येणार. त्यामुळे शहराच्या पश्चिम भागात आपल्याला फार कडक बंदोबस्त ठेवावा लागणार आहे. आम्ही तुमच्या मदतीसाठी रणगाड्यांची एक संपूर्ण तुकडीच पाठवून देऊ.'' असं म्हणून त्यांनी टेबलावर पसरलेल्या नकाशावर दोन-तीन जागी बोट ठेवलं. ''इथे... इथे आणि इथे – '' तुम्हाला दोघांना पटतंय ना हे?''

''होय, सर!'' फिशर म्हणाला. ''मी आता लगेच पलटणीची जमवाजमव करण्याच्या तयारीला लागतो.''

''जेवढं लवकर कराल तेवढं बरं!'' कर्नल म्हणाले, ''कारण मला असं वाटतंय की, रोमेल आता जास्त वेळ न दवडता लवकरच परत फिरून येईल. आणि आता या खेपेला तो काही नुसती टेहाळणी करायला येणार नाही. सगळ्या आफ्रिका कोअरचं नेतृत्व करत प्रचंड ताकदीनिशी इथे येऊन दाखल होईल. तेव्हा आपण सापळा रचून तो त्यात कधी सापडतो, याची वाट बघत दबा धरून बसायला पाहिजे.''

''मी त्याच्यासाठी तयारीत थांबेन, सर!'' फिशर म्हणाला.

''गुड! कारण यासाठी टेहळणी करण्याच्या आणि गस्त घालण्याच्या कामाची संपूर्ण जबाबदारी मी तुमच्यावर सोपवतोय, फिशर! बॅरिंग्टन, तुम्ही सेकंड इन कमांड म्हणून त्यांच्या हाताखाली असणार आहात.''

''दुपारी बारापर्यंत मी माझा अहवाल तयार करून तुमच्या समोर ठेवतो, सर!'' फिशर म्हणाला.

''फार छान, फिशर! आता राहिलेले तपशील तुम्ही पाहा.''

''थँक यू सर!'' फिशर त्यांना सलाम ठोकत म्हणाला. कर्नल तेथून निघून गेले.

गाइल्स तोंड उघडून काहीतरी बोलणार एवढ्यात फिशर घाईने म्हणाला, ''सार्जंट हॅरिस यांना मरणोत्तर शौर्यपदक प्राप्त व्हावं यासाठी मी शब्द टाकला आहे, त्याच प्रमाणे कॉर्पोरल बेट्सच्या कामगिरीचाही अहवालात निश्चित उल्लेख करण्यात येईल, तुमच्याकडून मी पाठिंब्याची आशा करू ना?''

''मी असं ऐकलं की, लष्करी शौर्यपदकासाठी तुमचीसुद्धा शिफारस करण्यात आली आहे?''

''ते काहीही माझ्या हातात नाही मित्रा! पण कमांडिंग ऑफिसरांना जे काही योग्य वाटेल, त्याला मी होकार देईन. चला, आता आपण कामाला लागू यात. आता आपल्या हाताखाली गस्त घालणाऱ्या सहा तुकड्या आहेत, तेव्हा मला असं वाटतं की, आपण –''

सेक्शन १ आणि सेक्शन २ यांना आता सर्व जण 'फिशर्स फँटसी' म्हणून ओळखू लागले होते. आता कर्नल साहेबांपासून खालच्या सैनिकांपर्यंत सर्व जण अत्यंत सावध बनले होते. दोन पलटणी गावाच्या पश्चिमेकडील हद्दीवर गस्त घालत

होत्या. रात्रं-दिवस, चोवीस तास आळीपाळीने त्यांचा खडा पहारा होता. कोणत्याही क्षणी रोमेल आपल्या पूर्व ताकदीनिशी तिथे उगवू शकतो, याची त्यांना कल्पना होते. फक्त नक्की केव्हा? हाच प्रश्न होता.

फिशर आता सर्वांच्या नजरेत 'हीरो' बनलेला असल्या कारणाने त्यालाही अधूनमधून कधीतरी त्या गस्त घालणाऱ्या सैनिकांपाशी जाऊन थांबावं लागे. तिथे उपस्थित असणाऱ्या प्रत्येकाने आपल्याला पाहिलं आहे, याची खात्री पटल्यानंतर तो परत निघून जाई. त्यानंतर ३ मैल मागे फिरून तो टँक स्क्वाड्रन कमांडरला रिपोर्ट करायचा आणि मग आपले फील्ड फोन्स सज्ज करून बसायचा.

११ एप्रिल, १९४१ रोजी 'डेझर्ट फॉक्स' जनरल रोमेल याने टोब्रूकवर आक्रमण केलं. जर्मनांच्या या हल्ल्याचा ब्रिटिश आणि ऑस्ट्रेलियन सैनिकांनी प्राणपणाने प्रतिकार केला. पण जसजसे दिवस आणि महिने पुढे सरकत होते, तसं अन्नधान्य आणि दारूगोळा इत्यादी वस्तूंचा तुटवडा भासू लागला होता. थोड्याच दिवसांत जनरल रोमेल आणि त्याचं प्रचंड सैन्य आपल्यावर मात करणार अशी भीती काहींच्या मनात वारंवार उत्पन्न होऊ लागली होती. अर्थात त्या भीतीचा उच्चार उघडपणे कुणीच करत नव्हतं.

ती शुक्रवारची सकाळ होती. वाळवंटातील हवा जरा निवळत चालली होती. लेफ्टनंट बॅरिंग्टनने दुर्बिणीतून परिसर न्याहाळण्यास सुरुवात केली. त्याने क्षितिजाकडे दुर्बीण रोखली. समोर जर्मन रणगाड्यांच्या रांगा लागलेल्या त्याला दिसल्या.

त्याने मोठ्यांदा शिवी हासडून फील्ड फोन हातात घेतला. इतक्यात त्याने आणि त्याच्या माणसांनी रणांगणावर नजर ठेवण्यासाठी जी इमारत निवडली होती. त्यावरच एक बाँब येऊन फुटला. फोनवर पलीकडून फिशर आला. गाइल्स त्याला म्हणाला, "मला इथून चाळीस ते पन्नास रणगाडे आमच्या दिशेने चाल करून येताना दिसत आहेत. शिवाय त्यांच्यामागोमाग सैन्याची एक भली मोठी पलटणसुद्धा आहे. तुमची परवानगी असेल, तर मी माझ्या माणसांना घेऊन एखाद्या सुरक्षित ठिकाणी आश्रयाला जाऊ का? तिथे जाऊन आम्ही पुन्हा गटवार रचना करून नव्याने लढाईची तयारी करू."

"जिथे आहात तिथेच थांबा," फिशर म्हणाला, "एकदा शत्रू तुमच्या टप्प्यात आला की, त्याच्याशी दोन हात करा?"

"दोन हात करा?" गाइल्स म्हणाला, "पण कशाच्या साहायाने? धनुष्यबाण घेऊन लढू का त्यांच्याशी? ही काय इ.स. १४१५मधली ॲजिनकोर्टाची लढाई आहे का? माझ्याकडे जेमतेम शंभर जवान आहेत आणि समोरून शत्रूचे रणगाडे आणि त्या पाठोपाठ भली मोठी पलटण चाल करून येत आहे. फिशर, फॉर गॉड्स

सेक माझ्या माणसांचं भलं कसं होईल, हे मला ठरवू द्या!''

''जागा सोडून कुठेही जायचं नाही. तिथेच थांबायचं,'' फिशर परत म्हणाला. ''शत्रू टप्प्यात आला की, त्याच्याशी दोन हात करायचे हा माझा हुकूम आहे.''

गाइल्सने फोन खाली आपटला ''का कोण जाणे पण तुम्ही जिवंत राहावं अशी त्या माणसाची इच्छाच दिसत नाहीये!'' बेट्स म्हणाला. ''मी त्याला गोळी घालणार होतो; का अडवलं तुम्ही मला?''

इतक्यात त्या इमारतीवर आणखी एक बॉंब येऊन फुटला. सगळीकडे दगड-मातीचा खच झाला. समोरून नक्की किती रणगाडे आपल्यावर चाल करून येत आहेत, हे पाहायला गाइल्सला आता दुर्बिणीची गरज नव्हती. आपल्या आयुष्याचे आता शेवटचे काही क्षणच उरले आहेत, अशी त्याची मनोमन खात्रीच पटली.

''नेम धरून मारा!'' तो ओरडला. त्याला अचानक एमाच्या बाळाची सेबॅस्टियनची आठवण आली. घराण्याचं नाव आता तोच चालवणार होता. घराण्याचा वारसाहक्काने चालत आलेला किताबही त्यालाच मिळणार होता. 'पण सेबॅस्टिन जर आपल्या बापाच्या – हॅरीच्या निम्म्यानेही कर्तबगार निघाला, तरीसुद्धा या घराण्याचं भवितव्य उज्ज्वल आहे,' गाइल्सच्या मनात आलं.

आणखी एक बॉंब येऊन त्यांच्या मागच्या इमारतीवर कोसळला समोरच्या बाजूने रणगाडा चालवत पुढे येत असलेला जर्मन गाइल्सकडे टक लावून बघत होता. ''फायर!'' गाइल्स ओरडला.

पण बघता-बघता त्यांच्या आजूबाजूच्या भिंती कोसळून जमीनदोस्त झाल्या गाइल्सच्या मनात आता एमाचे, ग्रेसचे, स्वत:च्या वडिलांचे, आईचे आणि दोन्ही आजोबांचे विचार घोळत होते. पुढचा बॉंब फुटला आणि सगळं काही उद्ध्वस्त झालं. गाइल्सने डोळे उघडून पाहण्याचा प्रयत्न केला, तर भिंती, लाकडं कोसळत होती. तो पळत बेट्स पाशी गेला. बेट्स निधड्या छातीने शत्रूच्या रणगाड्यांचा मुकाबला करत होता.

गाइल्सच्या मिटत असणाऱ्या नजरेसमोर जीव वाचवून समुद्र किनाऱ्याकडे पोहोत निघालेल्या हॅरीची मूर्ती दिसत होती.

एमा बॅरिंग्टन

(१९४१)

१८

एमाने हॉटेलच्या खोलीत एकटीने बसून 'डायरी ऑफ अ कन्व्हिक्ट' हे पुस्तक अथपासून इतिपर्यंत वाचून काढलं. हा मॅक्स लॉईड नक्की कोण, हे काही तिला ठाऊक नव्हतं, पण एका गोष्टीची मात्र तिला शंभर टक्के खात्री होती. या पुस्तकाचा खरा लेखक तो नव्हता.

हे पुस्तक केवळ एकाच माणसाने लिहिलेलं अनेक ओळखीचे वाक्प्रचार तिला त्यात आढळले. ती लेखनशैलीही तिच्या चांगलीच परिचयाची होती. त्या बेट्या लॉईडने सगळ्या व्यक्तींची नावं बदलण्याचेसुद्धा कष्ट घेतले नव्हते. जर त्याची खरोखरच एमा नावाची प्रेयसी असेल आणि त्याचं तिच्यावर जिवापाड प्रेम असेल, तर गोष्ट वेगळी!' एमाच्या मनात आलं.

एमाने शेवटचं पान उघडलं तेव्हा मध्यरात्र उलटून गेली होती. मग तिने फोन उचलून एक नंबर फिरवला. ती व्यक्ती या वेळी जागी असून कामावर हजर असणार याची तिला खात्रीच होती.

"मला फक्त एकच मदत हवी आहे." एमा त्याला म्हणाली.

"बोला, काय काम आहे?"

"मला मॅक्स लॉईडच्या पॅरोल ऑफिसरचं नाव हवं आहे."

"मॅक्स लॉईड म्हणजे तो लेखक?"

"हो, तोच तो."

"हे कशासाठी हवंय, हे मी विचारतही नाही." तो म्हणाला.

एमाने ते पुस्तक दुसऱ्यांदा वाचायला सुरुवात केली. पण पुस्तकात नवा डेप्युटी लायब्ररीयन त्याच्या कामावर रुजू होण्याआधीच ती झोपून गेली. दुसऱ्या पहाटे पाचच्या सुमाराला ती जागी झाली. त्यानंतर मात्र ती अखंड वाचत राहिली. अखेर त्या डायरीत प्रिझन ऑफिसर लायब्ररीत येऊन म्हणाला, "लॉईड, वॉर्डनसाहेबांनी तुला बोलावलंय." त्या नंतर तिने वाचन थांबवलं.

एमाने त्यानंतर बराच वेळ अंघोळ करण्यात घालवला. 'जी माहिती मिळवण्यासाठी आपण इतके दिवस खटाटोप करत फिरत होतो, ती केवळ दीड डॉलर किमतीला कुठल्याही पुस्तकाच्या दुकानात उपलब्ध होती,' असा विचार तिच्या मनात आला.

त्यानंतर ती कपडे करून तयार होऊन खाली नाश्ता घेण्यासाठी आली. तिथे तिने न्यू यॉर्क टाइम्सचा अंक उचलला. वृत्तपत्राची पाने चाळता-चाळता तिचं अचानक लक्ष गेले. तिथे 'द डायरी ऑफ अ कन्व्हिक्ट'चं परीक्षण आलं होतं.

''आज आपल्या तुरुंगाच्या आत जे काही घडतंय, त्याकडे आपलं सर्वांचं लक्ष वेधल्याबद्दल आपण खरंतर मि. लॉईड यांचे आभारच मानायला हवेत. लॉईड हे सिद्धहस्त लेखक आहेत. ते बुद्धिमान आहेत. आता त्यांची तुरुंगातून सुटका झालेली असल्यामुळे इथून पुढे ते हातात धरलेली लेखणी कधीच खाली ठेवणार नाहीत, अशी आशा आहे.''

वर्तमान पत्रातला मजकूर वाचून एमाच्या मनात आलं, ''पण मुळात या बेट्याने लेखणी हातात धरली कधी होती?'' नाश्ता संपवून आपल्या खोलीत परत जाण्यापूर्वी एमा रिसेप्शनपाशी बसलेल्या मुलीला म्हणाली, ''डबलडे बुक स्टोअरच्या जवळ एखादं चांगलं रेस्टॉरंट आहे का?''

''हो आहे ना, 'द ब्रासरी' असं नाव आहे त्याचं, मॅडम. फारच चांगलं रेस्टॉरंट आहे. मी त्यांना फोन करून तुमच्यासाठी टेबल राखून ठेवायला सांगू का?''

''हो, चालेल!'' एमा म्हणाली. ''हो आज माझ्या एकटीसाठी दुपारच्या जेवणाच्या वेळी एक टेबल त्यांना ठेवायला सांगा. आणि हो, रात्रीसाठी पण असंच एक टेबल ठेवायला सांगा.''

इंग्लंडहून आलेली ही तरुण स्त्री कधी काय करेल, याचा नेम नव्हता. त्या रिसेप्शनिस्टलासुद्धा एमाच्या त्या जगावेगळ्या वागण्याची सवय झाली होती.

एमाने खोलीत परत येऊन ते पुस्तक परत एकदा वाचायला सुरुवात केली. तिला एका गोष्टीचा अजिबात उलगडा होत नव्हता. त्या पुस्तकाची सुरुवात हॅरी ज्या दिवशी लेव्हनहॅमच्या तुरुंगात येऊन दाखल झाला, त्या दिवसापासून का बरं झाली होती? परंतु त्या डायरीतील पुढे इतरत्र अनेक जागी आलेल्या संदर्भांवरून एक गोष्ट तर स्पष्टच होत होती. त्या दिवसांपूर्वी घडलेल्या घटना क्रमाची नोंदही अशीच डायरीच्या स्वरूपात नक्कीच करण्यात आलेली होती. परंतु तो मजकूर प्रकाशकाने वाचलेला दिसत नव्हता. त्याच्या तो हाती लागला नसेल. त्यामुळेच तो वाचकांना सुद्धा वाचायला मिळाला नव्हता. पण एमाला मात्र एका गोष्टीची खात्री पटली, या आधी घडलेल्या प्रसंगाची नोंदसुद्धा कुठेतरी नक्कीच उपलब्ध होती. अजून एखाद्या डायरीत, हस्तलिखिताच्या स्वरूपात. ती जर वाचायला मिळाली असती, तर हॅरीच्या अटकेविषयी, त्याच्यावर चालवण्यात आलेल्या खटल्याविषयी तर एमाला

कळलं असतंच, पण मुळात हॅरीला या सगळ्या अग्निदिव्याला नक्की कशासाठी सामोरं जावं लागलं, या मागचं सत्यही तिला समजलं असतं. त्याचं वकीलपत्र घेतलेल्या मि. जेल्क्ससारख्या ख्यातनाम वकीलाला तो टॉम ब्रॅडशॉ नाही, ही गोष्ट शंभर टक्के माहीत असणारच होती.

एमाने काही पानांवर खुणा करून ठेवल्या होत्या. ती खुणेची पानं तिने तिसऱ्यांदा वाचायला घेतली. त्यानंतर एकदा रस्त्यावरील उद्यानात फेरफटका मारून यायचं तिने ठरवलं. चालत-चालत लेक्सिंग्टन अॅव्हेन्यूपाशी आल्यावर ती ब्लूमिंगडेल्स दुकानात शिरली. तिथे तिने ज्या गोष्टींची ऑर्डर दिली, ती तिला त्याच दिवशी दुपारी तीन वाजता मिळेल, असं सांगण्यात आलं. ब्रिस्टॉलला तिला त्यासाठी चांगलं पंधरा दिवस थांबावं लागलं असतं, हे नक्की.

त्यानंतर बागेतून फेरफटका करत असताना तिच्या डोक्यात हळूहळू एक योजना पक्की होऊ लागली. पण तत्पूर्वी डबलडे बुक स्टोअरमध्ये जाऊन त्या दुकानाची मांडणी लक्षपूर्वक निरखून बघणं गरजेचं होतं. ती दुकानात शिरली तेव्हा दुपारच्या लेखकभेटीच्या कार्यक्रमासाठी दुकानातील कर्मचाऱ्यांची तयारीची लगबग चालू होती. दुकानाच्या एका भागात तो कार्यक्रम ठेवण्यात आला होता. लेखकासाठी टेबल-खुर्ची ठेवण्यात आली होती. तेथे बसून मॅक्स लॉईड वाचकांची भेट घेणार होता. आणि त्यांनी खरेदी केलेल्या पुस्तकाच्या प्रतीवर स्वाक्षरी करणार होता. रस्त्यावर उघडणाऱ्या काचेच्या शोकेसमध्ये मोठ्या लाल अक्षरांत त्या कार्यक्रमाची जाहिरात करण्यात आली होती.

टेबलच्या समोरच्या बाजूला पुस्तकांनी भरलेल्या शेल्फांच्या उभ्या रांगा होत्या. तेथेच आडोशाला उभं राहून एमाला मॅक्स लॉईडवर नजर ठेवता येणं, सहज शक्य होतं. त्याला जाळ्यात पकडण्यासाठी सापळा रचण्याच्या दृष्टीने सगळी रचना सोयीचीच होती.

दुपारचा एक वाजून गेल्यावर ती डबलकडे बुक स्टोअर मधून बाहेर पडली आणि फिफ्थ अॅव्हेन्यूवर असलेल्या रेस्टॉरंटकडे निघाली. आत शिरल्यावर तिला वेटरने तिच्यासाठी राखून ठेवलेल्या टेबलापाशी नेलं. या अशा हॉटेलात या अशा जागी बसून, हे असं एकटीने आपण जेवणार, ही गोष्ट आपल्या दोन्ही आजोबांना किती धक्कादायक वाटेल, या कल्पनेने तिला हसू फुटलं. जरा वेळाने जेवण आलं. ते मात्र खरोखरच अप्रतिम होतं. वेटरने बिल आणून दिल्यावर ते चुकतं करून वेटरला भरघोस बक्षिसी देऊन, ती जायला उठली.

''मी आज संध्याकाळच्या जेवणासाठी सुद्धा इथे टेबल राखून ठेवायला सांगितलं आहे,'' एमा वेटरला म्हणाली, ''पण मला त्या तिथल्या बूथमध्ये बसायला मिळालं तर बरं होईल.''

ते ऐकून तो वेटर जरा विचारात पडला. एमाने पर्समधून एक डॉलरची नोट

बाहेर काढताच मात्र तिचं काम लगेच झालं. अमेरिकेत आपली कामं कशी करून घ्यायची, याचा एव्हाना तिला अंदाज आला होता.

“तुमचं नाव काय?” एमा म्हणाली.

“जिमी, ” वेटर म्हणाला.

“आणखी एक गोष्ट, जिमी!”

“काय मॅडम?”

“मला जरा तुमच्या मेन्यूकार्डची एक कॉपी मिळेल का?”

“हो, मिळेल ना, मॅडम!”

त्यानंतर एमा तिथून बाहेर पडून मेफ्लॉवर हॉटेलमध्ये परत जायला निघाली. ती वाटेत ब्लूमिंगडेल्सपाशी थांबली. तिने मागवलेली गोष्ट तिला ताब्यात घ्यायची होती. तिथल्या क्लार्कने तिला नमुन्याचं कार्ड दाखवलं. ते तिच्या अगदी मनासारखं झालं होतं.

“तुम्हाला पाहिजे तसं झालंय ना?” क्लार्क म्हणाला.

“हो, हो! अगदी हवं तसंच झालंय,” ती म्हणाली. हॉटेलच्या खोलीत परत आल्यावर एमाने मनात ठरवून ठेवलेल्या प्रश्नांची एकवार उजळणी केली. त्यानंतर रात्रीच्या जेवणासाठी काय ऑर्डर द्यायची याचा नीट विचार करून ती तिने मेन्यू कार्डाच्या प्रतीच्या मागे पेन्सिलीने लिहून ठेवले. थकूनभागून ती बिछान्यावर कोसळली. तिला लगेच झोप लागली.

सतत वाजत असलेल्या टेलिफोनच्या घंटीने ती दचकून उठली. दुपारचे पाच वाजून दहा मिनिटं झाली होती. तिने जरा वैतागूनच फोन घेतला.

तिच्या आवाजातील वैताग फोनवर बोलत असलेल्या व्यक्तीच्या लक्षात आला. “खरं आहे, मी तुमची झोपमोड केली आहे. तुम्ही वैतागणं अगदी स्वाभाविक आहे.”

एमा हसली.

“तुम्हाला पाहिजे असलेल्या माणसाचं नाव आहे ब्रेट एल्डर्स. आणि हो, ही माहिती तुम्हाला माझ्याकडून मिळालेली नाही.”

“थँक यू!” एमा म्हणाली. “मी तुम्हाला शक्य तो परत त्रास देणार नाही.”

“तसं खरोखर झालं, तर किती बरं होईल.” असं म्हणून डिटेक्टिव्हने फोन ठेवला.

मेन्यू कार्डाच्या प्रतीच्या उजव्या बाजूच्या वरच्या कोपऱ्यात एमाने पेन्सिलने ‘ब्रेट एल्डर्स’ हे नाव व्यवस्थित लिहून ठेवलं. खरं तर छानपैकी अंघोळ करून स्वच्छ कपडे घालून तयार होण्याची एमाची इच्छा होती. पण तेवढा वेळच नव्हता. आधीच उशीर झाला होता. तो लॉईड जर आज हातातून निसटून गेला असता तर? ते मात्र तिला नक्कीच चालणार नव्हतं.

तिने त्या मेन्यूकार्डची कॉपी आणि तीन कार्ड्स उचलून घाईने बॅगेत टाकली आणि ती अक्षरश: धावतच खोलीतून बाहेर पडली. लिफ्टची वाटही न बघता जिन्याने पळत खाली रस्त्यावर येऊन तिने टॅक्सीला हात केला. टॅक्सीचं दार उघडून मागच्या बाजूला धाडकन आत बसत ती म्हणाली, "डबलडेज ऑन फिफ्थ ॲव्हेन्यू. आणि मी जरा घाईत आहे."

"ओ, नो!" एमा भरधाव वेगाने निघालेल्या टॅक्सीत बसून विचार करत होती. "हे माझ्या बाबतीत नेमकं काय घडतंय?"

माणसांनी गच्च भरलेल्या पुस्तकांच्या दुकानात शिरून एमा ठरल्याप्रमाणे धार्मिक पुस्तकं आणि तत्त्वज्ञानविषयक ग्रंथानी भरलेल्या दोन शेल्फांच्या आडोशाला जाऊन उभी राहिली. समोर आपल्या कामात दंग असलेल्या मॅक्स लॉईडकडे ती नीट निरखून पाहू शकत होती.

तो अत्यंत उत्साहाने प्रत्येक पुस्तकावर स्वाक्षरी करत होता. आवतीभोवती गोळा झालेल्या चाहत्यांवर स्वारी खूश दिसत होती. 'खरं तर त्या ठिकाणी बसून ते वाचकांचं प्रेम, तो सन्मान स्वीकारण्याचा हक्क हॅरीचा आहे.' एमाच्या मनात आलं. 'पण आपलं लेखन प्रसिद्ध झालं आहे, याची बिचाऱ्या हॅरीला साधी कल्पना तरी असेल का?' नक्की काय भानगड आहे, ते कदाचित जरा वेळात तिला कळलंच असतं.

एमा हॉटेलातून इतक्या घाईघाईने, धावपळ करत इकडे आली नसती, तरी सुद्धा चाललं असतं, मॅक्स लॉईडचा तो पुस्तकांवर स्वाक्षऱ्या करण्याचा कार्यक्रम आणखी तासभर चालू होता. त्याचं पुस्तक सध्या चांगलंच गाजत होतं. तास उलटून गेल्यावर त्याच्या चाहत्यांची संख्या रोडावू लागली. तो प्रत्येक वाचकाला स्वाक्षरी सोबत संदेश लिहिण्यासाठी जास्त वेळ घेऊ लागला होता. कदाचित आणखी वाचक गोळा होतील, अशी आशा त्याला मनातून वाटत असावी.

अखेर आता त्याच्यापाशी एकच वाचक उरला. मॅक्स त्याच्याशी मोठमोठ्या गप्पा मारत बसला होता, आता एमा आडोशापासून बाहेर येऊन सरळ त्याच्या जवळ येऊन उभी राहिली.

"आणि हो, तुमची आई कशी आहे आता?" तो वाचक मॅक्स लॉईडला विचारत होता.

"अगदी छान आहे ती आता. थँक यू!" लॉईड म्हणाला, "आता तिला हॉटेलात वेट्रेस म्हणून काम करण्याची गरज राहिली नाही. माझं पुस्तक इतकं छान चाललंय ना?"

तो वाचक हसून म्हणाला, "एक विचारू? चालेल ना? एमा कशी आहे?"

"आता लवकरच आम्ही लग्न करणार आहोत," एमाच्या हातातील पुस्तक घेऊन त्यावर स्वाक्षरी करता-करता मॅक्स लॉईडने त्या वाचकाला उत्तर दिलं.

'अच्छा? खरं की काय?' एमा मनातल्या मनात म्हणाली.

"अरे वा! हे तर फारच चांगलं झालं."

"एमाने तुमच्यासाठी किती त्याग केलाय." तो वाचक म्हणाला, "तिला माझ्या शुभेच्छा सांगा!"

'जरा मागे वळून बघा आणि तुम्ही स्वत:च्या तोंडानेच द्या ना शुभेच्छा!' एमाला ओरडून सांगावंस वाटलं. पण ती गप्प बसली.

"हो, नक्की सांगेन!" लॉईड त्या वाचकाला म्हणाला. त्याने एमाच्या हातात स्वाक्षरी केलेलं पुस्तक ठेवून छापील हास्य केलं.

एमाने पुढे होऊन लॉईडच्या हातात एक व्हिजिटिंग कार्ड ठेवलं. त्याने क्षणभर त्या कार्डकडे निरक्षून पाहिलं. त्याच्या चेहऱ्यावरचं ते छापील हास्य परत आलं.

"अरे वा, तुम्हीसुद्धा साहित्यिकांच्या एजंट म्हणून काम करता वाटतं?" तो उठून उभा राहात म्हणाला.

त्याने पुढे केलेला हात एमाने हातात घेतला. खूप प्रयत्नपूर्वक चेहऱ्यावर हसू आणून ती म्हणाली, "होय. आणि लंडनमधल्या अनेक प्रकाशकांनी तुमच्या या पुस्तकाचे हक्क मिळवण्यात बराच रस दाखवण्यास सुरुवात केली आहे. अर्थात तुम्ही जर आधीच लंडनमधल्या एखाद्या प्रकाशकाबरोबर कॉंट्रॅक्ट केलं असेल किंवा दुसऱ्या एजंटला नेमलं असेल, तर मग मी उगाच तुमचा वेळ घेत नाही."

"नाही, नाही! तुम्ही माझ्यापुढे तुमचा प्रस्ताव ठेवलात, तर मी जरूर त्यावर विचार करीन."

"मग तुम्ही आता माझ्याबरोबर समोरच्या रेस्टॉरंटमध्ये जेवायला येता का? तिथेच आपण चर्चा करू."

"मला वाटतं मी या लोकांसोबत जेवण घ्यावं, अशी त्यांची इच्छा दिसते आहे." डबलडे बुक शॉपच्या कर्मचाऱ्यांकडे बोट दाखवत लॉईड स्वत:चा मोठेपणाचा तोरा मिरवत म्हणाला.

"अरेरे –" एमा म्हणाली, "कारण मी उद्या पहाटेच्या फ्लाइटने हेमिंग्वे यांना भेटण्यासाठी लॉस एंजलिसला जाणार आहे."

"हो का? मग त्या लोकांना निराश करणं मला भागच आहे. नाही का?" लॉईड म्हणाला. "पण ते नक्की समजून घेतील, अशी मला खात्री आहे."

"छान मग तुमच्या सह्यांचा कार्यक्रम संपला की, आपण त्या समोरच्या रेस्टॉरंटमध्ये भेटू!" एमा म्हणाली

"पण इतक्या ऐन वेळेला तिथे आपल्याला टेबल मिळेल का?" लॉईड म्हणाला.

"त्यात काही अडचण येईल असं मला वाटत." एमा म्हणाली इतक्यात

लॉईडचं पुस्तक विकत घेऊन एक शेवटचा वाचक त्याची सही घेण्यासाठी पुढे आला. ''मग जरा वेळाने भेटू, मि.लॉईड!'' असं म्हणून एमा तिथून निघाली.

''तुम्ही मला मि.लॉईड वगैरे म्हणू नका, मॅक्स म्हणा!''

एमा दुकानातून बाहेर पडून चालतच रेस्टॉरंटमध्ये गेली. आता मात्र तिला तिथे ताटकळत उभं राहावं लागलं नाही.

त्या सकाळच्या वेटरने लगबगीने पुढे होऊन तिच्यासाठी राखून ठेवलेल्या टेबलापाशी नेलं. ''जिमी!'' एमा म्हणाली, ''आत्ता माझी एका अत्यंत महत्त्वाच्या क्लाएंट बरोबर इथे मीटिंग आहे. त्यांची खास सरबराई झाली पाहिजे. आजची ही मीटिंग त्यांच्या कायम लक्षात राहील, अशी व्हायला हवी.''

''त्याची तुम्ही चितांच करू नका. ते तुम्ही माझ्यावर सोडा, मॅडम!'' वेटर म्हणाला.

एमाने खाली बसून आपली बॅग उघडून आतली मेन्यूकार्डची प्रत बाहेर काढली. कागदाच्या मागच्या बाजूला लिहिलेल्या प्रश्नांची यादी एकवार नजरेखालून घातली. जरा वेळात तो वेटर मॅक्स लॉईडला घेऊन तिच्याच दिशने येत असलेला पाहून तिने घाईने मेन्यू लिहिलेली बाजू वर करून ठेवली.

''अरे वा, तुम्हाला इथे सगळेच ओळखतात असं दिसतंय!'' मॅक्स लॉईड समोरच्या खुर्चीत बसत म्हणाला.

''न्यू यॉर्कमधलं माझं आवडत रेस्टॉरंट आहे हे!'' एमा गोड हसून म्हणाली.

''सर तुमच्यासाठी कोणतं ड्रिंक आणू?'' वेटर अदबीने म्हणाला.

''मॅनहॅटन, ऑन द रॉक्स!'' मॅक्सने आपल्या आवडत्या ड्रिंकचं नाव त्याला सांगितलं.

''आणि तुमच्यासाठी मॅडम?''

''माझं नेहमीचं आण, जिमी!''

वेटर लगबगीने निघून गेला. आता तो आपल्यासाठी काय घेऊन येतो, याची एमाला ही उत्सुकता होतीच. ''बरं, मग आता आपण जेवणाची आधी ऑर्डर देऊ आणि मग कामाचं बोलू,'' एमा म्हणाली.

''हो, चालेल ना. मला काय हवंय, हे माझं आधीच ठरलंय,'' लॉईड म्हणाला. इतक्यात वेटर हातात ट्रे घेऊन आला. त्याने लॉईडचं ड्रिंक त्याच्या समोर ठेवलं. एमासाठी तो एक ग्लास व्हाइट वाइन घेऊन आला होता. एमाने दुपारच्या जेवणाच्या वेळीही वाइनच मागवली होती. एमा वेटरची हुशारी पाहून खूश झाली.

'जिमी, आमची ऑर्डर घेणार ना?'' एमा म्हणाली. जिमीने मान हलवून होकार दिला.

''माझ्यासाठी स्टेक आणा. मीडियम. आणि हो, त्यासोबत बाकीचंही सगळं

आणा, बरं का!'' मॅक्स लॉईड म्हणाला.

''होय सर,'' असं म्हणून जिमी एमाकडे वळला. ''मॅडम, तुमच्यासाठी काय आणू?''

''माझ्यासाठी सीझर्स सॅलड जिमी! आणि हो, सॅलड ड्रेसिंग जरा बेतानेच.''

वेटर तिथून निघून गेल्यावर एमाने हातातलं मेन्यू कार्ड उलटलं. अर्थात त्यावर लिहिलेले प्रश्न एव्हाना तिला जवळ-जवळ तोंडपाठच झाले होते.

एमा लॉईडला म्हणाली, ''तुमच्या तुरुंगवासापैकी या डायरीमध्ये फक्त अठराच महिन्यांचं वर्णन आहे, पण तुम्ही दोन वर्षांहून अधिक काळ तुरुंगवास भोगला आहे. त्यामुळे आणखी एखादं पुस्तक त्यातून सहज निघू शकेल.''

तिचं बोलणं ऐकून लॉईडच्या चेहऱ्यावरची काळजी जाऊन प्रथमच तो निर्धास्त दिसू लागला.

''माझ्याकडे आणखी एक डायरी भरून टिपणं आहेत. मी पुढच्या कादंबरीमध्ये त्यातील काही अनन्यसाधारण प्रसंग चित्रित करण्याचं ठरवलंय.''

त्याचं ते बोलणं ऐकून एमा मनातल्या मनात म्हणाली, ''हो, साहजिकच आहे. तुमची स्वत:ची डायरी आहे. असं कोणत्याही प्रकाशकाला सांगायला गेलात, तर तुमच्यावर कोण विश्वास ठेवेल?''

मॅक्स लॉईडचा ग्लास रिकामा झालेला पाहाताच वेटर लगेच त्याच्या पाशी हजर झाला. ''सर तुम्हाला आमच्याकडे कोणत्या-कोणत्या वाइन्स उपलब्ध आहोत, ते बघायचंय? तुमच्या स्टेक बरोबर चालेल, असं काही आणू का?''

''हो, उत्तम कल्पना!'' असं म्हणत लॉईडने वेटरच्या हातातलं जाडजूड लेदरच्या कव्हरचं पुस्तक उघडलं. त्याचा आविर्भाव तर असा होता की, जणूकाही तोच एमाला इथे जेवायला घेऊन आला होता. पहिल्या पानावरच्या यादीवरून बोट सरकवत त्याने सदतीस क्रमांकाच्या वाइनवर बोट ठेवलं. ''सदतीस... ही आणा, वाइन.''

''तुमची निवड फारच उत्कृष्ट आहे, सर!'' वेटर अदबीने म्हणाला.

मॅक्स लॉईडने निवडलेली ती वाइन नक्कीच भरपूर महागडी असणार, हा अंदाज एमाला होताच. पण पैशांचा विचार करण्याची ही वेळ नव्हती.

''तुमच्या तुरुंगातला तो हेसलर काय बदमाश माणूस निघाला ना?'' एमा म्हणाली. तिने डोळ्याच्या कोपऱ्यांतून पुढचे काही प्रश्न पाहून ठेवले. ''मला वाटलं हे असले खलनायक फक्त देमार चित्रपटांमध्येच असतात.''

''नाही, नाही. तसं काही नाही. तो अगदी खराच होता,'' लॉईड म्हणाला. ''पण मी त्याची दुसऱ्या तुरुंगात बदली करवली. आठवतंय ना तुम्हाला?''

''हो. आठवतंय ना!'' एमा म्हणाली. एवढ्यात वेटर जेवण घेऊन आला. ते पाहाताच लॉईडने अधिरतेने काटा आणि सुरी उचलली.

''मग आता बोला, तुमचा काय प्रस्ताव आहे.'' जेवणावर ताव मारण्यास सुरुवात करून तो म्हणाला.

''माझा प्रस्ताव असा आहे की, तुमची जी काही योग्यता आहे, तेवढा आणि तेवढाच मोबदला तुम्हाला मिळेल. त्याहून एक कपर्दिकही जास्त मिळणार नाही.''

एमाच्या तोंडचे शब्द ऐकून लॉईड बुचकळ्यात पडला. हातातील काटा, सुरी खाली ठेवून तो एमाच्या तोंडाकडे बघत राहिला.

'मि. लॉईड 'द डायरी ऑफ अ कन्व्हिक्ट' या पुस्तकातला एक शब्दही तुम्ही स्वत: लिहिलेला नाही, याची मला पूर्ण कल्पना आहे. फक्त त्याच्या खऱ्या लेखकाचं नाव बदलून त्या जागी तुम्ही स्वत:चं नाव घातलंत, इतकंच!''

तिचं बोलण ऐकून तिला विरोध करण्यासाठी लॉईडने तोंड उघडलं, इतक्यात एमा त्याला काही बोलण्याची संधीच न देता पुढे म्हणाली, ''अजूनही हे पुस्तक आपणच लिहिल्याचा माझ्यासमोर दावा करत राहाण्याचा मूर्खपणा जर तुम्ही केलात ना, तर उद्या सकाळीच मी तुमचे पॅरोल ऑफिसर मि. ब्रेट एल्डर्स यांची भेट घेईन. तिथे काही मी तुमच्या ख्यालीखुशालीची चर्चा करायला जाणार नाही, एवढं नक्की!''

वेटर हातात वाइनची उघडलेली बाटली धरून टेबलापाशी अदबीने उभा राहिला.

डोळे दीपवणाऱ्या प्रचंड प्रकाशझोतापुढे बावरून उभ्या राहिलेल्या सश्याप्रमाणे घाबरून लॉईड एमाच्या चेहऱ्याकडे बघत राहिला. एमाने वेटरकडे पाहून मान किंचित हलवून त्याला खूण करताच त्याने थोडीशी वाइन तिच्या ग्लासात ओतली. तिने लॉईडकडे न बघता, एक अक्षराही न बोलता त्या वाइनचा एक घुटका घेऊन तोंडात घोळवला.

''अप्रतिम!'' ती वेटरकडे हसून पाहात म्हणाली. वेटरने अदबीने झुकून दोन ग्लास भरले आणि तो निघून गेला.

''हे पुस्तक मी लिहिलेलं नाही, हे तुम्ही सिद्ध करू शकत नाही,'' लॉईड कांगावा करत म्हणाला.

''होय करू शकते.'' एमा म्हणाली, ''कारण हे ज्या माणसाने लिहिलेलं आहे, त्याचं मी प्रतिनिधित्व करत आहे. ''एवढं बोलून तिने क्षणभर थांबून वाइनचा एक घुटका घेतला. ती पुढे म्हणाली, ''तो माणूस म्हणजे टॉम ब्रॅडशॉ तुमचा डेप्युटी लायब्ररीयन.''

तिचे शब्द ऐकताच लॉईडचा चेहरा उतरला. तो खुर्चीत टेकून एक अक्षरही न बोलता नुसताच बसून राहिला. ''त्यामुळे जो प्रस्ताव आता मी तुमच्या पुढे ठेवणार आहे, तो अगदी नीट ऐकून घ्या मि. लॉईड. अर्थातच त्या आधी एक गोष्ट स्पष्टच सांगते. हा प्रस्ताव तुम्हाला मान्य करावाच लागेल. त्यात कोणत्याही प्रकारची चर्चा करण्याचा प्रश्नच येत नाही. ''हं! आता तुम्हाला चोरी आणि फसवणुकीच्या आरोपाखाली परत एकदा तुरुंगात जायची इच्छा झाली असली, तर

गोष्ट वेगळी.'' आणि समजा योगायोगाने पिअर पॉइंटच्या तुरुंगातच तुमची रवानगी झालीच, तर तिथे तुमच्या कोठडीत तुम्हाला घेऊन जाण्यासाठी हेसलर कसा टपून बसलेला असेल, हे काही मी तुम्हाला वेगळं सांगायला नको. तो हेसलर काय माणूस आहे, ते तर त्या पुस्तकातून कळतंच आहे.''

लॉईडच्या चेहऱ्यावरून तो भयभीत झाल्याचं स्पष्ट कळत होतं.

पुढे बोलण्याआधी एमाने परत एक वाइनचा घुटका घेतला.

''ही डायरी आपणच लिहिलेली असल्याचं असंच जगापुढे तुम्ही सांगत राहू शकता. मि. ब्रॅडशॉ त्या गोष्टीला काही हरकत घेणार नाहीत. शिवाय प्रकाशकांकडून पुस्तक प्रसिद्ध होण्याआधी जी काही आगावू रक्कम तुम्ही वसूल केलेली, असेल तीही तुम्ही ठेवू शकता. त्यातली बरीचशी रक्कम तर तुम्ही उडवूनही टाकली असेल, यात मला काही शंका नाही.''

लॉईड तोंड वाकडं करून गप्प राहिला.

''हो! पण त्याचबरोबर तुम्ही या पुस्तकाच्या प्रकाशनाचे हक्क दुसऱ्या कुठल्याही देशात विकण्याचा प्रयत्न जर केलात, तर मात्र कॉपीराईट कायद्याचा भंग केल्याचा आणि वाङ्मय चौर्याचा आरोप तुमच्यावर आणि तुमच्या प्रकाशकांवर ठेवण्यात येईल, हे लक्षात ठेवा. आलं ना लक्षात?''

''हो!'' लॉईड कसंनुसं पुटपुटला. त्याने खुर्चीचे हात घट्ट पकडून ठेवले होते.

''बरं, तर. मग हे पक्कं ठरलं!'' एमा वाइनचा आणखी एक घुटका घेऊन म्हणाली. ''मला वाटतं आता तुम्ही इथून निघालात तर बरं होईल, मि. लॉईड!''

लॉईड जरासा घुटमळला.

''आपण उद्या सकाळी ठीक दहा वाजता फोर्टीनाइन वॉल स्ट्रीट येथे भेटणार आहोत.''

''फोर्टी नाइन वॉल स्ट्रीट?''

''टॉम ब्रॅडशॉ यांचे वकील मि. सेक्टन जेल्क्स यांच्या ऑफिसचा तो पत्ता आहे.''

''अच्छा, म्हणजे या सगळ्याच्या मागे त्या जेल्क्सचा हात आहे तर?'' आता आलं माझ्या सगळं काही लक्षात!'

त्याच्या त्या बोलण्याचा अर्थ एमाच्या नीटसा लक्षात आलं नाही. पण ती म्हणाली, ''तुम्ही येताना तुमच्याकडच्या सगळ्या वह्या घेऊन यायचं आहे. त्या तिथे आमच्या ताब्यात द्यायच्या आहेत. तुम्ही ठरलेल्या वेळेपेक्षा एक मिनिटभर जरी उशीर केलात, तरी मि. जेल्क्स यांचा तुमच्या प्रोबेशन ऑफिसरला फोन जाईल. तुम्ही लेव्हनहॅम सोडल्यापासून जे काही उद्योग केले आहेत, ते सगळे मग त्यांच्या कानावर जातील. एखाद्या क्लाएंटची मिळकत तुम्ही बळकावणं ही एक गोष्ट झाली, पण त्याने

लिहिलेलं पुस्तक तुम्ही स्वत: लिहिलेलं असल्याचं भासवणं –''

लॉईड लटपटत्या पायांनी खुर्चीतून उठून अगदी हळूहळू दाराच्या दिशेने निघाला. तो प्रचंड प्यायलेला असल्यामुळे असा चालत असावा असा तिथे जेवायला आलेल्या बऱ्याच लोकांचा समज झाला. जिम धावतच टेबलापाशी आला. लॉईडने मागवलेली थाळी तशीच भरलेली होती आणि ग्लासही भरलेलाच होता. ते पाहून त्याने एमाला कळजीने विचारलं, ''मिस बॅरिंग्टन, सगळं काही ठीक होत ना?''

त्यावर एमा हसून म्हणाली, ''ठीक? अप्रतिम होतं, जिमी!'' तिने स्वत:च्या ग्लासात वाइन भरून घेतली.

१९

एमा बॅरिंग्टने हॉटेलच्या खोलीत परत गेल्यावर आपली प्रश्नांची यादी एकदा तपासून पाहिली. त्यातल्या जवळपास प्रत्येक प्रश्नाला तिने खूण केलेली होती. आपण ४९ वॉल स्ट्रीटवर असलेल्या मि. जेल्क्स यांच्या ऑफिसच्या लॉबीमध्ये लॉईड याची थेट भेट घेऊन त्याच्याकडे असलेल्या सगळ्या डायऱ्या ताब्यात घेण्याचं ठरवलं हे बरेच झालं, असं तिला वाटलं. कारण त्यामुळे जेल्क्स हे तिचे वकील असल्याचा त्याचा नक्की समज झाला असणार. आणि मि. जेल्क्स यांचं नुसतं नाव ऐकून कुठल्याही सरळ-साध्या, कुणाच्या अध्यात मध्यातही नसलेल्या निर्दोष माणसाला सुद्धा घाम फुटायचा, इतका त्या नावाचा सर्वत्र दबदबा होता. मॅक्स लॉईड बोलता-बोलता अचानक एक वाक्य बोलून गेला होता. ''अच्छा, म्हणजे या सगळ्याच्या मागे त्या जेल्क्सचा हात आहे तर, आता आलं माझ्या सगळं काही लक्षात.'' एमा त्याच्या त्या बोलण्यामुळे मात्र जरा बुचकळ्यात पडली होती. अखेर दिवा मालवून ती लगेच झोपली. इंग्लंड सोडल्यापासून आज पहिल्यांदाच तिला इतकी गाढ झोप लागली होती.

एमाचा सकाळी उठून सर्व साधारणपणे ठराविक नित्यक्रम असे. आधी निवांत बसून सकाळचा नाश्ता घ्यायचा. सोबत 'न्यू यॉर्क टाइम्स' असायचाच. आजही ती टॅक्सीने वॉल स्ट्रीटला गेली. तिथे लॉईडच्या थोडं आधीच जाऊन पोहोचायचं, असं तिने ठरवलं होतं. ठीक ९ वाजून ५१ मिनिटांनी ती जेल्क्स यांचं ऑफिस ज्या इमारतीत होतं, त्याच्या बाहेर येऊन पोहोचली. टॅक्सीचे पैसे देत असतानाच तिच्या मनात आलं, ''चला, आता आपले इथले थोडेच दिवस राहिले.'' या शहरात तिच्या अपेक्षेपेक्षा बराच जास्त खर्च झाला होता. शिवाय त्या महागड्या रेस्टॉरंटमध्ये दोन वेळा जेवण आणि वाइन यामुळे तिच्या खिशाला भला मोठा खड्डा पडला होता. शिवाय त्या जिमीला भक्कम टिप द्यावी लागली होती, ते वेगळंच.

पण काहीही असलं तरी आपल्या इकडे येण्यामागचा उद्देश सुफल संपूर्ण

झाला आहे, असं तिला अगदी मनोमन वाटत होतं. एकतर 'कॅन्सस स्टार' जहाजावर घेण्यात आलेला फोटो पाहून हॅरी जिवंत असल्याचं तिला समजलं होतं. इतकंच नव्हे, तर कोणत्यातरी अज्ञात कारणास्तव तो टॉम ब्रॅडशॉचं नाव धारण करून राहात असल्याची माहितीसुद्धा हाती आली होती. आता फक्त त्या डायऱ्या एकदा हातात आल्या असत्या, म्हणजे राहिलेलं कोडं चुटकीसरशी सुटलं असतं. त्यानंतर आपण त्या कोवोलस्की या ऑफिसरची हॅरी निर्दोष असल्याची खात्री पटवून देऊ आणि त्याची सुटका करू, असा आत्मविश्वास तिला वाटत होता. कोणत्याही परिस्थितीत हॅरीला घेतल्याशिवाय इंग्लंडला परत जायचं नाही, असा तिचा ठाम निर्धार होता.

त्या इमारतीतील ऑफिसेसमध्ये काम करणाऱ्या लोकांची आत शिरण्यासाठी झुंबड उडाली होती. एमाही त्यांच्यात सामील झाली. आत शिरल्यावर लोकांचा घोळका घाईने सर्वांत जवळच्या लिफ्टकडे वळला. एमा मात्र लिफ्टकडे गेली नाही. ती रिसेप्शनपाशी जाऊन थांबली. समोरच ओळीने बारा लिफ्ट्स होत्या. ती ज्या ठिकाणी थांबली होती, तिथून तिला येणाऱ्या-जाणाऱ्या प्रत्येक व्यक्तीवर लक्ष ठेवता येत होतं.

तिने घड्याळात पाहिलं. नऊ वाजून चोपन्न मिनिटं; अजूनही लॉईडचा पत्ता नव्हता. त्यानंतर नऊ अठ्ठावन, नऊ एकोणसाठ आणि दहा वाजता सुद्धा लॉईडचा पत्ता नव्हता. कदाचित रस्त्यात वाहतुकीचा खोळंबा झाला असेल, त्यामुळे त्याला उशीर झाला असेल, अशी तिनं स्वत:च्या मनाची समजूत घातली. दहा वाजून दोन मिनिटं. ती शोधक नजरेने इमारतीत शिरणाऱ्या प्रत्येकाच्या चेहऱ्याकडे निरखून बघत होती. १० वाजून ४ मिनिटं. तो लिफ्टने वर तर गेला नसेल? १० वाजून ६ मिनिटं. तिने रिसेप्शन डेस्ककडे वळून पाहिलं. लॉईडचा अजूनही पत्ता नव्हता. १० वाजून ८ मिनिटं. मनात वारंवार उफाळून येणाऱ्या नकारात्मक विचारांना दडपून टाकण्याचा तिने प्रयत्न केला. १० वाजून १४ मिनिटं. आता खरोखरच आपल्याला मॅक्स लॉईडचे पॅरोल ऑफिसर मि. ब्रेट एल्डर्स यांना तर भेटायला जावं लागणार नाही ना? इतक्यात तिच्या मागून आवाज आला, "गुड मॉर्निंग मिस बॅरिंग्टन."

एमा गर्रकन मागे वळली. तिथे सॅम्युएल अॅनस्कॉट उभा होता. तो अदबीने म्हणाला," तुम्ही मि. जेल्क्स यांच्या ऑफिसात त्यांना भेटायला आला आहात का?"

एवढंच बोलून अॅनस्कॉट मागे वळून एका लिफ्टकडे चालू लागला. लिफ्टची दारं बंद होत असताना एमा कशीबशी धावत-पळत आत शिरली.

लिफ्ट माणसांनी इतकी गच्च भरलेली होती की, एमाने अॅनस्कॉटशी काही बोलण्याचा प्रश्नच नव्हता. लिफ्ट सावकाश एकेका मजल्यावर थांबत वर निघाली आणि अखेर बऱ्याच वेळाने बाविसाव्या मजल्यावर येऊन थांबली अॅनस्कॉट बाहेर पडल्यावर एमा त्याच्या मागोमाग एका लांबलचक कॉरिडॉरमधून निघाली. कॉरिडॉरच्या

जमिनीवर कार्पेट अंथरण्यात आलं होतं. भिंती वेगवेगळ्या तैलचित्रांनी सुशोभित करण्यात आल्या होत्या. त्यातील बरीच चित्रं जुन्याजेष्ठ बोर्ड मेंबर्सची होती. एकूण सजावट आणि वातावरण हे प्रमाणिकपणा, निष्ठा आणि न्याय वर्तनाची ग्वाही देणारं होतं.

एमा जेल्क्स यांना पहिल्यांदाच भेटणार होती. तत्पूर्वी, ॲनस्कॉटला थांबवून थोडे प्रश्न विचारण्याची तिची इच्छा होती. पण तो झपाझप चालत बराच पुढे गेला होता. अखेर तो कॉरिडॉरच्या शेवटी असलेल्या दारापाशी थांबला. तिथे थांबून त्याने दार वाजवलं आणि आतून कुणाच्या बोलावण्याची वाट न बघता तडक आत शिरला. मग एमासाठी दार उघडून धरून अदबीने बाजूला थांबला. पण एमा आत शिरल्यावर मात्र तो बाहेर निघून गेला.

आतल्या ऑफिसात खिडकीपाशी एका उंच पाठीच्या खुर्चीत मॅक्स लॉईड आरामात सिगारेटचा धूर सोडत बसला होता. एमाला पाहून तो प्रसन्न हसला. त्याच्या सहीसाठी खोळंबून थांबलेल्या वाचकांकडे पाहून जसा हसत होता, तसाच!

खोलीमध्ये एका प्रशस्त टेबलाच्या मागे एक उंच, रुबाबदार कपड्यातला माणूस बसला होता. एमाला पाहून तो उठला, पण किंचतही हसला नाही. हस्तांदोलनासाठी त्याने हात सुद्धा पुढे केला नाही. त्याच्या पाठीमागची पूर्ण भिंत काचेची होती आणि त्यात पलीकडच्या गगनचुंबी इमारती दिसत होत्या. अनभिषिक्त साम्राज्याचंच ते प्रतीक होतं.

''तुम्ही आम्हाला भेटायला आलात, हे फार बरं झालं, मिस बॅरिंग्टन, बसा!''

गुबगुबीत लेदरच्या खुर्चीत एमा जवळजवळ बुडूनच गेली. लॉ फर्मचे सिनियर पार्टनर जेल्क्स यांच्या समोर टेबलावर एक डायऱ्यांची थप्पी दिसत होती.

''माझं नाव सेफ्टन जेल्क्स!'' त्यांनी बोलण्यास सुरुवात केली. ''ख्यातनाम लेखक मि. मॅक्स लॉईड यांचं प्रतिनिधित्व करण्याचं भाग्य मला लाभलं आहे. माझे अशील मि. लॉईड आज सकाळी मला येऊन भेटले. त्यांनी मला असं सांगितलं की, आपण लंडन स्थित एजंट असल्याचा बहाणा करून काल एका व्यक्तीने त्यांची भेट घेतली. 'द डायरी ऑफ अ कन्व्हिक्ट' या स्वत: मि. मॅक्स यांनी लिहिलेल्या पुस्तकाविषयी त्या तथाकथित एजंटने फार उलट-सुलट विधानं केली. ते पुस्तक माझे अशील मॅक्स लॉईड यांनी लिहिलेलंच नसून खोटेपणाने त्यावर स्वत:चं नाव लावल्याचा गंभीर आरोपाही त्यांनी केला. पण मिस बॅरिंग्टन, मला तुम्हाला एवढंच सांगायचे आहे की, त्या पुस्तकाच्या हस्तलिखिताची मूळ प्रत, म्हणजेच या सर्व डायऱ्या माझ्या ताब्यात असून त्यातलं अक्षरन्‌अक्षर मि. लॉईड यांनी स्वत: लिहिलेलं आहे.'' एवढं बोलून त्यांनी आपला हात त्या डायऱ्यांच्या थप्पीवर ठेवला आणि किंचितसं स्मितहास्य केलं.

“त्यातील एखादी डायरी मला बघायला मिळेल का?” एमा म्हणाली.

“अर्थातच. का नाही?” असे म्हणून त्यांनी सर्वांत वरची डायरी तिच्या हातात ठेवली.

एमाने ती उघडून वाचवण्यास सुरुवात केली. एक गोष्ट तिच्या नजरेने तात्काळ टिपली, ती म्हणजे ती डायरी हॅरीच्या ठळक हस्ताक्षरांत लिहिलेली नव्हती हे निश्चित! तरीपण त्यातला प्रत्येक शब्द हॅरीचा होता. तिने ती डायरी मिटून मि. जेल्क्स यांना परत दिली. त्यांनी ती होती तशी ठेवून दिली. एमा म्हणाली, “मला आणखी एखादी डायरी पाहायला मिळू शकेल का?” तिने विचारलं.

“नाही. आम्ही आमचा मुद्दा सिद्ध करून दाखवला आहे, मिस बॅरिंग्टन,” जेल्क्स म्हणाले. “एकच सांगतो. यानंतर तुम्ही कोणताही मूर्खपणा केलात, तर आम्ही तुमच्यावर कायदेशीर कारवाई करण्यास मागे-पुढे पाहणार नाही.” एमाची नजर अजूनही त्या डायऱ्यांच्या थप्पीवर खिळून होती. जेल्क्स अजूनही बोलतच सुटले होते. “मी मुद्दाम मि. एल्डर्स यांच्याशी संपर्क साधला आहे. तुम्ही कदाचित त्यांची भेट घेण्यासाठी जाल, याचीही मी त्यांना कल्पना देऊन ठेवली आहे. पुढे-मागे हे सगळं प्रकरण जर कोर्टात गेलंच, तर त्यांनाही साक्षीसाठी यावं लागेल, हे मी त्यांच्या कानावर घातलं. त्यावर त्यांचं असं म्हणणं पडलं की, त्यांनी तुमची भेट न घेतलेलीच बरी! तसे ते विचारी आहेत.”

एमा अजूनही त्या डायऱ्यांकडे रोखून बघत होती.

“मिस बॅरिंग्टन तुम्ही लॉर्ड हार्वे आणि सर वॉल्टर बॅरिंग्टन यांची नात आहात, ही गोष्ट शोधून काढण्यासाठी आम्हाला काही फार कष्ट पडले नाहीत. त्यामुळेच अमेरिकन लोकांशी व्यवहार करत असताना तुम्ही हा जो अवाजवी आत्मविश्वास दाखवलात ना, तोच तुमच्या अंगाशी आला. तुम्हाला यापुढेही तुम्ही साहित्यिकांचे एजंट असल्याचा बहाणा करत इथे हिंडायचं असेल, तर मी तुम्हाला एक मोफत सल्ला देतो. आणि मी जी गोष्ट तुम्हास सांगणार आहे, ती तर सर्वश्रुतच आहे. अर्नेस्ट हेमिंग्वे हे १९३९ सालीच अमेरिका सोडून क्यूबा येथे वास्तव्यासाठी गेले –”

“तुमच्या या सल्ल्याबद्दल मी तुमची अत्यंत आभारी आहे, मि.जेल्क्स!” एमा त्यांचं बोलण अर्धवट तोडून म्हणाली. “आता मीही तुम्हाला एक मोफत सल्ला देते, तो ही तुम्ही ऐकून घ्या. मला एका गोष्टीची पूर्ण खात्री आहे. ‘द डायरी ऑफ अ कन्व्हिक्ट” हॅरी क्लिफ्टन याने लिहिलेलं आहे – हे ऐकताच जेल्क्स यांनी डोळे बारीक करून एमाकडे पाहिलं – ‘तुमच्या आशिलाने ते लिहिलेलं नाही. तेव्हा तुम्ही माझ्यावर अब्रु नुकसानीचा दावा लावण्याचा मूर्खपणा न केलेलाच बरा. कारण तुम्ही जर तसं केलंत, तर तुम्हाला स्वत:लाच कोर्टापुढं उभं राहावं लागेल. तुम्ही ज्या माणसाचं कोर्टापुढे खूनखटल्यामध्ये प्रतिनिधित्व केलंत, तो माणूस टॉम ब्रॅडशॉ

नव्हता, याची तुम्हाला पूर्ण कल्पना होती. असं असूनही, तुम्ही हे का केलंत, याचं काय उत्तर देणार आहात तुम्ही कोर्टाला?''

तिचे शब्द ऐकताच जेल्क्सने घाईघाईने आपल्या टेबलाखालचं एक बटण जोरजोरात दाबण्यास सुरुवात केली. एमा खुर्चीतून उठून उभी राहिली. ती त्या दोघांकडे पाहून हसली. आणि एक शब्दही न बोलता ऑफिसच्या बाहेर पडली. ती तरातरा चालत कॉरिडॉरमधून लिफ्टपाशी गेली. ती लिफ्टमध्ये जाण्यासाठी निघाली असताना मि. ॲनस्कॉट आणि एक सुरक्षा रक्षक घाईघाईने मि. जेल्क्स यांच्या ऑफिसकडे जात असलेले तिला दिसले. आपल्याला धक्काबुक्की करून तिथून कुणी बाहेर काढण्याआधीच आपण काढता पाय घ्यावा हे बरं, असा विचार तिने केला.

ती लिफ्टमध्ये शिरताच तिथला अटेंडंट म्हणाला, ''कोणत्या मजल्यावर जायचंय?''

''तळमजल्यावर!'' ती पुटपुटली.

अटेंडंट गालातल्या गालात हसून म्हणाली, ''तुम्ही इंग्लिश आहात का?''

''का बरं? तुम्ही हे कशावरून विचारता?''

''अहो, अमेरिकेत आम्ही त्याला पहिला मजला म्हणतो.''

''हो, खरंच!'' असं म्हणून एमा लिफ्टमधून बाहेर पडली ती धावतच फिरत्या दरवाज्यातून बाहेर जाऊन पायऱ्या उतरून रस्त्यावर आली. इथून पुढे काय करायचं, हे तिने तात्काळ ठरवलं. आता यानंतर केवळ एकच व्यक्ती तिला मदत करू शकणार होती. शेवटी लॉर्डे हार्वे यांची बहीणसुद्धा त्यांच्या एवढीच खमकी असणार याची एमाला खात्रीच होती. पण दुसरी शक्यता अशीसुद्धा होती की, ही एमाची आजी म्हणजेच ग्रेट आँट फिलिस जर कर्मधर्मसंयोगाने सेफ्टन जेल्क्स यांच्या मित्रपरिवारापैकी निघाली असती, तर? तर मग मात्र एमाचं काहीही खरं नव्हतं. मग मात्र तिला लगेचच जहाज पकडून इंग्लंडला निघून जावं लागलं असतं.

तिने टॅक्सी पकडली. टॅक्सीत मोठ्यांदा रेडिओ सुरू होता. त्या आवाजात तिने अक्षरश: ओरडून ड्रायव्हरला ग्रेट आँट फिलिसच्या घराचा पत्ता सांगितला.

''सिक्स्टी फोर्थ ॲन्ड पार्क!'' एमा म्हणाली. आपल्या फिलिस आजीला भेटल्यावर इतके दिवसांत तिच्याकडे न फिरकण्याचं काय कारण द्यायचं, याचा ती मनाशी विचार करू लागली. ड्रायव्हरला रेडिओचा आवाज थोडा कमी करण्याची सूचना देण्यासाठी ती किंचित पुढे झुकली. इतक्यात रेडिओवर एक निवेदन सुरू झालं. ''आज दुपारी ठीक साडेबारा वाजता अध्यक्ष रुझवेल्ट ओव्हल ऑफिसमधून राष्ट्राला उद्देशून भाषण करतील.''

गाइल्स बॅरिंग्टन

(१९४१-१९४२)

२०

सर्वांत प्रथम गाइल्सच्या नजरेस पडलेली गोष्ट म्हणजे त्याच्या पायाला प्लॅस्टर घालण्यात आलं होतं आणि एका पुलीच्या साहाय्याने तो वर टांगण्यात आला होता.

त्याला आपण एक प्रदीर्घ प्रवास करून इथे आल्याचं अंधूकसं आठवत होतं. त्या प्रवासात त्याच्या पायाला असह्य वेदना झाल्या होत्या. हे लोक आपल्याला हॉस्पिटलमध्ये भरती करण्यापूर्वीच आपला मृत्यू होणार, असं त्याला वाटत होतं. त्यानंतर त्याला हॉस्पिटलमध्ये भरती करण्यात येऊन त्याच्या पायाचं ऑपरेशन करण्यात आलं होतं. त्या ऑपरेशनची आठवण मात्र त्याच्या मनात अजून ताजी होती. आणि का नसणार? हॉस्पिटलमधला भूल देण्याचा औषधांचा साठा संपुष्टात आला होता. आणि डॉक्टरांनी तसंच काम चालू ठेवलं होतं.

गाइल्सने सावकाश मान डावीकडे वळवली, तिथे खिडकी होती. त्याला आडवे तीन गज होते. मग त्याने मान सावकाश उजवीकडे वळवली. आणि तेव्हा 'तो' तिथे उभा असलेला गाइल्सला दिसला.

"ओ ऽ! तू इथे?" गाइल्स म्हणाला. "क्षणभरासाठी मला वाटलं, माझी सुटका झाली आणि मी स्वर्गात येऊन पोहोचलो की काय?"

"एवढ्यात नाही!" बेट्स म्हणाला, "आधी पापक्षालन करण्यासाठी काही काळ घालवावा लागेल."

"पण अजून किती वेळ?"

"तुमचा पाय नीट बरा होईपर्यंत."

"आपण इंग्लंडला परत आलो आहोत का?" गाइल्सने अत्यंत आशेने विचारलं.

"तसं झालं असतं, तर किती बरं झालं असतं." बेट्स म्हणाला, "आपण सगळे जर्मनीत आहोत. वाईन्सबर्ग पोस्ट वॉर कँपमध्ये. आपल्याला अटक झाल्यावर इथे आणण्यात आलं."

गाइल्सने उठून बसण्याचा प्रयत्न केला, पण त्याला केवळ मानच उचलता आली. समोरच्या भिंतीवर अ‍ॅडॉल्फ हिटलरचा फोटो होता. फोटोतून तो नाझी सलाम करून हसत गाइल्सकडेच पाहत होता.

''आपल्यातले किती वाचले?''

''अगदी मूठभरच. सगळ्यांनी कर्नलसाहेबांचं बोलणं फारच मनावर घेतलं. कर्नलसाहेब म्हणाले होते ना, 'त्या जनरल रोमेलने इथे मॅजेस्टिक हॉटेलमध्ये येऊन मुक्काम ठोकण्यापूर्वी आपण सर्व जण प्राणपणाने त्याच्याशी लढू...!''

''आपल्या पलटणीमधलं कोण-कोण वाचलं?''

''तुम्ही, मी आणि –

''फिशर की काय? नको रे बाबा.''

''नाही, नाही. तसं झालं असतं आणि तो फिशर जर इथे येऊन दाखल झाला असता ना, तर मी स्वत:ची बदली दुसऱ्या तुरुंगात करून घेतली असती.''

गाइल्स जरा वेळ निपचित पडून राहिला. मग म्हणाला, ''आता इथून आपण निसटायचं कसं?''

''तुम्ही हा प्रश्न कधी विचारताय, याची मी वाटच बघत होतो.''

''मग त्यावर तुझं काय उत्तर आहे?''

''तुमचा पाय जोपर्यंत प्लॅस्टरमध्ये आहे, तोपर्यंत इथून पळ काढण्याची थोडी सुद्धा शक्यता नाहीये. आणि प्लॅस्टर निघाल्यानंतर सुद्धा ते काही फार सोपं नसणार आहे. पण माझ्याकडे एक योजना आहे.''

''ती तर असणारच.''

''बेत आखणं ही काही अवघड गोष्ट नाही. मुख्य अडचण आहे, ती 'एस्केप कमिटी'ची. कारण वेटिंग लिस्ट बनवणं त्यांच्याच हाती असतं आणि त्या यादीला तुमचा नंबर शेवटचा आहे.''

''मग मी त्या यादीत पुढे कसं यायचं?

''ते म्हणजे इंग्लंडमधल्या रांगेसारखंच आहे. आपली पाळी कधी येते, याची वाट बघत थांबायचे नाहीतर मग –''

''नाहीतर मग काय?''

''त्या यादीत तुमचं नाव मागून काढून पुढे ढकलण्यासाठी तसंच काहीतरी सबळ कारण असलं पाहिजे आणि ते ब्रिगेडियर टर्नबुल यांना पटलं पाहिजे.''

''उदाहरणार्थ!''

''तुम्हाला जर अस्खलित जर्मन बोलता येत असलं, तर त्याचा नक्की फायदा होऊ शकतो.

''मी ऑफिसर्स ट्रेनिंग स्कूलमध्ये असताना थोडं फार जर्मन शिकलो होतो. त्या

वेळी जर वर्गात नीट लक्ष दिलं असतं, तर बरं झालं असतं.''

''वेल, आत्ता इथे दिवसांतून दोन वेळा जर्मनचे वर्ग भरतात. तुमच्यासारख्या बुद्धिमान व्यक्तीला भाषा शिकणं काहीच कठीण नाही. दुर्दैवाने जर्मन भाषेवर प्रभुत्व असणाऱ्यांची यादीसुद्धा बरीच मोठी आहे.''

''मग आता या यादीत आपलं नाव वर काढण्यासाठी आणखी काय करायला पाहिजे?''

''स्वत:साठी एखादं योग्य काम मिळवायला हवं. गेल्या महिन्यात त्यामुळेच तर मी यादीत तीन नंबर वर चढलो.''

''पण तू हे कसं जमवलंस?''

''मी खाटकाचा मुलगा असल्याचं त्या हरामखोर जर्मनांना कळताच त्यांनी ताबडतोब मला ऑफिसर्स मेसमध्ये काम दिलं. मी तर आधी त्यांच्या त्या कामावर लाथच मारणार होतो. जरा शिव्या तोंडात येत आहेत, त्याबद्दल माफ करा. पण मग ब्रिगेडियरसाहेबांनी मला ते काम पत्कारायला सांगितलं.''

''पण तुला त्या जर्मनांची चाकरी करायला का सांगितली, ब्रिगेडियरसाहेबांनी?''

''कारण त्यामुळे आता मला अधून-मधून किचनमधून अन्न चोरून आणता येतं. पण त्याही पेक्षा अधिक महत्त्वाचं म्हणजे थोड्या फार गोष्टी कानावर पडतात. त्या मी आपल्या एस्केप कमिटिला पुरवतो म्हणून, तर त्यांच्या वेटिंग लिस्टमध्ये माझं नाव फार वरती आहे आणि तुमचं खूपच खाली आहे. आणि तुम्हाला आधी स्वत:च्या दोन्ही पायावर कुणाच्याही आधाराशिवाय उभं राहाता यायला हवं. माझ्या आधी अंघोळीलाही कधी पोहोचू शकला नाहीत आणि आता मला गाठायचं म्हणता आहात!''

''मला हे जमवायला अजून किती दिवस लागतील, याची थोडीफार तरी कल्पना मला दे ना!''

''तुरुंगातल्या डॉक्टरच्या म्हणण्याप्रमाणे तुम्हाला स्वत:च्या पायावर उभं राहायला अजून किमान एक महिना तरी हवा. खरं तर तुमचं प्लॅस्टर अजून सहा आठवड्यांनी निघेल, असं वाटतंय.''

गाइल्सने डोकं परत उशीवर ठेवलं. ''अगदी मी नीट बरा झालो, तरी मी तुझ्यासारखं ऑफिसर्स मेस मध्ये काम कसं काय मिळवू शकणार? माझ्याकडे त्या साठी लागणारी पात्रता कुठे आहे?''

''आहे ना!'' बेट्स म्हणाला, ''खरं सांगायचं, तर तुम्ही या कामासाठी माझ्याहूनही जास्त योग्य आहात. कँप कमांडटच्या डायनिंगरूममध्ये वाइन वेटरची जागा खाली आहे.''

''पण मी वाइन वेटरच्या कामाला योग्य आहे, असं तुला कशावरून वाटतं?'' आपल्या आवाजातला उपाहास न लपवता गाइल्स म्हणाला.

''मला आठवतंय, त्याप्रमाणे बेट्स म्हणाला, ''तुमच्या घरी एक बटलर होता.

जेन्किन्स नावाचा.''

''तो तर अजूनही आहे. पण त्यामुळे माझी पात्रता –''

''आणि तुमचे आजोबा, लॉर्ड हार्वे यांचा तर वाइनच्या व्यापाराचाच व्यवसाय आहे ना?'' अगदी खरं सांगायचं तर तुम्ही ओव्हर क्वालिफाईड आहात.''

''तुला नक्की काय सुचवायचंय?''

''तुम्ही एकदा या हॉस्पिटलमधून बरे होऊन बाहेर पडलात की, ते तुम्हाला एक लेबर फॉर्म भरायला लावतील. त्यात तुम्हाला लष्करात भरती होण्यापूर्वी केलेल्या कामांविषयी माहिती भरावी लागेल. तुम्ही पूर्वी ब्रिस्टॉलच्या 'ग्रँड हॉटेल'मध्ये वेटर म्हणून नोकरीला होता, असं मी त्यांना सांगून ठेवलंय,''

''थँक्स! पण ती गोष्ट खोटी असल्याचं त्यांना ताबडतोब –''

''अजिबात कळणार नाही. माझ्यावर विश्वास ठेवा. त्यांना काहीही कल्पना नाहीये. पहिलं म्हणजे तुम्ही जर्मन भाषेवर उत्तम प्रभुत्व मिळवायचं आणि जेन्किन्स काय-काय करायचा, कसं करायचा ते नीट आठवायचं. मग आपण इथून कशा प्रकारे निसटून जाण्याची योजना आखली आहे, ते एस्केप कमिटी पुढे मांडायचं. त्यांना जर ते पटलं, तर आपला नंबर यादीत एकदम वर सरकेल. पण या सगळ्यात एक थोडीशी गडबड आहे.''

''ती तर असणारच. जिथे तू आहेस, तिथे गडबड तर हवीच. पण आधी गडबड काय ते तर कळू दे.''

''तुम्ही जर जर्मनच्या वर्गात जाऊन जर्मन शिकत असलात, तर तुम्हाला त्या हरामखोर जर्मनांकडे काम मिळू शकत नाही. कारण त्यांचं आपापसात जे काही खाजगी संभाषण चालू असतं, ते तुम्हाला कळता कामा नये, अशी त्यांची अर्थातच इच्छा असते.''

''पण मग तुला त्यावर कोणता उपाय सुचलाय?''

''तुमच्यासारखे लोक माझ्यासारख्यांच्या पुढे जाण्यासाठी आजवर जे काही करत आले आहोत, तेच तुम्ही आताही करायचं. खाजगी शिकवणी लावायची. मी तुमच्यासाठी एक शिक्षकसुद्धा हुडकून ठेवलाय. तो सोलीहल ग्रामर स्कूलमध्ये जर्मन शिकवायचा. फक्त त्याचं इंग्रजी मात्र दिव्य आहे,'' बेट्स म्हणाला. त्यावर गाइल्स हसला.

''नाहीतरी तुम्ही इथे आणखी सहा आठवडे अंथरुणात पडून राहाणार. तुम्हाला दुसरा काहीच उद्योग नाही. तेव्हा तुम्ही लगेच जर्मन शिकायला सुरुवात करा. जर्मन-इंग्रजी शब्दकोश मी तुमच्या उशीखाली लपवून ठेवलाय.''

''तुझे माझ्यावर किती उपकार आहोत म्हणून सांगू, बेट्स!'' गाइल्स आपल्या मित्राचा हात हातात घेत म्हणाला.

''उपकार तर तुमचेच आहोत माझ्यावर!'' बेट्स म्हणाला, ''तुम्ही माझे प्राण वाचवले आहेत, आठवतंय ना?''

२१

तब्बल पाच आठवड्यांनंतर गाइल्सची आजाऱ्यांच्या वॉर्डमधून सुटका झाली. एव्हाना त्याला सुमारे हजार जर्मन शब्द मुखोद्गत झाले होते. पण अजून त्यांचे उच्चार नीट जमत नव्हते.

बिछान्यावर पडल्या-पडल्या तो जेनकिन्सचं वागणं, बोलणं, त्याच्या हालचाली आठवण्याचा प्रयत्न करत तासचे तास घालवत असे. तो अत्यंत अदबीने मान किंचित झुकवून, 'गुड मॉर्निंग, सर!' असे म्हणण्याचा सराव करायचा. कधीतरी पाण्याच्या जगमधील पाणी बाटलीत ओतून वाइनचा ग्लास भरल्याचं नाटक करत 'वुड यू केअर टू सँपल धिस वाइन, कर्नल!' असं नम्रपणे म्हणून बघायचा.

''कायम चेहऱ्यावर विनम्र भाव धरण करून उभं राहायचं, ते बोलत असता आपण कधीही तोंड उघडायचं नाही, कुणी आपल्याशी बोलेपर्यंत निमूटपणे, एक शब्दही न बोलता उभं राहायचं.'' बेट्स त्याला वारंवार आठवण करून देत असे. ''थोडक्यात सांगायचं, तर आजवर तुम्ही जे काही वागत आलात, त्याच्या बरोबर विरुद्ध वागायचं.''

बेट्सच्या या बोलण्याबद्दल त्याच्या पाठीत रट्टा घालण्याची गाइल्सला इच्छा झाली. पण तो जे काही म्हणाला, ते खरंच होतं.

बेट्सला गाइल्सची फक्त आठवड्यातून दोनदाच भेट घेता येत असे. प्रत्येक वेळी त्याला जास्तीत जास्त तीस मिनिटं गाइल्स सोबत घालवण्याची परवानगी होती. त्या वेळात तो गाइल्सची शिकवणी घेत असे. कमांडंट्स प्रायव्हेट डायनिंगरूम मध्ये काय-काय चालतं, ते त्याला त्याने नीट समजावून सांगितलं होतं. याशिवाय तिथल्या अधिकाऱ्यांची नावं, त्यांचा हुद्दा, त्यांच्यापैकी प्रत्येकाच्या काही विशिष्ट आवडी-निवडी या सगळ्यांची तो गाइल्सकडून उजळणी करून घ्यायचा. छावणीचे प्रमुख सुरक्षा अधिकारी जर्मन एस. एस.चे मेजर म्युलर यांच्याबद्दल बेट्सने गाइल्सला आधीच सावध केलं होतं. तो स्वभावाने अत्यंत खडूस होता. त्याच्यावर गोड, अदबशीर वागण्याचा काहीही परिणाम होत नसे. तो अत्यंत कर्मठ होता.

एक दिवस गाइल्सला भेटायला आणखी एक व्यक्ती आली. ती म्हणजे ब्रिगेडियर कँपबेल. एकदा या रुग्णालयामधून आपली सुटका होऊन आपण छावणीत आल्यावर काय करणार, हे गाइल्सने त्यांना सविस्तर सांगितलं. ते त्यांनी लक्षपूर्वक ऐकलं. ब्रिगेडियर कँपबेल यांच्यावर चांगलीच छाप पडली. काही दिवसांनी ते गाइल्सला परत भेटायला आले. त्यांच्या डोक्यात आलेल्या काही नव्या कल्पना त्यांनी गाइल्सला सांगितल्या.

"हे पाहा, तुम्ही ऑफिसर असल्याचं जर त्या खलनायक जर्मनांना कळलं, तर ते तुम्हाला कमांडंट्स डायनिंगरूममध्ये कधीच कामाला ठेवून घेणार नाहीत," मेजर कँपबेल म्हणाले. "तुमचा बेत जर यशस्वी व्हायला हवा असेल, तर तुम्ही एक प्रायव्हेट सोल्जर असल्याची बतावणी केली पाहिजे. शिवाय तुमच्या हाताखाली आजपर्यंत फक्त बेट्सनेच काम केलेलं आहे. त्यामुळे त्याने जर तोंड बंद ठेवलं, तर मग कसलीच अडचण नाही."

"मी त्याला जे काही सांगेन, ते तो करेल." गाइल्स म्हणाला.

"असंच काही समजू नका हं! कदाचित तो करणारही नाही." ब्रिगेडियर म्हणाले.

अखेर रुग्णालयातून गाइल्सची सुटका झाली. तो छावणीत येऊन दाखल झाला. तिथलं आयुष्य किती शिस्तबद्ध होतं, ते पाहून त्याला धक्का बसला. शिवाय आता त्याला प्रायव्हेट सोल्जर असल्याचा बहाणा करावा लागणार होता.

त्या विचाराने त्याच्या मनात येप्रेस येथील डार्टमूर ट्रेनिंग कँपच्या आठवणी जाग्या झाल्या – रोज सकाळी सात वाजता प्रत्येकाने पाय जमिनीवर टेकवून उभं राहिलंच पाहिजे, असा तिथला दंडक होता. सार्जंट मेजर कुणालाही कधीच ऑफिसर असल्यासारखं वागवत नसे.

इथे जर्मनांच्या कैदेत सुद्धा रोज सकाळी अंघोळी इत्यादी आन्हिकांसाठी स्वच्छतागृहाकडे धाव घेण्यात गाइल्स बेट्सला कधीही हरवू शकला नव्हता. नाश्त्यासाठीही तो गाइल्सच्या आधीच जाऊन रांगेत उभा राहायचा. सात वाजता मधल्या चौकात सर्वांची परेड असायची. त्यानंतर ब्रिगेडियरसाहेब सर्वांचा सलाम स्वीकारत. एकदा सार्जंट मेजरने कर्कश्य आवाजात 'परेड डिसमिस्ड' असा हुकूम दिला की, सर्व जण दिवसभर स्वत:ला नेमून दिलेली कामं करण्यात गर्क होऊन जात.

गाइल्सने पाच मैलाची रपेट मात्र इथे आल्यापासून कधीही चुकवली नव्हती. त्यानंतर खाजगी शिक्षकांसोबत स्वच्छतागृहात लपून-छपून त्याची जर्मनची शिकवणी चालायची.

एक गोष्ट त्याला कळून चुकली होती. या वाईन्सबर्ग कँपमध्ये आणि येप्रेस

बरॅक्स मधल्या काही गोष्टींमध्ये साधर्म्य होतं : थंडगार, उदास, ओसाड प्रदेश, डझनभर झोपड्या, त्यांच्या आत झोपण्यासाठी लाकडाचे बंक बेड, घोड्याच्या केसांपासून बनवलेल्या जाड्याभरड्या गाद्या, सूर्य सोडून ऊब मिळवण्याचं दुसरं कोणतंही साधन नाही, आणि 'रेड क्रॉस' संस्थेच्या कार्यकर्त्यांप्रमाणेच या वाइनबर्गला सूर्याची भेट तशी अधून-मधूनच असायची. शिवाय या तुरुंगातसुद्धा या लोकांचा सार्जंट मेजर होता. तो गाइल्सला आळशीपणाबद्दल सतत शिव्या घालायचा.

डार्टमूर प्रमाणेच हा तुरुंग उंच-उंच भिंतीनी वेढलेला होता. त्यावर काटेरी कुंपण होतं. जाण्या-येण्यासाठी केवळ एकच प्रवेशद्वार होतं. इथल्या तुरुंगात वेगळी गोष्ट एकच होती. आठवड्याच्या सुट्टीला शनिवारी आणि रविवारी पास घेऊन बाहेर भटकायला जाता यायचं नाही. आणि इथले सुरक्षा रक्षक सलामही ठोकायचे नाहीत.

तुरुंगात बेट्सने गाइल्सकडून 'कँप लेबर फॉर्म' भरून घेतला. नावाच्या जागी गाइल्सने 'प्रायव्हेट गाइल्स बॅरिंग्टन' असं लिहिलं आणि पूर्वीच्या व्यवसायाच्या जागी 'सोमेलियर' असं लिहिलं.

''आता ही काय भानगड आहे?'' बेट्स म्हणाला.

''म्हणजे वाइन वेटर!'' गाइल्स भाव खात म्हणाला.

''अरेच्या! मग तसं लिहा ना! हे उगाच असलं जड-जड शब्द वापरून कशाला लिहायचं?'' असं म्हणून बेट्सने तो अर्धवट भरलेला फॉर्म फाडून टाकला. ''तुम्हाला काय हॉटेल रिट्झमध्ये काम मिळवायचं आहे का? तुम्हाला नवा फॉर्म भरावा लागेल, तोही नीट.'' त्याच्या आवाजात वैताग स्पष्ट दिसत होता.

अखेर एकदाचा गाइल्सने दुसरा फॉर्म भरून दिला. कमांडट ऑफिसमधल्या कुणीतरी लवकरच आपल्याला मुलाखतीला बोलावून घेईल, या आशेवर वाट बघत बसणं, एवढंच आता हातात होतं. मग हातात असलेला वेळ फुकट घालवण्यापेक्षा त्याचा विनियोग शरीर आणि मनाच्या तंदुरुस्तीसाठी घालवण्याचं त्याने ठरवलं. 'जर शरीर शुद्ध, तर मन शुद्ध' अशाच काहीतरी अर्थाचं वचन त्याने शाळेत लॅटिन शिकत असताना कधीतरी ऐकलं होतं. ते त्याला आत्ता आठवलं.

कुंपणाच्या पलीकडे ज्या काही गोष्टी घडत होत्या, त्यांची खबरबात बेट्स त्याला देतच होता. तो कधीकधी मुदपाकखान्यातून काम संपवून घरी येताना गाइल्ससाठी एखादा बटाटा किंवा पावाचा तुकडा चोरून आणयचा. एकदा तर त्याने अर्ध संत्रसुद्धा आणलं होतं.

''मी जास्त धोका पत्करून आणखी काही आणू शकणार नाही. उगाच माझी नोकरी जायची,'' तो गाइल्सला म्हणाला.

या नंतर सुमारे महिना लोटल्यावर गाइल्स आणि बेट्स या दोघांनाही 'एस्केप

कमिटी'ने बोलवून घेतलं. त्यांच्यापुढे त्या दोघांनी आपली बेट्स-बॅरिंग्टन योजना' सादर केली. इतरांनी त्या योजनेचं 'बेड अॅन्ड ब्रेकफास्ट प्लॅन' असं नामकरण केलं. म्हणजे रात्री वाइनबर्गमध्ये झोपायचं आणि नाश्ता झुरिकमध्ये बसून करायचा.

त्या दोघांनी एस्केप कमिटीसमोर गुप्तपणे सादर केलेली योजना कमिटीच्या पसंतीला उतरली. यशस्वीरीत्या पळ काढू शकतील, अशा लोकांची कमिटीने जी यादी बनवली होती, त्यात त्या दोघांचा नंबर बराच वर गेला होता. पण तरीही इतक्यात हालचालींना सुरुवात करण्याचा आदेश त्यांना अजून देण्यात आलेला नव्हता ब्रिगेडियर साहेबांनी तर त्यांना स्पष्टच सांगितलं, "जोपर्यंत प्रायव्हेट बॅरिंग्टनला कमांडंट्स डायनिंगमध्ये काम मिळत नाही, तो पर्यंत आता तुम्ही दोघं परत या कमिटीपुढे येऊ नका."

मीटिंग संपवून बाहेर आल्यावर गाइल्स बेट्सला म्हणाला, "टेरी, इतका वेळ का लागेल?"

कॉर्पोरेल बेट्स दात विचकून हसत म्हणाला, "तुम्ही आज मला माझ्या नावाने – 'टेरी' अशी हाक मारली, हे ऐकून छान वाटलं. आपण दोघंच असताना ते चालेल, पण जवानांसमोर असं कधीच करायचं नाही, समजलं?"

त्याने फिशरची नक्कल हुबेहूब वठवली.

गाइल्सने त्याला जोरात फटका मारला

"हा तर कोर्ट मार्शल करण्याएवढा फार मोठा गुन्हा आहे." बेट्स म्हणाला, "एका प्रायव्हेट सोल्जरने एका नॉन कमिशन्ड ऑफिसरवर हात उगारणं, म्हणजे काय?"

गाइल्स त्याला आणखी जोरात फटका मारून म्हणाला, "आता माझ्या प्रश्नाचं उत्तर दे!"

"या ठिकाणी झटपट काहीच पुढे सरकत नाही. जरा धीर धरावाच लागेल, गाइल्स!"

"हे बघ, आपण झुरिकमध्ये जाऊन नाश्ता घ्यायला जो पर्यंत बसत नाही, तो पर्यंत तू मला माझ्या नावाने हाक मारू शकत नाहीस."

"ठीक आहे. माझी काही हरकत नाही. बिल तू भरायचंस."

पण अचानक सगळीच परिस्थिती बदलून गेली. कँप कमांडटवर रेड क्रॉसच्या अधिकाऱ्यांसाठी औपचारिक मेजवानी आयोजित करण्याची जबाबदारी येऊन पडली. त्यामुळे त्यांना जास्तीच्या वेटरची गरज भासली.

"तुम्ही एक प्रायव्हेट सोल्जर आहात, हे विसरू नका." बेट्स म्हणाला. गाइल्सचा कुंपणाच्या पलीकडे मेजर म्युलर यांच्या बरोबर इंटरव्ह्यू होता. त्यासाठी

तो निघाला होता. नोकरचाकर जसा विचार करतात, तसा विचार करण्याची तुम्हाला सवय करून घ्यायला पाहिजे. आजवर तुम्ही फक्त दुसऱ्यांना हुकूम देत आला आहात. तुम्ही एक अधिकारी असल्याचा त्या म्युलरला नुसता संशय जरी आला, तरी मग आपलं काही खरं नाही. आपल्या दोघांना ढुंगणावर लाथ मारून ते लोक इथून हाकलून देतील. मग सापशिडीच्या खेळाप्रमाणे तुम्ही इथून धक्का खाऊन सुटून जाण्याच्या यादीत एकदम शेवट जाऊन बसाल आणि चुकून जरी तसं झालं, तरी हा खेळ परत खेळण्यासाठी आणखी एकदा फासे टाकण्याची संधी ब्रिगेडियरसाहेब काही आपल्याला देणार नाहीत, एवढं नक्की! त्यामुळे खरोखरच एखाद्या नोकरासारखं वागा आणि तुम्हाला जर्मनचं एक अक्षराही कळत असल्याचं कधीच त्यांना कळू देऊ नका समजल ना?''

'येस, सर!'' गाइल्स म्हणाला.

एक तासाने गाइल्स परत आला तेव्हा त्याच्या चेहऱ्यावर भलं मोठं हास्य पसरलं होतं.

''काय? काम मिळालं?''

''हो नशीब माझं, माझा इंटरव्ह्यू कमांडंटने घेतला. त्या म्युलरने नाही. मला उद्याच सुरुवात करायची आहे.''

''आणि तुम्ही ऑफिसर आहात, सभ्य सुसंस्कृत, उच्चभ्रू आहात, अशी त्यांना शंकासुद्धा आली नाही?''

''नाही. कशी येणार? तू माझा मित्र असल्याचं मी त्यांना सांगितलं ना?''

रेडक्रॉसच्या सहा अधिकाऱ्यांच्या सन्मानार्थ खाना आयोजित करण्यात आला होता. तत्पूर्वी गाइल्सने सराईतपणे उंची मद्याच्या सहा बाटल्या उघडून ठेवल्या. पाहुणे येऊन आपापल्या जागी स्थानापन्न झाल्यावर त्याने कमांडंटच्या ग्लासमध्ये थोडी व्हाइट वाइन ओतली आणि त्यांचा आदेश मिळेपर्यंत अदबीने मान खाली घालून उभा राहिला. त्यांनी मानेने होकार दिल्यावर तो पाहुण्यांच्या ग्लासात वाइन भरू लागला. त्याने रूढ संकेतानुसार उजवीकडून सुरुवात केली, त्यानंतर अधिकाऱ्यांच्या श्रेणीनुसार क्रमाने एकेका अधिकाऱ्यापाशी जाऊन त्याने प्रत्येकाच्या ग्लासमध्ये वाइन ओतली आणि मग तो सर्वांत शेवटी मेजवानीचे यजमान पद भूषविणाऱ्या कमांडंटपाशी गेला.

पाहुणे मंडळी भोजनाचा आस्वाद घेत असताना त्यांच्यापैकी कोणाचाही ग्लास थोडासुद्धा रिकामा राहाणार नाही, याची त्याने खबरदारी घेतली. जेनकिन्सप्रमाणेच या सर्व वेळात त्याने आपलं स्वतःचे अस्तित्व जराही जाणवू दिलं नाही. कुणाला त्याचा आवाज सुद्धा ऐकू आला नाही. सर्व काही अगदी ठरल्या बेताप्रमाणे सुरळीत

चालू होतं. परंतु म्युलरची नजर गाइल्स जिथे जाईल, तिथे त्याचा पाठलाग करत होती. त्याच्या डोळ्यात संशय तरळत होता.

त्या पार्टीनंतर रात्री त्या गाइल्स आणि बेट्स या दोघांनाही छावणीत परत आणून सोडण्यात आलं. बेट्स म्हणाला, ''तो कमांडंट भलताच खूश झाला होता.''

''असं तू कशावरून म्हणतोस?'' गाइल्स म्हणाला

''तो खानसाम्याला म्हणाला, त्याने (म्हणजे तुम्ही) नक्की एखाद्या बड्या घरी काम केलेलं दिसतंय. तुम्ही स्वत: जरी जन्माने खालच्या वर्गातले असलात तरी तुम्हाला ज्याने सर्व रीतीरिवाज शिकवले, तो माणूस 'कॉन्झ्युमेट प्रोफेशनल' असणार.''

''थँक यू जेन्किन्स!'' गाइल्सने मनातल्या मनात जेन्किन्स बटलरचे आभार मानले.

पण मग कॉन्झ्युमेट प्रोफेशनल म्हणजे नक्की काय?'' बेट्स म्हणाला.

गाइल्स आपल्या या नवीन कामात इतका निष्णात झाला की, कमांडंट एकटा जरी जेवायला बसला, तरी गाइल्सनेच आपली सरबराई केली पाहिजे, असा त्याचा हट्ट असे. त्या संधीचा फायदा घेऊन गाइल्सने त्याचे आविर्भाव, वागण्या-बोलण्याची ढब शिकून घेतली. त्याचे बोलण्यातले हेल, त्याचं हसणं आणि जरासं अडखळत, तोतरं बोलणे, असं सगळं त्याने आत्मसात केले.

त्यानंतर काही आठवड्यांतच वाइनचा साठा असलेल्या तळघराची चावी प्रायव्हेट बॅरिंग्टनच्या हाती सुपूर्द करण्यात आली. जेवणाच्या वेळी कोणाला कोणत्या प्रकारची वाइन सर्व्ह करायची, याची जबाबदारीसुद्धा त्याच्यावरच सोपवण्यात आली. काही महिन्यानंतर एक दिवस कमांडंट खानसाम्याशी जर्मनमध्ये बोलत असताना त्याने बॅरिंग्टनचा उल्लेख 'फर्स्ट क्लास' असा केला, हे बेट्सने ऐकलं.

त्यानंतर कमांडंटने कधीही मेजवानी दिली की, उपस्थितांपैकी कोणाची जीभ मद्यप्राशनानंतर बरीच सैल सुटते, हे बॅरिंग्टनच्या लक्षात आलं. मग अशा व्यक्तींचा ग्लास कधीच रिकामा राहू न देण्याचं कर्तव्य तो मनोभावे पार पाडू लागला. संध्याकाळच्या पार्टीत कानावर पडलेल्या छोट्या-मोठ्या बातम्या तो दुसऱ्या दिवशी पाच मैल रपेटीच्या वेळी ब्रिगेडियरसाहेबांच्या कानावर घालू लागला. त्यातूनच तो कमांडंट नक्की कुठे राहातो, ते त्यांना कळलं. त्याचप्रमाणे तो वयाच्या बत्तिसाव्या वर्षी निवडणूक लढवून 'टाउन कॉन्सिल'वर निवडून आला होता आणि १९३८ साली तो मेयर झाला होता; हे ही त्यांना समजलं. त्याला स्वत:ला कार चालवता येत नसे, पण त्याने युद्धापूर्वी तीन-चार वेळा इंग्लंडला भेट दिली होती व त्याला

अस्खलित इंग्रजी बोलता येत असे, ही माहिती पण अशीच हाती लागली. या सगळ्या माहीतीच्या मोबदल्यात एस्केप कमिटीच्या यादीत आता बेट्स आणि गाइल्सचं नाव खूपच वरपर्यंत चढलं होतं.

गाइल्स रोज सकाळी तासभर आपल्या प्रशिक्षकाबरोबर जर्मनमध्ये संभाषण करे. या काळात दोघंही एक अक्षर सुद्धा इंग्रजी बोलत नसत. काही दिवसांनी गाइल्स अगदी हुबेहूब कमांडर सारखंच बोलू लागल्याचं प्रशिक्षकाने ब्रिगेडियरसाहेबांना सांगितलं.

३ डिसेंबर, १९४१ रोजी कॉर्पोरल बेट्स आणि प्रायव्हेट बॅरिंग्टन या दोघांनी मिळून एस्केप कमिटीसमोर त्यांची अंतिम योजना सादर केली. ब्रिगेडियरसाहेब व त्यांच्या टीमने हा 'बेड अ‍ॅन्ड ब्रेकफास्ट प्लॅन' नीट लक्षपूर्वक ऐकला. आजवर अनेकांनी पलायनाच्या ज्या अनेक अर्ध्या कच्च्या योजना कमिटीपुढे सादर केल्या होत्या, त्यामानाने हा बेत यशस्वी होण्याची शक्यता बरीच जास्त होती, याबाबत सर्व सदस्यांचं एकमत झाले.

"तुमचा हा बेत पार पाडण्यासाठी योग्य वेळ कुठली आहे, असे तुम्हाला वाटते?" ब्रिगेडियर म्हणाले.

"न्यू इयर्स ईव्हला, सर!" गाइल्स लगेच म्हणाला. "नवीन वर्षाच्या आगमनाचं स्वागत करण्यासाठी सगळे ऑफिसर कमांडंटच्या सोबतीने जेवण घेत असताना."

"प्रायव्हेट बॅरिंग्टन सर्वांना त्या वेळी मद्य पुरवठा करत असेल." बेट्स म्हणाला. त्यामुळे मध्यरात्री जेव्हा बाराचा ठोका पडेल, तेव्हा त्यांच्यापैकी थोडे लोक शुद्धीत असतील."

"फक्त म्युलर मात्र शुद्धीत असेल," ब्रिगेडियर म्हणाले! "तो कधीच पीत नाही."

"ते खरं. परंतु फाटरलांड, फ्यूरर आणि थर्ड राईस यांच्या सन्मानार्थ तो नक्की ड्रिंक घेईल. त्यात ती न्यू इयर पार्टी असेल. आणि पार्टीच्या यजमानाची जेव्हा कारने घरी जायची वेळ येईल, तेव्हा तो छानपैकी झोपेला आला असेल, असे मी अगदी खात्रीने सांगतो." बेट्स म्हणाला.

"या अशा प्रकारच्या कमांडंटच्या डिनर पार्टीनंतर तुम्हा दोघांना साधारण किती वाजता छावणीत परत आणून सोडण्यात येतं?" त्या 'रेस्क्यू कमिटी'चा नव्यानेच सदस्य झालेला एक तरुण लेफ्टनंट म्हणाला.

"अकराच्या सुमारास!" बेट्स म्हणाला. "पण ही न्यू इयर्स ईव्ह असल्याने मध्यरात्र तरी होईलच."

"एक विसरू नका, लोकहो! वाइन सेलरच्या किल्ल्या माझ्याच ताब्यात असणार आहेत. त्यामुळे त्या दिवशी रात्री या लोकांची पार्टी चालू असताना सुरक्षारक्षकांच्या कक्षात दारूच्या भरपूर बाटल्या पोहोचतील, याची खात्री बाळगा. शेवटी न्यू इयर्स पार्टीमध्ये त्यांना सहभागी करून घ्यायला हवंच ना?"

"हे सगळं ठीक आहे." एक बिंग कमांडर म्हणाले. ते फारसं कधी बोलत नसत. "पण त्यांची नजर चुकवून तुम्ही मुख्य प्रवेशद्वारामधून बाहेर कसे पडणार?"

"कमांडंटच्या कारमध्ये बसून आम्ही सरळ मुख्य प्रवेशद्वारातून बाहेर जाणार." गाइल्स म्हणाला. "कमांडंट आपलं यजमानाचं कर्तव्य बजावण्यात कधी कसूर करत नाही. त्यामुळे पार्टीतला शेवटचा पाहुणा घरी जायला निघेपर्यंत तो काही तिथून हलणार नाही. आम्हाला पळून जाण्यासाठी बराच अवधी मिळेल." गाइल्स म्हणाला.

"ते खरं आहे. अगदी जरी तुम्ही त्याची कार चोरलीत, तरी सुद्धा कमांडंट आणि वाइन वेटर यांच्यातला फरक न ओळखण्याएवढे ते सुरक्षारक्षक मूर्ख खचितच नाहीत," ब्रिगेडियर म्हणाले.

"पण जर माझ्या अंगात त्यांचा कोट, डोक्यावर त्यांची हॅट, गळ्यात त्यांचा स्कार्फ आणि हातात त्यांची लाठी असेल, तर ते फसतील," गाइल्स म्हणाला.

पण त्याच्या बोलण्यावर त्या तरुण लेफ्टनंटचा फारसा विश्वास बसलेला दिसत नव्हता. "आणि तुमच्या मते, तो कमांडंट काहीही न बोलता त्यांचे सगळे कपडे तुमच्या हातात देईल, असं तुमचं म्हणणं आहे का, प्रायव्हेट बॅरिंग्टन?"

"नो, सर!" गाइल्स म्हणाला. वास्तविक त्या तरुण लेफ्टनंटपेक्षा त्याचा खराखुरा हुद्दा कितीतरी वरचा होता. पण तो आज कमिटीसमोर प्रायव्हेट बॅरिंग्टन म्हणून उभा होता. "कमांडट त्याचा कोट, टोपी आणि हातमोजे नेहमी क्लोकरूम मध्ये ठेवतो."

"आणि या बेट्सचं काय?" तोच तरुण लेफ्टनंट पुढे म्हणाला. "त्याला तर ते एक मैलावरून सुद्धा ओळखतील"

"नाही. मी जर त्या कारच्या मागच्या डिकीमध्ये लपून बसलो, तर त्यांना मी दिसणारच नाही," बेट्स म्हणाला.

"आणि समजा तुम्ही कसं तरी करून त्या ड्रायव्हरला चकवा देऊन, कमांडंटच्या गाडीतून सुरक्षा रक्षकांची नजर चुकवून पळ काढण्यात यशस्वी झालात, तर स्वित्झर्लंडची सरहद्द तिथून किती लांब आहे? तोच तरुण लेफ्टनंट परत म्हणाला.

"एकशे त्र्याहत्तर किलोमीटर्स!" बेट्स म्हणाला.

"ताशी शंभर किलोमीटर वेगाने गेलो, तर दोन तासांच्या आत आम्ही सरहद्द पार करू."

"म्हणजे वाटेत जर तुम्हाला कुणी चौकशीसाठी थांबवलं नाही किंवा अडथळे उभे करून ठेवलेले नसले तर!"

"कोणत्याही पलायनाच्या बेतात या अशा शक्यता असतातच. शंभर टक्के शक्यता असतातच. शंभर टक्के यशाची हमी तर कुणीच देऊ शकत नाही."

ब्रिगेडियर त्या लेफ्टनंटला मध्येच थांबवत म्हणाले. ''अखेर कोणतंही अनपेक्षित संकट चालून आलंच, तर तुम्ही त्याला तोंड कसं देणार हे महत्त्वाचं!''

गाइल्स आणि बेट्स या दोघांनीही त्याचं हे बोलणं पटल्यासारख्या माना हलवल्या.

''थँक यू, जंटल मेन!'' ब्रिगेडियर म्हणाले. ''कमिटी तुमच्या या योजनेवर विचार करेल आणि उद्या सकाळपर्यंत आम्ही आमचा निर्णय तुम्हाला कळवू.''

''त्या तरुण पोराला काय झालं होतं? आपल्याला इतका विरोध का करत होता तो? '' बेट्स वैतागून म्हणाला.

''काही नाही रे उलट त्याची तर मनापासून आपल्यासोबत पळ काढण्याची इच्छा असणार,'' गाइल्स म्हणाला.

सहा डिसेंबरला सकाळी कमिटीने गाइल्सला संमती कळवली. ''तुमच्या योजनेला यश मिळो!'' अशा शुभेच्छाही कमिटीने कळवल्या. सकाळच्या पाच मैलाच्या रपेटीच्या वेळी गाइल्सला ही बातमी समजली. लगेच त्याने पुढे पळत निघालेल्या बेट्सला गाठून ही गोष्ट त्याच्या कानावर घातली.

बॅरिंग्टन आणि बेट्सने दिवसभरात उरलेल्या वेळात त्यांच्या या 'बेड अॅन्ड ब्रेकफास्ट प्लॅन' वर भरपूर चर्चा केली. शेवटी ते दोघही ऑलिम्पिक्समध्ये भाग घेणाऱ्या खेळाडूप्रमाणे नुसती पूर्वतयारी करून कंटाळले. खेळ सुरू झाल्याची निदर्शक पिस्तुलाची फैर कधी एकदा झडते, असं ऑलिम्पिक्सच्या खेळाडूप्रमाणे त्यांनाही वाटू लागलं.

३१ डिसेंबर, १९४१ या दिवशी सायंकाळी सहा वाजता कॉर्पोरल टेरी बेट्स आणि प्रायव्हेट गाइल्स बॅरिंग्टन कमांडंट्स क्वॉर्टरमध्ये कामावर रुजू झाले. आज जर आपल्याला पलायन करण्यात यश मिळालं नाही, तर आणखी एक वर्ष अशी संधी परत येणार नाही, याची त्यांना कल्पना होती. आणि समजा जर त्यांना कुणी रंगे हाथ पकडलं असतंच, तर मग मात्र...!

२२

"तुम्ही साडेसहा वाजता इकडे परत या!'' टेरी बेट्स त्याला आणि गाइल्सला कँप कमांडंट्स क्वार्टरकडे घेऊन आलेल्या जर्मन कॉर्पोरलकडे बघून इंग्रजीत म्हणाला.

पण त्या जर्मन कॉर्पोरलच्या डोक्यात काहीही प्रकाश पडलेला नसावा. तो कॉर्पोरल इतका मठ्ठ दिसत होता की, हा आयुष्यात कधीच सार्जंट होऊ शकणार अशी बेट्सची खात्रीच पटली.

''साडेसहा वाजता इकडे परत या!'' बेट्स प्रत्येक शब्द अगदी सावकाश पण ठासून उच्चारत, त्या जोडीला भरपूर हातवारे करत म्हणाला. अखेर त्याने त्या कॉर्पोरलचं मनगट पकडून त्याला घड्याळामधला सहाचा आकडा दाखवला. गॅरीच्या मनात आलं, त्या कॉर्पोरलला त्याच्या आईच्या भाषेत सांगावं, 'अरे लेका! तू जर साडेसहाला या दारापाशी आलास तर तुला आणि तुझ्या मित्रांना वाट्टेल तेवढी बिअर आम्ही पुरवू. पण आत्ता जर आपण तोंड उघडून जर्मनचा एक शब्द जरी काढला, तरी आपल्याला लगेच अटक होईल आणि न्यू इयर्स ईव्ह अंधारकोठडीत बसून काढावी लागेल, याची त्याला पूर्ण कल्पना होती.

टेरीने परत एकदा त्या कॉर्पोरलचं लक्ष मनगटी घड्याळाकडे वेधलं. आणि त्यानंतर दारू पिण्याचा अभिनय केला. आता मात्र तो कॉर्पोरल हसला. त्यानेही हुबेहुब तसाच अभिनय केला.

''मला वाटतं, त्याच्या टाळक्यात प्रकाश पडला आहे!'' गाइल्स कमांडट्स क्वार्टर्सकडे जात असताना बेट्सला म्हणाला.

''हो! पण फर्स्ट ऑफिसर इकडे येऊन हजर होण्यापूर्वी तो कॉर्पोरल इकडे येऊन बिअरचे क्रेट्स घेऊन गेला पाहिजे. नाहीतर सगळीच पंचाईत होईल. आपण जरा झटपट कामाला लागूयात.''

''येस, सर!'' बेट्स गाइल्सकडे बघत हसून म्हणाला. मग तो आपल्या

कामासाठी मुदपाकखान्यात पळाला.

गाइल्सने तातडीने क्लोकरूममध्ये जाऊन खुंटीवरचा वेटरचा गणवेश उचलून अंगात चढवला. पांढरा शुभ्र शर्ट, काळा टाय, काळी विजार आणि पांढरं लिननचं जॅकेट असं घालून तो तयार झाला. तिथे बाकड्यावर काळे लेदरचे हातमोजे पडले होते. या आधी केव्हातरी एखादा ऑफिसर ते चुकून विसरून गेला असावा. गाइल्सने ते उचलून घाईने खिशात टाकले. पुढे कधीतरी उपयोगी पडले असते. त्यानंतर क्लोकरूमचं दार बंद करून तो मोठ्या भोजनगृहात आला. गावातून कामासाठी तीन तरुण वेट्रेसेस आल्या होत्या. त्या सोळा माणसांसाठी मेजवानीचं टेबल लावत होत्या. त्यातली एक ग्रेटा खूप आकर्षक होती. तिच्याशी थोडी घसट करावी, गप्पा माराव्या असा गाइल्सला मोह झाला. पण जेन्किन्सला हे असलं वागणं कधीच रुचलं नसतं, या विचारांनी तो गप्प बसला.

त्याने घड्याळात पाहिलं. सहा वाजून बारा मिनिटं झाली होती. तो भोजनगृहातून बाहेर पडून मद्याचे साठे असलेल्या तळघरात आला. तळघरात एक मंद दिवा प्रकाशात होता. सगळीकडे वाइनच्या आणि विविध प्रकारच्या मद्याने भरलेल्या बाटल्या मोठाल्या शेल्फ्समध्ये मांडून ठेवण्यात आल्या होत्या.

रात्री भोजनाच्या वेळी किमान तीन क्रेट्स भरून वाइनची गरज पडेल, त्याचप्रमाणे सुरक्षाकक्षात पहारा देणाऱ्या पहारेकऱ्यांसाठी आणि त्यांच्यावर देखरेख ठेवणाऱ्या कॉर्पोरल साठी बिअरचा भला मोठा क्रेट लागेल, असा त्याने मनाशी हिशोब केला होता. तो ते सर्व घेऊन तळ घरातून बाहेर पडणार इतक्यात त्याची नजर जॉनी वॉकर रेड लेबलच्या तीन बाटल्या, रशियन व्होडकाच्या दोन बाटल्या, अर्धा डझन रेमी मार्टिन आणि विंटेज पोर्ट वाइनच्या भल्या मोठ्या जगवर पडली. एकूण आजच्या मेजवानीच्या वेळी जमलेल्या पाहुण्यांना हे युद्ध नक्की कोणाकोणाच्यात चालू आहे, याचाही विसर पडेल एवढं मद्य तिथे होतं.

त्यानंतरच्या पंधरा मिनिटांत त्याने वाइन आणि बिअरचे क्रेटस तळघरातून जिन्याने बाहेर आणले. मध्येच परत-परत तो घड्याळाकडे बघत होता. बरोबर सहा वाजून एकोणतीस मिनिटांनी तो तळघराबाहेर पडला, तर समोर तो मठ्ठ जर्मन कॉर्पोरल थंडीत कुडकुडत उभाच होता. गाइल्सने त्याला हातानेच दोन मिनिटं थांबण्याची खूण केली. मग तो तातडीने मागे फिरून तळघरात आला. जेन्किन्स कधीही पळत नसे. फक्त झपाझप चालत असे. त्याने बिअरचा भला मोठा क्रेट बाहेर आणून त्या तिष्ठत थांबलेल्या कॉर्पोरेलच्या स्वाधीन केला.

जराशी पुढे भोजनगृहाच्या दारात ग्रेटा उभी होती. तिने हा प्रकार पाहिला. तिने गाइल्सकडे हसून पाहिलं. गाइल्सही हसला. ग्रेटा भोजनगृहात अदृश्य झाली.

''सुरक्षाकक्ष तिकडे आहे,'' असं म्हणून गाइल्सने कॉर्पोरलला हाताने खूण

केली. तो मान हलवत बिअरचा क्रेट घेऊन तिकडे गेला. जरा वेळा पूर्वी बेट्स गाइल्सपाशी येऊन म्हणाला होता, "मी त्या कॉर्पोरेलसाठी आणि त्याच्या मित्रांसाठी चोरून खायला घेऊन येऊ का?" पण गाइल्सने त्यावर ठाम नकार दिला होता. "अजिबात नको. रात्रभर बसू दे उपाशी पोटी बिअर ढोसत. म्हणजे मस्त चढेल." तो बेट्सला म्हणाला होता.

गाइल्स भोजनगृहात शिरला. त्याने दार बंद करून घेतलं. तिघी वेट्रेसेसचं टेबल लावून झालं होतं.

गाइल्सने मद्याच्या काही बाटल्या उघडून भिंती लगतच्या टेबलावर ठेवल्या आणि राहिलेल्या टेबलाखाली लपवून ठेवल्या. न जाणो सगळ्या बाटल्या त्या म्युलरच्या नजरेला पडल्या, तर त्याला उगीच संशय यायचा. त्याने टेबलावर ग्लासेसपण मांडून ठेवले आणि एका बाजूला एक व्हिस्कीची बाटली आणि दोन शेरीच्या बाटल्या ही तयारीत ठेवल्या. आता सगळं मनासारखं मांडून झालं होतं.

कर्नल शाबाकर आत आला, तेव्हा गाइल्स मन लावून एक काचेचा ग्लास पुसत उभा होता. कमांडंटने त्याच्यापाशी येऊन सगळ्या तयारी वरून नजर फिरवली. नंतर बैठक व्यवस्थेत थोडे फेरफार केले. मग परत गाइल्सने मांडून ठेवलेल्या बाटल्यांपाशी आला. 'आता हा काही बोलतो की काय?' गाइल्सला वाटलं. पण तो समाधानाने हसला आणि म्हणाला, "सगळे पाहुणे साधारणपणे साडेसातच्या सुमाराला येतील. आम्ही आठला जेवणास सुरुवात करू, असं मी खानसाम्याला सांगून ठेवलं आहे."

कर्नल शाबाकरचं इंग्रजी एकदम अस्खलित होतं. अजून काही तासानंतर आपण जेव्हा या कर्नलचं सोंग वठवून बाहेर पडू. तेव्हा आपलं जर्मनही असंच अस्खलित असलं पाहिजे, या विचारांनी गाइल्सला दडपण आलं.

त्यानंतर भोजनगृहाचं दार उघडून एक नवा जर्मन तरुण लेफ्टनंट आत आला. हा नव्यानेच ऑफिसर्स मेसमध्ये येऊ लागला होता. कमांडंट्स डिनरला उपस्थित राहण्याची ही त्याची पहिलीच वेळ होती. त्याची नजर व्हिस्कीच्या बाटलीकडे लागल्याचं गाइल्सच्या लक्षात आलं. त्याने लगेच ग्लास उचलून त्यात व्हिस्की ओतून त्या लेफ्टनंटच्या हातात ठेवली आणि कमांडंटला त्याची आवडती शेरी दिली.

त्यानंतर आत शिरलेला ऑफिसर म्हणजे कॅप्टन हेंकेल. हा कमांडंटचा मदतनीस होता. गाइल्सने याच्या आवडत्या व्होडकाचा ग्लास त्याच्या पुढे केला नंतरचा अर्धा तास तो आलेल्या प्रत्येक पाहुण्यांची सरबराई करत होता. प्रत्येकाची आवड-निवड लक्षात घेऊन त्यांचे ग्लास सतत भरत होता.

अखेर पाहुणे जेव्हा जेवायला बसले, तेव्हा मद्याच्या असंख्य बाटल्या रिकाम्या

झाल्या होत्या. त्यांची जागा गाइल्सने टेबलापाशी लपवून ठेवलेल्या बाटल्यांनी घेतली होती.

काही क्षणांतच खाद्यपदार्थांनी भरलेले ट्रे घेऊन वेट्रेसेस हजर झाल्या. कमांडंटमध्ये जेवणासोबत देण्यात येणाऱ्या व्हाइट वाइनची चव घेतली.

"इटालियन!" गाइल्सने अदबीने त्याला वाइनच्या बाटलीचं लेबल दाखवलं.

"एक्सलंट!" कमांडंट म्हणाला.

गाइल्सने त्यानंतर प्रत्येकाचा ग्लास व्हाइट वाइनने भरला. अपवाद फक्त मेजर म्युलरचा. तो बेटा मात्र साधं पाणी पीत होता.

काही लोकांचे ग्लास झटपट रिकामे झाले. तर उरलेले एक-एक घोट निवांतपणे घेत बसले होते. गाइल्सची लगबग सुरू होती. कुणाचाही ग्लास जराही रिकामा राहाणार नाही, याची तो व्यवस्थित काळजी घेत होता. जरा वेळाने वेट्रेसेस सूप बोल्स आत घेऊन गेल्या. आता मात्र गाइल्स आतल्या भागात आडोशाला जाऊन थांबला बेट्सनेच त्याला तशी सूचना केली. त्यानंतर मुदपाकखान्याचं दार उघडलं. मुख्य खानसामा एक भला मोठा ट्रे खांद्यावर घेऊन थाटामाटात भोजनगृहात शिरला. त्याने त्या ट्रेमध्ये एक भलं मोठं डुक्कर शिजवून सर्व्ह करण्यासाठी आणलं होतं. भाज्या व फळांनी त्या ट्रेवर सजावट केलेली होती. शोभेसाठी त्या डुकराचं मुंडकं मुद्दाम तसंच ठेवण्यात आलं होतं. त्याच्या मागोमाग बटाटे आणि भाज्यांनी भरलेल्या प्लेट्स घेऊन वेट्रेसेस आल्या आणि सर्वांना वाढू लागल्या. टेबलाच्या मधोमध स्वादिष्ट घट्टसर ग्रेव्हीने भरलेली भांडी ठेवण्यात आली.

खानसाम्याने हातात सुरी घेऊन ते शिजवलेलं डुक्कर पोखरून एकेकाच्या प्लेटमध्ये वाढण्यास सुरुवात केली. त्या सोबत गाइल्सने आणलेलं मद्य कमांडंटने चाखून पाहून पसंती दर्शक मान हलवताच, गाइल्सने पुढे होऊन इमाने-इतबारे सढळ हाताने सर्वांना ते मद्य पुरवण्यास सुरुवात केली. त्या तरुण लेफ्टनंटने मात्र बऱ्याच वेळात स्वतःच्या ग्लासातलं मद्य प्यायलेलं नव्हतं. गाइल्सने त्याला मद्य वाढलं नाही. एक-दोन ऑफिसर्सना चांगलीच चढली होती. त्यांचं बोलण जड येऊ लागलं होतं. पण मध्यरात्रीपर्यंत त्यांनी जागं राहाणं गरजेचं होतं. ते मध्येच टेबलावर झोपी जाऊन चालणार नव्हतं.

जरा वेळाने खानसामा परत एकदा सर्वांना जातीने वाढण्यासाठी नवे पदार्थ घेऊन हजर झाला. सर्वांचे ग्लास परत भरण्याचा कमांडंटने गाइल्सला आदेश दिला. तोही तत्परतेने पुढे झाला. काही वेळा नंतर रिकाम्या प्लेट्स घेऊन जाण्यासाठी टेरी बेट्स आला तेव्हा त्या डुकराचं केवळ मुंडकंच शिल्लक राहिलं होतं आणि केवळ एकटा मेजर म्युलरच शुद्धीत होता.

आणखी काही वेळानंतर खानसामा तिसऱ्यांदा थाटामाटात उगवला. आता तो

खांद्यावरील ट्रेमध्ये प्रचंड मोठा ब्लॅक फॉरेस्ट केक घेऊन आला होता. त्याने तो कमांडंटच्या समोर ठेवला कमांडंटने सुरीने त्याचे तुकडे केले आणि वेट्रेसने प्रत्येक पाहुण्याच्या पानात भरपूर केक वाढला. गाइल्स अजूनही रिकामा ग्लास दिसला की, त्यात तातडीने मद्य ओतण्यास पुढे होत होता. अखेर त्याच्या जवळच्या सगळ्या बाटल्या रिकाम्या झाल्या. जरा वेळाने वेट्रेसने केकच्या रिकाम्या झालेल्या प्लेट्स उचलून नेल्या. गाइल्सने पण वाइन ग्लासेस उचलून नेले आणि त्या जागी ब्रँडी पिण्याचे ग्लासेस आणून ठेवले.

"जंटलमेन!" कर्नल शाबाकार रात्रीचे अकरा वाजून गेल्यानंतर उठून म्हणाले. "आय वूड लाईक टू प्रपोझ अ टोस्ट!" असं म्हणत त्यांनी हातातील मद्याचा ग्लास उंचावला आणि म्हणाले "द फादर लँड!"

पंधरा लष्करी अधिकारी कसेबसे झोकांड्या देत धडपडत उठून म्हणाले, "द फादर लँड!" म्युलरने इतका वेळ काहीच मद्य प्राशन केलेलं नव्हतं, पण आता मात्र त्याला या प्रसंगी काहीतरी घेणं भाग होतं. हातातील रिकाम्या ग्लासकडे बोट दाखवत तो गाइल्सकडे पाहात मुद्दाम मोठ्यांदा जर्मनमध्ये ओरडला.

"मला वाइन नको आहे मूर्खा, थोडी ब्रँडी आण."

त्याचा डाव गाइल्सच्या लक्षात आला. त्याने स्मितहास्य करत आपल्याला जर्मन भाषा कळत नसल्याचं सोंग व्यवस्थित वठवलं आणि बर्गंडी वाइन आणून त्याच्या ग्लासमध्ये भरली.

म्युलर त्याला पकडू शकला नाही.

सगळीकडे मोठ्यांदा आरडा ओरडा, हास्यविनोद चालूच होता. आता गाइल्सने उंची सिगार्सने भरलेली पेटी आणून सर्व पाहुण्यांचा समोर धरली. त्या तरुण लेफ्टनंटने डोकं टेबलावर टेकवलं होतं. त्याच्या जवळून जात असताना गाइल्सला किंचित घोरण्याचा आवाजही आला.

कमांडंट आणखी एकदा उठून उभा राहिला आणि आपल्या 'फ्यूरर'च्या – हिटलरच्या – दीर्घ आयुरारोग्याची कामना करत हातातील ग्लास उंच केला. गाइल्सने तातडीने म्युलरच्या ग्लासात रेड वाइन भरली. म्युलरने आपल्या हातातील ग्लास उंचावून खाली ठेवला आणि एक कडक 'नाझी' सलाम ठोकला. त्यानंतर जरा वेळाने 'फ्रेडरिक द ग्रेट'च्या दीर्घायुष्यासाठी मद्य प्राशन करण्यात आलं. आता तर म्युरल उठून उभा राहाण्यापूर्वीच गाइल्सने अदबीने पुढे होऊन त्याचा ग्लास अगदी ओतप्रोत भरला.

आता रात्रीचे बारा वाजायला फक्त पाच मिनिटं उरली होती. गाइल्सने प्रत्येकाचा ग्लास भरलेला असल्याची खात्री करून घेतली. घड्याळात जसे बाराचे ठोके पडू लागले, तसे सर्व पंधराच्या पंधरा अधिकारी तालात म्हणू लागले : दहा, नऊ,

आठ, सात, सहा, पाच, चार, तीन, दोन, एक... आणि बरोबर बारा वाजता सर्व जण मोठ्यांदा ओरडले, "डॉईशलांड, डॉईशलांड, अ्यूबर अलेस!" (जर्मनी, जर्मनी, सर्वांत महान!) नवीन वर्षांचं स्वागत सर्वांनी एकमेकांना मिठ्या मारून केलं.

काही वेळानंतर सर्व जण आपापल्या जागी जाऊन बसले. कमांडंट मात्र अजून उभाच होता. त्याने ग्लासवर चमचा आपटून आवाज केला. आता दरसालप्रमाणे त्याचं भाषण होणार म्हणून सर्व जण ऐकण्यासाठी सरसावून बसले.

या अत्यंत कठीण अशा वर्षभराच्या काळात आपल्या सहकाऱ्यांनी आपल्याला जी उत्तम साथ दिली, त्याबद्दल सुरुवातीला त्याने सर्वांचे आभार मानले. त्यानंतर काही वेळ जर्मनी या आपल्या प्रिय मातृभूमीच्या भविष्याविषयी तो बोलला. या छावणीचा कमांडंट म्हणून सूत्रं हातात घेण्याआधी शाबाकार त्याच्या शहराचा मेयर असल्याचं गाइल्सला माहीत होतं. भाषणाचा शेवट करताना तो म्हणाला, "पुढील वर्षी या वेळेपर्यंत नक्की सत्याचाच विजय झालेला असेल." गाइल्सला त्याचे ते शब्द ऐकून जोरात ओरडावंसं वाटत होतं : 'हो! हो! अखेर सत्याचाच विजय होवो!' पण तो गप्प राहिला. कमांडंटच्या शब्दांची उपस्थितांवर काय प्रतिक्रिया झाली आहे, ते बघण्यासाठी म्युलर ताडकन मागे वळला. पण गाइल्स मात्र चेहऱ्याने काही न कळल्याच्या थाटात उभा होता. म्युलरच्या आणखी एका परीक्षेत तो उत्तीर्ण झाला होता.

२३

रात्रीचा एक वाजायला काही मिनिटं कमी असताना निमंत्रितांपैकी पहिला अधिकारी जायला उठला. ''कर्नल, मला उद्या सकाळी सहा वाजता ड्युटीवर हजर व्हायचं आहे.'' तो स्पष्टीकरण देत म्हणाला. लोकांनी त्यावर हसून टाळ्यांचा कडकडाट केला. त्यांना झुकून नमस्कार करून आणखी काही न बोलता तो तिथून निघून गेला.

नंतरच्या तासात आणखी बरेच पाहुणे निघून गेले. पण आपण बनवलेली योजना कितीही चतुर आणि धूर्तपणाची असली, तरी जोपर्यंत म्युलर उपस्थित आहे, तोपर्यंत कोणतीही हालचाल करणं योग्य नव्हे, याची गाइल्सला व्यवस्थित कल्पना होती. वेट्रेसने रिकामे ग्लासेस आणि कॉफीचे कप उचलून न्यायला सुरुवात केल्यावर, मात्र तो जरा अस्वस्थ झाला. आता या कार्यक्रमाचा शेवट जवळ येत चालला होता. आता लवकरच आपल्याला छावणीत परत नेऊन डांबून ठेवतील की काय, अशी त्याला मनातून भीती वाटू लागली. गाइल्सने स्वत:ला कामात गुंतवून घेतलं. काही अधिकारी अजूनही निवांत बसले होते. गाइल्स इमाने-इतबारे त्यांचे ग्लास भरत होता.

सगळ्या वेट्रेस साफसफाईचे काम संपवून निघून गेल्यावर एकदाचा म्युलर उठला. त्याने बुटाच्या टाचा जुळवून आपल्या सहकाऱ्यांना कडक सलाम ठोकला आणि 'गुड नाइट' असं मोठ्यांदा म्हणून खोलीबाहेर पडला. म्युलर निघून गेल्यावर चांगली पंधरा मिनिटं जाऊ द्यायची आणि मगच सुटकेच्या हालचाली सुरू करायच्या, असं गाइल्स आणि बेट्स या दोघांनी आधीच ठरवलं होतं. बाहेरच्या वाहनतळावरून त्याची गाडी निघून गेल्याची बेट्सने खात्रीसुद्धा करून घेतली.

शेवटी आता टेबलाभोवती सहा अधिकारी बसलेले होते. गाइल्सने त्यांचे ग्लास भरले. ते सगळे कमांडंटचे जिवलग मित्र होते. त्यातील दोघे तर त्याचे शाळेत असल्यापासूनचे मित्र होते. उरलेले तिघं त्याच्याबरोबर टाउन कौन्सिलचे

सदस्य होते. कॅम्प अॅडजटंट अधिकारी तेवढा नव्यानेच भरती झालेला होता. त्याची आणि कमांडंटची ओळख तशी अलीकडचीच होती. ही सगळी माहिती गेल्या काही दिवसांत गाइल्सच्या कानावर पडली होती.

घड्याळ्यात रात्रीचे दोन वाजून वीस मिनिटं झाल्यावर कमांडंटने गाइल्सला खुणेने जवळ बोलावलं. ''खूप काम पडलं आज तुला,'' तो इंग्रजीत म्हणाला. ''आता तू किचनमध्ये जा. तुझा मित्र आहे ना तिथे? जाताना एक वाइनची बाटली घेऊन जा.''

गाइल्स मागे वळून किचनच्या दिशेने निघाला. जाताना कमांडंटचे शब्द त्याच्या कानावर पडले. कमांडंट अॅडजटंट अधिकाऱ्याला जर्मनमध्ये म्हणत होता, ''एकदा हे युद्ध संपून सगळं काही सुरळीत झालं ना की, मी या माणसाला माझ्याकडे नोकरी देणार आहे, फ्रान्झ! एकदा का आपण युद्ध जिंकलं आणि बकिंगहॅम पॅलेसवर स्वस्तिकची निशाणी असलेला ध्वज फडकू लागला की, त्याला काही इंग्लडला परत जावंसं वाटणार नाही.''

त्या हॉलच्या टेबलावर शिल्लक असलेली एकुलती एक वाइनची बाटली उचलून गाइल्स हलके किचनच्या दिशेने निघाला. त्याने जराही आवाज न करता दार लोटून घेतलं. त्याचं रक्त पुढच्या विचारांनी सळसळू लागलं होतं. येत्या पंधरा मिनिटांमध्ये जे काही घडेल किंवा बिघडेल, याची त्याला कल्पना होती. जिना उतरून तो किचनमध्ये आला. तिथे टेरी बेट्स तिथल्या मुख्य स्वयंपाक्याशी गप्पा छाटत बसला होता. त्यांच्या बाजूलाच शेरी नामक मद्याची अर्धवट संपलेली बाटली होती.

''हॅपी न्यू इयर!'' टेरी खुर्चीतून उठत त्या स्वयंपाक्याला म्हणाला. ''जायला हवं नाहीतर उद्या झुरिकला ब्रेक फास्टसाठी पोहोचायला उशीर होईल ना!''

गाइल्सने चेहरा शक्य तितका निर्विकार ठेवला. बेट्सच्या विनोदाला प्रतिसाद दिला.

दोघं पळत जिन्याच्या पायऱ्या चढत वर निघाले. संपूर्ण इमारतीत शुद्धीवर असलेले ते दोघंच होते. इतक्यात भोजन कक्षातून लटपटत्या पावलांनी एक अधिकारी येऊन स्वच्छतागृहाकडे निघाला. गाइल्स श्वास रोखून सावलीत थांबला.

काही क्षणांत मागचं दार परत उघडून एक डोकं बाहेर आलं. गाइल्सने घाईने हातवारे करून टेरीचं लक्ष स्वच्छता गृहाच्या दाराकडे वेधलं. टेरी पळत येऊन गाइल्सच्या शेजारी सावलीत मुकाट्याने उभा राहिला. इतक्यात मगाशी स्वच्छतागृहात शिरलेला अधिकारी बाहेर पडून अडखळत्या पावलांनी भोजनालयाकडे परत जायला निघाला. त्याने आत शिरून दार बंद केल्यावर गाइल्स टेरी बेट्सला म्हणाला, ''आपला जर्मन कॉर्पोरल काय म्हणतोय?''

''तो अर्धवट झोपेत आहे.'' बेट्स म्हणाला. ''मी त्याला वाइनची बाटली देऊन सांगितलं की, इथला कार्यक्रम आटपून छावणीकडे परत जायला अजून

किमान तासभर तरी लागेल.''

"पण तुझं बोलणं त्याला कळलं का?''

"तो इतका तारेत होता की, त्याला कसलीच पर्वा नव्हती.''

"बरं, ठीक आहे. आता तू त्याला शोधत असल्याचा बहाणा कर!'' असं म्हणून गाइल्स कॉरिडॉरमध्ये परत आला. त्याचे हात थरथरत होते, म्हणून त्याने हाताच्या मुठी घट्ट आवळून धरल्या. कमांडंटने आपली कोट टोपी जिथे काढून ठेवली होती, त्या खोलीचा क्लोकरूमचा दरवाजा उघडण्यासाठी तो पुढे सरसावला, इतक्यात त्याला आतून काहीतरी आवाज आला. तो थिजून जागच्या जागी उभा राहिला, मग त्याने हलकेच दरवाज्याला कान लावला. तो आवाज कुणाचा होता, हे त्याला लगेच कळलं. दोघं जिन्याच्या वरच्या पायरीवर आडोशाला अंधारात लपले.

"काय झालं?''

गाइल्सने ओठांवर बोट ठेवून बेट्सला गप्प राहाण्याची खूण केली. खोलीचं दार उघडून मेजर म्युलर पँटची बटणं लावत बाहेर पडला, त्याने अंगात ओव्हरकोट चढवत सावधगिरीने इकडे-तिकडे पाहिलं. या अवस्थेत कुणी आपल्याला पाहिलं तर नाही – याची खात्री करून घेतली, मग तो मुख्य दरवाजातून बाहेर पडून अंधारात दिसेनासा झाला.

"कोणती पोरगी?'' गाइल्सने विचारलं.

"बहुतेक ग्रेटाच असेल. तशी मीही दोन-चार वेळा तिच्या बरोबर मजा मारली आहे, पण कोट टोपी टांगायच्या खोलीत कधी नाही बुवा!'' टेरी बेट्स हसून म्हणाला.

"अरे, पण नोकरवर्गाशी असं 'मिळून मिसळून' वागणं नियम बाह्य नाही का?'' गाइल्सने शंका काढली.

"तो नियम फक्त साध्या ऑफिसर्ससाठी असतो, समजलं?''

ते दोघं आडोशाला आणखी काही वेळ स्तब्ध उभे राहिले. जरा वेळात दार उघडून ग्रेटा बाहेर पडली. तिचा चेहरा लाल झाला होता. ती सरळ चालत मुख्य दाराकडे गेली आणि तिथून बाहेर पडली. आपल्याला कुणी पाहिलं असेल की नाही, याची तिला फारशी फिकीर नसावी.

"आता परत एकदा प्रयत्न करून बघतो.'' असं म्हणून गाइल्स दबत्या पावलांनी क्लोकरूमकडे निघाला. क्लोकरूमचं दार उघडून तो आत डोकावणार इतक्यात भोजनगृहाचं दार उघडून आणखी एक अधिकारी बाहेर पडला.

"अरे लेका, उजवीकडे वळू नको... उजवीकडे वळू नको.'' टेरी बेट्स मनातल्या मनात प्रार्थना करू लागला. पण तो अधिकारी डावीकडे वळून स्वच्छतागृहाकडे निघाला. त्याने कार्यभाग लवकर आटपू नये, यासाठी बेट्सने प्रार्थना सुरू केली. तो एक-एक सेकंद मोजत होता. इतक्यात क्लोकरूमचं दार उघडून संपूर्ण गणवेश

परिधान केलेला कमांडंट बाहेर पडला. फक्त त्याचं नाव तेवढं वेगळं होतं. तो गाइल्स होता. टेरीने हातवारे करून त्याला ताबडतोब क्लोकरूममध्ये शिरून दार आतून लावून घेतलं.

आता स्वच्छतागृहातून तो अधिकारी – ॲडजटंट ऑफिसर – बाहेर पडला. आता हा बेटा कोट-टोपी घेण्यासाठी क्लोकरूममध्ये गेला तर काय – या विचाराने बेट्सच्या छातीत धडधडू लागलं. कारण क्लोकरूमच्या आत कमांडंटच्या गणवेश चढवून दडून बसलेला गाइल्स जर त्याच्या हाती लागला असता, तर मग काही खैर नव्हती. टेरी श्वास रोखून त्याच्या हालचालींचा मागोवा घेऊ लागला. पण तो अधिकारी भोजनगृहाचं दार उघडून आत शिरला. त्याने आपल्या पाठीमागे दार लावून घेताच टेरी तीरासारखा पळत क्लोकरूममध्ये घुसला. आत संपूर्ण गणवेश धारण करून हातात छडी घेऊन थरथरत उभा असलेला गाइल्स त्याला दिसला. त्याचं कपाळ घामाने डवरलं होतं.

"आता आपल्या दोघांपैकी कुणालाही हार्ट ॲटॅक येण्यापूर्वीच आपण इथून सटकू या," टेरी म्हणाला.

मिलर किंवा ग्रेटापेक्षाही जास्त चपळाईने टेरी बेट्स आणि गाइल्स दारातून बाहेर पडले.

"जरा शांत हो!" बाहेर पडल्यावर गाइल्स म्हणाला, "इथे केवळ आपण दोघंच शुद्धीत आहोत, हे विसरू नकोस." त्याने स्कार्फ गळ्याभोवती नीट गुंडाळून घेऊन हनुवटी झाकून घेतली. मग डोक्यावरची टोपी खूप खाली ओढून घेतली आणि हातातल्या छडीवरची पकड घट्ट केली. तो मुद्दामच जरा वाकून चालू लागला, कारण तो कमांडंटपेक्षा थोडा उंच होता.

कमांडंटच्या वेषातील गाइल्सला पाहताच ड्रायव्हर उडी मारून गाडीतून उतरला आणि त्याने अदबीने गाडीच्या मागचा दरवाजा उघडून धरला. ड्रायव्हरशी बोलताना कमांडंट नेहमी जे वाक्य म्हणायचा, ते गाइल्सने ऐकलं होतं आणि त्याचा सरावही करून ठेवला होता. गाडीच्या मागच्या सीटवर धपकन बसत मुद्दाम दारूच्या नशेत असल्याचा बहाणा करत अडखळत्या शब्दांत तो म्हणाला, "मला घरी घेऊन चल, हान्स!"

ड्रायव्हर हान्स स्टिअरिंग व्हीलच्या मागे बसला. इतक्यात त्याला 'क्लिक' असा सूक्ष्म आवाज आला. गाठीची डिकी बंद होताना यावा, तसा. त्याने संशयाने मागे वळून पाहिलं. पण कमांडंट हातातली छडी गाडीच्या खिडकीच्या काचेवर आपटत बसला होता.

"का रे, थांबलास कशासाठी हान्स?"

परत एकदा अडखळत्या स्वरांत गाइल्सने विचारलं.

त्यावर हान्सने किल्ली फिरवून गाडी सुरू केली आणि गिअरमध्ये टाकली. मग हळूळळू त्याने गाडी सुरक्षा रक्षकांच्या कक्षाकडे नेली. दुरून कमांडंटची गाडी येताना पाहताच कक्षातील पहारेकरी आपली जागा सोडून बाहेर आला. त्याने मुख्य फाटकाचा अडसर उचलून बाजूला करत एकीकडे कमांडंट साहेबांना सलाम ठोकला गाइल्सने आपल्या हातातील छडी उंच करून त्याचा स्वीकार केला. त्या पाहारेकऱ्याच्या अंगातला गणवेश अस्ताव्यस्त होता, त्याच्या शर्टची दोन-तीन बटणंसुद्धा निघालेली होती. हे त्याच्या लक्षात येताच त्याला मनातून हसू फुटलं. असा अजागळपणा कमांडंट शाबाकरने अगदी न्यू इयर्स ईव्हच्या वेळी सुद्धा खपवून घेतला नसता, याची त्याला पूर्ण कल्पना होती.

छावणीमधील एस्केप कमिटीमधील गुप्तहेराने गाइल्सला अशी माहिती पुरवली होती की, कमांडंचं निवासस्थान तिथून दोन मैलांच्या अंतरावर होतं. त्यातील शेवटचं दोनशे यार्डांचं अंतर म्हणजे एक अरुंद बोळकांडीवजा अंधारा रस्ता होता. गाइल्स मुकाट्याने गाडीच्या मागच्या सीटला टेकून खाली घसरून बसला होता. ड्राव्हरच्या खांद्याला स्पर्श करत गाडी थांबवण्याचा हुकूम दिला.

''मला आता अजिबात दम धरवत नाहीये.'' असं पुटपुटत पँटची बटणं सोडत तो रस्त्याच्या कडेला पळत गेला.

झाडीत घुसलेल्या कमांडंटसाहेबांकडे ड्रायव्हर हान्स बुचकळ्यात पडून बघत राहिला. कारण घर अक्षरश: हाकेच्या अंतरावर होतं. हान्स गाडीतून बाहेर पडून मागच्या दाराशी तिष्ठत उभा राहिला, जरा वेळात आपल्या साहेबाची चाहूल लागताच तो मागे वळला, इतक्यात अचानक नाकावर बसलेल्या ठोश्याने त्याचा तोल गेला. ठोसा इतका जबरदस्त होता की, त्याच्या नाकाचं हाड मोडलं आणि तो वेदनेने कळवळत खाली कोसळला.

गाइल्सने पळत मागे जाऊन गाडीची डिकी उघडली टेरी बेट्स उडी मारून उतरून पळत जमिनीवर कोसळलेल्या ड्रायव्हरपाशी गेला. त्याने ड्रायव्हरचा गणवेश उतरवला, स्वत:चे कपडे काढले आणि घाईने तो गणवेश अंगात चढवला. हान्स हा बेट्स पेक्षा खूपच बुटका आणि जाड होता, हे गाइल्सच्या आणि बेट्सच्या लक्षात आलं.

''तू काही काळजी करू नको!'' बेट्सच्या चिंतातूर चेहऱ्याकडे बघत गाइल्स म्हणाला. ''एकदा तू गाडी चालवायला बसलास की, कुणाच्याही काहीही लक्षात येणार नाही.''

त्यांनी बेशुद्धावस्थेतील हान्सला उचलून गाडीच्या डिकीत कोंबलं आणि डिकी बंद केली. पण तत्पूर्वी त्याने खिशातील रुमाल काढून ड्रायव्हरचं तोंड घट्ट बांधून टाकलं.

''आपण झूरिकला जाऊन ब्रेकफास्ट घेईपर्यंत, त्या बेट्याला काही जाग येणार नाही.'' गाइल्स म्हणाला.

कमांडंटच्या नव्या ड्रायव्हरने – टेरी बेट्सने गाडीचा ताबा घेतला. मुख्य रस्त्याला लागेपर्यंत दोघांपैकी कुणीच बोललं नाही. गेला महिनाभर या रस्त्यावरून इतके वेळा त्यांची ये-जा करून झाली होती की, बेट्सला रस्त्यावरच्या सर्व खुणा आणि पाट्या तोंडपाठ होत्या.

''हे बघ, रस्त्याच्या उजव्या बाजूला राहा.'' गाइल्सने सूचना केली. ''आणि जास्त वेगाने गाडी चालवू नको.'' खरंतर या दोन्ही गोष्टी बेट्सला सांगण्याची काहीच गरज नव्हती. ''वेगात गाडी चालवल्याबद्दल जर कुणी आपल्याला पकडलं, तर चांगलीच पंचाईत होईल.'' गाइल्स काळजीने म्हणाला.

वाटेत 'शाफहाउसेन' अशी पाटी लागली, ती पार करून पुढे गेल्यावर बेट्स म्हणाला, ''मला वाटतं, आपण सुटलो.''

''हे बघ, आपण जो पर्यंत इंपिरिअल हॉटेलमध्ये जाऊन ब्रेकफास्टसाठी टेबलापाशी बसत नाही आणि वेटर आपल्याला हातात मेन्यूकार्ड देत नाही, तोपर्यंत आपली सुटका झाली, असं मी तरी मानणार नाही.''

''मला, मेन्यू कार्डची काही गरज नाही.'' टेरी बेट्स म्हणाला. मी काय घेणार, ते आधीच ठरवून ठेवलंय. रोज सकाळी मटण मार्केटमध्ये खरेदीला निघण्याआधी घरी जो नाश्ता करून निघायचो, तोच मी आता मागवणार आहे. आणि तुम्ही काय घेणार?''

''मी पण घरी रोज जे घ्यायचो, तेच. ब्रेड, बटर, जॅम आणि जोडीला फिका उंची अर्ल ग्रे चहा.''

''अरे वा, वाइन वेटरचा मुखवटा टाकून पुन्हा श्रीमंत व्हायला तुम्हाला फार वेळ नाही लागला.''

गाइल्स हसला त्याने घड्याळ्यात पाहिलं. नव्या वर्षाची पहाट होती. रस्त्यावर थोड्याच गाड्या धावत होत्या. त्यांचा प्रवासही झपाट्याने चालू होता. अचानक त्यांना एक भला मोठा ट्रक्सचा ताफा लागला टेरीच्या ते वेळीच लक्षात आलं.

''अरे बापरे, आता काय करायचं?'' तो म्हणाला.

''त्यांच्या पुढे काढ. आपल्याकडे वेळ फार कमी आहे. शिवाय त्यांना आपला संशय येण्याजोगं काहीच नाही. तू एका वरिष्ठ अधिकाऱ्याला घेऊन निघाला आहेस. तो अधिकारी तिष्ठत थांबणार नाही, हे उघड आहे.''

बघता-बघता टेरी त्या ताफ्यापाशी पोहोचला त्या ताफ्यात असंख्य आर्मी ट्रक्स आणि मोटर सायकल्स होत्या बेट्सने कमांडंटची मर्सिडिज गाडी पुढे काढली कुणी त्यांच्याकडे ढुंकूनसुद्धा पाहिलं नाही. तांड्याच्या सुरुवातीची गाडी मागे पडल्यावर टेरी बेट्सने सुटकेचा निश्वास सोडला. पण तरीही आणखी पुढे येऊन चौकात वळून दुसरा रस्ता घेईपर्यंत त्याच्या जिवात जीव नव्हता. त्याने सावधगिरीने आरश्यात पाहिलं मागून कोणतंही वाहन येताना दिसत नव्हतं.

गाइल्स थोड्या-थोड्या वेळाने घड्याळ्यात बघत होता. आणखी एक पाटी लागली. आपण अगदी वेळेत, ठरल्याप्रमाणे रस्ता कापून पुढे आलो आहोत, अशी त्यांची खात्री पटली. पण पार्टीतला शेवटचा पाहुणा जायला नक्की कधी उठणार, हे काही गाइल्स आणि बेट्सच्या हातात नव्हतं. त्यानंतर कर्नल शाबाकार उठून आपल्या ड्रायव्हरला शोधायला बाहेर पडणार होता.

अशीच आणखी चाळीस मिनिटं गेली, ते आता शाफहाउसेन शहराच्या जवळ पोहोचले. दोघही इतक्या प्रचंड मानसिक दडपणाखाली होते की, ते कितीतरी वेळ एकमेकांशी एक शब्दही बोलले नव्हते. गाइल्स तर नुसता गाडीच्या मागच्या सीटवर काहीही न करता बसून होता, तरीसुद्धा त्याला थकवा जाणवत होता. पण स्वित्झर्लंडची सरहद्द पार करेपर्यंत त्याच्या मनाला काही स्वस्थता लाभणार नव्हती.

ते शहरात शिरले तेव्हा गावातली माणसं नुकती कुठे झोपेतून जागी होत होती. मध्येच रस्त्यातून एखादी ट्रॅम जाताना दिसत होती, एखादी गाडी दिसत होती. काही माणसं नववर्षाच्या पहिल्या दिवशी सुद्धा सायकलवरून कामाला निघाली होती. सरहद्द नक्की कुठल्या बाजूला आहे, याची पाटी बघण्याची टेरीला गरजही भासली नाही. कारण समोरचं आल्प्स पर्वताच्या रांगा पसरल्या होत्या. स्वातंत्र्य अगदी हातातोंडाशी येऊन ठेवलं होतं.

''ब्लडी हेल!'' अशी शिवी हासडत टेरी बेट्सने ब्रेक दाबले.

''काय झालं?'' गाइल्स पुढे झुकून म्हणाला.

''अरे ती रांग बघ!''

गाइल्सने खिडकी बाहेर डोकं काढून पाहिलं, तर किमान चाळीस वाहनांची भली मोठी रांग लागली होती. सगळ्या गाड्या एकमेकांना चिकटून उभ्या होत्या सर्वांनाच सरहद्द पार करून पलीकडे जायचं होतं, त्यांच्यातील कुठलं वाहन कुणा लष्करी अधिकाऱ्याचं आहे का, हे त्याने बारकाईने पाहिलं, पण त्यातली एकही गाडी लष्करी अधिकाऱ्याची दिसत नव्हती. मग तो बेट्सला म्हणाला, ''बघ, रांगेत न थांबता थेट सरहद्दीपर्यंत गाडी ने. लष्करी अधिकाऱ्यांनी रांगेत थांबणं अपेक्षित नसतं. आपण जर तसं केलं नाहीतर उगीच त्यांना आपला संशय येईल.''

मग टेरी बेट्स गाडी हळूहळू तशीच पुढे नेत राहिला अखेर सरहद्दी जवळच्या चेकनाक्याजवळ पोहोचल्यावर त्याने गाडी थांबवली.

''आता गाडीच्या बाहेर पड, मागे येऊन माझ्यासाठी दार उघडून धर, पण एक शब्दही बोलू नको,'' गाइल्स म्हणाला.

टेरी गाडीचं इंजीन बंद करून उतरून बाहेर आला आणि त्याने पाठीमागचं दार अदबीने उघडलं. गाइल्स बाहेर पडला आणि रूबाबात खाड-खाड चालत कस्टमच्या नाक्यापाशी पोहोचला. तो चौकीत शिरताच एक तरुण अधिकारी चपळाईने उडी

मारून उठला आली त्याने कर्नलसाहेबांना सलाम ठोकला छावणीतल्या एस्केप टीमच्या माणसाने बनावट कागदपत्रं बनवून गाइल्सकडे दिलेलीच होती. ती इतकी हुबेहूब अस्सल असल्यासारखी दिसत होती की, 'तुला कोणत्याही जर्मन चेकनाक्यावर काहीही अडचण येणार नाही.'' असं त्या माणसाने गाइल्सला छातीठोकपणे सांगितलं होतं. गाइल्सने हातातल्या कागदपत्राचे दोन संच त्या अधिकाऱ्याच्या हवाली केले. त्या माणसाच्या त्या वल्गना खऱ्या होत्या की खोट्या, हे गाइल्सला काही क्षणांतच समजणार होतं. तो तरुण अधिकारी एकेक कागद नजरेखालून घालू लागल्यावर गाइल्स अस्वस्थपणे हातातील छडी स्वत:च्या पायावर आपटत उभा राहिला आणि मुद्दाम हातातल्या मनगटी घड्याळावर वारंवार नजर टाकू लागला.

''मला झुरिकमध्ये एक महत्त्वाची मीटिंग आहे. मला उशीर होतोय,'' गाइल्स आवाजात जरब आणून म्हणाला.

''आय ॲम सॉरी कर्नल. मी लवकरात लवकर हे आटपून तुम्हाला मोकळं करतो. आता अगदी थोडाच वेळ लागेल.''

त्या कागदपत्रांवरचा गाइल्सचा फोटो तो तरुण अधिकारी निरखून पाहू लागला. त्याच्या चेहऱ्यावर बुचकळ्यात पडल्याचे भाव होते. आता हा आपल्याला आपल्या चेहऱ्यावरचा स्कार्फ बाजूला करून दाखवायला सांगण्याची वेळ आली असती, तर एक कर्नल असल्याच्या मानाने गाइल्स फारच तरुण आहे, हे त्या अधिकाऱ्याच्या लक्षात आलं असतं.

गाइल्स रागावलेल्या नजरेने त्या अधिकाऱ्याकडे रोखून बघू लागला. एका वरिष्ठ अधिकाऱ्याला उगाच नसते प्रश्न विचारत राहून त्याचा खोळंबा करणं कितपत योग्य ठरेल, याचा विचार तो मनात करत असावा. पण दैव गाइल्सच्या बाजूने होतं, त्यामुळे त्या अधिकाऱ्याने मान हलवून त्या कागदपत्रांवर शिक्का मारला आणि ते गाइल्सच्या ताब्यात देत अदबीने म्हणाला, ''तुम्हाला मीटिंगला उशीर होणार नाही, अशी आशा करतो, सर!''

''थँक यू!'' गाइल्स म्हणाला. कागदपत्रं कोटाच्या आतल्या खिशात ठेवून पाठ फिरवून तो दाराकडे चालू लागला इतक्यात त्या तरुण अधिकाऱ्याने हाक मारून त्याला थांबवलं.

''हाईल हिटलर! हिटलरचा विजय असो!'' तो मोठ्यांदा ओरडला.

गाइल्स किंचित थबकला, मग मागे वळून नाझी पद्धतीचा कडक सलाम करून म्हणाला, ''हाईल हिटलर!''

चौकी बाहेर पडून तो गाडीकडे चालू लागल्यावर त्याला जे दृश्य दिसलं, त्याने त्याला हसू फुटलं. टेरी बेट्स त्या जाड्याजुड्या ड्रायव्हरच्या ढगळ गणवेशात कमरेवरून खाली घसरणारी विजार एका हाताने घट्ट पकडून दुसऱ्या हाताने गाडीचं

दार उघडं धरून शक्य तेवढ्या अदबीने उभा होता.

''थँक यू, हान्स!'' गाडीच्या मागच्या सीटवर धपकन बसत गाइल्स म्हणाला.

नेमका त्याच क्षणी दोघांनाही गाडीच्या डिकीमधून जोराजोरात ठोकल्याचा आवाज येऊ लागला.

''ओ माय गॉड!'' टेरी म्हणाला, ''तो हान्स डिकीत आहे!''

छावणीतल्या ब्रिगेडियरसाहेबांचे शब्द त्यांना दोघांनाही आठवले. दोघांच्याही मनात ते शब्द रुंजी घालू लागले. ब्रिगेडियर म्हणाले होते, ''कोणत्याही पलायनाच्या बेतात या अशा शक्यता असतातच. शंभर टक्के यशाची हमी तर कुणीच देत नाही. अखेर कोणतंही अनपेक्षित संकट चालून आलंच, तर तुम्ही त्याला तोंड कसं देणार, हे महत्त्वाचं!''

टेरी गाडीचं मागचं दार लावून परत ड्रायव्हरच्या सीटवर येऊन बसला. तो डिकीतून येणारा आवाज नाक्यावरती गस्त घालणाऱ्या पाहारेकऱ्यांच्या लक्षात आला असता, तर सगळीच पंचाईत झाली असती. समोरचा अडसर हळूहळू इंचा इंचाने वर उचलला जात होता. टेरी बेट्स श्वास रोधून बसला होता.

''हे बघ, गाडी अगदी सावकाश पुढे ने. उगाच त्यांना संशय यायला नको,'' गाइल्स म्हणाला.

टेरी बेट्सने पहिला गियर टाकून गाडी सावकाश पलीकडे नेली. गाइल्सने खिडकीच्या काचेतून पलीकडे पाहिलं. चौकीच्या आतल्या भागात तो तरुण अधिकारी फोनवर बोलत होता. त्यांच लक्ष गाडीतल्या गाइल्सकडे जाताच हातातला फोन खाली ठेवून धावत तो रस्त्यावर आला.

स्वित्झर्लंडची सरहद्द आता केवळ काही यार्डांच्या अंतरावर असल्याचं गाइल्सला माहीत होतं. मागे वळून गाडीच्या मागच्या काचेतून त्याने पाहिलं तर तो तरुण अधिकारी जोरजोरात हातवारे करून काहीतरी ओरडत होता, इतक्यात रायफलधारी असंख्य सैनिक भराभरा त्यांच्या गाडीच्या दिशेने पळू लागले.

''बेत बदलला. प्रचंड वेगाने गाडी हाक!'' गाइल्स टेरीला ओरडून म्हणाला. इतक्यात बंदुकीतून सुटलेली एक गोळी सणकन येऊन गाडीवर आदळली.

टेरी गिअर बदलत असताना गाडीचं टायर जोरात फुटल्याचा आवाज झाला. गाडी तशीच हाकण्याचा त्याने आटोकाट प्रयत्न केला. पण तिचे झोक जाऊ लागले. अखेर त्याचा गाडीवरचा ताबा गेला. जर्मनी व स्वित्झर्लंड या दोन देशांच्या सरहद्दींवरील दोन चेक नाक्यांना जोडणाऱ्या रस्त्याच्या मध्यभागी रस्त्याच्या बाजूच्या कठड्यावर आदळून अखेर गाडी थांबली. त्याबरोबर गाडीवर गोळ्यांच्या असंख्य फैरी झडल्या.

''आता धूम ठोक टेरी बेट्स. पण आज बाथरूम गाठण्याच्या शर्यतीत मी तुला

हरवणार बघ!'' गाइल्स म्हणाला.

''ते तुम्हाला कधीच शक्य होणार नाही.'' टेरी ओरडला. गाइल्स गाडीतून बाहेर पडण्यापूर्वीच टेरी बेट्स स्विस सरहद्दीच्या दिशेने पळत सुटला होता.

दोघंही जिवाच्या आकांताने स्विस सरहद्दीकडे पळू लागले. आजवरच्या आयुष्यात एवढ्या वेगाने ते कोणत्याही शर्यतीत धावले नसतील. मागून गोळ्यांचा वर्षाव सुरूच होता. तो चुकवण्यासाठी त्यांना मधूनच वाकावं लागत होतं, बसावं लागत होतं, नागमोडी पळावं लागत होतं. आज सरहद्द आधी पार करण्याचा मान नक्की आपणच मिळवणार, अशी गाइल्सची खात्री होती. स्विस सरहद्दीवरचे पहारेकरी या दोघांचं टाळ्यांच्या कडकडाटात स्वागत करत होते. अखेर गाइल्सने सरहद्द पार करून पलीकडे पाऊल टाकलं आणि आयुष्यात पहिल्यांदाच आपल्या प्रतिस्पर्ध्याला हरवल्याच्या आनंदात विजयी मुद्रेने हातवर उंचावत मागे मागे वळून पाहिलं.

परंतु त्याच्या मागे सुमारे तीस फुटांवर रस्त्याच्या मधोमध टेरी बेट्स पालथा पडला होता. त्याच्या डोक्याच्या मागच्या बाजूला गोळीची जखम होती आणि त्याच्या तोंडातून रक्त वाहत होतं.

गाइल्सने गुडघे टेकून जमिनीवरून सरपटत आपल्या घायाळ अवस्थेत पडलेल्या मित्राच्या दिशेने जायला सुरुवात केली. आणखी गोळ्यांचा वर्षाव झाला. इतक्यात स्विस सरहद्दीवरचे दोन पहारेकरी पळत आले आणि गाइल्सच्या विरोधाला न जुमानता त्यांनी त्याचं बकोट पकडून अक्षरश: फरफटत त्याला सरहद्दी पलीकडे नेलं.

''मला तुमच्या देशात एकट्यानं ब्रेक फास्ट करायचा नाही.'' असं त्याचं मन आक्रंदून उठलं, पण ते शब्द बाहेर पडू शकले नाहीत.

ह्युगो बॅरिंग्टन

(१९३९-१९४२)

२४

‘ब्रिस्टॉल इव्हिनिंग न्यूज’मध्ये हॅरी क्लिफ्टनला जलसमाधी मिळाल्याचं वृत्त वाचून ह्युगो बॅरिंग्टनचा आनंद गगनात मावेना. युद्ध पुकारण्यात आल्यानंतरच्या केवळ काही तासांतच हॅरीच्या जहाजाचा अपघात होऊन त्यात तो मरण पावल्याचं त्या वृत्तात म्हटलं होतं.

चला, निदान या जर्मनांनी एकतरी विधायक काम केलं होतं तर! एका जर्मन यू-बोटीच्या कमांडंटने एकट्याने ह्युगोच्या आयुष्यातलं हे महाभयंकर संकट दूर केलं होतं. आता कदाचित नजिकच्या भविष्यात आपल्याला ब्रिस्टॉलला परत जाता येईल आणि ‘बॅरिंग्टन शिपिंग लाइन’चा म्हणून काम सांभाळता येईल, अशी आशा त्याच्या मनात पल्लवित झाली. आता उद्यापासून रोज नियमितपणे बॅरिंग्टन हॉलमध्ये फोन करून आपल्या आईशी संपर्क प्रस्थापित करायचा, असं त्याने ठरवलं. पण आपले वडील ऑफिसात निघून गेल्यावरच आपण हा उद्योग करायचा, हेही त्याने तत्काळ ठरवलं. त्या रात्री हा आनंद साजरा करण्यासाठी तो बाहेर गेला आणि उशिरा दारू पिऊन तर्रऽऽ अवस्थेत एखाद्या राजासारखा डुलत-डुलत परत आला.

आपल्या मुलीचा विवाह सोहळा संपन्न होत असताना जेव्हा अर्ध्यात तिचं लग्न मोडलं, त्या वेळी ह्युगोने तिथून पलायन केलं आणि तो थेट लंडनला आला. तिथे एका तळघरातला फ्लॅट त्याने आठवड्याला एक पाउंड या दराने भाड्याने घेतला. फ्लॅट अगदी लहानसा तीन खोल्यांचाच असला, तरी तो कॅडोगन गार्डन्स या श्रीमंत वस्तीत होता. त्यामुळे त्याच्या निवासस्थानाचा पत्ता ऐकून ही एक बडी असामी आहे, असाच सर्वांचा समज होई.

तशी सुरुवातीच्या काळात त्याच्या बँकेच्या खात्यात थोडीफार शिल्लक होती. पण त्या पैशांना अल्पावधीतच पाय फुटले. थोडक्यात आता त्याच्याकडे नुसताच भरपूर वेळ होता आणि उत्पन्नाचं साधन मात्र काहीही नव्हतं. अखेर त्याने नाइलाजाने आपली बुगाटी ही भपकेबाज गाडी विकली. त्यातून आलेल्या पैशांमधून पुढचे काही

आठवडे त्याची गुजराण झाली. तो धडाधड चेक लिहून लोकांना देत राहिला. अखेर एक दिवस त्याचा चेक वठला नाही. पण आता वडिलांपुढे मदतीसाठी हात पसरणंही शक्य नव्हतं. कारण त्याने स्वतःच त्यांच्याशी सगळे संबंध तोडले होते. शिवाय अगदी खरं सांगायचं तर एकवेळ त्याचे वडील सर वॉल्टर यांनी मेसी क्लिफ्टनला – हॅरीच्या आईला सढळ हाताने मदत केली असती, पण त्यांनी आपल्या मुलाला – ह्युगोला एक कपर्दिकही दिली नसती, याची त्याला कल्पना होती.

लंडनमध्ये पुढचे काही महिने असेच निष्क्रियतेत घालवल्यावर अखेर ह्युगोने नोकरी मिळवण्याचा प्रयत्न सुरू केला. पण ही गोष्ट मुळीच सोपी नव्हती. मुळात जे लोक त्याच्या वडिलांना ओळखत होते, त्यांच्याकडे नोकरी मागण्याचा प्रश्नच नव्हता. आणि क्वचित एखाद्या ठिकाणी मुलाखतीसाठी जायची वेळ आलीच, तर तिथल्या मालकांनी सांगितलेलं कामाचं वेळापत्रक ऐकूनच त्याच्या कपाळावर आठी पडत असे. आठवड्यातील इतके तास काम करायचं आणि तेही इतक्या तुटपुंज्या पगारात? त्या पगारातून त्याचा महिन्याभराच्या दारूपार्ट्यांचा खर्चसुद्धा भागला नसता.

ह्युगोकडे थोडे फार शेअर्स होते. त्यामुळे त्या जोरावर त्याने स्टॉक मार्केटमध्ये खेळण्यास सुरुवात केली. त्याला शेअरबाजारात कसं हमखास यशस्वी व्हायचं याविषयी फुकटचे सल्ले देणारे महाभाग पुष्कळ होते. त्यातच काही गैरव्यवहार करणाऱ्या कंपन्यांशी त्याचा संबंध आला आणि काही ठकसेनांशी त्याची ओळख झाली. त्याच्या वडिलांनी त्या लोकांना पहिलं असतं, तर त्यांची 'निर्ढावलेले गुन्हेगार' अशा शब्दांत संभावना केली असती.

साधारण एक वर्षाच्या आत ह्युगोने मित्रांकडून ओळखीच्या लोकांकडून आणि मित्राच्या मित्रांकडून पैसे उसने घेण्यास सुरुवात केली. पण आपली कर्ज फेडण्याची ऐपत नसताना जर एखादी व्यक्ती लोकांकडून वारंवार उसने पैसे घेऊ लागली, तर सामाजिक वर्तुळातून हळूहळू त्या व्यक्तीस बाहेर फेकण्यात येतं. मेजवान्यांची निमंत्रणं हळूहळू कमी होत बंद होतात. शनिवार-रविवारी रायफल शुटिंगला कुणी त्या व्यक्तीला बोलवत नाही.

या अशा परिस्थितीमुळे ह्युगो कधीही खचला, निराश झाला की, आपले वडील घरी नसण्याची वेळ साधून तो आपल्या आईला फोन करायचा. तो शाळेत असतानाही त्याच्या हातखर्चासाठीच्या किरकोळ रकमेच्या गरजा त्याची आईच पुरवायची आणि आत्ताही त्याहून दहापट मोठ्या रकमेच्या गरजाही तीच पुरवते.

ह्युगोचा एक जुना बालमित्र होता, आर्ची फेनविक. त्या दोघांची शाळेपासूनची मैत्री हाती. हा मात्र ह्युगोशी अजूनही कनवाळूपणे वागायचा. कधीतरी क्लबमध्ये

दुपारच्या जेवणाला घेऊन जायचा तर कधी कॉकटेल पार्टीचं निमंत्रण द्यायचा आणि अशाच एका पार्टीत ह्युगोची ओल्गाशी ओळख झाली. पण ह्युगो तिच्याकडे आकर्षित होण्यामागे तिचा चेहरा किंवा तिचं शरीर सौष्ठव याचा काडीचाही संबंध नव्हता. तिने गळ्यात अत्यंत उंची, तीन पदरी मोत्यांची माळ घातली होती. ह्युगोने लगेच आपला मित्र आर्ची याला एका कोपऱ्यात गाठून ते मोती खरे आहेत का, याची चौकशी केली.

''मोती तर शंभर टक्के खरे आहेत.'' आर्ची हसून म्हणाला. ''पण मित्रा, एक सावधगिरीचा इशारा. त्या मधाच्या पोळ्यावर नजर लावून बसलेला तू काही एकटा शेर नाहीस. इथे असे अनेक आहेत.''

आर्चीने त्याला ओल्गाची जी काही माहिती सांगितली, त्यानुसार तिचं नाव ओल्गा पिओत्राव्हस्का असं होतं. लंडनमध्ये काही दिवसांपूर्वीच तिचं आगमन झालं होतं. जर्मनीने पोलंडवर आक्रमण केल्यावर तिथून सहीसलामत सुटून ती लंडनला आली होती. तिचे आई-वडील ज्यू होते. केवळ तेवढ्याच कारणास्तव जर्मन गेस्टपोने त्यांना धरून नेलं होतं. आर्चीकडे तिच्याबद्दल ही इतकीच माहिती होती. ह्युगोच्या कपाळावर एक आठी पडली. आर्चीने त्यानंतर त्या माहितीमध्ये केवळ दोनच गोष्टींची भर घतली. एक म्हणजे ओल्गा लंडनच्या लाऊंडेस स्क्वेअर भागात एका प्रसादतुल्य घरात राहात होती आणि दुसरं म्हणजे तिच्या पाशी अप्रतिम कलाकृतींचा भला मोठा संग्रह होता. खरं तर कलावंत, चित्रकार अशा व्यक्तींमध्ये ह्युगोने आजवर कधीच रस घेतलेला नव्हता. पण तरीही पिकासो आणि माटिसेसारख्या थोर कलावंतांची नावं त्यानेसुद्धा ऐकली होती.

ह्युगो सावकाश त्या भल्या मोठ्या सभागृहात फेरफटका मारायला निघाला. त्याने मिस पिओत्राव्हस्काला स्वत:ची ओळख करून दिली. आपल्याला जर्मनांनी कशी वागणूक दिली, आपला देश कसा सोडावा लागला हे ओल्गाने त्याला सांगताच त्याने संताप व्यक्त केला. आपल्या वाडवडिलांनी गेली शंभर वर्षं ज्यू लोकांना कशी सन्मानाची वागणूक दिली आहे, त्यांच्याबरोबर कसा धंदा केला आहे, हे त्याने तिला खुलवून सांगितलं. आपले वडील सर वॉल्टर बॅरिंग्टन असल्याचा व त्यांची मोठमोठ्या ज्यू व्यावसायिकांशी गाढ मैत्री असल्याचंही त्याने आवर्जून सांगितलं. पार्टी संपण्यापूर्वीच त्याने ओल्गाला दुसऱ्या दिवशी दुपारी रिट्झ हॉटेलमध्ये भोजनाचं निमंत्रण दिलं. पण आजकाल त्याचे चेक्स कुणीच स्वीकारत नसल्यामुळे त्या जेवणाचं बिल भागवण्यासाठी त्याने आर्चीकडून पैसे उसने घेतले.

भोजनाचा कार्यक्रम उत्तम पार पडला. नंतरचे अनेक दिवस ह्युगो ओल्गाच्या मागे लागला. त्याने तिचा पिच्छाच पुरवला. अर्थात त्यासाठी लागेल तो खर्च करणं त्याच्या खिशाला जरा जड जात होतं. आपलं लग्न झालेलं असून आपल्या पत्नीचे

आपल्याच जिवलग दोस्ताशी संबंध असल्याचं आपल्या लक्षात आलं आणि त्यामुळेच आपण एका वकील मित्राच्या मदतीने तिच्यापासून रीतसर घटस्फोट, मिळवण्यासाठी हालचाली सुरू केल्या आहेत, असं त्याने तिला सांगितलं. वस्तुस्थिती अशी होती की, ह्युगोने ब्रिस्टॉलमधून पलायन केल्यानंतर एलिझाबेथने न्यायालयात घटस्फोटाची मागणी केली होती. न्यायालयाने ती मंजूर करून मॅनोर हाउस आणि ह्युगोने सोबत न नेलेली प्रत्येक चीजवस्तू तिला दिली होती.

ओल्गा अत्यंत समजूतदार होती. ''एकदा का मला माझ्या पत्नीपासून घटस्फोट मिळून मी मोकळा झालो की तू आणि मी लग्न करू.'' असं त्याने तिला आश्वासन ही दिलं होतं. तिच्या सौंदर्याची वारेमाप स्तुती करताना तो जराही कंटाळत नसे. खरं तर तिच्यापासून मिळणाऱ्या शय्यासुखाबाबत तो विशेष समाधानी नव्हता. तरीपण आपली पत्नी एलिझाबेथ हिच्या तुलनेत ओल्गा कशी त्या बाबतीतही कुशल आहे, मादक आहे, हे तो तिला अनेकदा सांगायचा. 'एकदा' माझ्या वडिलांचा मृत्यू झाला की, मग तूच 'लेडी बॅरिंग्टन' बनणार.'' असं तो तिला पुन्हा-पुन्हा सांगायचा. शिवाय ''बॅरिंग्टन घराण्याची मालमत्ता एकदा का हाती आली की, मग माझ्या पुढच्या या आर्थिक समस्या कायमच्या दूर होतील.'' असंही तो न विसरता सांगायचा. आपले वडील सर वॉल्टर हे खूपच वयस्कर आणि थकलेले आहेत आणि त्यांचे आता काही फार दिवस उरलेले नाहीत, अशी त्याने तिची समजूत करून दिली होती. 'त्यांची प्रकृती दिवसेन्‌दिवस खंगत चालली आहे.' अशा शब्दांत त्याने तिला सांगितलं होतं.

काही थोड्या आठवड्यांनंतर ह्युगो लाऊंडेस स्क्वेअरमध्ये राहायला गेला. पुढच्या काही महिन्यांतच तो पूर्वीसारख्या ऐशोरामात जगू लागला. अशा प्रकारे राहाणं हा आपला जन्मसिद्ध हक्कच आहे, अशी त्याची ठाम समजूत होती. या इतक्या आकर्षक आणि सुंदर स्त्रीच्या सहवासाचा लाभ त्याला झाल्याबद्दल त्याच्या दोस्त मंडळींना तो फारच नशीबवान आहे, असं वाटू लागलं होतं. एक-दोघांनी तर असंसुद्धा बोलून दाखवलं की, 'शिवाय तिच्याकडे भरभक्कम माल आहे.'

दिवसांतून तीन वेळा पोटभर चवीपरीचं जेवणं, उंची वस्त्रप्रावरणं घालून वावरणं, ड्रायव्हरला हुकूम सोडून गाडीतून गावभर भटकणं, या गोष्टी ह्युगोला बऱ्याच दिवसांत मिळाल्या नव्हत्या. पण त्या आता पुन्हा त्याच्या आयुष्यात परत आल्या. त्याने आपली बरीचशी जुनी देणी फेडून टाकली. भपकेबाज, छानछोकीने राहाण्यासाठी तो आता सढळ हाताने खर्च करू लागला. लवकरच पूर्वीसारखी त्याला लोकांची बोलावणी येऊ लागली. केवळ काही दिवसांपूर्वी जे लोक त्याला पाहताच त्याच्या तोंडावर दार लावून घेत, ते आता परत प्रेमाने त्याला घरी येण्याचं

निमंत्रण देऊ लागले. पण हे सगळं आणखी किती काळ असं चालणार, असं त्याला मनातून वाटायचं. कारण वॉरसॉहून पळून आलेल्या एका ज्यू निर्वासित स्त्रीशी लग्न करण्याची त्याची मुळीच इच्छा नव्हती.

डिटेक्टिव्ह डेरेक मिचेल टेंपल मीड्स स्टेशनवर पॅडिंग्टनकडे निघालेल्या एक्सप्रेस ट्रेनमध्ये चढला. प्रायव्हेट डिटेक्टिव्ह मिचेल अजूनही ह्युगो बॅरिंग्टनसाठी पूर्ण वेळ काम करत होता. तिकडे ह्युगोच्या अनुपस्थितीत बॅरिंग्टन कुटुंबीयांचं कायकाय चालू आहे, याची बित्तंबातमी डिटेक्टिव्ह मिचेल ह्युगोला महिन्यातून एकदा पुरवत असे. आपले वडील, पूर्वाश्रमीची पत्नी, गाइल्स, एमा आणि ग्रेस या सर्वांचं नक्की काय-काय चाललं आहे, याची माहिती मिळवण्याची ह्युगोला फार उत्सुकता असे. पण त्याही पेक्षा मेसी क्लिफ्टनला तो प्रचंड घाबरून होता. तिच्या आयुष्यात काय-काय चालू आहे, त्याच्या अगदी क्षणाक्षणाचा हिशोब त्याला मिचेलकडून हवा असे.

मिचेल ट्रेन पकडून लंडनला यायचा. मग पॅडिंग्टन स्टेशनच्या प्लॅटफॉर्म क्रमांक सात समोरील प्रतीक्षागृहात दोघं एकमेकांना भेटायचे. त्यानंतर तासाभराने टेंपल मीड्सला जाणारी ट्रेन पकडून मिचेल परत जायचा.

एलिझाबेथ अजूनही मॅनोर हाउसमध्येच राहाते, ग्रेसला केंब्रिजची शिष्यवृत्ती मिळाली असून ती सहसा घरी येत नाही... इत्यादी माहिती त्याला मिचेलनेच पुरवली होती. त्याचप्रमाणे एमाला मुलगा झाला असून तिने त्याचं नाव सेबॅस्टियन ऑर्थर असं ठेवलं आहे. गाइल्स प्रायव्हेट सोल्जर म्हणून वेसेक्स रेजिमेंटमध्ये भरती झाला आहे. त्याने बारा आठवड्यांचे प्रशिक्षण पूर्ण केल्यानंतर त्याला मॉन्स ऑफिसर कॅडेट ट्रेनिंग युनिटमध्ये पाठवण्यात आलं आहे, या गोष्टीही त्याला मिचेलकडूनच कळल्या.

गाइल्सबद्दलची ही बातमी ऐकून मात्र ह्युगोला आश्चर्याचा धक्का बसला. युद्धाला तोंड फुटल्यानंतर थोड्याच दिवसांत गाइल्स युद्धात भरती होण्यासाठी ग्लुस्टरला गेला होता. आणि तिथे त्याला शारीरिकदृष्ट्या अपात्र ठरवून परत पाठवण्यात आलं होतं, याची ह्युगोला कल्पना होती. ह्युगो आणि त्याच्या वडिलांप्रमाणेच गाइल्सला सुद्धा रंगांधत्वाचं दुखणं होतं. १९१५ साली आपल्याला युद्धात भरती व्हायला लागू नये, म्हणून ह्युगोने ही रंगांधत्वाची सबबच पुढे केली होती.

जसजसे दिवस आणि महिने जाऊ लागले तसतशी ओल्गा ह्युगोचा घटस्फोटाचा निकाल कधी लागणार, याची वारंवार चौकशी करू लागली. आता घटस्फोट मिळायला अगदी थोडेच दिवस राहिले आहोत, अशी त्याने तिची समजूत करून दिली होती. मग मात्र तिने त्याला स्पष्टच सांगितलं, ''तुझ्या घटस्फोटाचा खटला

कोर्टासमोर उभा राहात नाही, तो पर्यंत तू तुझं सामानसुमान घेऊन तुझ्या कॅडोगन स्क्वेअरमधल्या घरी परत जा!'' त्यानंतर मात्र ह्युगोने जरा जोरात हातपाय हलवण्यास सुरुवात केली. तिच्या त्या बोलण्यानंतर एक आठवडा थांबून मग त्याने तिला सांगितलं, ''माझ्या वकिलांनी खटला कोर्टासमोर उभा करण्याची सगळी तयारी केली आहे.''

त्यामुळे ती थोडी शांत झाली. नंतरचे काही महिने सुखात गेले. त्याने एक गोष्ट अजून ओल्गाला सांगितलीच नव्हती. ज्या दिवशी तो आपलं सामान-सुमान घेऊन कॅडोगन स्क्वेअरमधलं आपलं घर सोडून तिच्याकडे राहायला आला होता, त्याच दिवशी त्याने ते घर सोडण्याविषयी आपल्या घरमालकाला एक महिन्याची नोटिस देऊन टाकली होती. थोडक्यात सांगायचं, तर आता जर ओल्गाने त्याला घराबाहेर काढलं असतं, तर त्याला राहायला जागाच नव्हती.

साधारण एक महिन्यानंतर एक दिवस मिचेलने अचानक फोन करून ह्युगोची तातडीने भेट घेण्याची इच्छा व्यक्त केली. त्याने आजवर असं कधीच केलं नव्हतं. दुसऱ्याच दिवशी दुपारी चार वाजता आपण नेहमीच्या जागी भेटायचं, असं त्यांनी ठरवलं.

मिचेल स्टेशनवरच्या प्रतीक्षागृहात शिरला, तेव्हा ह्युगो तिथे आधीच येऊन एका बाकावर बसलेला होता. त्याने 'लंडन इव्हिनिंग न्यूज' वृत्तपत्राच्या मागे आपला चेहरा लपवला होता. जनरल रोमेलची टोब्रूकमधून कशी हकालपट्टी झाली, हे तो वाचत होता. अर्थात जगाच्या नकाशावर हे टोब्रूक नक्की कुठे आलं, ते काही त्याला सांगता आलं नसतं. मिचेल त्याच्या शेजारी येऊन बसला, तरीही त्याने वृत्तपत्र वाचणं चालूच ठेवलं. प्रायव्हेट डिटेक्टिव्ह मिचेल ह्युगोकडे अजिबात न बघता अगदी हलक्या आवाजात बोलू लागला.

''तुम्हाला एका गोष्टीची माहिती द्यायची होती. तुमची सर्वांत मोठी मुलगी एमा हिने 'ग्रँड हॉटेल' मध्ये वेट्रेसची नोकरी पत्करली होती. तिथे ती मिस डिकन्स या नावाने काही दिवस काम करत होती.''

''याच हॉटेलात मेसी क्लिफ्टन काम करते ना?''

''हो, ती त्यामधील रेस्टॉरंटची व्यवस्थापिका आहे. तुमची मुलगी तिच्याच हाताखाली काम करत होती.''

या एमाला वेट्रेस म्हणून काम करायची का गरज पडली असावी, हे काही ह्युगोला कळेना. ''तिच्या आईला ही गोष्ट माहीत आहे का?'' तो मिचेलला म्हणाला.

''नक्कीच माहीत असणार. कारण रोज सकाळी पावणे सहा वाजता घरचा

ड्रायव्हर हडसन तिला गाडीने हॉटेलपासून थोड्या अंतरावर आणून सोडायचा. पण मी आज तुमची भेट घेण्याचं हे कारण नाहीये.''

ह्युगोने वृत्तपत्राचं पान उलटलं. तेथे छापून आलेले युद्धाचे फोटो तो निरखून पाहू लागला.

''काल सकाळी मात्र तुमची मुलगी टॅक्सीने बंदराकडे गेली. तिच्या बरोबर एक सूटकेस होती. ती 'कॅन्सस स्टार' नावाच्या एका जहाजात चढली. तिथे तिला रिसेप्शन काउंटवर नोकरी पण मिळाली. आपण आपल्या आजीला, आपल्या आजोबांची बहीण फिलिस हिला भेटण्यासाठी न्यू यॉर्कला जात असल्याचं तिने आपल्या आईला सांगितलं. ही फिलिस लॉर्ड हार्वे यांची सख्खी बहीण आहे.''

ही विशिष्ट माहिती मिचेलने नक्की कुठून आणि कशी मिळवली असेल, याबद्दल ह्युगोला कुतूहल वाटलं. पण एका गोष्टींचं कोडं अजूनही सुटत नव्हतं. त्या जहाजावर नोकरी करत आताना हॅरी क्लिफ्टनचा अपघाती मृत्यू ओढवला, नेमक्या त्याच जहाजावर एमाने नोकरी का धरली असेल, या विचारांनी तो अस्वस्थ झाला. या सगळ्यांचा अर्थच त्याला कळत नव्हता. मिशेलने आणखी खोलवर तपास करावा, आणखी माहिती उजेडात आणावी, त्याच प्रमाणे एमाच्या हालचालींवर बारकाईने नजर ठेवून जर काही नवीन घडामोडी झाल्याच, तर ताबडतोब आपल्याला त्याची माहिती द्यावी, असं त्याने मिचेलला बजावलं.

मिचेल उठून टेंपल मीड्सकडे परत जाण्यासाठी निघाला. पण तत्पूर्वी त्याने ह्युगोला एक गोष्ट सांगितली, ती म्हणजे जर्मन बॉंबर विमानांनी पूर्व ब्रॉड स्ट्रीट उडवला होता. आता मिचेल ही गोष्ट मुद्दाम आपल्याला कशासाठी सांगतो आहे, आपला त्याच्याशी काय संबंध, हे काही ह्युगोच्या लक्षात येईना. मग मिचेलनेच त्याला एका गोष्टीची आठवण करून दिली. मिस टिलीचं चहाचे दुकान त्याच रस्त्यावर होतं. त्या दुकानाच्या जागेवर काही डेव्हलपर्स नजर ठेवून होते. त्यांना त्यात रस होता, ही माहिती ह्युगोला कदाचित महत्त्वाची वाटेल, असं मिचेलला वाटत होतं. ह्या माहितीबद्दल ह्युगोने मिचेलचे विशेष आभार मानले. पण आपल्याला खरोखरच त्या माहितीमध्ये रस आहे की नाही, याचा मात्र त्याने मिचेलला थांगपत्तासुद्धा लागू दिला नाही.

लाऊंडेस स्क्वेअरच्या घरी परत येता क्षणीच ह्युगोने नॅशनल प्रॉव्हिन्शिअल बँकेच्या मि. प्रेंडरगास्ट यांना फोन लावला.

ह्युगोचा आवाज ऐकताच मि. प्रेंडरगास्ट म्हणाले, ''तुम्ही ब्रॉड स्ट्रीटच्या संदर्भातच फोन केला आहे ना? मला हे अपेक्षितच होतं.''

''हो. मिस टिलीच्या शॉपची जागा विकत घेण्यात अनेकांना रस असेल ना?''

"त्या बाँबस्फोटात तो रस्ता उद्‌ध्वस्त झाल्यानंतर आता संपूर्ण रस्त्याची जागाच विक्रीस काढण्यात आली आहे." मि. प्रेंडरगास्ट म्हणाले, "त्या रस्त्यावर ज्यांची दुकानं होती, त्यांचं तर सर्वस्वच गेलं. शिवाय ही घटना युद्धात झाल्याकारणाने विमाकंपन्या त्यांना नुकसान भरपाई देण्यास तयार नाहीत."

"मग मला त्या टिलीच्या दुकानाची जागा वाजवी किमतीत विकत घेता येईल ना?" ह्युगो म्हणाला.

"तुम्हाला आख्खा रस्ताच वाजवी किमतीत खरेदी करता येईल." तुमच्याकडे जर आता खर्च करायला पैसे असतील, तर ही गुंतवणूक अत्यंत फायदेशीर आहे."

"पण यात आपण हेच गृहीत धरतो आहोत ना की, हे युद्ध आपणच जिंकू?" ह्युगो म्हणाला.

"आता तसं पाहिलं तर हा एक जुगारच आहे. तरीपण एवढा धोका पत्करायला हरकत नाही, असं मला वाटतं." मि. प्रेंडरगास्ट म्हणाले.

"साधारणपणे किती रक्कम उभी करावी लागेल?"

"मिस क्लिफ्टनच्या दुकानाच्या जागेचं म्हणाल, तर मी तिच्याशी बोलणी करून तिला दोनशे पाउंडला जागा विकण्यासाठी तयार करू शकेन. खरं तर त्या रस्त्यावरच्या अर्ध्याहून अधिक दुकानदारांची खाती आमच्याच बँकेत आहेत, त्यामुळे जर तुम्ही आणखी तीन हजार पाउंडाची व्यवस्था करू शकलात, तर जवळपास सगळा रस्ताच तुमच्या मालकीचा होईल. हे तर सगळी हुकमाची पानं आपल्याच हातात असताना डाव खेळायला बसल्यासारखं आहे."

"मी जरा विचार करून बघतो." ह्युगो म्हणाला. पण आपल्याकडे या क्षणी तरी छदामही नाही, ही गोष्ट काही तो मि. प्रेंडरगास्ट यांना सांगू शकत नव्हता.

कसंही करून हे पैसे कसे उभे करता येतील, यावर त्याने खूप विचार केला. त्याच्या ओळखीचे लोक त्याला आता पाच पाउंडसुद्धा उसने द्यायला तयार नव्हते. आता ओल्गाकडेही आणखी पैशांची मागणी करणं शक्य नव्हतं. जर तो तिच्याशी लग्न करायला तयार झाला असता, तर गोष्टी वेगळी होती. मग सगळंच सोपं झालं असतं. पण त्या गोष्टीला तो तयार नव्हता.

या संपूर्ण परिस्थितीवर त्याने आणखी जास्त विचार करायला आणखी एक कारण घडलं. आर्चीच्या एका पार्टीत त्याची अचानक टोबी डनस्टेबलशी गाठ पडली.

टोबी आणि ह्युगो हे ईटनच्या शाळेत एकाच वर्गात होते. या डनस्टेबल विषयी ह्युगोला फारसं काही आठवत नव्हतं. त्याला फक्त एक गोष्ट आठवली ती म्हणजे टोबी आपल्याहून लहान मुलांच्या खिशातले पैसे चोरत असे. एकदा एका मुलाचा लॉकर उघडून त्यातले दहा शिलिंग चोरताना त्याला पकडण्यात आलं. आता शाळेतून त्याची नक्कीच हकालपट्टी होणार, अशी सर्व मुलांची अपेक्षा होती. पण

तसं काही झालं नाही. अर्ल ऑफ डनस्टेबल यांचा तो मुलगा होता, यामुळेच तो वाचला.

"आजकाल तुझं काय चाललंय?" ह्युगोने टोबीला विचारलं. त्यावर टोबीने उडवाउडवीची उत्तरं दिली. आपण स्थावर मालमत्तेच्या खरेदी-विक्री व्यवहार पाहात असल्याचं तो पुटपुटला. त्यावर ब्रॉड स्ट्रीटवर सध्या कशी गुंतवणुकीची आयती संधी चालून आली आहे, हे ह्युगोने त्याला सांगितलं. पण टोबीने त्या गोष्टीत फारसा रस घेतला नाही. त्या टोबीची नजर ओल्गाच्या गळ्यातल्या चमचमत्या हिऱ्याच्या हारावर खिळली होती, हे ह्युगोच्या लक्षात आलं.

जरा वेळाने टोबी आपलं कार्ड ह्युगोच्या हातात ठेवून म्हणाला, "तुला कधी तातडीने रोख रकमेची गरज लागली, तर मला सांग. मी काय म्हणतोय, ते तुझ्या लक्षात येतंय ना?"

त्याला नक्की काय म्हणायचं होतं, ते ह्युगोच्या व्यवस्थित लक्षात आलं. पण त्याने ते आधी काही फारसं मनावर घेतलं नाही. पण एक दिवस ओल्गाने सरळच त्याला विचारलं, "त्या घटस्फोटाच्या खटल्याचा निकाल लागायला अजून किती दिवस आहेत?"

"फार नाही. आता लागेलच लवकर!" ह्युगो म्हणाला.

त्यानंतर तो तातडीने घराबाहेर पडून क्लबमध्ये गेला आणि तिथून त्याने टोबीच्या कार्डवर दिलेला नंबर फिरवून सरळ टोबीला फोन लावला. फुलहॅममधील एका पबमध्ये त्यांचं भेटायचं ठरलं. दोघंही ठरलेल्या वेळी तिथे पोहोचले आणि एका कोपऱ्यातलं टेबल पकडून बसले. सुरुवातीला त्यांनी जिनचे घुटके घेत उगाचच हवा-पाण्याच्या गप्पा केल्या. मग सावधपणे इकडे-तिकडे पाहून कुणाचं लक्ष नाही याची खात्री पटल्यावर टोबी म्हणाला.

"मला फक्त घराची एक किल्ली हवी आणि तिचे दागिने ती नक्की कुठे ठेवते, त्या जागेची व्यवस्थित माहिती."

"हे तर फारसं कठीण नाही." ह्युगो म्हणाला.

"दोस्ता, पण तुला एक खबरदारी घ्यावी लागेल. मी माझं काम पूर्ण करेपर्यंत तू आणि ती कुठेतरी लांब फिरायला जा. मला पुरेसा वेळ घरात मिळाला पाहिजे."

त्यानंतर दुसऱ्याच दिवशी नाश्त्याच्या वेळी ओल्गाने 'रिगोलेटो' हे नाटक बघण्याची इच्छा व्यक्त केली. ह्युगोनेही पडत्या फळाची आज्ञा घेऊन तिकिटांची व्यवस्था करण्याचं मान्य केलं. खरं तर इतर वेळी ह्युगोने नाटकाला जायला भरपूर आढेवेढे घेतले असते, हजार सबबी सांगितल्या असत्या. पण या खेपेस मात्र तो लगेच तयार झाला. नाटक संपल्यावर आपण सॅव्हॉयमध्ये जेवायला जाऊन साजरं करू," ह्युगो म्हणाला.

"साजरं करू? पण काय?" ओग्ला म्हणाली.

"अगं माझ्या घटस्फोटाच्या खटल्याच्या निकालाची तारीख ठरली आहे ना!" ह्युगो सहजपणे म्हणाला. ती लगेच ह्युगोला बिलगली. "आता फक्त सहा महिने राहिले, डार्लिंग! त्यानंतर तू मिसेस बॅरिंग्टन होणार."

त्याने आदल्याच दिवशी या प्रसंगाची पूर्वतयारी म्हणून बर्लिंग्टन आर्केड मध्ये जाऊन एक सुंदर अंगठी विकत आणली होती. आत्ता त्याने खिशातून त्या अंगठीची मखमली डबी काढून ती तिच्यासमोर उघडून धरली. ती हरखून गेली. ही अंगठी सहा महिन्यांत त्याच दुकानात जाऊन परत करायची, असं ह्युगोने मनोमन ठरवलेलंच होतं.

ते नाटक फारच कंटाळवाणं निघालं. संपता संपत नव्हतं. पण ह्युगोला तक्रारीला जागा नव्हती. उलट या जास्तीच्या वेळाचा टोबी तिकडे चांगला सदुपयोग करत असेल, या विचारांनी तो शांत होता.

नाटकानंतर जेवणाचा आस्वाद घेत असताना ह्युगो आणि ओल्गा यांनी लग्नानंतर मधुचंद्राला कुठे जायचं, याचे बेत आखले. युद्धामुळे परदेशी जाणं तर काही शक्य नव्हतं. मग ओल्गाने 'बाथ' या शहराची निवड केली. पण ते शहर ब्रिस्टॉलपासून खूपच जवळ होतं, त्यामुळे ह्युगोला मनातून ती कल्पना फारशी रुचली नाही. पण मुळात ते दोघं मधुचंद्राला तरी खरे कुठे जाणार होते? त्यामुळे त्याने हसतमुखाने त्या बेताला मान्यता देऊन टाकली.

टॅक्सीने घरी परत जात असताना ह्युगोच्या मनात एकच विचार घोळत होता. "आपले हिऱ्याचे दागिने चोरीला गेल्याचं ओल्गाच्या नक्की कधी बरं लक्षात येईल?" पण त्याच्या अपेक्षेपेक्षा फारच आधी तिच्या ते लक्षात आलं. ते दोघं घरी पोहोचले आणि त्यांनी घराचं कुलूप उघडलं. बघतात तर काय? सगळ्या सामानाची उलथापालथ झालेली होती. भिंतींवरची मौल्यवान तैलचित्रंही चोरीला गेली होती. उरल्या होत्या, रिकाम्या भिंती आणि एकेकाळी तिथे चित्रं टांगल्याच्या खुणा.

तो प्रकार पाहून ओल्गा मोठ्यांदा रडू लागली. ह्युगोने फोन उचलून ९९९ क्रमांक फिरवला, पोलीस आले. काय-काय गाष्टी चोरीला गेल्या आहेत, याची तपशीलवार यादी बनवायला त्यांना कित्येक तास लागले. कारण ओल्गा शांत राहून, थंड डोक्याने त्यांच्या प्रश्नाची उत्तरं देऊच शकत नव्हती. येत्या अठ्ठेचाळीस तासांच्या आत चोरीला गेलेल्या हिऱ्याच्या दागिन्यांची यादी लंडन मधल्या, तसेच जवळपासच्या सर्व जवाहिऱ्यांकडे पाठवण्यात येईल, त्याचप्रमाणे तैलचित्रांची माहिती लंडनमधील सर्व आर्ट गॅलरीज्ना पुरवण्यात येईल, असं आश्वासन पोलीस प्रमुखांनी ओल्गाला दिलं.

दुसऱ्या दिवशी टोबी आणि ह्युगो यांची फुलहॅमधल्या पब मध्ये ठरल्याप्रमाणे

भेट झाली, तेव्हा ह्युगोने थैमान घातलं. टोबीने एका अक्षरानेही विरोध न करता त्याचे सगळे शिव्याशाप शांतपणे ऐकून घेतले. अखेर एकदाचा ह्युगो शांत झाल्यावर त्याने एक बुटाचं खोकं काढून ते समोरच्या टेबलावर ह्युगोच्या पुढ्यात ठेवलं.

''हे बघ, मला काही नव्या बुटांचा जोड नकोय!'' ह्युगो रागाने फणफणत म्हणाला.

''ते ठीक आहे. पण खोक्याच्या आत जे काही आहे, त्यातून तुला आख्खं बुटांचं दुकानच विकत घेता येईल.'' टोबी म्हणाला.

ह्युगोने हळूच खोक्याचं झाकण किंचित उघडून आत पाहिले. खोक्यात बूट नव्हते. पाचशे पाउंडांच्या नोटांनी ते खोकं ठासून भरलं होतं.

''मोजायची काहीही गरज नाही. दहा हजार पाउंड रोख आहेत त्यात!'' टोबी म्हणाला.

ह्युगोच्या चेहऱ्यावर हसू पसरलं. तो शांत झाला. ''दोस्ता, तू एकदम भारी आहेस हं!'' असं म्हणत त्याने खोकं बद करून वेटरला खूण करून आणखी डबल जिन मागवली.

या घटनेला कित्येक आठवडे लोटले, पण पोलिसांना तपासात यश आलं नाही. हे नक्कीच कुणा माहितगाराचं काम आहे, असा त्यांना दाट संशय होता. पोलीस-प्रमुख जेव्हा-जेव्हा ह्युगोला भेटत तेव्हा-तेव्हा ते मुद्दाम त्याच्या समोर ही गोष्ट अनेकदा बोलून दाखवत. परंतु ह्युगोला घाबरण्याचं काहीच कारण नव्हतं. ''तू सर वॉल्टर बॅरिंग्टन यांचा मुलगा आहेस, त्यामुळे पोलिसांकडे तुझ्याविरुद्ध शंभर टक्के खात्रीलायक पुरावा असल्याशिवाय ते तुझ्या केसालाही धक्का लावू शकणार नाहीत.' असं टोबीने त्याला सांगून ठेवलं होतं.

आजकाल ह्युगो रोज नवे-नवे कपडे घालून आलिशान बुगाटी गाडीतून हिंडू लागला होता. ते पाहून ओल्गाने त्याला सरळच विचारलं, ''तुला एवढा खर्च करणं कसं काय परवडतं?'' त्यावर त्याने ओल्गाला त्या बुगाटी गाडीचं लॉग बुक दाखवलं. ओल्गाची आणि त्याची ओळख होण्याच्या आधीपासूनच ती गाडी त्याच्या मालकीची होती, हे त्यावरून सिद्ध होत होतं. अर्थात मध्यंतरी ज्या डीलरला त्याने ही गाडी विकली होती, त्याच्याकडूनच ती त्याने परत खरेदी केली होती. आणि त्या डीलरकडे गाडीचे जुने कागदपत्र व्यवस्थित ठेवलेले होते, ही गोष्ट त्याने काही तिला कळू दिली नाही.

हळूहळू घटस्फोटाच्या अंतिम निकालाची तारीख जवळ येऊ लागली. आता ह्युगोने ओल्गाच्या बंधनातून स्वत:ला सोडवण्यासाठी हालचाली सुरू केल्या. लष्करी परिभाषेत याला 'एक्झिट स्ट्रॅटेजी' असं म्हणतात. एवढ्यात ओल्गाने एक

दिवस अचानक घोषणा केली. ‘मला किनई तुला एक गोड बातमी द्यायची आहे.’ ती ह्युगोच्या गळ्यात पडून म्हणाली.

‘आयुष्यात ‘टायमिंग’ या गोष्टीला प्रचंड महत्त्व असतं,’ असं ह्युगोने ऐकलं होतं. त्या उक्तीचा आता त्याला प्रत्यय येत होता.

एक दिवस तो नाश्ता करता-करता ‘टाइम्स’ वाचत असताना अचानक दुसऱ्या पानावर त्याच्या स्वत:च्या वडिलांचा फोटोच त्याच्या दृष्टीस पडला. ईश्वर मृतात्म्यास शांती देवो!’ असे शब्द त्या फोटोखाली छापण्यात आले होते. ओल्गाला कळू न देता त्याने गुपचूप फोटो खालची बातमी लपवली. आता लवकरच त्याचं आणि तिचं अवघं आयुष्यच बदलून जाणार होतं.

बातमीदाराने सर वॉल्टर बॅरिंग्टन यांच्या विषयी खूप चांगलं लिहिलं होतं. पण त्याही पेक्षा सर्वांत महत्त्वाच्या शेवटच्या ओळी होत्या. त्या ओळींनी ह्युगोचं लक्ष वेधून घेतलं. सर वॉल्टर बॅरिंग्टन यांचा एकुलता एक मुलगा ह्युगो बॅरिंग्टन यांना ‘सर’ या पदवीचा वारसाहक्काने लाभ होईल.

पण टाइम्सने त्या सोबत एक पुष्टी जोडलेली नव्हती. आणि ती म्हणजे, ‘सर ही पदवी व त्यासोबत येणारं सर्वकाही...!’

मेसी क्लिफ्टन

(१९३९-१९४२)

२५

त्या रात्री शिफ्ट संपवून आपला पती जेव्हा घरी परत आला नाही, तेव्हा आणि त्यानंतर आपल्याला किती अपरिमित दुःख झालं होतं, त्याची आठवण मेसीच्या मनात अजूनही ताजी होती. ऑर्थर मरण पावला आहे, हे तिला मनोमन खूप आधीच कळलं होतं. फक्त त्या दिवशी दुपारी जहाजाच्या तळाशी काम करत असताना ऑर्थरचा नक्की कोणत्या परिस्थितीत आणि का मृत्यू झाला, हे सत्य तिच्या भावाने – स्टॅनने त्या घटनेनंतर कितीतरी वर्षांनी अत्यंत नाइलाजाने तिच्यासमोर उघडं केलं.

पण त्याही दुःखापेक्षा कितीतरी पराकोटीचं दुःख तिला आपल्या एकुलत्या एक मुलाच्या निधनाची बातमी ऐकून झालं. युद्धाला तोंड फुटल्यानंतर केवळ काही तासांतच तिचा मुलगा हॅरी ज्या जहाजावर काम करत होता, त्या 'देव्होनियन' जहाजावर जर्मनांनी हल्ला केला आणि त्यात हॅरीचा मृत्यू ओढवला, ही बातमी ऐकून तर तिच्यावर जणू आभाळच कोसळलं.

आपण हॅरीला अखेरचं कधी पाहिलं, हे मेसीला अगदी नीट आठवत होतं. त्या गुरुवारी सकाळी तो तिला भेटायला 'ग्रँड हॉटेल'मध्ये आला होता. रेस्टॉरंटमध्ये प्रचंड गर्दी होती. बाहेर कितीतरी माणसं जागा मिळवण्याची वाट बघत खोळंबून उभी होती. हॅरी पण त्या लोकांच्या रांगेत उभा होता. पण मग हॉटेलच्या मुदपाकखान्यातून सतत आत-बाहेर करणाऱ्या आपल्या आईची धावपळ पाहून तो गुपचूप तिथून निघून गेला. त्याला वाटलं, आईने आपल्याला पाहिलंच नाही. पण तिने त्याला पाहिलं होतं. किती विचारी, किती समंजस होता, हॅरी. आपल्या आईला कामाच्या जागी भेटायला येऊन तिच्या कामात व्यत्यय आणलेला आवडत नाही, याची त्याला पुरेपूर कल्पना होती. आणि अगदी खरं सांगायचं, तर ऑक्सफर्डमधलं शिक्षण अर्ध्यावर सोडून लष्करात भरती होण्याचा आपला निर्णय आपल्या आईला फारसा रुचणार नाही. याचीही त्याला पुरेपूर कल्पना होती.

त्यानंतर दुसऱ्या दिवशी सर वॉल्टर बॅरिंग्टन मुद्दाम तिला भेटण्यासाठी आले. त्याच दिवशी भल्या पाहाटे हॅरी 'देव्होनियन' नावाच्या जहाजावर फोर्थ ऑफिसर म्हणून रुजू झाला आणि परदेशी रवाना झाला, अशी बातमी त्यांनी तिला सांगितली. त्या जहाजावर एक महिना कामाचा अनुभव घेतल्यानंतर परत येऊन सरळ लष्करात भरती व्हायचं आणि 'एच.एम.एस. रेझोल्यूशन' या युद्धनौकेवर खलाश्याचं काम मिळवून सरळ अटलांटिक महासागरात जर्मन पाणबुड्यांचा संहार करण्यासाठी जायचं, असा हॅरीचा बेत होता, हे त्यांच्याकडूनच तिला कळलं. पण जर्मन शत्रूच हॅरीला शोधत येईल, याची त्या वेळी हॅरीला कल्पना नव्हती.

हॅरी एक महिन्यानंतर परत आला की, त्या दिवशी आपण सुट्टी घ्यायची, असं मेसीने ठरवून ठेवलं होतं. पण तसं घडायचं नव्हतं. आजपर्यंत या महाभयंकर, निष्ठुर युद्धात किती मातांनी आपली मुलं गमावली होती, हे ऐकूनही मेसीचं दु:ख काही हलकं होत नव्हतं.

ऑक्टोबर महिन्यातील त्या दुर्दैवी दिवशी संध्याकाळच्या वेळी दमून-भागून मेसी स्टील हाउसलेन मधल्या आपल्या घरी परत आली, तेव्हा 'एस. एस. कॅन्सस स्टार' या जहाजावर सीनियर मेडिकल ऑफिसर म्हणून काम करणारे डॉ. वॉलेस दारात तिची वाट बघत उभे होते. आपल्या येण्याचं कारण त्यांनी मेसीला सांगितलं नाही, पण ते दारुण सत्य त्यांच्या चेहऱ्यावर स्पष्ट उमटलं होतं.

डॉ. वॉलेस आणि मेसी स्वयंपाक घरात टेबलापाशी समोरा समोर बसले. 'देव्होनियन' जहाज दुर्घटनाग्रस्त झाल्यानंतर त्यातील शक्य तेवढ्या लोकांना वाचवून 'एस. एस. कॅन्सस स्टार' या जहाजावर आणण्यात आलं होतं. त्या सर्वांच्या प्रकृतीची देखभाल करण्याचं काम डॉ. वॉलेस यांच्याकडेच होतं. हॅरीचे प्राण वाचवण्यासाठी आपण प्रयत्नांची पराकाष्ठा केल्याचं त्यांनी तिला सांगितलं. पण दुर्दैवाची गोष्ट अशी की, हॅरी शुद्धीवर आलाच नाही. त्या रात्री एकूण नऊ खलाशांना वाचवून 'कॅन्सस स्टार'वर आणण्यात आलं होतं. पण त्या नऊ जणांपैकी केवळ एकच वाचला होता. त्याचं नाव होतं, 'टॉम ब्रॅडशॉ.' हा 'देव्होनियन' जहाजावरील थर्ड ऑफिसर होता आणि हॅरीचा मित्र होता. या टॉम ब्रॅडशॉने मेसी क्लिफ्टनसाठी एक सांत्वनपर पत्र लिहून डॉ. वॉलेस यांच्याकडे दिलं होतं. 'कॅन्सस स्टार' ब्रिस्टॉलला पोहोचलं की, आपण ताबडतोब हॅरीच्या आईला म्हणजे मिसेस क्लिफ्टन यांना भेटून जातीने ते पत्र त्यांच्या हवाली करू, असं डॉ. वॉलेस यांनी त्या ब्रॅडशॉला वचन दिलं होतं. त्यांनी त्यांचा शब्द पाळला. मेसीची भेट घेऊन डॉक्टर जेव्हा बंदरात उभ्या असलेल्या जहाजाकडे परत गेले, तेव्हा मेसीला मनातून खूप अपराधी वाटत राहिलं. तिने त्यांना कपभर चहासुद्धा विचारला नव्हता.

टेबलावर हॅरीचा चर्चमध्ये गात असतानाचा ग्रुप फोटो होता. त्या शेजारी तिने

ते टॉम ब्रॅडशॉचं पत्र ठेवून दिलं.

दुसऱ्या दिवशी सकाळी ती जेव्हा हॉटेलात कामावर रुजू झाली, तेव्हा तिचे सर्व सहकारी तिच्याशी सौजन्याने वागले. तिने काही दिवस सुट्टी घ्यावी, असंसुद्धा हॉटेल मॅनेजर, मि. हर्स्ट यांनी सुचवलं; पण तसं काही करण्याची आपली अजिबात इच्छा नसल्याचं तिने त्यांना स्पष्टच सांगितलं. त्याउलट तिथे जास्तीत जास्त ओव्हरटाइम करण्याची तयारी दर्शवली. निदान त्यामुळे तरी हा दु:खाचा सल कमी होईल, असं तिला वाटत होतं.

पण तो काही कमी झाला नाही.

हॉटेलात काम करणारी अनेक तरुण मुलं नोकरी सोडून युद्धात भरती होण्यासाठी जात होती. त्यांच्या रिकाम्या झालेल्या जागांवर स्त्रिया काम करू लागल्या होत्या. एखाद्या तरुण स्त्रीने काम करणं, हे आजकाल कमी दर्जाचं मानलं जात नसे. जशी-जशी हॉटेलात काम करणाऱ्या पुरुषांची संख्या रोडावत चालली होती, तशी-तशी मेसीने स्वत:हून कामाची जास्त जबाबदारी उचलण्यास सुरुवात केली होती.

रेस्टॉरंट मॅनेजर साठ वर्षांचा झाला होता. त्याचा निवृत्तीचा दिवस अगदी जवळ येऊन ठेपला होता. पण हॉटेल मॅनेजर मि. हर्स्ट हे त्याला युद्ध संपेपर्यंत काम करत राहाण्याची विनंती करतील, असं मेसीने मनोमन गृहीत धरलं होतं. त्यामुळे मि. हर्स्ट यांनी जेव्हा तिला ऑफिसात बोलावून त्या रेस्टॉरंट मॅनेजरची रिकामी जागा देऊ केली, तेव्हा तिला आश्चर्याचा मोठाच धक्का बसला.

''तू त्या कामासाठी अत्यंत योग्य आहेस मेसी. या बाबतीत हेड ऑफिसचे लोकसुद्धा माझ्याशी सहमत आहेत.'' मि.हर्स्ट म्हणाले.

''मला यावर विचार करायला थोडा अवधी पाहिजे.'' त्यांच्या ऑफिसातून बाहेर पडत असताना मेसी म्हणाली.

मि. हर्स्ट यांनी पुढचा एक आठवडाभर परत तिच्यापाशी हा विषय काढला नाही. त्यानंतर मात्र परत एकदा त्यांनी तोच प्रस्ताव तिच्यासमोर ठेवला. आपल्याला एक महिन्याच्या ट्रायलवर ते काम देण्यात यावं, असं मेसीने सुचवताच, ते मोठ्यांदा हसले.

''सर्व साधारणपणे एखाद्या माणसाला ट्रायलवर काम देण्याचा आग्रह मालक करतात. ज्याला नोकरी करायची आहे, तो माणूस असं कधी म्हणत नाही.'' ते म्हणाले.

मेसीने कामास सुरुवात केल्यावर आठवडाभरातच ती स्वत: आणि मि. हर्स्ट असे दोघंही तो ट्रायलचा विषय विसरूनही गेले. आता मेसीला पूर्वीपेक्षा कामाचा

प्रचंड जास्त ताण होता. पूर्वीपेक्षा जास्त तास काम पडत असे. तरीसुद्धा काम करताना आजतागायत एवढा आनंद तिला कधीच मिळालेला नव्हता. एकदा का युद्ध संपलं आणि युद्धावर गेलेले तरुण परत येऊन कामावर रुजू झाले की, आपल्याला परत पूर्वीसारखं वेट्रेसचं काम करावं लागेल, याची मेसीला पूर्णपणे कल्पना होती. त्या परत येणाऱ्या तरुणांमध्ये जर तिचा हॅरी येणार असता, तर त्याच्यासाठी काय वाट्टेल ते करायची तिची तयारी होती, अगदी वेश्याव्यवसायसुद्धा!

पर्ल हार्बर येथे बॉंबहल्ला करून जपान्यांनी अमेरिकेचं आरमार नष्ट केलं, ही बातमी कळण्यासाठी मेसीला वृत्तपत्र वाचण्याची गरज नव्हती. ज्याच्या त्याच्या तोंडी तेवढा एकच विषय होता. आता अमेरिकासुद्धा या शत्रूच्या विरोधात युद्धात उतरली होती. अमेरिकेने दोस्त राष्ट्रांशी हातमिळवणी केली होती.

त्यानंतर काही थोड्याच दिवसांत मेसीची आयुष्यात प्रथमच एका अमेरिकन नागरिकाशी गाठ पडली.

नंतरच्या काही वर्षांत अनेक अमेरिकन सैनिक त्यांच्या प्रदेशात आले आणि त्यातले काही ब्रिस्टॉल शहराच्या बाहेर तळ ठोकून राहिले. मेसी ज्या हॉटेलात काम करत असे, त्या ग्रँड हॉटेलच्या रेस्टॉरंटमध्ये त्यातील काही लष्करी अधिकाऱ्यांनी नियमितपणे जेवायला येण्यास सुरुवात केली. परंतु थोडे दिवस गेले की, त्यातले काही अदृश्य होत. ह्यांच्यातले बरेसचे अधिकारी वयाने साधारण हॅरीच्याच बरोबरीचे असत. त्यांना पाहून मेसीला हॅरीची तीव्रतेने आठवण व्हायची.

पण एक दिवस काहीतरी वेगळंच घडलं. अशा अचानक गायब झालेल्या लष्करी अधिकाऱ्यांपैकी एक जण एक दिवस परत उगवला. व्हीलचेअरवर बसून त्याने रेस्टॉरंटमध्ये प्रवेश केल्यामुळे मेसीने काही लगेच त्याला ओळखलं नाही. तसे पाहिलं तर लोकांची नावं आणि चेहरे ती सहसा विसरत नसे. माणसाला जेव्हा लिहिता-वाचता येत नाही; तेव्हा चेहरे, नावं अशा बाबतीत त्याची स्मरणशक्ती तीव्र असते. व्हीलचेअरवर बसून आत आलेल्या त्या अधिकाऱ्याने आपल्या खास ठेवणीतल्या शब्दोच्चारांत तिला 'नेहमीचं टेबल' मागितलं तेव्हा तिला त्याची लगेच ओळख पटली. ''लेफ्टनंट मुलहॉलंड... हो ना?''

''नाही मिसेस क्लिफ्टन. आता मी मेजर मुलहॉलंड आहे. आता ते लवकरच माझी रवानगी अमेरिकेतील माझ्या घरी, म्हणजे नॉर्थ कॅरोलिनाला करणार आहोत. पण तत्पूर्वी विश्रांतीसाठी त्यांनी मला इकडे पाठवलं आहे.''

मेसी हसून त्याला त्याच्या नेहमीच्या टेबलाकडे घेऊन गेली. परंतु स्वत:ची व्हीलचेअर मात्र स्वत:च चालवत नेण्याचा त्याचा आग्रह होता. त्याने मेसीला

थोडीसुद्धा मदत करू दिली नाही. मेसीने आपल्याला 'माईक' अशी हाक मारावी, असा त्याने हट्ट धरला. त्यानंतर तो नियमितपणे रेस्टॉरंटमध्ये येऊ लागला. आठवड्यातून दोनदा किंवा तीनदा सुद्धा.

एक दिवस मि. हर्स्ट मेसीपाशी कुजबुजले, ''मेसी, तो तुझ्या प्रेमात पडलाय, बरं!''

त्यावर मेसी हसून म्हणाली, ''अहो, आता प्रणयाराधना करण्याचं माझं वय तरी आहे का?''

''काहीतरीच काय मेसी? तू अजून तरुण आहेस, सुंदर आहेस. आजवर केवळ मेजर मुलहॉलंड यांनीच नाहीतर इतरही अनेक तरुणांनी तुझ्याविषयी माझ्याकडे चौकशी केलेली आहे. तुझा कुणी खास मित्र वगैरे आहे का, हे त्यांना जाणून घ्यायचं असतं.''

''मि. हर्स्ट, अहो मी आता आजी झाले आहे, हे विसरू नका.''

काही दिवसांनंतर मेजर व्हीलचेअरऐवजी कुबड्या घेऊन चालत-चालत हजर झाला. परत एकदा मेसीने त्याला आधी ओळखलंच नाही. नंतर जवळून पाहिल्यावर ओळखलं. आणखी एक महिन्यानंतर कुबड्यांची जागा काठीने घेतली. त्यानंतर अगदी थोड्याच दिवसांत काठीही गायब होऊन तो परत पूर्वीसारखा चालू लागला.

एका संध्याकाळी मेजरचा फोन आला. त्याने मेसीला आठ जणांचं टेबल राखून ठेवण्याची विनंती केली. त्याला कसलातरी आनंदाचा प्रसंग साजरा करायचा होता. याला नक्कीच आपल्या मायदेशी अमेरिकेला – नॉर्थ कॅरोलिनामध्ये असलेल्या आपल्या घरी परत जायचं असणार, असा तिने तर्क केला. हा गेल्यावर आपल्याला याची खूप आठवण येईल, असं तिला वाटलं.

माईक दिसायला देखणा नव्हता. पण त्याचं बोलणं आर्जवी होतं, मृदू होतं आणि वागण्यात अकृत्रिम जिव्हाळा होता. तो अमेरिकन असला तरीही त्याचं वागणं एखाद्या खानदानी इंग्रजाला शोभेल इतकं सुसंस्कृत होतं. ब्रिटनच्या भूमीवर अमेरिकन सैनिक तळ ठोकून राहिल्यापासून त्यांच्या बोलण्याची, वागण्याची खिल्ली उडवण्याची आजकाल फॅशनच झाली होती. अमेरिकन लोक कसे रंगेल असतात, बाहेरख्याली असतात, त्यांना कसा भरपूर पगार मिळतो याविषयी उपहासात्मक बोलणं, तर संपूर्ण ब्रिटनभर ऐकू येई. वास्तविक असं बोलणाऱ्या अनेक ब्रिटिश लोकांनी अमेरिकन माणूस कसा दिसतो, तेही पाहिलेलं नव्हतं. अमेरिकनांची टिंगलटवाळी करणाऱ्यांमध्ये मेसीचा भाऊ स्टॅन याचाही समावेश होता. मेसीने त्याचा अमेरिकनांबद्दलचा हा गैरसमज दूर करण्याचा अनेकदा प्रयत्न केला. पण तो मात्र आपल्या मताशी ठामच होता.

मेजर ज्या कुठल्या गोष्टीचा आनंद साजरा करत होता, ते भोजन जेव्हा संपत

आलं, तेव्हा रेस्टॉरंट जवळ-जवळ रिकामं होत आलं होतं. घड्याळात दहाचे ठोके पडताच मेजरचा एक मित्र उठून उभा राहिला. त्याने हातातील मद्याचा ग्लास उंचावत मेजरच्या दीर्घायुरोग्याची कामना केली आणि खणखणीत आवाजात त्याचं अभिनंदन केलं.

त्यानंतर थोड्या वेळाने मेजरची आणि त्याच मित्रांची ती पार्टी संपुष्टात आली आणि सगळे जायला निघाले. मेसी त्याच्या जवळ जाऊन म्हणाली, ''तुम्ही आता पूर्णपणे बरे होऊन तुमच्या मायदेशी परत जायला निघाला आहात, त्याबद्दल मी या हॉटेलातील सर्व कर्मचाऱ्यांच्या वतीने तुम्हाला शुभेच्छा देते. आम्हाला खरंच खूप आनंद झाला आहे.''

त्यावर तो मोठ्यांदा हसत म्हणाला, ''मी माझ्या मायदेशी परत चाललेलो नाही, मेसी! मला आता आमच्या बेसचा डेप्युटी कमांडर म्हणून बढती मिळाली आहे. तो आनंद साजरा करण्यासाठी आज आम्ही इथे जमलो होतो.''

त्याचे ते शब्द ऐकताच मेसीला अगदी मनापासून आनंद झाला. तेवढ्यात तो म्हणाला, ''पुढच्या शनिवारी आमच्या रेजिमेंटचा नृत्याचा कार्यक्रम आहे. त्यात माझ्या सोबत नृत्य करण्यासाठी मी तुला निमंत्रण देतो आहे. तुला यायला आवडेल ना?''

ते ऐकून मेसी क्षणभर अवाक् झाली. तिच्या तोंडून शब्दच फुटेना. आपल्याला कुणी कधी डेटला येण्याविषयी, सोबत नृत्य करण्याविषयी विचारल्याचं तिला तर आठवतच नव्हतं. ती बराच वेळ मूकपणे नुसती विचारमग्न अवस्थेत उभी होती. मग तोच पुढे म्हणाला, ''मेसी, मला कुणासोबत असं नृत्य केल्याला कित्येक वर्षं लोटली आहेत.''

''मलासुद्धा!'' मेसी म्हणाली.

२६

दर शुक्रवारी संध्याकाळी आठवड्याचा पगार आणि त्या आठवड्या भरात लोकांकडून मिळालेल्या बक्षिशीची रक्कम मेसी बँकेच्या खात्यात भरायची.

ती मुद्दाम पगाराचे पैसे घरी न्यायची नाही, कारण आपल्याला स्टॅनपेक्षा जास्त पगार असल्याचं त्याला कळू नये असं तिला वाटायचं. तिच्या दोन्ही खात्यांमध्ये नेहमी बरेच पैसे शिल्लक असायचे. तिच्या करंट अकाउंट मधली रक्कम दहा पौंडाहून जास्त होती. भविष्यकाळात कधी अडीअडचणीला पैशांची गरज पडलीच तर उपयोगी पडावी म्हणून ती ही पुंजी जमा करत असे. ह्युगो बॅरिंग्टनने तिला ज्या आार्थिक अडचणीत आणलं होतं, त्यानंतर ती आता जास्त सावधगिरी बाळगू लागली होती.

त्या शुक्रवारी संध्याकाळी तिने आपल्या जवळची पैशांची थैली काउंटरवर रिकामी केली. कॅशियर नेहमीप्रमाणे त्यातल्या नाण्यांची नीटनेटकी चवड करू लागला.

"एकूण चार शिलिंग्ज आणि नऊ पेन्स आहेत मिसेस क्लिफ्टन!" तो मेसीच्या पासबुकमध्ये तशी नोंद करत म्हणाला.

"थँक यू!" मेसी त्याच्या समोरच्या जाळी खालून आपलं पासबुक परत घेत म्हणाली. ती ते पासबुक आपल्या पर्समध्ये नीट ठेवत असताना तो म्हणाला, "तुम्हाला आत्ता वेळ आहे का? मि. प्रेंडरगास्ट यांना तुमच्याशी जरा बोलायचं होतं."

मेसीच्या छातीत 'धस्स' झालं. बँक मॅनेजर्स आणि घरभाडे वसूल करण्यासाठी आलेली माणसं नेहमी काहीतरी वाईट बातमी घेऊनच येतात, अशी तिची धारणा झाली होती. या आधी मि. प्रेंडरगास्ट यांनी जेव्हा तिला भेटायला बोलवलं होतं, तेव्हा हॅरीच्या ब्रिस्टॉल ग्रामर स्कूलच्या शेवटच्या सत्राची फी भरण्यासाठी तिच्या खात्यात पुरेसे पैसे नसल्याचं तिला सांगितलं होतं. ती जराशी नाराजीनेच मॅनेजर साहेबांच्या ऑफिसकडे निघाली.

मेसी ऑफिसात शिरताच मि. प्रेंडरगास्ट त्यांच्या टेबलामागे उठून उभे राहात म्हणाले, "या, या, मिसेस क्लिफ्टन!" तिला खुर्चीवर बसण्याची खूण करत ते

म्हणाले, ''मला तुमच्याशी एका खाजगी बाबतीत बोलायचं होतं.''

त्यांच्या तोंडचे शब्द ऐकताच ती अधिकच भांबावून गेली. गेल्या काही दिवसांत आपण आपल्या खात्यातून कुणाकुणाला, किती रकमांचे चेक दिले, हे ती आठवण्याचा प्रयत्न करू लागली. आपण खात्यात शिल्लक असलेल्या रकमेपेक्षा जास्त रकमेचे चेक्स तर दिलेले नाहीत ना, हे आठवण्याचा ती प्रयत्न करू लागली, तिला माईकने नृत्याच्या कार्यक्रमाचं निमंत्रण दिलं होतं. त्यासाठी तिने एक नवा ड्रेस खरेदी केला होता. पण तो स्वस्त होता. सेकंडहँड होता.

''मिसेस क्लिफ्टन ब्रॉड स्ट्रीटवर पूर्वी जिथे मिसेस टिलीज्‌चं चहाचं दुकान होतं, त्या जागी आता तुमचा जो प्लॉट आहे, त्या संबंधी आमच्या बँकेच्या एका सन्माननीय ग्राहकाने विचारणा केली आहे.'' मि. प्रेंडरगास्ट म्हणाले.

''पण त्या इमारतीवर जेव्हा बॉंब पडून ती भस्मसात झाली, तेव्हा त्यात माझं सर्वकाही गेलं, असंच मला वाटत होतं.'' मेसी म्हणाली.

''सर्वकाही नाही गेलं!'' प्रेंडरगास्ट म्हणाले.

''त्या जमिनीचे कागदपत्र अजून तुमच्याच नावे आहेत.''

''पण त्याला काय इतकी किंमत असणार?'' मेसी म्हणाली, ''कारण जर्मनांनी तो आख्खा परिसरच जमीनदोस्त केलेला आहे ना?'' मी चर्चमध्ये जाताना पाहते ना? केवढा संहार झाला आहे, त्या संपूर्ण रस्त्याचा!''

''तुम्ही म्हणता ते तर खरंच आहे.'' मि. प्रेंडरगास्ट म्हणाले, ''पण तरीसुद्धा आमच्या बँकेचे ते सन्माननीय ग्राहक त्या जमिनीचा मोबदला म्हणून तुम्हाला दोनशे पौंड देण्यास तयार आहेत.''

''तुम्हाला काय वाटतं मि. प्रेंडरगास्ट? त्या जागेची खरी किंमत किती असेल?'' मेसीने अचानक विचारलं. तिचा प्रश्न ऐकून प्रेंडरगास्ट एकदम गडबडले.

''ते मी कसं सांगू, मॅडम?'' ते स्वत:ला सावरत म्हणाले. ''अहो मी एक बँकर आहे. प्रॉपर्टीच्या किमतीविषयी मी काय सांगू शकणार?''

मेसी यावर क्षणभर शांतच राहिली. त्यानंतर म्हणाली, ''मला विचार करायला काही दिवसांचा अवधी हवा आहे. तुम्ही त्यांना तसं सांगा.''

''हो, हो! सांगतो ना!'' प्रेंडरगास्ट म्हणाले, ''फक्त एक गोष्ट ध्यानात ठेवा. हा प्रस्ताव केवळ एक आठवड्यापुरताच असेल, असं त्यांनी मला बजावून सांगितलं आहे.''

''ठीक आहे. याचा अर्थ पुढच्या शुक्रवारपर्यंत माझा निर्णय झालेला असला पाहिजे, असंच ना?'' मेसी जरा ठासून म्हणाली.

''मॅडम, तुमची जी काही इच्छा असेल तसं, प्रेंडरगास्ट म्हणाले. मेसी जायला उठली. ते म्हणाले, ''तर मग पुढच्या शुक्रवारी मी तुमची वाट पाहातो.''

मेसी बँकेतून बाहेर पडता-पडता मनात विचार करत होती. आजवर या बँक मॅनेजरने तिला 'मॅडम' म्हणून कधीही संबोधलेलं नव्हतं. ती चालतच घराकडे निघाली. रस्त्यावरील घराच्या खिडक्यांना काळे पडदे लावण्यात आले होते. जर जोराचा पाऊस असला, तरच फक्त मेसी घरी जायला बस घ्यायची. नाहीतर नेहमी ती चालतच जायची. समजा हे दोनशे पाउंड आपल्या हाती आलेच, तर ते कसे खर्च करायचे, याबद्दल तिचा विचार सुरू झाला. पण लगेच तिच्या मनात आलं. "आपल्या त्या जागेची योग्य किंमत नक्की काय आहे. याबाबत आपल्याला कोण बरं सल्ला देईल?"

हा दोनशे पौंडचा प्रस्ताव अगदी न्याय्य आणि योग्य असल्याच्या थाटात मि. प्रेंडरगास्ट यांनी तिच्यापुढे ठेवला होता खरा. पण ते नक्की कुणाच्या बाजूने होते? आपण आपले बॉस मि. हर्स्ट यांना विचारावं का?" असं तिच्या मनात आलं. पण घरी पोहोचेपर्यंत तिने तो विचार मनातून काढून टाकला. आपल्या या खाजगी बाबतीत त्यांचा सल्ला घेणं योग्य नव्हे, असं तिला नंतर वाटलं. माईक मुलहॉलंड हा खरं तर अत्यंत बुद्धिमान आणि चलाख माणूस होता. पण त्याला तरी ब्रिस्टॉलमधल्या जमिनीच्या किमंतींविषयी काय माहीत असणार? आणि तिच्या भावाचं – स्टॅनचं मत विचारण्याचा तर प्रश्नच उद्भवत नव्हता. तो नक्की असंच म्हणाला असता 'जेवढे मिळतायेत तेवढे पैसे घे!' आणि तसं पाहायला गेलं, तर एक वेळ बाकी कुणालाही या पैशांविषयी कळलं असतं तरी चाललं असतं, पण स्टॅनला कळायला नको होतं.

मेसी चालता-चालता मेरीवूड लेनपाशी वळली. अंधार पडू लागला होता. रात्री बॉंब हल्ल्याच्या भीतीने खिडक्या-दारांमधून प्रकाशाची तिरीपही बाहेर रस्त्यावर येऊ नये, अशी काळजी घ्यावी लागे. रस्त्यावरील दिवेसुद्धा चालू करण्यात येत नसत. लोक खिडक्या-दारे बंद करू लागले होते. मेसीच्या मनातला गुंता अजूनही सुटलेला नव्हता. रस्त्यात तिला हॅरीची शाळा लागली. मुख्य प्रवेशद्वारापाशी येताच कितीतरी गोड आठवणींचा पूरच मनात दाटून आला. मि. हॉलकोम्ब यांनी हॅरीच्या वाढीच्या वयात त्याच्यासाठी जे-जे काही केलं होतं, त्याबद्दल तिने त्यांचे अगदी मनोमन आभार मानले. अचानक मेसी रस्त्यात थांबली. मि. हॉलकोम्ब खूप हुशार होते. उच्चशिक्षित होते. 'त्यांचा सल्ला घेतला तर?' तिच्या मनात आलं.

मेसी मागे फिरली आणि शाळेच्या मुख्य प्रवेशद्वारापाशी आली. ती शाळेच्या पटांगणात शिरली. तिथे चिटपाखरूसुद्धा नव्हतं. तिने घड्याळात पाहिलं. नुकते पाच वाजून गेले होते. शाळेतली मुलं जरा वेळ पूर्वीच घरी गेलेली दिसत होती. म्हणजे कदाचित मि. हॉलकोम्बसुद्धा घरी निघून गेले असतील.

ती पटांगण पार करून शाळेच्या इमारती पाशी आली. शाळेच्या दारातून आत शिरून ती कॉरिडॉरमध्ये आली. हा तिच्या चांगलाच ओळखीचा होता. तिथे आल्यावर

जणूकाही गेली कित्येक वर्षांचा काळ आहे तिथेच निश्चल उभा आहे, असं तिला वाटलं. भिंतीवरती अगदी तशीच लहान मुलांनी रंगवलेली चित्र लटकत होती. अगदी मुलांनी जिंकून आणलेले फुटबॉलचे चषक ठेवलेले होते. फक्त आणखी एक नवीन गोष्ट तिथे तिला दिसली. भिंतीवरती जागोजागी गॅस मास्क ठेवण्यात आले होते. तिला जुनी आठवण झाली. हॅरीला लहानपणी अंघोळ घालत असताना एकदा तिला त्याच्या पाठीवर माराचे वळ दिसले होते. तेव्हा त्याबद्दल तक्रार करण्यासाठी ती पहिल्यांदा मि. हॉलकोम्ब यांना भेटायला गेली होती. त्यांना भेटून त्यांच्याशी बोलत असताना रागाने तिचा तोल सुटला होता, तरीही ते मात्र शांतच राहिले होते. सुमारे एक तासानंतर मेसी जेव्हा घरी जायला निघाली, तेव्हा या संपूर्ण प्रकरणात खरी चूक कुणाची आहे, याविषयी तिच्या मनात जराही संदेह उरलेला नव्हता.

आत्ता मि. हॉलकोम्ब यांच्या कक्षाच्या बंद दारातून प्रकाशाची तिरीप बाहेर येत असल्याचं मेसीच्या लक्षात आलं. ती क्षणभर दारासमोर घुटमळली. मग तिने हलक्या हाताने दार वाजवलं.

"आत या! आत या!" आतून हसरा, गोड आवाज आला. हा आवाज तिच्या चांगलाच परिचयाचा होता.

ती खोलीत शिरली तर मि. हॉलकोम्ब वह्यांचा एक भला मोठा ढीग समोर घेऊन बसले होते. हातात पेन घेऊन समोरच्या वहीतील पानावर मोठमोठ्या रेघा मारत होते. ती त्यांना हाक मारणार इतक्यात त्यांचं तिच्याकडे लक्ष गेलं. "अरे वा, मिसेस क्लिफ्टन? तुम्ही आलात? म्हणजे नवल करण्यासारखंच आहे. कारण खरं सांगायचं तर मलाच तुमची भेट घ्यायची होती.

"हो ना, मीच आले." मेसी अडखळत म्हणाली. तिचा चेहरा लाल झाला होता. "तुम्हाला त्रास द्यायचं खूप जिवावर आलंय मि. हॉलकोम्ब. पण मला एका बाबतीत तुमचा सल्ला हवा आहे. मला दुसरं कुणीच या बाबतीत काही सांगू शकणार नाही."

"अरे वा, हा तर माझा गौरवच आहे." हॉलकोम्ब तिला बसायचा एक छोटी खुर्ची देत म्हणाले. खुर्ची इतकी लहान होती की, ती लहान मुलाच्या बसण्याची असावी.

"मी काय करू तुमच्यासाठी?" हॉलकोम्ब म्हणाले.

मग मेसीने त्यांना मि. प्रेंडरगास्ट बरोबर जे काही बोलणं झालं, ते सगळं सांगितलं. ब्रॉड स्ट्रीटवरच्या जमिनीच्या तुकड्याच्या मोबदल्यात दोनशे पौंड देण्याच्या त्यांच्या प्रस्तावाविषयीपण तिने सांगितलं. "तुम्हाला काय वाटतं, ही किंमत वाजवी आहे?" ती म्हणाली.

"मलाही काही कल्पना नाही हो!" मि. हॉलकोम्ब मान हलवत म्हणाले. "या अशा खरेदी-विक्रीच्या सौद्यांचा मला काहीच अनुभव नाही. मी उगाच तुम्हाला

चुकीचा सल्ला देऊ इच्छित नाही. खरं सांगू का? मला वाटलं, तुम्ही एका वेगळ्याच गोष्टींच्या संदर्भात मला भेटायला आला आहात.''

''वेगळी गोष्ट? कुठली?'' मेसी बुचकळ्यात पडून म्हणाली.

''हो. मला वाटलं तुम्ही बाहेरचा सूचना फलक वाचून अर्ज करण्यासाठी आला आहात.''

''अर्ज? पण कशासाठी?''

''आपल्या सरकारने रात्रीची शाळा सुरू केली आहे. खास तुमच्यासारख्या लोकांसाठी, जे खरोखर बुद्धिमान आहेत, परंतु आजपर्यंत त्यांना शिक्षणाची संधी न मिळाल्यामुळेच शिक्षण घेऊ शकलेले नाहीत.''

'खरं तर आपण ती सूचना पाहिली असती, तरी ती आपल्याला वाचता कुठे आली असती?' मेसीच्या मनात आलं. पण ती काहीच बोलली नाही. जरा वेळाने म्हणाली, ''सध्या माझ्यावर कामाचा भरपूर ताण आहे. आमच्या हॉटेलात खूप वर्दळ असते. सध्यातरी नवीन काही अंगावर घेणं मला जमेल असं वाटत नाही आणि त्यात–''

''अरेरे.. हे फारच वाईट झालं, ''मि. हॉलकोम्ब म्हणाले, ''कारण माझ्या मते तुम्ही खरं तर या संधीचा फायदा घेण्यास सर्वांत जास्त पात्र आहात. इथे मला स्वत:ला शिकवायला मिळालं असतं, तर ते मला नक्कीच आवडलं असतं.''

''ते ठीक आहे हो. पण– '' मेसी बोलू लागली. इतक्यात मि. हॉलकोम्ब म्हणाले, ''अहो, आठवड्यातून फक्त दोनदाच यावं लागेल, तेही एक-एक तासच. वर्ग संध्याकाळचे असतात. निदान येऊन तर पाहा. जर तुम्हाला त्यात रस नाही वाटला, तर द्या ना सोडून.'' मि. हॉलकोम्ब मागे हटायला तयार नव्हते.

''तुमच्या मनात माझा विचार आला, हे ऐकून खरंच बरं वाटलं, मि. हॉलकोम्ब,'' मेसी म्हणाली. ''कदाचित पुढे कधीतरी, कामाचा ताण जेव्हा कमी असेल, तेव्हा मी याचा जरुर विचार करीन.''

''आय ॲम सॉरी, मी तुम्हाला सल्ला देऊ शकलो नाही, मिसेस क्लिफ्टन!''ते तिला दारापर्यंत सोडायला येत म्हणाले. ''अर्थात तुमच्यापुढे आत्ता जी समस्या आहे, ती तशी गोडच समस्या आहे, असं म्हणायला हरकत नाही.''

''तुम्ही माझ्यासाठी वेळ काढलात, याबद्दल थँक यू, मि. हॉलकोम्ब!'' तिथून निघताना मेसी म्हणाली.

मग ती कॉरिडॉरमधून चालत जाऊन पटांगणावर आली आणि ते पार करून शाळेच्या मुख्य प्रवेशद्वारापाशी पोहोचली. फूटपाथवर उभं राहून तिने नोटिस बोर्डवर नजर टाकली. 'आत्ता जर आपल्याला वाचता आलं असतं, तर किती बरं झालं असतं.' असा विचार तिच्या मनात आला.

२७

मेसीने आजवरच्या आयुष्यात फारच कमी वेळा टॅक्सी केली होती. पहिल्यांदा ऑक्सफर्डला हॅरीच्या लग्नाला जाताना तिने टॅक्सी केली होती, पण ती ही तिथल्या रेल्वे स्टेशनवर उतरल्या नंतर! आणि तिने दुसऱ्यांदा टॅक्सी केली होती, ती अगदी अलीकडे, तिच्या वडिलांच्या मृत्यूनंतर त्यांच्या अंत्ययात्रेला जाण्यासाठी. त्यामुळेच २७ स्टील हाउस लेनमध्ये मेसीच्या घरासमोर भली मोठी अमेरिकन स्टाफ कार येऊन उभी राहिली, तेव्हा मेसी थोडीशी अस्वस्थ झाली. आपले शेजारी-पाजारी खिडक्या बंद करून बसलेले असावेत आणि कुणी आपल्याला पाहू नये, असा तिने मनोमन देवाचा धावा केला.

तिने नुकताच खरेदी केलेला लाल रंगाचा अत्याधुनिक रेशमी फ्रॉक घालून जेव्हा ती जिन्याने खाली उतरली तेव्हा खिडकीतून आपल्या आईची आणि भावाची – स्टॅनची – नजर आपल्यावरच खिळली असल्याचं तिला जाणवलं.

ड्रायव्हरने गाडीतून खाली उतरून घराचं मुख्य दार वाजवलं. आपण नक्की बरोबर पत्त्यावर आलो आहोत की नाही, याविषयी त्याच्या मनात नक्कीच शंका असणार. पण मेसीने जेव्हा दार उघडलं तेव्हा आपल्या मेजरसाहेबांनी रेजिमेंटच्या नृत्याच्या कार्यक्रमासाठी खास या स्त्रीला का निमंत्रण दिलं असावं, हे तिला पाहता क्षणी त्याला उमगलं. मेसीला एक कडक सलाम ठोकून त्याने गाडीचं मागचं दार अदबीने तिच्यासाठी उघडून धरलं.

"थँक यू!" मेसी म्हणाली, "पण मला पुढेच बसायला आवडेल."

त्या छोट्याश्या गल्लीतून गाडी काढून ड्रायव्हर जेव्हा मुख्य रस्त्याला लागला, तेव्हा मेसी म्हणाली, "तुम्ही मेजर मुलहॉलंड यांच्यासाठी कधी पासून काम करताय?"

"अगदी लहान असल्यापासून मॅडम!"

"पण ते कसं काय?" मेसीने विचारलं.

"आम्ही दोघंही नॉर्थ कॅरोलिनामधल्या राले या गावचे आहोत. एकदा हे युद्ध

संपलं की, मी परत पूर्वीसारखा मेजरसाहेबांच्या फॅक्टरीत माझ्या पूर्वीच्या कामावर रुजू होईन.''

''मेजरसाहेबांच्या मालकीची फॅक्टरी आहे, याची मला कल्पना नव्हती,'' मेसी म्हणाली.

''एकच नाही अनेक आहेत, मॅडम. आमच्या राले गावात सगळे लोक त्यांना 'कॉर्न ऑन द कॉब किंग' म्हणूनच ओळखतात.''

''कॉर्न ऑन द कॉब म्हणजे?'' मेसी म्हणाली.

''तुम्ही इथे ब्रिस्टॉलमध्ये तसलं काही कधीच पाहिलं नसणार, मॅडम! अगदी शेतातली ताजी कणसं तोडून आणायची, ती उकडायची मग त्याला भरपूर लोणी लावून ती गरम-गरम खायची. तीही नॉर्थ कॅरोलिना मध्येच पिकलेली कणसं बरं का!''

''पण मग तुमचे हे 'कॉर्न ऑन द कॉब किंग' इकडे जर्मनांशी लढत असताना तिकडे त्यांच्या फॅक्टरींचा कारभार कोण सांभाळतं?''

''जोई, म्हणजे त्यांचा दुसरा मुलगा सांभाळतो. शिवाय त्याला त्याच्या बहिणीची – सँडीची थोडीफार मदत होतच असणार.''

''त्यांना तिकडे एक मुलगा आणि एक मुलगी आहे?''

''त्यांना दोन मुलगे होते, मॅडम! आणि एक मुलगी. पण त्यातला एक मुलगा – माईक, फिलिपाईन्समध्ये मारला गेला.''

सिनियर माईकच्या – म्हणजेच मेजरसाहेबांच्या पत्नीबद्दल त्या ड्रायव्हरकडे चौकशी करावी, अशी मेसीला खूप इच्छा झाली. पण तिने मनातल्या मनात ती दडपून टाकली. कदाचित त्या तरुण ड्रायव्हरला आपल्या मालकाच्या खाजगी आयुष्याविषयी चर्चा करताना संकोच होईल, असं तिला वाटलं. मग तिने त्या ऐवजी त्याची स्वतःचीच चौकशी करण्यास सुरुवात केली. अखेर ते छावणीच्या मुख्य प्रवेशद्वारापाशी पोहोचेपर्यंत तो नॉर्थ कॅरोलिना राज्याविषयी आणि स्वतःच्या गावाविषयीच बडबड करत सुटला होता.

सुरक्षा रक्षकाने दुरून त्यांची गाडी पाहताच घाईने पुढे होऊन अडसर काढून मेसीला कडक सलाम ठोकला. ''मेजर साहेबांनी तुम्हाला घेऊन त्यांच्या घरीच यायला सांगितलं आहे, मॅडम! म्हणजे नृत्याच्या कार्यक्रमाला जाण्यापूर्वी तुम्हाला ड्रिंक्स घेता येतील.''

जरा वेळातच त्यांची गाडी एका छोट्याशा घरासमोर थांबली. माईक दरवाज्याच्या पायरीवर तिचं स्वागत करण्यासाठी उभाच होता. ड्रायव्हारने कारचा दरवाजा उघडताच मेसी घाईने खाली उतरली आणि लगबगीने त्याच्यापाशी जाऊन पोहोचली. त्याने खाली वाकून तिच्या कपाळावर ओठ टेकले आणि म्हणाला, ''आत ये हनी!

माझ्या काही सहकाऱ्यांशी मी तुझी ओळख करून देतो.'' मग तिच्या अंगातला कोट काढायला तिला मदत करत तो म्हणाला, ''किती सुंदर दिसते आहेस तू!''

''तुमच्या 'कॉर्न ऑन द कॉब'सारखी का?'' मेसी मिश्किलपणे म्हणाली.

''मुळीच नाही. नॉर्थ कॅरोलिनातल्या पीचसारखी लालबुंद आणि टवटवीत दिसते आहेस.'' असं म्हणत त्याने तिला एका खोलीकडे नेलं. खोलीतून मोठ्यांदा हसण्या-खिदळण्याचा आवाज येत होता. ''चल आत.. आता सगळे कसे माझ्यावर जळणार आहेत, बघ! आजच्या बॉलडान्सला उपस्थित असणाऱ्या सर्वांत सुंदर स्त्रीबरोबर मी नृत्य करणार आहे.''

मेसी खोलीत शिरली. आत अनेक लष्करी अधिकारी व त्यांनी सोबत आणलेल्या तरुणी असे सर्व जण बसले होते. मेसीचं सर्वांनी टाळ्यांच्या गजरात स्वागत केलं. 'इथून काही थोड्याच मैलांवर वेसेक्स रेजिमेटचं मुख्यालय होतं. समजा तिथल्या एखाद्या इंग्लिश मेजरने जर आपल्याला असं सोबत नेलं असतं, तर तिथे इंग्लिश लोकांनी आपलं इतकं भरभरून स्वागत केलं असतं का? आपल्याला असं बरोबरीच्या नात्यानं वागवलं असतं का?' असा विचार मेसीच्या मनात चमकून गेला.

मग माईकने तिला तिथे उपस्थित असलेल्या प्रत्येकाच्या जवळ नेऊन तिची ओळख करून दिली. मेसी या घोळक्याकडून त्या घोळक्याकडे जात असताना खोलीत जागोजागी मोडून ठेवलेल्या असंख्य फोटोंकडे तिचं लक्ष गेलं. ते फोटो नक्कीच माईकच्या कुटुंबीयांचे, त्याच्या पत्नीचे आणि मुलांचे होते.

रात्रीचे नऊ वाजून गेल्यावर सगळे पाहुणे जिमखान्याकडे निघाले. नृत्याचा कार्यक्रम तिथेच होणार होता. पण निघण्यापूर्वी माईकने खोलीत उपस्थित असलेल्या प्रत्येक स्त्रीला आदरपूर्वक तिचा कोट अंगात चढवण्यास मदत केली. ते चालू असताना मेसीने त्या सर्व फोटोंपैकी एका तरुण, सुंदर स्त्रीच्या फोटोकडे निरखून पाहिलं.

''ती माझी पत्नी, ॲबिगेल!'' मेसी फोटोकडे बघत असल्याचं लक्षात येताच माईक म्हणाला, ''ती पण तुझ्यासारखीच खूप सुंदर होती. मला तिची अजूनही, खूप तीव्रतेने आठवण होते. पाच वर्षांपूर्वी ती कॅन्सरने गेली. खरं तर आपण सर्वांनी या कॅन्सरविरुद्ध युद्ध पुकारलं पाहिजे.''

''आय ॲम सॉरी!'' मेसी ओशाळून म्हणाली, ''मी खरं तर असं टक लावून–!''

''नाही, नाही मेसी. असं नको म्हणू! उलट तुझ्या माझ्यात कितीतरी बाबतीत साम्य आहे, हे तुझ्या आज लक्षात आलं असेल. आपला पती आणि मुलगा यांना गमावण्याचं तुला किती दुःख होत असेल, हे मी अगदी नीट समजू शकतो. पण

ते जाऊ दे. आज आपण इथे सगळे जण मजा करण्यासाठी जमलो आहोत. आता आपल्या जीवनातल्या दु:खाचा विचार नाही करत बसायचं. कम ऑन, हनी! आता इथे उपस्थित असलेल्या वरिष्ठ अधिकाऱ्यांना माझा पुरेपूर हेवा वाटू लागला असेलच, तेव्हा चल आता इतर श्रेणीतील सैनिकांना पण असाच हेवा वाटायला लावू.''

त्याचा हात हातात घेत मेसी दिलखुलासपणे हसली. ते घराबाहेर पडून एका तरुणांच्या घोळक्याबरोबर नृत्याच्या कार्यक्रमाच्या जागेकडे निघाले.

मेसी माईकबरोबर नृत्य करण्यासाठी जेव्हा डान्स फ्लोअरवर जाऊन पोहोचली तेव्हा तिथे उपस्थित असलेल्या उत्साही तरुण मंडळींनी तिला इतक्या आपुलकीने त्यांच्यात सामावून घेतले की, जणूकाही त्यांची आणि तिची अतिशय जुनी ओळख होती. संध्याकाळभर नृत्याचा कार्यक्रम चालूच होता. मेसीला आपल्याबरोबर नृत्य करण्याची विनंती करण्यासाठी कितीतरी ऑफिसर्स आले. पण माईक तिला नजरेआड करायला तयारच नव्हता. अखेर बँडवर अखेरच्या वॉल्टझ नृत्याच्या खास संगीताची धून वाजू लागली. मेसीचा तर आपल्या नशिबावर विश्वासच बसत नव्हता. त्या सुरेख संध्याकाळचा शेवट खूप लवकरच जवळ येऊन ठेपला होता.

नृत्य संपताच टाळ्यांचा कडकडाट झाला. प्रत्येक जण डान्स फ्लोअरवर आपल्या जागी उभा राहिला. त्यानंतर बँडवर मेसीला अपरिचित अशी धून वाजू लागली. त्याबरोबर सर्व जण स्तब्ध झाले. आपला देश युद्धात उतरलेला आहे, याची प्रत्येकाला जाणीव करून देणारं ते संगीत होतं. अनेक तरुण एक हात हृदयावर ठेवून ताठ उभे होते. ते त्या संगीताच्या सुरात सूर मिसळून गात होते. 'यांच्यातील कित्येक तरुण स्वत:चा पुढचा वाढदिवस साजरा करायला कदाचित ह्यात सुद्धा नसतील, हॅरीसारखेच! किती आयुष्यं अशी व्यर्थ जाणार आहेत, देव जाणे!' मेसीच्या मनात आलं.

डान्स फ्लोअरवरून खाली उतरत असताना माईकने मेसीला थोड्या वेळासाठी आपल्या घरी येण्याविषयी सुचवलं. ''थोड्या गप्पा मारू, एखादं ड्रिंक घेऊ आणि मग माझा कॉर्पोरल तुला तुझ्या घरी सोडेल.'' तो म्हणाला. मेसीने ते मान्य केलं. मद्याचा ग्लास तोंडाला लावल्यावर मेसीची भीड जराशी चेपली. ती म्हणाली, ''माईक, माझ्यापुढे एक प्रश्न आहे. तुम्ही तुमच्या व्यवहार चातुर्याचा वापर करून तो सोडवायला मला मदत करा ना!''

''विचार ना मग, हनी! पण मला उत्तर देता येईलच असं मात्र नाही. त्यापूर्वी एक सांगू? या आधी कोणत्याही इंग्लिश स्त्रीच्या सहवासात मला इतकं निवांत, इतकं निर्धास्त वाटलेलं नाही. एक सांग तू नक्की अमेरिकन नाहीस ना?''

मेसी खळखळून हसली. ''माईक, तुम्ही खरंच स्वभावाने खूप गोड आहात.''

मग मद्याचा आणखी एक घुटका तिने घेतला. आता माईकने तिच्याकडे आणखी कोणतीही मागणी केली असती, तरी तिने ती आनंदाने पुरवली असती. मेसीने त्याला सुरुवातीपासून सगळं काही सविस्तर सांगण्यास सुरुवात केली. ''खूप-खूप वर्षांपूर्वी ब्रॉड स्ट्रीटवर माझ्या मालकीचं एक टी शॉप होतं. त्याचं नाव टिलिज्. पण बॉंबस्फोटात तो संपूर्ण रस्ताच उद्‌ध्वस्त झाला असल्यामुळे त्या शॉपच्या जागी आता नुसता एक दगड-मातीचा ढीग उरला आहे. पण कुणीतरी जागेचे मला दोनशे पौंड देऊ केले आहोत.''

''मग अडचण कुठे आहे?'' माईक म्हणाला.

''त्या जागेची सध्याची खरी किंमत काय आहे, याची मला काहीही कल्पना नाही.''

''वेल, एक गोष्ट तर नक्की आहे. अजून तर काही युद्ध संपलेलं नाही. म्हणजेच जर्मन लोक परत कधीही तिथे येऊन पुन्हा बॉंबवर्षाव करू शकतात याचाच अर्थ इतक्यात तरी कुणीही त्यासाठी नव्याने कोणत्याही स्वरूपाचं बांधकाम करायला जाणार नाही.''

''मि. प्रेंडरगास्ट यांनी त्यांचा हा माणूस व्यवसायाने 'प्रॉप्रर्टी स्पेक्युलेटर'– मालमत्तेत गुंतवणूक करून सट्टेबाजी करणारा – असल्याचं सांगितलं.''

''मला तर हे ऐकून असं वाटतंय की, हा माणूस चांगलाच धूर्त असला पाहिजे. म्हणजे ओसाड, निरूपयोगी जागा अगदी कवडीमोलाने विकत घेऊन ठेवायच्या. युद्ध संपलं की, त्या विक्रिस काढून स्वत:चं उखळ पांढरं करून घ्यायचं. अगदी खरं सांगायचं ना, तर या असल्या भामट्यांपासून चार हात दूरच राहिलेलं बरं!''

''पण कदाचित दोनशे पौंडाची किंमत त्या जागेसाठी वाजवी किंमतसुद्धा असू शकेल ना?'' मेसी म्हणाली.

''तुमची 'मॅरेज व्हॅल्यू' नक्की काय आहे, त्यावर ते अवलंबून आहे.'' माईक म्हणाला.

'मॅरेज व्हॅल्यू' हे शब्द ऐकून मेसी एकदम ताठ बसली. तिला वाटलं, आपली नक्कीच ऐकण्यात काहीतरी चूक झाली असावी. ती म्हणाली, ''तुम्हाला नक्की काय म्हणायचंय, हे माझ्या नीट लक्षात येत नाहीये.''

''मेसी, तू मला सांगितलंस ना की, बॉंबहल्ल्यात संपूर्ण ब्रॉड स्ट्रीट उद्‌ध्वस्त झालेला असून एकसुद्धा इमारत वाचलेली नाही?''

''हो. पण त्यामुळे माझ्या मालकीच्या त्या एवढ्याशा जागेची किंमत का वाढेल?'' मेसी म्हणाली.

''हे बघ, या स्पेक्युलटरने तुझी जागा वगळता जर आजूबाजूची सगळी जागा

खरेदी करून टाकली असेल, तर मग तुझी बाजू खूपच भक्कम झाली. म्हणजे आता तुझी ती छोटीशी जागा एकदमच मोक्याची होऊन बसली, नाही का? खरं तर, तू त्याच्याकडून भरभक्कम 'हुंडा' वसूल केला पाहिजेस. कारण त्याने त्या संपूर्ण रस्त्यावर एक सलग बांधकाम करायचं ठरवलं, तर तुझ्या त्या मध्येच असलेल्या छोट्याशा जागेमुळे अडचणीत येऊ शकतो. पण ही गोष्ट तो तुझ्यापासून अर्थातच लपवून ठेवेल. तुला तो थांगपत्ताही लागू देणार नाही.''

''मग आता माझ्या या छोट्याशा जागेला खरोखर 'मॅरेज व्हॅल्यू' आहे की नाही, हे मी कसं काय ओळखायचं?'' मेसी म्हणाली.

''तू तुझ्या बँक मॅनेजरला असं सांग की, चारशे पौंड मिळाल्याशिवाय तू जागा विकण्याचा विचारसुद्धा करायला तयार नाहीस. त्यानंतर लगेच तुला ते कळेलच.''

''थँक यू, माईक खूप छान सल्ला दिलात!'' एवढं बोलून तिने हातातल्या ग्लासमधील मद्याचा एक मोठा घोट घेतला आणि बघता-बघता तिची शुद्ध हरपून ती त्याच्या बाहुपाशात कोसळली.

२८

दुसऱ्या दिवशी सकाळी मेसी जेव्हा नाश्त्यासाठी उठून टेबलापाशी आली, तेव्हा तिला आदल्या रात्रीचं काहीच नीट आठवतं नव्हतं. काल आपल्याला घरी कुणी आणून सोडलं, आपण वरच्या मजल्यावर असलेल्या आपल्या खोलीत कशा काय गेलो... काहीच नाही.

"तुला काल मी तुझ्या बिछान्यात नेऊन झोपवलं," मेसीची आई तिला म्हणाली. "एक तरुण कॉर्पोरल तुला घरी पोहोचवायला आला होता. खूप चांगला होता. तुला वरच्या मजल्यावर तुझ्या खोलीपर्यंत न्यायलासुद्धा त्यानेच मदत केली."

हे ऐकून मेसी मटकन खुर्चीत बसली. जरावेळ ती काहीच बोलली नाही. नंतर मात्र तिने आपल्या आईला सगळं काही जसं घडलं, तसंच्या तसं सांगितलं. माईकचा सहवास आपल्याला खूप आवडल्याचं तिने आईपाशी कबूलही केलं.

"आणि काय गं, त्याचं लग्न वगैरे झालेलं नाही, हे नक्की ना?" आई म्हणाली.

"मॉम... अगं थांब, एवढ्यात कुठलाही निष्कर्ष काढू नको. काल आम्ही पहिल्यांदाच असे व्यवस्थित भेटलो ना?"

"पण त्याला तुझ्यात इंटरेस्ट वाटला ना?"

"मला वाटतं, पुढच्या आठवड्यात कधीतरी नाटकाला जाण्याविषयी तो बोलला. पण नक्की कधी जायचं, ते काही बोलणं झाल्याचं आठवत नाही." मेसी म्हणाली, इतक्यात तिचा भाऊ स्टॅन तिथे आला.

स्टॅन टेबलाच्या पलीकडच्या बाजूला जाऊन धाडकन खुर्चीत बसला आणि नाश्त्यासाठी कुणीतरी लापशीने भरलेला बोल आपल्यासमोर ठेवेल, याची वाट बघू लागला. आईने लापशी समोर आणून ठेवताच एखाद्या भुकेल्या कुत्र्याप्रमाणे त्याने ती लपालपा खाऊन संपवली. त्यानंतर त्याने बाटलीला तोंड लावून घटाघटा पाणी प्यायले. "मला आणखी लापशी हवीय, आज रविवार आहे." तो गुरगुरला त्याने जोरात ढेकर दिली.

स्टॅन नाश्त्यासाठी येऊन बसला की, मेसी कधीच काही बोलत नसे. जगात घडणाऱ्या गोष्टीबद्दलची त्याची मल्लीनाथी ती मुकाट्याने ऐकून घेऊन नंतर हळूच कामाला निघून जात असे. आतासुद्धा ती समोरची प्लेट सरकवून अलगद उठली आणि रविवार असल्यामुळे सेंट मेरीज चर्चला जायला निघाली. इतक्यात स्टॅन जोरात तिच्या अंगावर ओरडला, "मुकाट्याने खाली बस! इतक्यात मुळीच चर्चला जायचं नाही. मला तुझ्याशी बोलायचंय."

खरं तर त्याच्या त्या खेकसण्याकडे पूर्णपणे दुर्लक्ष करून तिथून सरळ निघून जायला मेसीला नक्की आवडलं असतं. पण तिने तसं काही केलं असतं, तर स्टॅनने नक्कीच तिच्या केसांना धरून तिला फरफटत परत आणून समोर बसवलं असतं, तिला मारहाण करायलाही कमी केलं नसतं, याची तिला पूर्णपणे कल्पना होती. स्टॅन ओरडला, "ए, तुला दोनशे पौंड मिळणार आहेत ना? मग त्यांचं काय करायचं ठरवलं आहेस, ते मुकाट्याने सांग मला."

"पण हे तुला कसं कळलं?" मेसी म्हणाली.

"काल रात्री तू त्या तुझ्या अमेरिकन मित्रासोबत मजा मारायला चालती झाली होतीस ना, तेव्हा मॉमने मला सगळं सांगितलंय."

मेसीने कपाळाला आठ्या घालत आपल्या आईकडे पाहिलं. आईच्या चेहऱ्यावर ओशाळल्याचे भाव पसरले, पण ती काहीच बोलली नाही.

मेसी जरा खडसावून म्हणाली, "हे बघ स्टॅन, मेजर माईक मुलहॉलंड हा एक सभ्य आणि सुसंस्कृत माणूस आहे. आणि दुसरं म्हणजे, मी माझ्या रिकाम्या वेळात काय करावं, कुणाला भेटावं, हा सर्वस्वी माझा प्रश्न आहे. त्यात तुला नाक खुपसायची गरज नाही. समजलं?"

"अग मूर्ख, बिनडोक बाई, तो अमेरिकन आहे ना? मग कसला आलाय सज्जन? ही अमेरिकन माणसं काही कुणाच्या परवानगीची वाट बघत नाहीत. जे काही आहे, ते आपल्या मालकीचंच आहे, अशी त्यांची भावना असते."

"अरे वा! आणि तू अगदी अमेरिकन माणसांना जवळून ओळखतोस, नाही का?" मेसी उपहासाने म्हणाली.

"ते यांकीज् सगळे एकसारखेच चोर असतात. एकदा जे काही हवं ते त्यांच्या पदरात पडलं, का झालं. आपला कार्यभाग साधून ते त्यांच्या देशात चालते होतात. आणि मग सगळं निस्तरावं लागतं, ते आम्हाला. पहिल्या महायुद्धात तरी वेगळं काय घडलं?"

या दारुड्याशी वाद घालण्यात काहीही अर्थ नाही, हे मेसीला माहीत होतं. त्यामुळे ती काहीही न बोलता तिथे नुसती बसून राहिली. जरा वेळाने ही पिडा इथून टळेल, अशी वाट बघत.

''मग त्या दोनशे पौंडाचं तू काय करायचं ठरवलं आहेस, ते अजून तू मला सांगितलेलं नाहीस.'' स्टॅन म्हणाला.

''मी अजून काहीच निर्णय घेतलेला नाही!'' मेसी म्हणाली. ''आणि हो, मी माझे पैसे कसे खर्च करीन, याच्याशी तुझा काहीही संबंध नाही.''

''त्याचा सगळा संबंध माझ्याशीच आहे.'' स्टॅन म्हणाला, ''कारण त्यातली निम्मी रक्कम माझी आहे.''

''हा हिशोब तू कुठून काढलास?''

''तू सुरुवातीपासून माझ्या घरात राहते आहेस. त्यामुळे माझा त्या पैशांवर हक्क आहे.'' स्टॅन म्हणाला, ''आणि हे महामाये, एक गोष्ट नीट ध्यानात ठेव. जर का माझा हक्काचा वाटा मला मिळाला नाहीना, तर मी तुला अशी काही झोडपून काढीन की, पाणी मागणार नाहीस. तेव्हा माझी फसवणूक करण्याचा विचारही मनात आणू नको. इतकं काळंनिळं होईपर्यंत तुला बडवीन की अमेरिकेतला निग्रोसुद्धा तुझ्याकडे ढुंकून बघणार नाही.''

''मला तुझा तिरस्कार वाटतो, तुझी घृणा येते.'' मेसी म्हणाली.

''तू माझं ऐकलं नाहीस ना, तर मी तुझं काय करीन, ते बघच तू!'' स्टॅन म्हणाला.

मेसी त्याचं वाक्य पूर्ण होण्याआधीच उठली आणि धावतच तिथून बाहेर पडली. आपला कोट घेऊन ती घराबाहेर निघून गेली.

रविवारी दुपारच्या जेवणाच्या रिझर्वेशन्सची यादी मेसीच्या हातात होती. तिने परत एकदा त्या यादीकडे निरखून पाहिलं. त्या यादीतल्या दोन विशिष्ट लोकांना एकमेकांपासून शक्य तितक्या दूर बसवणं गरजेचं होतं. मग तिला माईक मुलहॉलंडला त्याच्या नेहमीच्या जागी बसण्याचं ठरवलं आणि पॅट्रिक कॅसीला त्याच्या अगदी विरुद्ध टोकाला बसवलं, म्हणजे त्या दोघांची एकमेकांशी गाठ पडण्याची काही शक्यताच नव्हती.

गेल्या तीन वर्षांत मेसीची आणि पॅट्रिकची भेट झालेली नव्हती. 'पॅट्रिक कसा दिसत असेल? बदलला असेल की पूर्वी इतकाच अजूनही उमदा, देखणा दिसत असेल?' तिच्या मनात आलं.

त्यानंतर काही वेळातच तो रेस्टॉरंटमध्ये शिरला, त्यामुळे तिच्या प्रश्नांचं उत्तर तिला लगेच मिळालं.

''मि. केसी, आज किती दिवसांनी इथे येताय तुम्ही! खूप बरं वाटलं तुम्हाला भेटून!'' त्याला त्याच्या टेबलाकडे घेऊन जात ती म्हणाली. तो अजूनही तेवढाच देखणा दिसत होता. रेस्टॉरंटमध्ये बसलेल्या अनेक मध्यमवयीन स्त्रियांच्या नजरा त्याच्याकडे वळल्या. ''तुम्ही आमच्या हॉटेलात बरेच दिवस राहाणार आहात का,

मि. केसी?'' मेसी त्याच्या हातात मेन्यू कार्ड ठेवत म्हणाली.

''ते तुझ्यावर अवलंबून आहे.'' केसी मिश्किलपणे फक्त तिलाच ऐकू जाईल अशा आवाजात म्हणाला. त्याचे डोळे जरी मेन्यूकार्डवर असले, तरी तो त्यातला मजकूर वाचत नव्हता.

'आपल्या चेहऱ्यावर पसरलेली लाली कुणाच्या लक्षात आली नाहीतर बरं!' असं मेसीच्या मनात आलं. ती मागे वळली तर माईक मुलहॉलंड दारात ताटकळत उभा होता. कुणीतरी आपल्याला टेबलापाशी नेऊन बसवण्याची तो वाट पाहात होता. नंतर तर आपल्याला फक्त मेसीनेच टेबलपाशी नेऊन बसवलं पाहिजे, असा त्याचा नेहमी आग्रह असायचा. मग मेसी लगबगीने त्याच्यापाशी जाऊन म्हणाली, ''हॅलो माईक. मी तुमच्यासाठी तुमचं नेहमीचं टेबल राखून ठेवलंय. माझ्या सोबत येता का?''

''हो, येतो ना?''

तिने दाखवलेल्या जागी बसून माईकने मेन्यूकार्ड हातात घेत वाचायला सुरुवात केली. खरंतर दर रविवारी जेवणासाठी तो नेहमी ठराविक दोनच पदार्थ मागवायचा – बॉइल्ड बीफ आणि यॉर्कशायर पुडिंग. माईकचं लक्ष मेन्यूकार्डमध्ये आहे, हे पाहून ती लगेच पॅट्रिक केसीची ऑर्डर घेण्यासाठी गेली.

नंतरचे दोन तास मेसी पॅट्रिक आणि माईक या दोघांवर अगदी बारीक नजर ठेवून होती. शिवाय एकीकडे तिथे जेवणासाठी आलेल्या सुमारे शंभर लोकांकडेही तिला लक्ष पुरवावं लागत होतं. अखेर दुपारचे तीन वाजले. बघता-बघता इतर सर्व जण निघून गेले आणि फक्त पॅट्रिक आणि माईक असे दोघंच तिथे राहिले. जणूकाही जॉन वेन आणि गॅरी कूपर. दोन तुल्यबल प्रतिस्पर्धी हातात बंदूक घेऊन उभे होते. सुरुवात कुणी करायची याची वाट बघत. तिने माईकचं बिल आणलं. त्याची घडी करून ते एका प्लेटमध्ये ठेवून त्याच्यासमोर ठेवलं. त्याने ते बरोबर आहे की नाही ते तपासूनही न पाहता, पैसे चुकते केले

''वा! मस्त झालं जेवण!'' तो मोठ्यांदा म्हणाला आणि नंतर अगदी कुजबुजत्या आवाजात पुटपुटला, ''आपण मंगळवारी रात्री नाटकाला जाणार आहोत, हे लक्षात आहे ना, हनी?''

''हो, नक्की जाणार आहोत, हनी!'' मेसी त्याची नक्कल करत हसून म्हणाली.

''मग मी आठ वाजता 'ओल्ड व्हिक'पाशी तुझी वाट बघतो.'' तो हलक्या आवाजात म्हणतच होता, इतक्यात दुसरी एक वेट्रेस त्याच्या टेबलाशेजारून गेली.

''सर, मी तुमच्या जेवणाबद्दलच्या कॉम्प्लिमेंट्स आमच्या मुख्य शेफकडे नक्की पोहोचवीन.'' मेसी कसंबसं हसू दाबत म्हणाली. मग ती तिथून निघून गेली. तिने मागे वळून पाहिलं, तर माईक तिच्याकडे बघून हसत होता.

माईक तिच्या नजरेच्या टप्प्याआड झाल्यावर तिने पॅट्रिक केसीचं बिल घेऊन

एका प्लेटमध्ये घालून त्याच्या समोर ठेवलं. त्याने बिलातील प्रत्येक आकडा अगदी व्यवस्थित तपासून पाहून मगच ते चुकतं केलं आणि त्यासोबत चांगली घसघसशीत टिपसुद्धा ठेवली. ''उद्या संध्याकाळी तुझा काही खास कार्यक्रम वगैरे ठरलेला नाही ना?'' तो मेसीकडे बघत हसून म्हणाला. त्याचं ते खास ठेवणीतलं हसू मेसीच्या चांगलंच परिचयाचं होतं.

''हो, मी रात्रीच्या शाळेत जाणार आहे.''

''काय? तू माझी चेष्टा करते आहेस ना?'' पॅट्रिक केसी म्हणाला.

''नाही! आणि मला अजिबात उशीर करून चालणार नाही. कारण बारा आठवड्यांचा कोर्स आहे. उद्या तो सुरू होतोय आणि त्याचा पहिलाच तास बुडवण्याची माझी इच्छा नाहीये.'' ती म्हणाली. खरंतर या कोर्सला जायचं की नाही, हे तिचं स्वत:चंच अजून नक्की ठरलेलं नव्हतं, पण त्याला तिने त्याचा पत्ता लागू दिला नाही.

''बरं, मग मंगळवारी भेटावं लागेल.'' पॅट्रिक म्हणाला.

''नाही जमणार, कारण मी आधीच कुणाला तरी भेटण्याचं कबूल केलं आहे.'' मेसी म्हणाली.

''हे खरं आहे का की, मला कटवण्यासाठी तू सबब सांगत आहेस?''

''नाही, निबंध लेखन आणि वाचनाचा तास आहे.''

''गुरुवारी?'' पॅट्रिक म्हणाला. तो खरंतर वैतागलेला होता. पण त्याने तसं चेहऱ्यावर दिसू दिलं नाही.

''हो, चालेल मला गुरुवारी जमेल.'' मेसी म्हणाली इतक्यात दुसरी एक वेट्रेस तिथून चालत गेली.

''हे एक बरं झालं!'' पॅट्रिक म्हणाला.

''मला वाटलं तुला भेटण्यासाठी मोकळा वेळ मिळावा म्हणून मला आणखी एक आठवडा या ठिकाणी मुक्काम करून राहावं लागणार की काय?''

मेसी जोरात हसली. ''तुम्ही मनात काय ठरवलंय?''

''मला वाटतं सगळ्यात आधी आपण बाहेर जाऊन –''

''मिसेस क्लिफ्टन!'' असा आवाज ऐकून मेसी मागे वळली, तर हॉटेलचे मॅनेजर मि. हर्स्ट तिच्या मागेच उभे होते. ''तुमचं इथलं काम झालं की, लगेच माझ्या ऑफिसात येऊन मला भेटा.''

मेसी मनातून घाबरली. आपण इतक्या उघडपणे पॅट्रिक केसीशी गप्पा मारत उभं राहायला नको होतं, असं तिला वाटलं. कर्मचाऱ्यांनी गिऱ्हाइकांशी मिळून- मिसळून वागणं हॉटेलच्या धोरणात बसत नसे. कदाचित आपल्याला कामावरून काढून टाकण्यात येईल, अशी तिला भीती वाटली. या आधीची तिची नोकरीही याच कारणाने गेली होती. आणि मुख्य म्हणजे ती जाण्याचं कारण सुद्धा पॅट्रिक केसी हेच होतं.

त्यानंतर एक शब्दही न बोलता पॅट्रिक केसी रेस्टॉरंटमधून निघून गेला. मेसीने सुटकेचा निश्वास सोडला. मेसी झटपट काम संपवून मि. हर्स्ट यांच्या ऑफिसात शिरली.

''बसा, मिसेस क्लिफ्टन! मला तुमच्याशी एका गंभीर विषयावर बोलायचं आहे.''

मेसी खुर्चीवर बसली. तिने खुर्चीचे हात घट्ट पकडून धरले. तिला अक्षरश: भीतीने कापरं भरलं होतं.

''तुमचा आजचा दिवस खूप धावपळीत गेलेला दिसतोय.'' मि. हर्स्ट म्हणाले.

''हो ना! आज एकशे बेचाळीस लोक जेवून गेले. आत्तापर्यंतचा सर्वांत मोठा आकडा!'' मेसी म्हणाली.

''तुमची जागा घ्यायला एवढी कार्यक्षम व्यक्ती मला कुठून मिळणार हेच मला कळत नाहीये.'' मि. हर्स्ट म्हणाले, ''पण अर्थात हा निर्णय मॅनेजमेंटचा आहे. त्यात बोलण्याचा मला काहीही अधिकार नाही.''

''पण मला माझं काम आवडतं.'' मेसी म्हणाली.

''तसं असेलही. पण खरं सांगू? या खेपेस मात्र मी हेड ऑफिसच्या निर्णयाशी सहमत आहे.''

त्यांचे शब्द ऐकून मेसी नीट सावरून बसली. ''आता जे काही घडायचं नशिबात असेल, ते घडून जाऊ दे!'' असा तिने विचार केला. त्यांनी एक गोष्ट स्पष्ट केली आहे. आता तुम्ही इथून पुढे डायनिंगरूममध्ये काम करायचं नाही, असं त्यांचं म्हणणं आहे. तुमचं काम करण्यासाठी लवकरात लवकर दुसरं कुणीतरी शोधून आणण्याची जबाबदारी त्यांनी माझ्यावर सोपवली आहे.''

''पण का?''

''कारण तुम्ही मॅनेजमेंटमध्ये जावं, अशी त्यांची इच्छा आहे. अगदी खरं सांगू मेसी? तू जर पुरुष असतीस ना, तर एव्हाना आपल्या चार हॉटेलांपैकी एक हॉटेल आत्ता नक्कीच तू चालवत असतीस! तेव्हा अभिनंदन!''

''थँक यू!'' मेसी म्हणाली. पण या गोष्टीचे परिणाम काय होतील, याचा ती मनातून विचार करू लागली.

''ठीक आहे. मग आपण सगळी औपचारिकता ताबडतोब पूर्ण करून टाकू!'' मि. हर्स्ट टेबलाच्या खणातून एक कागद काढत म्हणाले, ''ही कागदपत्रं नीट वाचून ठेव.'' ते म्हणाले, ''तुझ्या नवीन कामाचं सगळं वर्णन, पगार आणि इतर तपशील यात सविस्तर दिले आहेत. वाचून झाल्यावर सही करून मला ते परत दे. मी ते लगेच हेड ऑफिसला पाठवीन.''

त्याचवेळी मेसीने मनोमन तो निर्णय घेऊन टाकला.

२९

आपण या सगळ्या प्रकरणात स्वत:चंच हसं करून घेणार आहोत, अशी मेसीला भीती वाटत होती.

शाळेच्या मुख्य प्रवेशद्वारापाशी पोहोचल्यावर ती मागे फिरली. इतक्यात तिला तिच्यापेक्षाही वयाने मोठी स्त्री शाळेकडे येताना दिसल्यामुळे तिने घरी परत जाण्याचा आपला विचार रहित केला. ती स्त्री शाळेत शिरल्यावर तिच्या पाठोपाठ मेसीसुद्धा आत शिरली. मुख्य दरवाज्यातून आत जाऊन कॉरिडॉर मधून चालत वर्गापाशी आल्यावर मेसी पुन्हा तिथे दारापाशी थबकली. तिने आत हळूच ठोकावून पाहिलं. 'देवा, वर्ग दाटीवाटीने भरलेला असू दे, कुणाचंही माझ्याकडे लक्ष जायला नको!' असा मनोमन देवाचा धावा तिने सुरू केला. पण वर्गात फक्त सातच लोक आलेले होते. दोन पुरुष आणि पाच स्त्रिया.

मग ती चोरट्या पावलांनी आत शिरून मागच्या बाजूला गेली आणि त्या दोन पुरुषांच्या मागच्या बाकावर चेहरा लपवून बसली. आपल्याला कुणी बघू नये, असं तिला वाटत होतं. पण बसल्यावर मात्र तिला ती जागा निवडल्याचा पश्चात्ताप होऊ लागला. आपण खरं तर दाराशेजारच्या बाकावरच बसायला हवं होतं, म्हणजे निदान गुपचूप सटकता आलं असतं, असं तिला वाटलं.

इतक्यात वर्गाचं दार उघडून मि. हॉलकोम्ब आत आले. मेसीने लगेच मान खाली घातली. समोरच्या भिंतीवर फळा होता आणि त्याच्या समोरच त्यांची टेबलखुर्ची होती. ते आत येऊन खुर्चीवर बसले. आपल्या शर्टची खालची बाजू ताणून धरत त्यांनी समोरच्या विद्यार्थ्यांकडे बारकाईने पाहिलं. शेवटच्या बाकावर मिसेस क्लिफ्टनला बसलेलं पाहून त्यांच्या चेहऱ्यावर स्मितहास्य पसरलं.

''मी इंग्रजी भाषेतली सगळी म्हणजे २६ मुळाक्षरं फळ्यावर लिहून आजच्या तासाला सुरुवात करणार आहे.'' ते म्हणाले. ''आणि मी एक-एक अक्षर फळ्यावर लिहित असताना त्याचा उच्चार पण सांगेन. तुम्ही माझ्या पाठोपाठ लगेच म्हणायचं.''

एवढं बोलून हातात खडू घेऊन त्यांनी वर्गावरून नजर फिरवली. त्यांनी एकेक अक्षर फळ्यावर लिहीत 'ए' 'बी'... असं म्हणायला सुरुवात केली. विद्यार्थी त्यांच्या मागोमाग मोठ्यांदा म्हणू लागले. फक्त मेसी मात्र काहीच न बोलता शांत बसून होती. अखेर शेवट 'झेड' असं अक्षर त्यांनी फळ्यावर लिहिल्यावर मेसीने त्याचा कसाबसा उच्चार केला.

"आता यानंतर मी फळ्यावरचं कुठलंही एक अक्षर तुम्हाला दाखवीन आणि तुम्ही त्याचा उच्चार करून दाखवायचा." ते म्हणाले. त्यांनी एक-एक अक्षर दाखवायला सुरुवात केली. मेसीला त्यातली अर्धीअधिक अक्षरं ओळखता आली. त्यानंतर परत एकदा त्यांनी अक्षरं विचारायला सुरुवात केली. या वेळी सर्वांत आधी ते अक्षर मेसीच ओळखत होती. अखेर त्या दिवशीचा तास संपला. मेसीने गेल्या वीस वर्षांत मुळाक्षरांची उजळणी केलेली नव्हती. पण आता ती तिथे इतकी रमून गेली होती की, तिला घरी जावंसंच वाटत नव्हतं.

निघण्यापूर्वी मि. हॉलकोम्ब म्हणाले, "आपण आता एकदम बुधवारी भेटणार आहोत. त्या वेळी तुम्हाला सर्वच्या सर्व मुळाक्षरं योग्य क्रमाने एका पाठोपाठ एक म्हणता यायला पाहिजेत."

मंगळवारच्या आतच सगळी मुळाक्षरं व्यवस्थित पाठ करून टाकण्याचा मेसीने निर्धार केला. तिला पुढच्या तासाला एकही चूक करायची नव्हती.

"तुमच्यापैकी जे कुणी आत्ता माझ्यासोबत पबमध्ये ड्रिंक घ्यायला येणार नसतील, त्यांना मी आता एकदम बुधवारीच भेटेन."

मेसीला वाटलं, आपल्याला व्यक्तिश: मि. हॉलकोम्ब यांनी पबमध्ये येण्याचे निमंत्रण दिल्याशिवाय कसं जायचं? त्यामुळे ती हळूच वर्गाबाहेर पडू लागली. इतर सर्वांनी मि.हॉलकोम्ब यांना गराडा घालून त्यांच्यावर प्रश्नांचा भडिमार चालू केला. मेसी वर्गाच्या दारातून बाहेर पडणार इतक्यात मि. हॉलकोम्ब म्हणाले, "मिसेस क्लिफ्टन, तुम्ही नाही का येणार पबमध्ये?"

"पबमध्ये? हो, येईन की! आवडेल मला!" मेसीच्या नकळत तिच्या तोंडून शब्द बाहेर पडले. मग सगळ्यांसोबत तीही रमत-गमत 'शिपइन' नावाच्या पबमध्ये गेली.

पबमध्ये जाऊन बसल्यावर काही वेळाने एक-एक करत बाकीचे सगळे उठून गेले आणि फक्त मेसी आणि मि. हॉलकोम्ब तेवढे उरले.

"तुम्ही किती बुद्धिमान आहात मिसेस क्लिफ्टन, याची तुम्हाला कल्पना तरी आहे का? मि. हॉलकोम्ब म्हणाले. त्यांनी मेसीसाठी दुसऱ्यांदा ऑरेंज ज्यूस मागवला.

"अहो, पण मी बाराव्या वर्षीच शाळा सोडली. आणि आता तर मला लिहिता-वाचता देखील येत नाही."

"तुम्ही शाळा जरी लहानपणीच सोडली असली, तरी तुमचं शिकणं अजिबात

थांबलेलं नाही. शिवाय तुम्ही हॅरी क्लिफ्टनच्या आई आहात, म्हणजे बहुधा काही दिवसांत तुम्हीच मला शिकवायला लागाल.''

''हॅरीने तुम्हाला शिकवलं?'' मेसी आश्चर्याने म्हणाली.

''अगदी रोज... त्याच्या आणि माझ्याही नकळत मी नित्यनूतन गोष्टी त्याच्याकडून शिकत होतो. अगदी थोड्याच दिवसांत मला एक गोष्ट कळून चुकली : हॅरी माझ्यापेक्षा कित्येक पटीने बुद्धिमान होता. त्याच्या स्वत:च्या ही गोष्ट लक्षात यायच्या आत त्याला ब्रिस्टॉल ग्रामर स्कूलमध्ये प्रवेश मिळवून द्यायचा म्हणून मी केवढी धडपड केली.'' मि. हॉलकोम्ब हसत म्हणाले.

''मग तुम्हाला त्यात यश आलं का?'' मेसी हसत म्हणाली.

''मी कसंबसंच साध्य केलं ते!'' मि. हॉलकोम्ब मिश्किलपणे म्हणाले.

''बार बंद होण्याची वेळ झाली. लास्ट ऑर्डर!'' बारचा मालक ओरडला.

मेसीने भिंतीवरच्या घड्याळाकडे पाहिलं. 'बापरे! रात्रीचे साडेनऊ कधी वाजले, ते कळलं नाही!' मेसी मनातल्या मनात म्हणाली. युद्धामुळे 'ब्लॅक आउट'चे आदेश पाळण्याची सर्वांनाच सक्ती होती.

बारमधून बाहेर पडल्यावर सहज स्वाभाविकपणे मि. हॉलकोम्ब मेसीच्या घरापर्यंत पोहोचवायला आले. त्यांची गेल्या कित्येक वर्षांची ओळख होती. अंधाऱ्या रस्त्यांवरून चालता-चालता त्यांनी मेसीला हॅरीच्या बालपणातले कितीतरी किस्से सांगितले. ते ऐकता-ऐकता तिला एकीकडे हसू फुटत होतं. तर दुसरीकडे त्याच्या आठवणीने तिचे डोळे भरून येत होते. मि. हॉलकोम्ब यांनाही हॅरीची अत्यंत तीव्रतेने आठवण येत होती. त्यांनी हॅरीसाठी जे काही केलं होतं, त्याबद्दल खरं तर कित्येक वर्षांपूर्वीच आपण त्यांचे आभार मानायला हवे होते, असा विचार येऊन मेसीला खंत वाटली.

चालता-चालता दोघं स्टील हाउस लेन मधल्या मेसीच्या घराच्या फाटकापाशी येऊन पोहोचले. मेसी म्हणाली, ''मला तुमचं नाव माहीत नाही, मि. हॉलकोम्ब.''

''आर्नोल्ड!'' ते जरा संकोचून म्हणाले.

''छान आहे नाव. तुम्हाला शोभून दिसतं. मी तुम्हाला आर्नोल्ड म्हटलं तर चालेल का?''

''हो, अर्थातच!''

''पण मग तुम्हीसुद्धा मला मेसीच म्हटलं पाहिजे.'' असं म्हणून तिने पर्समधून घराची किल्ली काढली. ती कुलपात घालून फिरवत म्हणाली, ''गुड नाइट, आर्नोल्ड! बुधवारी भेटूच!''

त्या संध्याकाळी नाटकासाठी थिएटरमध्ये जाताच मेसीच्या मनात खूप जुन्या आठवणी जाग्या झाल्या. याच 'ओल्ड व्हिक' थिएटरमध्ये पॅट्रिक केसीने तिला पूर्वी

कितीतरी वेळा नाटकांचे प्रयोग बघायला आणलं होतं. तो जेव्हा कधी ब्रिस्टॉलला येई, तेव्हा ते बराच वेळ एकमेकांच्या सहवासात घालवत. पण मग त्याचं येणं बंद झालं. त्याच्या आठवणी हळूहळू भूतकाळात गेल्या. मेसी दुसऱ्या पुरुषाबरोबर भविष्याची स्वप्नं बघू लागली. आणि परत हा पॅट्रिक केसी तिच्या आयुष्यात उगवला. आता त्याला काहीही करून मेसीची भेट घ्यायचीच होती. त्यासाठी काहीतरी खास कारण आहे, एवढंच त्याने तिच्या कानावर घातलं होतं. त्याचं ते कारण नक्की काय असणार, याचा साधारण अंदाज तिला होताच. आता या पॅट्रिकने परत एकदा आपल्या आयुष्यात कोणत्याही प्रकारची उलथापालथ घडवून आणू नये, एवढीच तिची इच्छा होती. तिच्या मनात माईकचा विचार आला. किती कनवाळू, सभ्य आणि सुसंस्कृत होता, माईक! तिच्या विषयीच्या आपल्या मनातल्या भावना लपवण्याचा त्याने जरासुद्धा प्रयत्न केला नव्हता.

पॅट्रिककडून मेसी एक गोष्ट शिकली होती. नाटकाला कधीही उशिरा जायचं नाही. नाटकाचा पडदा उघडल्यानंतर अंधारात चाचपडत, अडखळत, लोकांच्या पायावर पाय देत रांगेतल्या मधल्या सीटवर जाऊन बसणं त्याला मुळीच आवडायचं नाही.

नाटक सुरू होण्यास दहा मिनिटं उरलेली असताना मेसी थिएटरच्या लॉबीत जाऊन पोहोचली, तर हातात नाटकाचं पॅम्प्लेट घेऊन माईक उभाच होता. त्याच्याकडे पाहताच मेसीच्या चेहऱ्यावर हसू फुटलं. 'याचा प्रसन्न चेहरा पाहून नेहमीच समोरच्या माणसाच्या चित्तवृत्ती प्रफुल्लित होतात', असं तिच्या मनात आलं. त्याने तिला प्रेमाने जवळ घेऊन तिच्या गालावर अलगद ओठ ठेवले.

प्रोग्रॅमचा कागद तिच्या हातात ठेवत तो म्हणाला, ''मला या नाटकाविषयी फारसं काहीच माहीत नाही. मी आत्ता नाटकाची गोष्ट वाचत होतो. या नाटकात एक पुरुष आणि एक स्त्री असते. आपण नक्की कुणाशी लग्न करायचं, हा निर्णय त्यांना घेताच येत नाही. ते गोंधळून गेलेले असतात.

त्यावर मेसी काहीही बोलली नाही. दोघंही प्रेक्षागारात जाऊन आपल्या खुर्च्यांकडे निघाले. मेसी खुर्च्यांच्या रांगांवर लिहिलेली अक्षरं वाचत निघाली. अखेर त्यांची 'एच' रांग आल्यावर ती थांबली रांगेच्या मध्यभागी त्यांच्या सीट्स होत्या. 'इतक्या उत्तम सीट्स माईकने कशा काय मिळवल्या असतील?' असं तिच्या मनात आलं. प्रेक्षागृह प्रेक्षकांनी गच्च भरलं होतं. नाटक भलतंच गाजलेलं होतं.

दिवे विझले. प्रेक्षागृहात अंधार होऊन पडदा वर गेल्यावर माईकने तिचा हात हातात घेतला. मुख्य नायकाने रंगमंचावर प्रवेश करताच प्रेक्षकांनी टाळ्यांचा कडकडाट केला. मेसी नाटकाच्या कथानकात गुंगून गेली. जणूकाही तिच्याच आयुष्याची ती कथा असावी, इतकं साधर्म्य त्यात होतं. नायक आपलं स्वगत बोलत असतानाच अचानक कर्कश्य भोंगा वाजू लागला. प्रेक्षागारात एकच हल्लकल्लोळ

माजला. रंगमंचावरील पात्रं आत पळाली. नाट्यगृहाचा व्यवस्थापक घाईने रंगमंचावर आला. त्याने सगळी सूत्रं हातात घेतली आणि एखाद्या लष्करी अधिकाऱ्याला लाजवेल इतक्या कडक शिस्तीने प्रेक्षकांना प्रेक्षागाराबाहेर कसं पडायचं याविषयी मार्गदर्शन केलं. जर्मन सैन्याने अचानक हल्ला करण्याची ही काही पहिलीच वेळ नव्हती. ब्रिस्टॉलच्या लोकांना त्याची सवय झालेली होती.

मेसी आणि माईक थिएटरच्या बाहेर आले. जवळच बॉंबहल्ल्यापासून सुरक्षित राहाण्यासाठी एक आडोसा बांधण्यात आला होता. नियमितपणे या थिएटरमध्ये नाटकाला येणाऱ्या लोकांना तो माहीत होता. त्या सर्वांबरोबर माईक आणि मेसीसुद्धा जीव वाचवण्यासाठी ओडोश्याला उभे राहिले. अशा प्रकारे हवाई हल्ल्यापासून जीव वाचवण्यासाठी जेव्हा माणसं आडोश्याखाली एकत्र येतात तेव्हा त्यांच्यात लहान-थोर, उच्च-नीच असा भेदाभेद राहात नाही. 'संकटासमोर सगळेच सारखे. सामाजिक विषमता आपोआपच दूर होते' – असं क्लेमंट ॲटली एकदा म्हणाले होते.

"ही असली कसली 'डेट'?" माईक दगडी जमिनीवर मेसीसाठी स्वत:चा कोट अंथरत म्हणाला.

त्याने अंथरलेल्या कोटावर बसत मेसी हसून म्हणाली, "मी तरुण असताना मला असं जमिनीवर बसवण्याची धडपड अनेक तरुणांनी केली असेल. पण कधीही कुणाला यश आलं नाही. तुम्हीच पहिले." माईक मोठ्यांदा हसला. हातातल्या प्रोग्रॅमच्या कागदावर मेसीने काहीतरी लिहिण्यास सुरुवात केली.

"अरे वा! हे ऐकून मला स्वत:चा खूपच अभिमान वाटू लागला आहे." इतक्यात जवळपास कुठेतरी बॉंब हल्ला झाला. जमीन थरथरू लगली. माईकने मेसीच्या खांद्याभोवती हात टाकून तिला जवळ ओढलं. ती हवाई हल्ल्यामुळे प्रचंड घाबरलेली आहे, हे लक्षात येताच तिचं मन दुसरीकडे वळवण्यासाठी त्याने मुद्दाम विषय बदलत हलकेच विचारलं, "मेसी तू अजून पर्यंत कधी अमेरिकेला गेलेली नाहीस ना?

"मी तर अजून लंडनलासुद्धा गेलेली नाही. मी आजवर जास्तीत जास्त लांब म्हणजे वेस्टन सुपर मेअर आणि ऑक्सफर्डपर्यंत गेलेली आहे. आणि त्या दोन्ही खेपेस जे काही भयंकर प्रकार घडले, त्यानंतर कुठेही न जाता घरीच राहाण्याचा निर्णय घेतला."

माईक हसला. "तुला अमेरिका दाखवायला मला खूप आवडेल, मेसी!" तो म्हणाला, "विशेषत: दक्षिणेकडचा प्रदेश."

"आपण असं काही करण्याआधी या जर्मनांना सुट्टीवर पाठवू!" मेसी म्हणाली. इतक्यात सर्वकाही सुरळीत असल्याचं सुचवणारा भोंगा वाजला.

आडोशाला उभ्या असलेल्या जमावाने टाळ्यांचा कडकडाट केला. सगळे

जबरदस्तीने लादण्यात आलेला मध्यंतर संपवून परत प्रेक्षागारात आले.

सर्व प्रेक्षक आपापल्या जागी स्थानापन्न झाल्यावर नाट्यगृहाचा व्यवस्थापक परत रंगमंचावर आला. ''आता नाटकाचा प्रवेश सुरू होईल. यापुढे मध्यंतर होणार नाही.'' त्याने घोषणा केली, ''परंतु जर्मनांनी आपल्याला थोड्याच वेळात परत भेट द्यायला यायचं ठरवलं, तर मात्र प्रयोग रद्द करण्यावाचून काही गत्यंतर राहाणार नाही. तिकिटाचे पैसे परत मिळणार नाहीत. जर्मनांचा नियम!'' तो म्हणाला. त्याच्या मल्लिनाथीवर खसखस पिकली.

परत एकदा पडदा वर जाऊन नाटक सुरू झालं. मेसी नाटकाच्या कथेत रंगून गेली. अखेर नाटक संपून सर्व कलाकार प्रेक्षकांना अभिवादन करून त्यांच्या पसंतीच्या टाळ्यांचा स्वीकार करण्यासाठी रंगमंचावर आले, तेव्हा सर्व प्रेक्षक उत्स्फूर्तपणे उभे राहिले. हा प्रेक्षकांचा आनंद दुहेरी होता. एक तर नाटक अप्रतिम सुंदर होतं आणि आज परत एकदा जर्मन 'लुफ्त वाफं'च्या तडाख्यातून सर्व जण वाचले होते. माईकनेच तिला हे स्पष्ट करून सांगितलं.

''मग आता जेवायला कुठे जायचं आपण? 'हार्वेज्'मध्ये का 'द पँट्री'मध्ये?'' माईक म्हणाला.

''द पँट्री!'' मेसी लगेच म्हणाली. तिला एक जुनी आठवण झाली. एकदा ती पॅट्रिक केसी बरोबर 'हार्वेज्'मध्ये जेवायला गेली असताना, तिच्या मनात विचार आला, 'जर यदाकदाचित लॉर्ड हार्वे यांची मुलगी एलिझाबेथ आपला पती ह्युगो बॅरिंग्टन याच्या सोबत तिथे जेवायला आली तर?' त्या विचाराने अस्वस्थ होऊन तिने संपूर्ण संध्याकाळ आजूबाजूला चोरटे दृष्टिक्षेप टाकत घालवली होती. पण अर्थात हे सगळं आता माईकला सांगणं शक्यच नव्हतं.

रेस्टॉरंटमध्ये गेल्यावर माईक बराच वेळ मेन्यू वाचत बसला होता. ते पाहून मेसीला आश्चर्यच वाटलं, कारण त्यात एवढं वाचण्याजोगं काहीच नव्हतं. अगदी मोजकेच पदार्थ उपलब्ध होते. नेहमी तो खूप गप्पा मारायचा, छावणीतल्या सैनिकांच्या, सहकाऱ्यांच्या गमती-जमती सांगायचा. तो गमतीने छावणीचा उल्लेख 'आमचा किल्ला' असा करायचा आज मात्र तो गप्पच होता. त्याला बोलतं करण्यासाठी तिने अनेक विषय काढून पाहिले. पण काही उपयोग झाला नाही.

''सगळं काही ठीक आहे ना, माईक?'' ती म्हणाली.

त्याने मान वर करून पाहिलं. ''ते मला अमेरिकेला परत पाठवतायत.'' तो म्हणाला. एवढ्यात एक वेटर त्यांची ऑर्डर घेण्यासाठी त्यांच्या टेबलापाशी येऊन उभा राहिला. 'वा! या वेटरने तरी काय वेळ साधली आहे!' मेसीच्या मनात आलं. पण निदान त्यामुळे एकच झालं की, माईकच्या बोलण्यावर विचार करायला मेसीला थोडा वेळ तरी मिळाला. वेटर त्यांची ऑर्डर घेऊन निघून गेल्यावर माईक म्हणाला.

"मला त्यांनी वॉशिंग्टनमध्ये ऑफिस जॉब देऊ केला आहे."

मेसीने पुढे झुकून त्याचा हात हातात घेतला.

"मला त्यांनी इथे आणखी सहा महिने तरी राहू द्यावं, म्हणून मी खूप विनवणी केली. म्हणजे मला तुझा सहवास मिळाला असता. पण त्यांनी माझी विनंती धुडकावून लावली."

"हे सगळं ऐकून मला खूप वाईट वाटतंय." मेसी म्हणाली, "पण, माईक –"

"हे बघ, मेसी. थांब यापुढे काहीही बोलू नको. मला आधीच हे सगळं पचवणं खूप-खूप जड जातंय. मी या गोष्टीवर किती विचार केलाय, हे फक्त तो देवच जाणतो." एवढं बोलून माईक पुन्हा खूप वेळ गप्प बसून राहिला. "मेसी, तुझी आणि माझी ओळख तशी फार जुनी नाही. खूप थोडे दिवस झाले आहेत आपली ओळख होऊन. पण देवाशपथ सांगतो – ज्या दिवशी तुला पहिल्या प्रथम पाहिलं ना, त्या क्षणापासून माझ्या तुझ्याविषयी ज्या भावना आहेत, त्या आजही बदललेल्या नाहीत."

त्याचे शब्द ऐकून मेसीने स्मितहास्य केलं.

"तेव्हापासून सतत मी एक आशा, एकच इच्छा आणि एकच प्रार्थना करत आलोय की, कधीतरी तू माझी होशील आणि माझी पत्नी बनून माझ्या सोबत अमेरिकेला येशील."

ते ऐकून मेसीला काय बोलावं तेच सुचेना.

"मला खूप भारून गेल्यासारखं झालंय हे ऐकून!" जरा वेळाने ती म्हणाली, "हा माझा बहुमानच आहे." पण त्यापुढे काय बोलावं ते तिला सुचेना.

"ऑफ कोर्स! तुला या गोष्टीवर विचार करायला वेळ हवा असणार, याची कल्पना आहे मला. या युद्धामुळे दोन प्रेमिकांकडे एकमेकांचं प्रियाराधन करण्याइतका वेळसुद्धा नसतो, ही खेदाची बाब आहे ना?"

"तू अमेरिकेला परत कधी जाणार आहेस?"

"या महिना अखेरीस. त्यामुळे तुझा जर होकार असेल, तर आपण आमच्या छावणीवरच लग्न करू आणि पती-पत्नी म्हणून एकत्रच अमरिकेला जाऊ." असं म्हणून त्याने पुढे झुकून तिचा हात हाती घेतला, "माझ्या आजवरच्या आयुष्यात इतका ठाम विचार मी इतर कोणत्याही बाबतीत केलेला नाही." तो म्हणाला. एवढ्यात परत एकदा वेटर त्यांच्या टेबलापाशी उगवला.

त्याने दोघांचं जेवण आणलं होतं.

त्या रात्री घरी गेल्यावर मेसीला झोप लागली नाही. दुसऱ्या दिवशी सकाळी उठून नाश्त्यासाठी खाली आल्यावर माईकने आपल्याला लग्नाची मागणी घातल्याचं मेसीने आईच्या कानावर घातलं.

"अरे, वा! मग ताबडतोब हो म्हणून टाक!" मेसीची आई मिसेस टॅनकॉक – म्हणाली. "आयुष्यात अशी संधी परत मिळणार नाही." ती म्हणाली. मग टेबलावर ठेवलेल्या हॅरीच्या फोटोवर नजर टाकून दुःखाने सुस्कारा टाकत म्हणाली, "नाहीतरी तू इथे राहावं असं या ठिकाणी काय उरलंय?"

मेसीच्या मनात एक छोटासा प्रश्न घोंघावत होता. तो ती आपल्या आईपुढे मांडणार इतक्यात तिचा भाऊ स्टॅन आरडाओरडा करत तिथे आला. मेसी तात्काळ उठून उभी राहिली. "मला निघायला हवं नाहीतर कामावर उशिरा पोहोचेन."

"तू माझे शंभर पौंड देणं लागतेस. मी ते विसरलेलो नाही." तो ओरडून म्हणाला. ती निघाली.

त्या दिवशी संध्याकाळी सात वाजता मि.हॉलकोम्ब जेव्हा वर्गात शिरले तेव्हा मेसी पुढच्या रांगेतल्या बाकावर बसून होती.

त्यांनी शिकवण्यास सुरुवात केल्यानंतर पुढच्या तासात जेव्हा-जेव्हा प्रश्न विचारले तेव्हा प्रत्येक वेळी उत्तरासाठी मेसीचा हात अनेकदा वर होता. शाळेतल्या एखाद्या चुणचुणीत मुलीला जेव्हा शिक्षकांनी विचारलेल्या सगळ्या प्रश्नांची उत्तरं येत असतात आणि शिक्षकांनी आपल्याकडे बघावं असं तिला वाटत असतं, तशीच मेसीची अवस्था झाली होती. मि. हॉलकोम्ब यांच्या ते लक्षात आलं की नाही देव जाणे. पण निदान त्यांनी चेहऱ्यावर तरी तसे दाखवलं नाही.

"मेसी, पुढच्या आठवड्यापासून तू मंगळवारी आणि गुरुवारी येत जाशील का?" मि. हॉलकोम्ब म्हणाले. वर्ग संपल्यावर सर्व जण परत पबकडे निघाले होते.

"का बरं? मी चांगलं करते नाही का?" मेसी म्हणाली.

"मी चांगलं करत नाही का?" मि. हॉलकोम्ब यांनी तिची चूक दुरुस्त केली. मग ते पुढे म्हणाले, "तसं अजिबात नाहीये, मेसी इतर सगळ्यांपेक्षा तू अभ्यासात बरीच पुढे आहेस. त्यामुळे मी तुला एकदम पुढच्या परीक्षेला बसवण्याचा विचार करतोय."

मग इतरांकडे बोट दाखवून ते म्हणाले. "त्या सर्वांना इतक्यात पुढच्या परीक्षेचा अभ्यास झेपणार नाही."

"पण आर्नोल्ड, मला ते जड नाही का जाणार?"

"सुरुवतीला जाईल, पण नंतर जमेल सगळं! म्हणून तर तुझ्याकडून जादा अभ्यास करून घेऊन, मी तुला पुढच्याच महिन्यात वरच्या वर्गात घालीन."

मेसी काहीच बोलली नाही. 'पुढच्या महिन्यात आपण दुसराच काहीतरी बेत आखला आहे, हे कधी ना कधीतरी आर्नोल्डच्या कानावर घालावं लागणार होतंच.' तिच्या मनात आलं.

परत एकदा बरोबरचे सगळे आपापल्या घरी गेले आणि मेसी आणि मि. हॉलकोम्ब असे दोघंच त्या बारमध्ये उरले. परत एकदा मि. हॉलकोम्ब तिला सोडायला स्टील हाउस लेनमधल्या तिच्या घरापर्यंत आले. मेसी आपल्या पर्समधून घराची किल्ली बाहेर काढत असताना ते अस्वस्थपणे जरासे घुटमळत तिथेच उभे राहिले. 'आपला निरोप घेण्याआधी आपल्याला जवळ घेऊन आपला किस घेण्याचा तर यांचा इरादा नाही ना?' तिच्या मनात आलं. 'नको रे बाबा. आधीच आपल्या आयुष्यात गुंतागुंत काय कमी आहे का?'

"मेसी, तुला जेव्हा नीट वाचता येऊ लागेल, तेव्हा सर्वांत आधी तू कुठलं पुस्तक घेऊन वाचशील?" ते म्हणाले.

"पुस्तक नाही वाचणार, त्या आधी मी एक पत्र वाचणार आहे." मेसी म्हणाली. तिने किल्लीने कुलूप उघडलं.

३०

सोमवार, मंगळवार आणि बुधवार या तीनही दिवशी पॅट्रिक केसीने सकाळचा नाश्ता, दुपारचं जेवण आणि रात्रीचं जेवणं असं सगळं हॉटेलच्या रेस्टॉरंटमध्येच घेतलं.

मेसीला वाटलं, पॅट्रिक आपल्याला पूर्वीसारखा एक दिवस 'प्लिमसोल लाइन' या रेस्टॉरंटमध्ये रात्रीच्या जेवणासाठी घेऊन जाईल. त्यांच्या दोघांच्या पूर्वीच्या खूप आठवणी त्या रेस्टॉरंटशी निगडित होत्या. त्यामुळे त्या आठवणींना उजाळा देण्याच्या इच्छेने तो तसं नक्की करणार, अशी तिची खात्री होती आणि तसंच घडलं.

पण आता पॅट्रिकच्या मिठ्ठास बोलण्याला आणि देखण्या रूपाला आपण आता पुन्हा भुलायचं नाही, असा तिने मनाशी निश्चय करून ठेवला होता. माईकविषयी आणि आपल्या भविष्यातील प्लॅनविषयी त्याच्या कानावर घालायचं, असं तिने ठरवून ठेवलं होतं. पण आता जसा वेळ जात होता, तसा माईकचा विषय पॅट्रिक समोर काढणं, तिला अधिकाधिक अवघड वाटू लागलं होतं.

''मग, मेसी! मी ब्रिस्टॉल मधून गेल्यानंतर आत्तापर्यंत कसं काय चाललंय तुझं?'' माईकने तिला लाउंजमध्ये बसून ड्रिंक घेत असताना विचारलं. ''तू या शहरातल्या सर्वोत्कृष्ट रेस्टॉरंटच्या व्यवस्थापनाची जबाबदारी उत्तम रीतीने पार पाडून वर संध्याकाळी शिकायलासुद्धा जातेस. कसं काय जमतं हे सगळं तुला?'' तो म्हणाला.

''हो, ना! पण आता थोड्याच दिवसांत हे सगळं संपणार, जेव्हा मी –'' मेसी जरा विमनस्कपणे म्हणाली.

''जेव्हा तू... काय?'' पॅट्रिक म्हणाला.

मेसी एकदम भानावर आली आणि स्वत:ला सावरून घेत म्हणाली, ''जेव्हा मी हा कोर्स संपवून बाहेर पडेन म्हणजे.. आमचा कोर्स फक्त बाराच आठवड्यांचा आहे ना?''

''अरे! बारा आठवड्यांत तर तू स्वत:च इतर लोकांना शिकवायला लागशील.

माझी खात्री आहे.'' पॅट्रिक म्हणाला.

''आणि तुझं सध्या काय चाललंय?'' मेसी म्हणाली. इतक्यात वेटर त्यांना जेवणासाठी रेस्टॉरंटमध्ये बोलवायला आला. त्यांचं टेबल तयार होतं.

मग दोघंही रेस्टॉरंटमध्ये जाऊन एका कोपऱ्यातल्या टेबलापाशी निवांत बसेपर्यंत पॅट्रिक काहीच बोलला नाही.

''तुला आठवतं मेसी, तीन वर्षांपूर्वी मला बढती मिळून मी आमच्या कंपनीच्या डेप्युटी मॅनेजर झालो? त्यामुळेच तर मला डब्लिनला जाणं भाग पडलं.''

''तुला डब्लिनला का जावं लागलं, हे मी अजून विसरले नाहीये.'' मेसी जरा गुश्शातच म्हणाली.

''त्यानंतर मी ब्रिस्टॉलला येण्याचा कितीतरी वेळा प्रयत्न केला. पण ते शक्यच झालं नाही. कारण लगेच युद्ध सरू झालं. आणि तुला मी पत्रही लिहू शकत नव्हतो ना?''

''वेल!'' मेसी म्हणाली, ''आता लवकरच तो प्रश्न सुटेल, कारण मला वाचता येईल.''

''हो ना? मग तू मला बिछान्यात गोष्टी वाचून दाखवत जा!'' पॅट्रिक मिस्किलपणे म्हणाला.

''आणि या युद्धाच्या कठीण काळात तुमच्या कंपनीचं कसं काय निभावलं?'' मेसी मुद्दामच विषयांतर करत म्हणाली.

''खरं सांगायचं, तर या युद्धाच्या काळात अनेक आयरिश कंपन्यांना चांगली बरकत आली. आमच्या देशाने या युद्धात तटस्थ भूमिका घेतलेली असल्यामुळे आम्हाला दोन्ही बाजूंशी धंदा करता आला.''

''काय? तू त्या जर्मन लोकांशी व्यवहार करायला तयार आहेस?'' मेसी अविश्वासाने म्हणाली.

''नाही. आमच्या कंपनीने आपण कुणाच्या बाजूचे आहोत, हे आधीच स्पष्ट केलेलं आहे. पण माझ्या देशातले अनेक लोक आज जर्मनांशी धंदा करायला तयार आहोत. त्यामुळेच आमची काही वर्षं खूप कठीण गेली, हे खरं आहे. पण आता अमेरिकन्स युद्धात उतरलेले असल्याने या युद्धात दोस्त राष्ट्रांचीच सरशी होणार असं आयरिश जनतेला वाटू लागलं आहे.''

हा विषय निघालाच होता, तर त्या संधीचा फायदा घेऊन एका विशिष्ट अमेरिकनाबद्दल पॅट्रिकला सांगण्याचा मेसीला मोह झाला. पण तिने तसं केलं नाही.

''मग या खेपेस ब्रिस्टॉलला कशासाठी आला आहेस तू?'' ती म्हणाली.

''याचं सरळसाधं उत्तर असं आहे मेसी – की मी तुझ्यासाठी आलोय.'' पॅट्रिक म्हणाला.

“माझ्यासाठी?” मेसी गडबडून म्हणाली. काहीही करून हे संभाषण इथेच थांबवणं गरजेचं होतं. हे संभाषण काहीतरी वेगळंच वळण घेत होतं. लवकरात लवकर विषयांतर करणं गरजेचं होतं.

“अगं आमचा मॅनेजिंग डायरेक्टर या अखेरीस निवृत्त होतोय आणि त्याची जागा मी घ्यावी, असं आमच्या कंपनीच्या चेअरमनसाहेबांनी मला सुचवलं.”

“अभिनंदन!” मेसी मनातल्या मनात सुटकेचा निश्वास टाकत म्हणाली. तो विषय टळला होता.

“आणि मी तुझी डेप्युटी म्हणून काम करावं अशी, तुझी इच्छा असेल ना?” ती चेष्टने म्हणाली.

“नाही, तू माझी पत्नी व्हावंस, अशी माझी इच्छा आहे.”

ज्याचे शब्द ऐकताच मेसीचा स्वर बदलला. “पॅट्रिक, तू इथून निघून गेलास त्याला तीन वर्षं लोटली, तुझ्या एकदाही असं मनात आलं नाही का रे की, या तीन वर्षांत माझ्या आयुष्यात कुणी दुसरा पुरुष आला असेल?”

“तो विचार माझ्या मनात रोज यायचा!” पॅट्रिक म्हणाला, “म्हणून तर असं कुणी तुझ्या आयुष्यात आहे का, हे स्वत:च्या डोळ्यांनी पाहाण्यासाठी मी इथे आलो.”

मेसी जरा चाचरत म्हणाली, “कुणीतरी आहे माझ्या आयुष्यात!”

“आणि त्याने तुला लग्नाविषयी विचारलं आहे का?”

“हो!” ती कुजबुजत्या स्वरांत म्हणाली.

“आणि तू त्याला होकार दिला आहेस का?”

“नाही. पण तो या महिना अखेरीस अमेरिकेला परत जाण्यापूर्वी मी त्याला माझा निर्णय कळवण्याचं वचन दिलं आहे.”

“म्हणजे याचा अर्थ असाच ना की, अजूनही मला संधी आहे?”

“खरं सांगू पॅट्रिक? तुला फारशी संधी उरलेली नाही. गेल्या तीन वर्षांत तू माझ्याशी एकदाही संपर्क साधला नाहीस आणि आता अचानक इथे उगवला आहेस आणि सगळं पूर्वीसारखंच असल्याप्रमाणे वागतो आहेस.”

त्यावर पॅट्रिकने काहीही प्रत्युत्तर केलं नाही. वेटर येऊन जेवण वाढू लागला. “सगळे इतकं सोपं असतं, तर किती बरं झालं असतं.” एवढचं पॅट्रिक म्हणाला.

“पॅट्रिक, खरं तर सगळं काही सोपचं होतं. अवघड असं काहीच नव्हतं. तीन वर्षांपूर्वी तू मला लग्नासाठी विचारलं असतंस, तर क्षणाचाही विचार न करता तुला होकार देऊन तुझ्याबरोबर आनंदाने मी आयर्लंडला आले असते.”

“पण त्या वेळी मी तुला विचारू शकत नव्हतो.”

मेसीने हातातला काटा आणि चमचा खाली ठेवला. “तुझं लग्न तर झालेलं नसेल ना, असा विचार तेव्हा नेहमी माझ्या मनात यायचा, पॅट्रिक!”

''तू त्या वेळीच मला काही का नाही बोललीस?''

''पॅट्रिक, मी तुझ्या इतकी आकंठ प्रेमात बुडलेली होते की, तुझं लग्न झालं आहे की नाही या कशाचीच मला पर्वा नव्हती. मी तशीच आले असते.''

''आणि मी हे काय करून बसलो? तुझ्याशी लग्न करणं कायद्याने शक्य नव्हतं, म्हणून मी आयर्लंडला परत गेलो.''

''पण मग आता परिस्थिती बदलली आहे का?''

''हो एक वर्षापूर्वी माझी बायको मला सोडून गेली. तिच्यात मनापासून रस घेणारा, तिच्यावर प्रेम करणारा कुणीतरी तिला भेटला.''

''ओ माय गॉड!'' मेसी म्हणाली, ''आयुष्य इतकं गुंतागुंतीचं का असतं?''

पॅट्रिकने स्मितहास्य केलं. ''मी इथे येऊन तुझ्या आयुष्यात परत ढवळाढवळ केली ना? आय ॲम सॉरी! पण आता या खेपेस मी काही इतक्या सहजासहजी हार मानणार नाही, जर आपलं काही होण्याची तसूभर जरी शक्यता असली, तर मी मागे हटणार नाही.'' असं म्हणून पुढे झुकून त्याने तिचा हात हातात घेतला. क्षणभरात वेटर परत उगवला. पण दोघांच्याही पुढ्यातलं अन्न जसंच्या तसं होतं. त्यांनी अजून त्याला स्पर्शही केलेला नव्हता. ते थंडगार होऊन गेलं होतं. वेटरच्या चेहऱ्यावर काळजी उमटली.

''सगळं काही ठीक आहे ना, सर?'' तो म्हणाला.

''नाही काहीच ठीक नाही.'' मेसी म्हणाली.

मेसीचा रात्रभर डोळ्याला डोळा लागला नाही. तिच्या आयुष्यातल्या त्या दोघाही पुरुषांविषयीचेच विचार तिच्या मनात घोळत होते. माईक इतका प्रेमळ, इतका सज्जन होता. त्याच्या विश्वासार्हतेबद्दल तर शंका घ्यायला जागाच नव्हती. तो मरेपर्यंत आपल्याशी एकनिष्ठ राहील, याची मेसीला खात्रीच होती. आणि पॅट्रिक इतका उमदा, उत्साहाने, चैतन्याने सळसळणारा. त्याच्याबरोबर आयुष्य घालवण्याची वेळ आली असती, तर त्यातला एक क्षणही कंटाळवाणा गेला नसता. मेसीने आपला निर्णय त्या रात्रीत मनातल्या मनात अनेकवेळा बदलला आपल्याकडे निर्णयासाठी फारच थोडा वेळ शिल्लक आहे, या विचाराने ती अधिकच अस्वस्थ झाली.

दुसऱ्या दिवशी नाश्त्यासाठी खाली आल्यावर मेसीने आपल्या आईचा सल्ला विचारला. ''मला माईक आणि पॅट्रिक या दोघांनीही लग्नाची मागणी घातली आहे, तर मी कुणाची निवड करू?''

''अर्थातच माईक!'' तिची आई ठामपणे म्हणाली. ''एकंदर आयुष्यभराचा जर विचार केलास ना, तर माईक अत्यंत चांगला, सरळमार्गी आहे. तो मुळीच बेभरवशाचा नाही. त्याच्याबरोबर तू कायम निर्धास्त राहू शकशील.'' ती म्हणाली!

"आणि खरं सांगू मेसी? माझा आयरिश लोकांवर विश्वास नाही."

मेसीने आपल्या आईच्या बोलण्यावर खूप विचार केला. ती तोंड उघडून त्यावर काही बोलणार इतक्यात धाडकन दार उघडून स्टॅन तिथे आला. त्याने अधाश्यासारखी पुढ्यात आलेली लापशी चाटून-पुसून संपवली आणि मग मेसीवर खेकसला.

"काय गं, आज त्या बँक मॅनेजरला भेटायला जाणार आहेस ना?"

मेसी त्यावर काहीच बोलली नाही.

"वाटलंच मला. एक लक्षात घे, पैसे ताब्यात मिळाले की थेट घरी यायचं. माझे शंभर पौंड मला हवेत. ते जर मला नाही ना मिळाले, तर मी तुला शोधत येईनच."

"तुम्हाला पुन्हा इथे आलेलं पाहून आनंद वाटला, मॅडम!" मि. प्रेंडरगास्ट म्हणाले. दुपारचे चार वाजले होते. मेसीला त्यांनी अदबीने खुर्चीत बसवलं, मग म्हणाले, "माझ्या क्लाएंटने अत्यंत किफायतशीर प्रस्ताव तुमच्यापुढे ठेवला आहे, त्यावर तुम्ही नीट विचार केलात का?"

मेसी किंचित हसली. त्यांनी तो 'किफायतशीर' शब्द वापरल्यामुळे ते नक्की कुणाच्या बाजूचे आहेत, हे मेसीच्या लगेच लक्षात आलं.

"हो, अगदी नीट विचार केला." मेसी म्हणाली.

"तुम्ही तुमच्या क्लाएंटला माझा एक निरोप सांगितलात, तर खूप बरं होईल. त्यांना सांगा, मी चारशे पौंडाच्या खाली विचारही करू शकत नाही. त्याहून एक पेनीही कमी घ्यायला मी तयार नाही."

मि. प्रेंडरगास्ट 'आ' वासून मेसीकडे बघतच राहिले.

"आणि मी या महिनाअखेरपर्यंतच ब्रिस्टॉलमध्ये राहणार असून त्यानंतर कदाचित मी इथून निघूनसुद्धा जाईन. त्यामुळे माझा हा अत्यंत किफायतशीर असा प्रस्ताव फक्त महिना अखेरपर्यंतच आहे. त्यानंतर नाही! एवढं तुम्ही तुमच्या क्लाएंटला नक्की सांगा."

मि. प्रेंडरगास्ट यांनी तोंड मिटलं.

"मी पुढच्या आठवड्यात याच दिवशी, याच वेळी इकडे येईन, मि.प्रेंडरगास्ट. तेव्हा तुम्ही तुमच्या क्लाएंटचा निर्णय मला सांगा." एवढं बोलून मेसी उठली. त्यानंतर एक गोड स्मित हास्य करत म्हणाली, "तुमचा वीक एंड आनंदात जावो, मि. प्रेंडरगास्ट!"

आज वर्गात मि. हॉलकोम्ब यांच्या शिकवण्याकडे मेसीचं नीट लक्षच नव्हतं. वरच्या वर्गाचा अभ्यासक्रम जरा कठीण होता, हे तर खरंच होतं. त्यामुळे उगीच आपण घाईने पुढच्या वर्गात जाण्याचा निर्णय घेतला, असंही तिला वाटत होतंच.

आजकाल मेसी जेव्हा हात वर करायची, तो अनेकदा उत्तर देण्यासाठी नव्हे तर एखादी न समजलेली गोष्ट पुन्हा समजून घेण्यासाठी.

आर्नोल्ड आपला विषय अत्यंत तल्लीनतेने शिकवत. ते सर्व विद्यार्थ्यांना समान वागणूक देत. कुणीही अगदी लहानशी गोष्ट जरी नीट करून दाखवली, तरी त्याचं पुरेसं कौतुक करत.

सुरुवातीला काही वेळ त्यांनी गेल्या तासाची उजळणी करून घेतली. त्यानंतर त्यांनी सर्वांना 'लिट्ल विमेन' पुस्तकाचं पान बहात्तर उघडण्यास सांगितलं. मेसीला आकडे नीट वाचता येत, त्यामुळे तिने लगेच पान उघडलं. मग त्यांनी तिसऱ्या रांगेतल्या एका स्त्रीला उठवून पहिला परिच्छेद वाचायला सांगितला. ती मोठ्यांदा वाचत असताना उरलेले सर्व जण प्रत्येक शब्द मनातल्या मनात वाचत होते. मेसी पण एकेका शब्दावर बोट फिरवत वाचण्याचा प्रयत्न करत होती, पण तिला ते नीट जमेना.

त्यानंतर आर्नोल्ड यांनी एका वयस्कर माणसाला उठवून तोच परिच्छेद दुसऱ्यांदा वाचायला सांगितला. मेसीला त्यातले खूपच थोडे शब्द वाचता आले. यानंतर आर्नोल्डने आपल्याला उठवू नये, म्हणून तिने मनातल्या मनात देवाची प्रार्थना सुरू केली. आणखी कुणीतरी उठून वाचू लागलं, तेव्हा मेसी मान खाली घालून बसून होती. पण तिची काही सुटका होणार नव्हती.

"आणि आता सर्वांत शेवटी मी मिसेस क्लिफ्टन यांना वाचायला सांगणार आहे. मिसेस क्लिफ्टन, उभ्या राहा आणि तोच परिच्छेद परत वाचा."

मेसी कशीबशी उभी राहिली. तिने प्रयत्नपूर्वक मन एकाग्र केलं. तिने तो सगळा परिच्छेद जवळपास जसाच्या तसा म्हणून दाखवला. तिला तो वाचण्याची गरजच पडली नाही. गेली कित्येक वर्षं अत्यंत अवघड आणि लांबलचक ऑर्ड्र्स पाठ करण्याची तिची रेस्टॉरंटमधली सवय होतीच.

ती खाली बसल्यावर मि. हॉलकोम्ब तिच्याकडे पाहून सौम्यपणे हसले. "वा, तुमची स्मरणशक्ती खरोखरच वाखणण्यासारखी आहे, मिसेस क्लिफ्टन!" ते म्हणाले.

त्यांच्या शब्दांचा मथितार्थ फक्त मेसीलाच कळला. बाकीच्यांच्या लक्षात आला नाही.

"आता यानंतर त्या परिच्छेदातील काही महत्त्वपूर्ण शब्दांकडे मी तुमचं लक्ष वेधू इच्छितो. आपण त्या शब्दांवर इथे चर्चा करणार आहोत. दुसऱ्या ओळीत एक शब्द आला आहे – Betrothal. हा शब्द जुन्या इंग्रजी मधला आहे. तुमच्यापैकी कुणीतरी मला याच अर्थाचा, पण आधुनिक काळातला शब्द सांगा पाहू!"

अनेक हात वर गेले. खरंतर मेसीने सुद्धा उत्तर द्यायला हात वर केलाच असता, इतक्यात तिला दाराबाहेर कुणाची तरी चाहूल लागली. तो पावलांचा धाडधाड आवाज, ती चालण्याची ढब तिच्या ओळखीची होती.

“मिस विल्सन, तुम्ही सांगा!” मि. हॉलकोम्ब म्हणाले.

“Marriage – लग्न!” मिस विल्सन म्हणाली. इतक्यात वर्गाचा दरवाजा धडकन उघडून मेसीचा भाऊ स्टॅन सरळ आत घुसून फळ्यासमोर येऊन उभा राहिला. तो शोधक नजरेने मेसी कुठे दिसते का, ते पाहू लागला.

“तुम्हाला काय हवं आहे?” मि. हॉलकोम्ब नम्रपणे म्हणाले.

“तुमच्याकडून काही नकोय!” स्टॅन म्हणाला., “मी माझे हक्काचे पैसे वसूल करायला इथे आलो आहे, तेव्हा तुझं तोंड बंद ठेव मास्तरड्या. तू माझ्या भानगडीत पडू नको. तुझा त्याच्याशी काही संबंध नाही.” इतक्यात त्याची नजर मेसीवर पडली.

मि. प्रेंडरगास्ट यांच्या क्लाएंटने नक्की काय ठरवलंय ते आपल्याला अजून एक आठवड्यानंतरच कळू शकेल, असं खरं तर सकाळी नाश्त्याच्या वेळी मेसी स्टॅनला सांगणारच होती. पण ते न सांगण्याची चूक तिच्या हातून घडली होती. आत्ता आपल्याकडे पैसे नाहीत हे कितीही वेळा समजावून सांगितलं, तरी ते याला पटणार नाही, हे तिला कळून चुकलं. तो तिच्या रोखाने चाल करून येऊ लागला.

“कुठे आहेत माझे पैसे?” मेसीच्या बाकापाशी येऊन पोहोचण्यापूर्वीच तो दरडावून म्हणाला.

“हे बघ, अजून पैसे मिळालेले नाहीत. तुला आणखी एक आठवडा थांबावं लागेल.” मेसी म्हणाली.

“मी थांबणार? वाट बघ!” असं म्हणून त्याने खसकन तिचे केस पकडून तिला ओढत फरफटत नेण्यास सुरुवात केली. मेसी जोरजोरात किंचाळू लागली. तो जसा तिला जबरदस्तीने दाराकडे ओढत घेऊन जाऊ लागला, तसे वर्गातले सर्व जण भेदरून खिळल्यासारखे जागीच बसून होते. पण एका माणसाने मात्र पुढे होऊन त्याचा रस्ता आडवला.

“ए मास्तरड्या, मुकाट्याने माझ्या वाटेतून बाजूला हो!”

“हे पाहा, तुम्ही तुमच्या बहिणीला सोडा, मि. टॅनकॉक. तुम्ही आधीच खूप अडचणीत आहात. त्याहून आणखी मोठ्या संकटात पडण्याची इच्छा नसेल, तर मुकाट्याने तिला सोडा.”

“काय रे? कुणापासून भीती आहे मला? तुझ्यापासून?” स्टॅन जोरजोरात हसला. “ए मास्तरड्या, मुकाट्याने दूर हो नाहीतर तुझी बत्तिशी तुझ्या नरड्यात घालीन. आणि मग तुझं ते तोंडचं बोळकं कुणी बघण्याच्या लायकीचा राहाणार नाही. आधीच सांगून ठेवतोय.”

स्टॅनच्या काहीही लक्षात येण्याआधीच त्याच्या पोटात आर्नोल्डने सणसणीत गुद्दा घातला. त्या प्रहाराने तो कोलमडला. तो त्यातून सावरणार इतक्यात दुसरा

फटका त्याच्या हनुवटीवर बसला. आणि तिसऱ्या तडाख्यानंतर तर तो उन्मळून पडलेल्या झाडासारखा जमिनीवर अस्ताव्यस्त कोसळला.

स्टॅन पोटावर हात दाबून कळवळत जमिनीवर पडला होता. आर्नोल्ड हॉलकोम्ब त्याच्या शेजारी उभं राहून तो भानावर येण्याची वाट बघत होते. अखेर स्वत:ला सावरत तो कसाबसा उठून उभा झाला. लंगडत-लंगडत वर्गाच्या दाराकडे गेला. त्याची नजर सर्व वेळ मि. हॉलकोम्ब यांच्यावरच होती. जरा दूर गेल्यानंतर, मि. हॉलकोम्बकडून आता आपल्याला काही धोका नाही हे लक्षात येताच त्याने रागाने मेसीकडे पाहिलं. ती अंगाचं मुटकुळं करून जमिनीवर पडली होती. आणि मूकपणे रडत होती.

''हे टवळे, माझे पैसे घेऊन मगच घरी यायचं हं! त्याखेरीज माझ्या घरात पाऊल ही टाकायचं नाही, सांगून ठेवतो.'' तो गुरगुरला. ''नाहीतर पश्चात्ताप होईल.'' एवढंच बोलून तो चालता झाला.

तो निघून गेल्यानंतर ही बराच वेळ मेसी भीतीने थरथरत होती, स्फुंदत होती. तिची जागेवरून हलण्याचीसुद्धा हिंमत होत नव्हती. उरलेले सर्व जण आपापल्या वह्या-पुस्तकं गोळा करून निमूटपणे घरी निघून गेले. त्या रात्री कुणी पबमध्ये जाण्याचा प्रश्नच नव्हता.

मि. हॉलकोम्ब सावकाश चालत मेसीपाशी आले. त्यांनी तिला जवळ घेतलं. ती अजूनही थरथरत होती. जरा वेळाने ते म्हणाले, ''आज माझ्यासोबत तू माझ्या घरी चल मेसी. माझ्या घरच्या गेस्ट-रूममध्ये तू राहू शकतेस. तुला जितके दिवस राहायचे तितके दिवस राहू शकतेस.''

एमा बॅरिंग्टन

(१९४१-१९४२)

३१

"सिक्स्टी फोर्थ अॅन्ड पार्क!" टॅक्सीमध्ये शिरता-शिरता एमाने टॅक्सी ड्रायव्हरला पत्ता सांगितला. सेफ्टन जेल्क्स वकिलांच्या ऑफिसच्या बाहेर पडल्यानंतर तिने टॅक्सी पकडली होती.

आपण आपल्या आजीच्या – ग्रेट आंट फिलिसच्या घरी पोहोचल्यावर तिथल्या दरवानाने जर आपल्याला घरात सोडलंच, तर तिला नक्की काय सांगायचं, याचाच एमा विचार करत बसली होती. पण ड्रायव्हरने इतक्या मोठ्या आवाजात रेडिओ लावून ठेवला होता की, तिचं लक्ष लागत नव्हतं. त्या ड्रायव्हरला रेडिओचा आवाज बंद करायला सांगावा अशी तिला इच्छा झाली. पण तसं करून सुद्धा उपयोग झालाच असता असं नाही. हे न्यू यॉर्कचे टॅक्सी ड्रायव्हर्स सोयीस्करपणे ऐकू न आल्याचा बहाणा करण्यात मोठे पटाईत होते. पण ते मुके मात्र नव्हते. चांगले भरपूर बडबड करत.

रेडिओवरून पर्ल हार्बर नावाच्या कुठल्यातरी ठिकाणाबद्दल वृत्तनिवेदक जोरजोरात काहीतरी सांगत होता. तिथे काहीतरी घडलं होतं. पण त्याहीपेक्षा महत्त्वाचं होतं, ग्रेट आंट फिलिसच्या प्रश्नांना पटण्याजोगी उत्तरं देणं. 'तू अचानक न्यू यॉर्कला कशी काय आलीस? इथे तुझं काय काम आहे? मुख्य म्हणजे गेले किती दिवस तू न्यूयॉर्कमध्ये राहात आहेस?' या सगळ्या प्रश्नांना ती काय उत्तरं देणार होती? शिवाय 'तू इतके दिवसांत मला का येऊन भेटली नाहीस?' या प्रश्नाला तरी तिच्याकडे काय उत्तर होतं? थोडक्यात काय – ग्रेट आंट फिलिसला विश्वासात घेऊन सारं काही सांगायला हवं होतं. आणि नेमकं तेच करायची एमाची इच्छा नव्हती. कारण तिने स्वत:च्या आईला सुद्धा अजून सगळं काही सांगितलेलं नव्हतं.

आपल्याला 'एमा' नावाची एक नात आहे, हे सुद्धा कदाचित आपल्या या ग्रेट आंट फिलिसला माहीत नसेल, असं एमाच्या मनात आलं. 'कदाचित ग्रेट आंट फिलिसच्या आणि आपल्या कुटुंबात खूप पूर्वीपासून वैमनस्य असलं, तर आपण

काय करायचं?' असा ही विचार एमाच्या मनात चमकून गेला. आणि असं असलं तर – 'आपली ही ग्रेट आंट फिलिस स्वभावाने विक्षिप्त अविवाहित स्त्री असली तर? किंवा तिच्या डोक्यात काही बिघाड असला तर?' एमाचे विचार कसेही भरकटत चालले होते.

तिला बालपणाची एक आठवण आली. खूप-खूप वर्षांपूर्वी एका ख्रिसमसला जी ग्रीटिंग कार्ड्स आली होती. त्याची न्यू यॉर्कहून आलेल्या एका कार्डावर फिलिस, गॉर्डन आणि ॲलिस्टर अशा सह्या होत्या. त्यातला गॉर्डन तिचा कोण होता आणि ॲलिस्टर कोण होता? नवरा कोणता आणि मुलगा कोणता? काहीच कळायला मार्ग नव्हता. त्याहून महत्त्वाची गोष्ट अशी की, आपण ग्रेट आंट फिलिसची खरोखरच नात आहोत, हे सिद्ध करण्याजोगा एकही पुरावा आपल्याकडे नाही.

जरा वेळात टॅक्सी ग्रेट आंट फिलिसच्या घरासमोर येऊन थांबली. टॅक्सी ड्रायव्हरला पैसे देऊन बाहेर पडत असताना एमाचा आत्मविश्वास अधिकच डळमळीत झालेला होता. दारावरची घंटी वाजण्यापूर्वी ती थबकली. त्या आधी कोपऱ्यापर्यंत एक चक्कर मारून यावं, म्हणजे आपल्याला थोडा धीर येईल, असं तिने ठरवलं. मग ती सिक्स्टी फोर्थ स्ट्रीटवर फिरायला गेली. न्यू यॉर्कचे नागरिक नेहमीप्रमाणे अत्यंत घाईघाईने आपापल्या कामाला निघाले होते. त्यांच्या चेहऱ्यावर चिंता स्पष्ट दिसत होती. त्यातील काहीतर भेदरलेल्या नजरेने आकाशाकडे बघत होते. 'जपान्यांचा पुढचा बॉंब हल्ला न्यू यॉर्कच्या मॅनहॅटन भागावर तर होणार नाही ना?' अशी भीती त्यांना वाटत होती की काय, देव जाणे!

वर्तमान पत्रे विकणारा पोऱ्या कोपऱ्यावर उभं राहून आजची ताजी बातमी जगाला ओरडून सांगत होता – 'अमेरिका युद्धात सहभागी!'

फेरफटका मारून झाल्यावर पुन्हा एकदा एमा ग्रेट आंट फिलिसच्या दरवाज्यासमोर येऊन उभी राहिली. आपण नेमका आजचा दिवस इथे येण्यासाठी निवडला, हे जरा चुकलंच, असं तिला वाटत होतं. त्यापेक्षा आपण आत्ता परत फिरून आपल्या हॉटेलात जाऊन उद्या पुन्हा इकडे यावं का? असाही विचार तिच्या मनात चमकून गेला. पण मग परत तिच्या मनात आलं, 'उद्या तरी याहून वेगळं काय घडणार आहे?' आता तिच्या जवळचे पैसे संपत आले होते. इंग्लंडला आपल्या घरी, आपल्या बाळाकडे परत जाणं तिच्या दृष्टीने अवघड होऊन बसलं होतं. खरंतर सेबॅस्टियन केवळ काही थोडेच आठवडे आईपाशी ठेवून इकडे अमेरिकेला येण्याचा तिने बेत केला होता. पण आता परिस्थिती एकदम बदलून गेली होती.

मग एमा मनाचा हिय्या करून घराचं फाटक उघडून आत शिरली आणि घराच्या प्रवेशद्वाराकडे जाणाऱ्या चार पायऱ्या चढू लागली. प्रवेशद्वार गुळगुळीत, पॉलिश केलेलं होतं. त्यावर दरवाजा खटखटवण्यासाठी चमकदार पितळी डोअर

नॉकर बसवलेला होता. ती दरवाजा ठोठवणार इतक्यात तिला शेजारी घंटी दिसली. त्या खाली बारीक अक्षरांत 'विक्रेत्यांकरीता' असं लिहिण्यात आलं होतं. ती घंटा वाजवून एमा दोन पावलं मागे सरकून उभी राहिली. आतून दार उघडायला आता कोण येतं, याची वाट बघत.

थोड्याच वेळात एका उंचनिंच दणकट माणसाने दार उघडलं. त्याच्या सूट, वय, जॅकेट असा गणवेश होता.

"मॅडम, मी तुमची काय मदत करू शकतो?" तो अदबीने म्हणाला. एमा दारात काहीही विकायला आलेली नाही, हे त्याने अर्थातच ओळखलं होतं.

"माझं नाव, एमा बॅरिंग्टन. माझी आजी, म्हणजे ग्रेट आंट फिलिस घरी आहे का?"

"हो, आहेत ना! त्या घरी आहेत, मिस बॅरिंग्टन! दर सोमवारी दुपारी या वेळेस त्या घरी ब्रिज खेळतात तुम्ही आत या ना! तुम्ही आल्याची मी बाईसाहेबांना वर्दी देऊन येतो."

"हे बघा, मी आत्ता असं अचानक आल्यामुळे गैरसोय होणार असेल, तर मी उद्या परत येईन!" एमा जराशी चाचरत म्हणाली. पण त्याआधीच तो त्वरेने मागे वळून दार उघडून आतल्या भागात अदृश्य झाला होता.

एमा प्रशस्त दिवाणखान्यात वाट बघत बसली होती. आंट फिलिसचं आडनाव स्ट्युअर्स होतं. त्यांच्या घरच्या असंख्य पूर्वजांची तैलचित्रं भिंतीवर झळकत होती. त्यांच्या चेहरेपट्टीवरून ती मंडळी मूळची कोणत्या प्रदेशातील होती, हे सांगण्याची गरजच नव्हती. त्या खेरीज त्या भिंतीवर अनेक नावाजलेल्या चित्रकारांच्या कलाकृतीसुद्धा लटकत होत्या. एमाला आठवलं, त्यातल्या अनेक चित्रकारांनी चितारलेली तैलचित्रं तिचे आजोबा लॉर्ड हार्वे यांच्या मल्गेरी कॅसलमध्येसुद्धा होती. आपल्या ग्रेट आंट फिलिसच्या पतीचा व्यवसाय काय होता, याची एमाला काहीही कल्पना नव्हती. पण ते चांगलेच धनाढ्य असणार, हा अंदाज नक्की येत होता.

काही मिनिटांतच तो बटलर परत उगवला. आत्ताही त्याचा चेहरा मगासारखाच निर्विकार होता. त्याने कदाचित पर्ल हार्बरची बातमी ऐकली नसावी, असं एमाला वाटलं.

"मॅडम ड्रॉइंगरूममध्ये तुमची भेट घेतील," तो अदबीने म्हणाला.

त्याला पाहून एमाला जेन्किन्सची आठवण झाली. तीच अदब, तेच मोजून-मापून बोलणं. त्याचा चेहरा जरी वरवर भावनाहीन, निर्विकार असला, तरी वागण्या-बोलण्यात अदब होती. 'तुम्ही मूळचे इंग्लंडमधल्या कुठल्या प्रांतातले?' असं त्याला विचारण्याची एमाला इच्छा झाली होती. पण कदाचित ते त्याला आवडणार नाही, असंही तिला वाटलं. मग ती उठून काहीही न बोलता त्याच्या मागोमाग आत गेली.

तिथे एक जिना होता. एमा जिन्याच्या पायऱ्या चढायला सुरुवात करणार इतक्यात जिन्याशेजारचं जाळीचं दार उघडून तो जरा सरकून एमाला आत शिरायला जागा करून अदबीने उभा राहिला. एमा आश्चर्याने थक्क झाली. 'घरात स्वत:ची खाजगी लिफ्ट? आपली ग्रेट आंट फिलिस ही अपंग तर नसेल ना?' असा विचार एमाच्या मनात आला. तिसऱ्या मजल्यावर पोहोचल्यावर ती लिफ्ट बराच आवाज करून थांबली. एमाने बाहेर पाऊल टाकलं, ते थेट अत्यंत सुंदर सजवलेल्या बैठकीच्या खोलीत. बाहेर रस्त्यावर बरीच वर्दळ होती. जाणाऱ्या-येणाऱ्या मोटारींचे हॉर्न्स ऐकू येत होते. ते जर नसते, तर आपण एडिंबरोला आलो आहोत की काय, असाच कुणालाही भास झाला असता.

"मॅडम आपण इथेच थांबा!" असं म्हणून तो आत गेला. एमा संकोचून उभी राहिली. आतल्या भागात चार वयस्कर स्त्रिया चहा घेत रेडिओवरच्या बातम्या लक्ष देऊन ऐकत बसल्या होत्या.

'मिस एमा बॅरिंग्टन!' असं बटलर मोठ्यांदा म्हणताच चौघींनीही एकदमच एमाकडे वळून पाहिलं 'लॉर्ड हार्वे यांची बहीण कोणती' हे एमाने एका दृष्टिक्षेपातच ओळखलं. ग्रेट आंट फिलिस एमाचं स्वागत करायला उठून उभी राहिली. तीच चेहरेपट्टी, तीच नाकाची ठेवण आणि तेच लालभडक केस. हसणंही हुबेहूब तसंच.

"ही आमची छोटी एमा की काय?" ती एमाच्या दिशेने येत म्हणाली. तिच्या बोलण्याची लकब आणि आवाजही एमाच्या परिचयाचा होता. "अग आपण या आधी भेटलो ना, तेव्हा तू केवढी लहान होतीस. खेळायचे कपडे आणि बूट घालून हॉकी स्टिक घेऊन खेळायला निघाली होतीस. तुझ्या विरुद्ध संघामधून खेळणाऱ्या मुलांविषयी मला जरा काळजीच वाटली होती तेव्हा!" ती खळाळून हसत म्हणाली. एमाला हसू फुटलं. 'विनोद करण्याची पद्धतदेखील आपल्या आजोबांसारखीच, तिच्या मनात आलं. "आणि आता पाहा जरा हिच्याकडे! अगं एमा, तू किती सुंदर दिसू लागली आहेस." एमा लाजली. "मग, अचानक न्यू यॉर्कला कशी काय आलीस, माय डिअर?"

"ग्रेट आंट, असं तुमच्याकडे एकदम न कळवता आले, त्याबद्दल सॉरी! तुमच्या कार्यक्रमात व्यत्यय आणला ना मी?" उरलेल्या स्त्रियांकडे निर्देश करत एमा संकोचून म्हणाली.

"त्यांची काळजी तू नको करूस. आत्ता राष्ट्राध्यक्षांचं राष्ट्राला उद्देशून भाषण सर्वांनी ऐकलंय. त्यामुळे त्यावरच चर्चा करण्यात त्या दंग आहेत. बरं, पण तुझं सामान कुठे आहे?"

"माझी एकच बॅग आहे. ती मेफ्लॉवर हॉटेलात आहे." एमा म्हणाली.

"पार्कर," ग्रेट आंट फिलिस बटलरकडे वळून म्हणाली, "एमाचं सामान

आणायला कुणाला तरी लगेच मे फ्लॉवर हॉटेलात पाठव आणि त्यानंतर लगेच एमासाठी पाहुण्यांची खोली तयार करून ठेव. मला वाटतं, आज रेडिओवर युद्धाची जी बातमी आपण ऐकली, त्यानंतर एमाला आणखी बरेच दिवस आपल्याकडेच मुक्कामाला राहावं लागेल, असं दिसतंय.'' बटलर अलगद निघून गेला.

''पण ग्रेट आंट –''

''आता पण नाही आणि बिण नाही.'' फिलिस तिला गप्प करत म्हणाली. ''आणि हो... हे मला ग्रेट आंट फिलिस म्हणणं बंद कर बघू. मला फारच वयस्क झाल्यासारखं वाटतं. त्यामुळे नुसतं फिलिस म्हणालीस तरी चालेल. अगं, मी वयाने खरोखरच खूप मोठी आहे. पण सारखी त्या गोष्टीची मला आठवण कशाला करून द्यायला पाहिजे? तेव्हा, नुसतं फिलिस!''

''थँक यू, ग्रेट आंट फिलिस!'' एमा म्हणाली.

फिलिस जोरात हसली. ''मला इंग्लिश माणसं इतकी आवडतात ना!'' ती म्हणाली. ''बरं आता इकडे ये. माझ्या मैत्रिणीशी तुझी ओळख करून देते. तुझ्यासारख्या एवढ्या आधुनिक, पुरोगामी विचाराच्या तरुणीला भेटायला त्यांना नक्कीच आवडेल.''

काही दिवस म्हणता-म्हणता एमाला तिथे राहायला लागून चांगलं वर्षं लोटलं. जसजसे दिवस जात होते, तसतशी आपला मुलगा सेबॅस्टियनला भेटण्यासाठी एमा व्याकूळ होत चालली होती. तिची आई एलिझाबेथ तिला नियमितपणे पत्रं लिहून त्याच्या प्रगती विषयी कळवत असे. मधून-मधून तिच्या बहिणीचं – ग्रेसचंही पत्र येत असे. आपले आजोबा सर वॉल्टर बॅरिंग्टन ज्यांना ती प्रेमाने 'ग्रॅम्प्स' म्हणत असे – त्यांच्या मृत्यूविषयी वाचून एमाला रडू कोसळलं. ते कधी हे जग सोडून जाऊ शकतील, याची एमाने कल्पनाच केली नव्हती. आता त्यांच्यानंतर कंपनीची सूत्रं कोण हाती घेणार याविषयी विचार करायचं एमाने टाळलं. काही झालं तरी आपले वडील काही परत आपलं तोंड दाखवायला ब्रिस्टॉलमध्ये येण्याची हिंमत करणार नाहीत, अशी तिची पक्की खात्री होती.

फिलिसचं एमाशी वागणं इतकं प्रेमाचं होतं की, जणूकाही ती एमाची आईच होती. आपली ग्रेट आंट फिलिस अगदी पक्की हार्वे आहे – तेवढीच दिलदार, मनमिळाऊ आणि उदार हृदयाची, हे एमाच्या लगेच लक्षात आलं. 'अशक्य', 'अव्यवहारी', 'असंभव' असे शब्द मुळी तिच्या शब्दकोशातच नव्हते. एमाला देण्यात आलेली खोली चांगली आलिशान होती. बाल्कनी मधून सेंट्रल पार्कचं सुरेख दृश्य दिसत होतं. त्या मेफ्लॉवर हॉटेलातल्या स्वस्तातल्या कोंदट, बोळकंडीवजा खोलीपेक्षा ही खोली कितीतरी पटींनी सुंदर होती.

पहिल्या दिवशी संध्याकाळी एमा जेव्हा जेवणासाठी खाली आली तेव्हा तिला आश्चर्याचा मोठाच धक्का बसला. तिची ग्रेट आंट फिलिस अंगात उंची लाल रंगाचा गाउन घालून एका हातात व्हिस्कीचा ग्लास आणि दुसऱ्या हातात पेटलेली सिगारेट पकडून आरामात उभी होती. या अशा स्त्रीने आपल्याला अत्याधुनिक, पुरोगामी वगैरे म्हणावं, याचं एमाला मनातल्या मनात हसू आलं.

"माझा मुलगा ॲलिस्टर येईलच आता एवढ्यात जेवायला." ती म्हणाली. पार्करने एमाच्या ग्लासात व्हिस्की ओतली. "ॲलिस्टर वकील आहे बरं का! आणि त्याने अजून लग्न नाही केलेलं." फिलिस म्हणाली, "या दोन्ही गोष्टी खरं म्हणजे फारशा चांगल्या नाहीत. ॲलिस्टर मनमिळावू, गमत्या आहे. पण कधीकधी जरा रूक्षच वागतो."

ॲलिस्टर त्यानंतर थोड्याच वेळात तिथे आला त्याच्या अंगात औपचारिक पेहराव होता. परदेशस्थ ब्रिटिश जसे असतात तसाच होता तो.

तो वयाने सुमारे पन्नाशीचा असावा, असा एमाचा तर्क होता. त्याच्या अंगातला सूट उंची होता आणि अत्यंत कौशल्याने शिवलेला होता. त्यामुळे त्याचं किंचित सुटलेलं पोट फारसं कुणाच्या लक्षात येत नव्हतं. त्याची विनोद करण्याची पद्धत किंचित क्रूर होती. पण तो अत्यंत बुद्धिमान, बहुश्रुत आणि विनोदी होता. त्याने सध्या हाती घेतलेल्या खटल्याविषयी एमाला थोडं सांगितलं. ॲलिस्टर हा त्यांच्या भागीदारीतील लॉ-फर्ममधला सर्वांत लहान वयाचा पार्टनर होता. ही गोष्ट त्याच्या आईने जेवत असताना अत्यंत अभिमानाने एमाच्या कानावर घातली. आपल्या वडिलांच्या मृत्यूनंतर त्याने त्यांची फर्ममधील जागा घेतली होती. त्याने लग्न न करण्यामागे नक्की काय कारण होतं, हे फिलिसला माहीत असावं, असा एमाने तर्क केला.

एकंदर जेवण आणि त्यांच्या घरचं वातावरण इतकं सुंदर होतं. ते दोघं इतके मनमिळावू आणि प्रेमळ होते, अतिथ्यशील होते की, त्याच रात्री एमाने आपल्या आयुष्याची सगळी कहाणी त्यांना जशीच्या तशी, काहीही हातचं राखून न ठेवता सांगितली. ग्रेट आंट फिलिसने एमाला तिच्या लहानपणी हॉकी स्टिक घेऊन खेळायला जाताना पाहिले होतं. त्या दिवसापासून ते थेट आत्ताच्या क्षणांपर्यंतची सगळी हकिकत तिने त्या दोघांना सांगितली. अखेर प्रचंड धोका पत्करून आपण अटलांटिक महासागर पार करून इकडे कशा येऊन पोहोचलो, ह्याची चित्तरकथा जेव्हा तिने त्यांना सांगितली, तेव्हा एखाद्या परग्रहावरून उतरलेल्या प्राण्याकडे पाहावं, त्या नजरेने ते तिच्याकडे बघत होते.

जेवण झाल्यावर ॲलिस्टरने आपल्या हातातली स्वीट डिश संपवून मद्याचा ग्लास हातात घेतला. तो नीट रेलून बसला आणि त्याने या अवचित घरी उगवलेल्या पाहुणीची उलटतापसणी घ्यायला सुरुवात केली. विरुद्ध पक्षाच्या

वकिलाने उलटलेल्या साक्षीदाराची खरमरीत शब्दांत उलट तपासणी घ्यावी, तसा त्याचा अभिनिवेष होता.

"वेल मॉम! अमाल्गमेटेड वायर विरुद्ध न्यू यॉर्क इलेक्ट्रिक या खटल्यापेक्षाही हा खटला जबरदस्त आणि सनसनाटी होणार असं दिसतंय. कधी एकदा त्या सेफ्टन जेल्क्सला मैदानात घेऊन चारीमुंड्या चीत करेन असं झालंय मला!"

"पण आता परत त्या सेफ्टन जेल्क्सबरोबर लढण्यात आपण वेळ वाया का घालवायचा? त्यापेक्षा हॅरीचा शोध घेणं आणि त्याच्या नावाला लागलेला काळिमा दूर करणं, हे जास्त महत्त्वाचं नाही का?" एमा म्हणाली.

"मला तुझं म्हणणं शंभर टक्के पटतंय." ॲलिस्टर म्हणाला, "पण मला असा दाट संशय आहे की, या दोन्ही गोष्टींचा परस्परसंबंध आहे. त्यामुळे एक गोष्ट साध्य केली की, दुसरी घडेल." त्यानंतर त्याने एमाकडून 'द डायरी ऑफ अ कान्व्हिक्ट' पुस्तक घेतलं. पण त्याने ते वाचलं नाही. फक्त उलट-सुलट करत निरखून पाहिलं.

"प्रकाशक कोण आहे?" फिलिसने विचारलं.

"वायकिंग प्रेस!" ॲलिस्टर चश्मा काढून हातात घेत म्हणाला.

"म्हणजे हॅरॉल्ड गुईंझबर्ग, कुणी ऐरागैरा नव्हे."

"तुला काय वाटतं रे, या सगळ्या फसवणुकीच्या प्रकरणात तो आणि मॅक्स लॉईड हे दोघं मिळून गुंतलेले असतील?" ॲलिस्टर आपल्या आईकडे पाहून म्हणाला.

"ते मात्र अजिबात शक्य नाही." ती म्हणाली.

"एकदा तुझ्या वडिलांची आणि गुईंझबर्गची कोर्टात समोरासमोर गाठ पडली होती. त्यांनी त्या वेळी मला हेच सांगितलं होतं की, एक प्रतिस्पर्धी म्हणून तो चांगलाच खंबीर आहे. अगदी वज्रासारखा कठीण. पण तो कायद्याच्या मर्यादेचं उल्लंघन मात्र कदापि करणार नाही."

"तसं जर असेल, तर मग ते आपल्या फायद्याचंच आहे." ॲलिस्टर म्हणाला. कारण तो जर या सगळ्या फसवणुकीत सामील नसला, तर त्याच्या नावाचा वापर करून या लोकांनी जो काही कारभार केलेला आहे, तो त्याला मुळीच रूचणार नाही. पण प्रकाशकांची भेट घेण्याआधी मला हे पुस्तक वाचलं पाहिजे." मग तो एमाकडे बघून म्हणाला, "तुला पाहून मि. गुईंझबर्ग यांची काय प्रतिक्रिया होते, हे पाहायला मजा येणार आहे."

"आणि हॅरॉल्ड गुईंझबर्ग यांना भेटून एमाचं त्यांच्याविषयी काय मत होतं, हे जाणून घ्यायची मलाही उत्सुकता आहेच." फिलिस म्हणाली.

"अगदी माझ्या मनातलं बोललीस, ममा!" ॲलिस्टर म्हणाला.

पार्करने ॲलिस्टरच्या ग्लासात आणखी थोडी ब्रँडी ओतली. ॲलिस्टर एक नवी सिगार पेटवत असताना एमा त्याला म्हणाली, ''तुला काय वाटतं, ते लोक लेव्हनहॅम तुरुंगात मला हॅरीला भेटू देतील?''

''मी उद्याच तुझ्या नावे तसा अर्ज करतो,'' तो धूर सोडत म्हणाला. ''तुझ्या त्या असणाऱ्या तत्पर मदतीसचे डिटेक्टिव्हपेक्षा मी जास्त काही करू शकतो का, ते पाहू.''

''माझा तो मदतनीस असणारा तत्पर डिटेक्टिव्ह?'' एमा गोंधळून म्हणाली.

''अगं त्याने तुला जेवढी मदत केली ना, तशी मदत हे डिटेक्टिव्ह लोक कधीच कुणाला करत नाहीत.'' ॲलिस्टर म्हणाला, ''पण या प्रकरणी सेफ्टन जेल्क्स गुंतलेला आहे हे एकदा त्याला कळलं की, मग बघू ना तो किती मदत करतो ते! मुळात तो डिटेक्टिव्ह कोलोवस्की तुझी भेट घ्यायला तरी कसा काय तयार झाला, याचंच मला आश्चर्य वाटतंय.''

''त्या डिटेक्टिव्हने आपल्या एमाला मदत करावी, याचं मात्र मला मुळीच आश्चर्य नाही हं वाटलं!'' फिलिस डोळे मिचकावत मिश्किलपणे म्हणाली.

३२

''आणि तुमचं म्हणणं असं की, तुमच्या पतीने हे पुस्तक लिहिलं आहे?''

''नाही, मि. गुईंझबर्ग!'' एमा म्हणाली. ''हॅरी क्लिफ्टनचं आणि माझं लग्न होऊ शकलं नाही. पण मी त्याच्या मुलाची आई आहे. पण हो, 'द डायरी ऑफ अ कान्व्हिक्ट' हे पुस्तक हॅरीने लेव्हनहॅम तुरुंगात असताना लिहिलेलं आहे.''

हॅरॉल्ड गुईंझबर्ग यांनी आपला नाकावर ओघळत असलेला गोल भिंगाचा चश्मा काढून आपल्या समोर बसलेल्या सुंदर तरुणीकडे एकवार निरखून पाहिलं. ''तुम्ही जे काही म्हणताय, त्यात एकच चूक आहे. त्या पुस्तकाच्या हस्तलिखिताचा प्रत्येक शब्द मि. लॉईड यांच्या हस्ताक्षरांतला आहे.''

''त्याने हॅरीची डायरी घेऊन ती स्वत:च्या अक्षरांत जशीच्या तशी उतरवून काढली आहे.'' एमा म्हणाली.

''पण तसं करण्यासाठी लॉईड आणि हॅरी एका कोठडीत राहात असायला हवे होते. अर्थात ती गोष्ट शोधून काढणं इतकं काही अवघड नाही.''

''तुम्ही हा जो दावा करताय, तो जर तुम्ही खरोखर सिद्ध करू शकलात, तर त्यामुळे मी आणि माझी कंपनी फार मोठ्या पेचप्रसंगात सापडू. तसं होणार असेल तर मला आधी कायद्याचा सल्ला घ्यायला हवा,'' गुईंझबर्ग म्हणाले.

''आम्ही एक गोष्ट पहिल्यांदाच स्पष्ट करू इच्छितो –'' ॲलिस्टर त्यांना मध्येच थांबवत म्हणाला. तो एमाच्या उजव्या हाताला बसला होता. ''ती अशी की, आम्ही चांगल्या मनाने इथे तुम्हाला भेटायला आलो आहोत. माझ्या बहिणीची बाजू तुम्हाला माहिती करून देणं आम्हाला योग्य वाटलं.''

''मी तुमची भेट घ्यायला तयार होण्यामागचं मुख्य कारण काय ते सांगू? मला तुमच्या वडिलांविषयी प्रचंड आदर होता.''

''अरे? तुमची दोघांची ओळख होती? मला याची कल्पनाच नव्हती.''

‘‘नाही, नाही ओळख नव्हती!’’ गुईंझबर्ग म्हणाले, ‘‘माझ्या कंपनी विरुद्ध एक खटला चालू होता, तेव्हा विरुद्ध बाजूने ते खटला लढवत होते. मी स्वत: खटल्याच्या वेळी कोर्टात उपस्थित होतो. मी तिथून बाहेर पडताना माझ्या मनात हाच विचार होता की, हे वकील आपल्या बाजूने हा खटला लढवत असते, तर किती बरं झालं असतं. अर्थात तुमच्या या बहिणीने सांगितलेली कहाणी मी जर ग्राह्य मानायची ठरवली, तर त्या आधी मी तिला एक-दोन प्रश्न विचारेन. मला त्यांची समाधानकारक उत्तरं तिने दिली पाहिजेत. चालेल ना?’’

‘‘मि.गुईंझबर्ग, तुमच्या मनात ज्या काही शंका असतील, त्या विचारा मी त्या सगळ्यांची उत्तर देईन.’’ एमा म्हणाली, ‘‘पण तुम्ही हॅरीचं पुस्तक स्वत: वाचलं आहेत का?’’

‘‘आम्ही जे-जे पुस्तक प्रकाशित करतो, ते प्रत्येक पुस्तक मी वाचतो. मिस बॅरिंग्टन त्यातलं प्रत्येक पुस्तक मला आवडतंच असं नाही. पण ‘द डायरी ऑफ अ कान्व्हिक्ट’ या पुस्तकाचं पहिलं प्रकरण वाचताक्षणीच ते पुस्तक अत्यंत लोकप्रिय होणार, अशी माझी खात्रीच पटली. पुस्तकाच्या दोनशे अकरा पानावरती मी तशी नोंद सुद्धा करून ठेवली आहे.’’ गुईंझबर्ग यांनी पुस्तक उचलून त्यातील काही पानं उलटली मग ते मोठ्यांदा वाचू लागले. ‘‘लेखक होण्याचं माझं स्वप्न खूप पूर्वीपासूनच होतं. मी सध्या ब्रिस्टॉलमध्ये घडत असणाऱ्या काही रहस्य कथांच्या मालिकेच्या लेखनाचं काम करत आहे.’’

‘‘ब्रिस्टॉल –’’ एमा त्यांना मध्येच थांबवत म्हणाली, ‘‘त्या मॅक्स लॉईडला ‘ब्रिस्टॉलविषयी काही माहिती असण्याचा संबंध तरी आहे का?’’

‘‘मि. लॉईड इलिनॉय प्रांतातून आले आहेत. इलिनॉय प्रांतात ब्रिस्टॉल नामक गाव आहे, मिस बॅरिंग्टन.’’ गुईंझबर्ग म्हणाले, ‘‘मला त्या रहस्य कथांच्या मालिकेत रस आहे. असं मी लॉईड यांना जेव्हा सांगितलं, तेव्हा त्यांनीच ही माहिती मला दिली.’’

‘‘तुम्हाला त्या कथा कधीच वाचायला मिळणार नाहीत.’’ एमा म्हणाली.

‘‘पण त्यांनी तर ‘मिस्टेकन आयडेंटिटी’ या नावाच्या त्यांच्या रहस्यकथेची सुरुवातीची काही प्रकरणं मला वाचायला सुद्धा आणून दिली.’’ गुईसबर्ग म्हणाले. ‘‘आणि खरं सांगू? ती प्रकरणं तरी मला फार आवडली.’’

‘‘आणि ती प्रकरणंसुद्धा डायरीच्या धर्तीवर, अगदी त्याच शैलीत लिहिण्यात आलेली आहेत का?’’

‘‘होय! आणि एक गोष्ट तुम्ही विचारण्यापूर्वीच मी तुम्हाला सांगतो, मिस बॅरिंग्टन ती प्रकरणंसुद्धा त्याच हस्ताक्षरांत लिहिलेली होती. आता तुम्हाला असं नाही ना सुचवायचं की, डायरीतून जशीच्या तशी उतरवून काढली?’’

‘‘त्याने पहिल्या खेपेला तसं केल्यावर तो पकडला गेला नाही. मग दुसऱ्या

खेपेला त्याने तसं कशावरून केलं नसेल?'' एमा म्हणाली.

''पण 'द डायरी ऑफ अ कान्व्हिक्ट' हे पुस्तक मि. लॉईड यांनी लिहिलेलं नाही. ही गोष्ट सिद्ध करण्यासाठी तुमच्याकडे काही ठोस पुरावा आहे का?'' गुईंझबर्ग म्हणाले. त्यांच्या आवाजातून ते वैतागल्याचं स्पष्ट होत होतं.

''हो सर त्या पुस्तकातली 'एमा' मीच आहे.''

''तसं असेल ना मिस बॅरिंग्टन, तर त्या पुस्तकाच्या लेखकाने तुमचं जे वर्णन केलेलं आहे, ते खरोखरच सार्थ आहे असं मी म्हणेन. तुम्ही खरोखरच अद्वितीय लावण्यावती आहात. आणि त्याने तुमच्याविषयी जे शब्द वापरले आहेत, चैतन्याने सळसळणारी आणि 'लढाऊ वृत्तीच्या'. तशा तुम्ही खरोखरच आहात.''

एमा हसली. ''आता मात्र तुम्ही माझी उगीचच स्तुती करत आहात हं, मि. गुईंझबर्ग!''

''पण एक सांगू का मिस बॅरिंग्टन, तुम्ही खरोखरच अगदी त्या पुस्तकात वर्णन केल्यासारख्याच असलात ना, तरी कोर्टात तेवढा पुरावा पुरेसा नाही. कारण तो सेफ्टन जेल्क्स ताबडतोब डझनभर 'एमा' कोर्टासमोर हजर करेल आणि त्या सगळ्या आपणच पुस्तकात वर्णन केलेली एमा असून लॉईडला जन्मभर ओळखत असल्याचा दावासुद्धा करतील. त्यामुळे मला काहीतरी भक्कम पुरावा हवा.''

''मि. गुईंझबर्ग, ज्या दिवशी थॉमस ब्रॅडशॉ हा लेव्हनहॅमच्या तुरुंगात येऊन दाखल होतो, त्याच दिवसापासून लॉईड आपली डायरी लिहायला सुरुवात करतो. तुम्हाला हा योगायोग जरा जास्तच नाही का वाटत?''

''त्याचं स्पष्टीकरण मि. लॉईड यांनी असं दिलं की, तुरुंगाचा लायब्ररीयन झाल्यावर त्यांना लेखनासाठी पुरेसा वेळ मिळू लागला.''

''पण मग या संपूर्ण डायरीत त्यांची तुरुंगातील शेवटची रात्र कशी गेली, किंवा ज्या दिवशी त्यांची सुटका झाली तो दिवस कसा उजाडला, त्या वेळच्या त्यांच्या भावना काय होत्या, या सगळ्याचा साधा उल्लेखसुद्धा त्यांच्या डायरीत कसा नाही? याचं काय स्पष्टीकरण तुम्ही द्याल?'' एमा म्हणाली.

''मग याचं तुम्ही काय स्पष्टीकरण द्याल?'' मि. गुईंझबर्ग म्हणाले. त्यांनी चश्मा सारखा केला.

''याचा अर्थ ही डायरी ज्याने लिहिली, तो अजूनही लेव्हनहॅमच्या तुरुंगातच आहे आणि डायरीची पुढची पानं अजूनही लिहीत आहे.''

''पण मग ही गोष्ट तर तुम्हाला सहजच तपासून पाहाता येईल.'' गुईंझबर्ग भुवई उंचावत म्हणाले.

''माझंही मत असंच आहे.'' ॲलिस्टर म्हणाला,

''आणि मी मिस बॅरिंग्टन यांच्यातर्फे मि. ब्रॅडशॉ यांना भेटण्यासंबंधीचा अर्जही

लेव्हनहॅमच्या तुरुंगाधिकाऱ्यांकडे पाठवला आहे. त्यांनी अर्जाचा सहानूभूतीपूर्वक विचार करून या भेटीला परवानगी द्यावी, असं त्यात म्हटलं आहे. आता त्यांच्याकडून काय उत्तर येतं, याचीच मी वाट पाहात आहे.''

''मी तुम्हाला आणखी थोडे प्रश्न विचारू का, मिस बॅरिंग्टन? कदाचित माझ्या मनात रेंगाळणारा संशय त्यामुळे दूर होऊ शकेल.'' मि. गुईंझबर्ग म्हणाले.

''हो, अवश्य विचारा!'' एमा म्हणाली.

ते किंचित हसले. मग त्यांनी समोरच्या नोट पॅडवर काढलेली टिपणं वाचून विचारलं, ''हे कॅप्टन जॅक टॅरंट कोण? कधीतरी त्यांचा उल्लेख ओल्ड जॅक असा सुद्धा करण्यात आला आहे.''

''ते माझ्या आजोबांचे घनिष्ठ मित्र. दोघंही बोअर वॉर एकत्र लढले.

''पण आजोबा म्हणजे नक्की कोणते आजोबा?''

''सर वॉल्टर बॅरिंग्टन.''

प्रकाशक गुईंझबर्ग यांनी मान डोलावली. ''आणि तुमच्या मते मि. टॅरंट हे एक आदरणीय व्यक्तिमत्त्व होतं की नाही?''

''हो ते अत्यंत चारित्र्यसंपन्न, आदरणीय होते. त्यांचा मोठेपणा वादातीत होता. माझ्या हॅरीच्या आयुष्यावर त्यांचा फार मोठा पगडा होता. आणि केवळ त्यांचाच होता. दुसऱ्या कुणाचाही नव्हता.''

''पण तुमचं आणि हॅरीचं लग्न होऊ शकलं नाही, या गोष्टीला तर तेच जबाबदार आहेत ना? तुमचं लग्न मोडण्याचा सारा दोष त्यांचाच आहे ना?''

''ह्या गोष्टीचा इथे काय संबंध आहे?'' ॲलिस्टर घाईने मध्ये पडत म्हणाला.

''संबंध आहे की नाही हे आपल्याला काही क्षणांतच कळेल.'' मि. गुईंझबर्ग एकटक नजरेने एमाच्या चेहऱ्याकडे बघत म्हणाले.

''जॅकनी कर्तव्य भावनेतून ते केलं. माझे वडील म्हणजेच ह्युगो बॅरिंग्टन हेच कदाचित हॅरीचेही वडील असण्याची शक्यता नाकारता येत नाही, अशी त्यांना माहिती होती आणि आमचं लग्न लावत असलेल्या धर्मगुरूंना योग्य वेळेत ते कळवणं, हे त्यांनी त्यांचं कर्तव्य मानलं.'' एमा कातर आवाजात कशीबशी म्हणाली.

''हो. नक्कीच होतं.'' गुईंझबर्ग म्हणाली. 'द डायरी ऑफ अ कन्व्हिक्ट' पुस्तकाची प्रत हातात घेत ते पुढे म्हणाले, ''आता माझी पुरती खात्री पटलेली आहे की, हे पुस्तक हॅरी क्लिफ्टननेच लिहिलेलं आहे, मि. लॉईड यांनी नाही.''

एमा हसली. ''थँक यू! पण आता पुढे काय करायचं ते मला माहीत नाही.''

''पण या नंतर मला काय करायला हवं, हे मला माहीत आहे ना!'' गुईंझबर्ग म्हणाले. ''सर्वांत आधी मी लवकरात लवकर या पुस्तकाची नवी सुधारित आवृत्ती छापून प्रसिद्ध करणार आहे. पुस्तकाच्या मुखपृष्ठावर लेखक म्हणून त्या लॉईडच्या

ऐवजी हॅरी क्लिफ्टन याचं नाव असेल. मलपृष्ठावराही हॅरीचाच फोटो छापण्यात येईल. पण तुमच्याकडे एखादा फोटो आहे ना, मिस बॅरिंग्टन?''

''एकच का? अनेक आहेत.'' एमा म्हणाली, ''त्यात 'कॅन्सस स्टार' जहाज न्यू यॉर्क बंदराला लागल्या नंतर त्यातून उतरून येत असलेल्या हॅरीचाही फोटो आहे.''

''अरे वा... मग तर फारच बरं झालं. त्यामुळे तर आता एक गोष्ट स्पष्टच होईल की –'' गुईंझबर्ग म्हणू लागले इतक्यात त्यांना मध्येच थांबवत ॲलिस्टर म्हणाला, ''असं केल्याने फार मोठा गोंधळ उडेल. जेल्क्स ताबडतोब त्याच्या अशिलाच्या वतीने अब्रुनुकसानीचा दावा लावेल.''

''माझी पण तीच इच्छा आहे.'' गुईंझबर्ग म्हणाले, ''कारण त्याने जर तसं केलंच, तर हे पुस्तक ताबडतोब लोकप्रिय पुस्तकांच्या यादीतला पहिला क्रमांक पटकावून बसेल आणि पुढचे कित्येक महिने ते तसंच राहील. पण त्याने जर तसं काही केलं नाही... आणि मला वाटतं तो काहीही करणार नाही, तर त्यातून एक गोष्ट सिद्ध होईल. हॅरी क्लिफ्टन मुळात लेव्हन हॅम तुरुंगात येऊन दाखल कसा झाला याची कहाणी ज्या डायरीत हॅरीने लिहिली होती, ती डायरी फक्त त्यानेच पाहिली असून ती दुसऱ्या कुणाच्याही नजरेस पडलेली नाही, अशी खात्री त्याला मनापासून वाटत असणार.''

''अशी एखादी डायरी हॅरीने नक्कीच लिहिली असणार.'' एमा म्हणाली.

''हो, आहे ना! तशी डायरी तर आहेच. तुम्ही मगाशी त्या 'कॅन्सस स्टार जहाजा'चा जेव्हा उल्लेख केला, तेव्हा माझ्या एक गोष्ट लक्षात आली. काही दिवसांपूर्वी आपण लिहीत असलेल्या 'द मिस्टेकन आयडेंटिटी' या आगामी पुस्तकाची पहिली काही प्रकरणं मि. लॉईड माझ्याकडे वाचायला घेऊन आले होते. ती प्रकरणं म्हणजे हॅरीने जो गुन्हा केलेलाच नाही, त्यासाठी त्याला अपराधी ठरवून शिक्षा कशी ठोठवण्यात आली, त्या मागची संपूर्ण कहाणीच होती.

''ती डायरी मला वाचायला मिळेल का?'' एमा म्हणाली.

एमाने ॲलिस्टरच्या ऑफिसात पाय ठेवल्यानंतर त्याच्या चेहऱ्याकडे बघताक्षणीच एमाला कळून चुकलं की, काहीतरी गडबड आहे. त्याच्या चेहऱ्यावर ते नेहमीचं प्रसन्न हसू नव्हतं. कपाळावर आठ्या होत्या.

''ते मला हॅरीची भेट घेऊ देणार नाहीत ना?'' एमा म्हणाली.

''नाही,'' ॲलिस्टर म्हणाला. ''तुझा अर्ज फेटाळण्यात आला.''

''पण का? मला त्याची भेट घेण्याचा कायद्याने हक्क आहे, असं तूच तर मला सांगितलंस ना?''

''आज सकाळीच मी तुरुंगाधिकाऱ्यांना फोन केला होता. त्यांनासुद्धा मी हेच म्हणालो.''

''मग त्यांनी काय कारण दिलं?''

''ते तू स्वत:च्या कानानेच ऐक आता!'' ॲलिस्टर म्हणाला, ''कारण मी आमचं संपूर्ण संभाषणच ध्वनिमुद्रित करून ठेवलंय. आणि अगदी काळजीपूर्वक ऐक! कारण त्यातून आपल्याला तीन महत्त्वाचे धागेदोरे मिळतात.'' एवढंच बोलून त्याने आपल्या टेपरेकॉर्डरचं बटण दाबलं. ध्वनिफित वाजू लागली.

''लेव्हनहॅम कारागृह.''

''मला वॉर्डनसाहेबांशी बोलायचंय.''

''कोण बोलतंय?''

''ॲलिस्टर स्टुअर्ट. मी न्यू यॉर्कमधील ॲडव्होकेट आहे.''

जरा वेळ शांतता. त्यानंतर... ''मी जोडून देतो, सर!''

वॉर्डनचा आवाज येण्याची वाट पाहात एमा अत्यंत अस्वस्थपणे बसून होती.

''गुड मॉर्निंग मि. स्टुअर्ट, मी वॉर्डन स्वानसन. बोला तुमची काय मदत करू?''

''मी दहा दिवसांपूर्वी माझे अशील मिस एमा बॅरिंग्टन यांच्या वतीने एक विनंती अर्ज केला होता. तुमच्या तुरुंगातील एक कैदी टॉम ब्रॅडशॉ याची तातडीने भेट घेण्याच्या संदर्भातला तो विनंती अर्ज होता. या अर्जाचा तुम्ही सहानभूतीपूर्ण विचार करावा, असं त्यात मुद्दाम म्हटलं होतं. पण आज सकाळी तुमच्या ऑफिसमधून मला जे पत्र मिळालं, त्यावरून तो अर्ज फेटाळण्यामागे कोणत्याही प्रकारचं सबळ कायदेशीर कारण –''

''मि.स्टुअर्ट, तुमच्या विनंती अर्जाचाही इतर सर्व सामान्य विनंती अर्जांप्रमाणेच विचार करण्यात आला होता, पण मी तुम्हाला परवानगी देऊ शकलो नाही, याचं कारण मि. ब्रॅडशॉ आता आमच्या तुरुंगात नाहीत.''

त्यानंतर जरा वेळ शांतता पसरली. पण ध्वनिफित चालू असल्याचा घरघर आवाज येत होता. ॲलिस्टर म्हणाला, ''मग त्यांना कुठल्या तुरुंगात पाठवण्यात आलं आहे?''

''मी ते तुम्हाला सांगू शकत नाही मि. स्टुअर्ट!''

''परंतु कायद्यानुसार माझ्या अशीलाला हे जाणून घेण्याचा नक्कीच अधिकार आहे, की –''

''त्या कैद्याने स्वखुशीने त्या अधिकाराचा आपण त्याग करत असल्याच्या कागदपत्रांवर स्वाक्षरी केली आहे. मी त्या कागदांची प्रत तुम्हाला पाठवू शकतो.''

''पण मुळात त्यानं असं केलं तरी का?''

ॲलिस्टर अखेरचा प्रयत्न करत म्हणाला.

''ही माहिती मी उघड करू शकत नाही.'' वॉर्डन म्हणाला. तो काहीच सांगायला तयार नव्हता.

''टॉम ब्रॅडशॉच्या संदर्भात काहीतरी माहिती देण्याचं स्वातंत्र्य तुम्हाला असेल ना?'' ॲलिस्टर आवाजातला वैताग लपवण्याचा प्रयत्न करत म्हणाला.

आणखी जरा वेळ शांतता पसरली. ध्वनिफित मात्र अजूनही चालूच होती. त्या वॉर्डनने पलीकडून फोन तर ठेवून दिला नाही ना, असं क्षणभर एमाला वाटलं. ॲलिस्टरने स्वत:च्या तोंडावर बोट ठेवून तिला गप्प राहून पुढचं ऐकण्याची खूण केली. वॉर्डन म्हणाला, ''हॅरी क्लिफ्टनला तुरुंगातून बाहेर काढण्यात आलं असलं, तरीही तो शिक्षा भोगतोच आहे. पण मला मात्र अत्यंत उत्कृष्ट लायब्ररीयन गमवावा लागला.'' त्यानंतर त्याने फोन ठेवला.

ॲलिस्टरने टेपरेकॉर्डर बंद केला. ''त्या वॉर्डनने त्याच्याकडून शक्य होईल तेवढी सगळी मदत आपल्याला केली आहे.''

''त्याने हॅरीच्या नावाचा उल्लेख केला.'' एमा म्हणाली.

''हो. त्याने असंही सुचवलं की, अगदी थोड्याच दिवसांपूर्वी पर्यंत हॅरी तुरुंगातच होता. लॉईडच्या ताब्यात हॅरीच्या डायऱ्या कशा आल्या, याचं कदाचित हे स्पष्टीकरण असू शकेल.''

एमाने मान हलवली. ''पण तू तर म्हणालास, तीन महत्त्वाचे धागेदोरे हाती आले. मग तिसरा कुठला?''

''हॅरीला तुरुंगातून बाहेर काढण्यात आलं आहे. पण तरीही तो शिक्षा भोगतोच आहे.''

''म्हणजे तो आता दुसऱ्या तुरुंगात असेल.'' एमा म्हणाली.

''मला नाही तसं वाटत.'' ॲलिस्टर म्हणाला.

''आता अमेरिका युद्धात उतरली आहे. त्यामुळे टॉम ब्रॅडशॉ त्याच्या शिक्षेचा उर्वरित काळ युद्धावर जाऊन नेव्हीत भरती होईल, असा माझा अंदाज आहे.''

''तुला असं कशावरून वाटतं?''

''ते सगळं त्या डायऱ्यांमध्ये आहे!'' ॲलिस्टर म्हणाला. त्याने 'द डायरी ऑफ अ कन्व्हिक्ट' या पुस्तकांची प्रत आपल्या टेबलाच्या खणातून काढली. त्याने एका पानावर खूण घालून ठेवली होती. ते पान काढून त्याने मोठ्यांदा वाचलं, 'मी ब्रिस्टॉलला परत गेल्यानंतर पहिले काम काय करणार, तर नेव्हीत भरती होऊन त्या जर्मनांशी लढणार.'

''पण त्याची शिक्षा भोगून पूर्ण होईपर्यंत ते त्याला इंग्लंडला परत कसं जाऊ देतील?'' एमा म्हणाली.

''पण मी कुठे म्हणालो, तो ब्रिटिश नेव्हीमध्ये भरती होईल?''

''ओ गॉड!'' ॲलिस्टरच्या शब्दांचा मथितार्थ लक्षात येताच एमा म्हणाली.

''अगं पण निदान हॅरी जिवंत आहे, एवढं तरी आपल्याला कळलंच ना?'' ॲलिस्टर चेहऱ्यावर आनंद दाखवत म्हणाला.

''तो अजून तुरुंगात असता, तर जास्त बरं झालं असतं.''

ह्युगो बॅरिंग्टन

(१९४२-१९४३)

३३

सर वॉल्टर बॅरिंग्टन यांचा दफनविधी सेंट मेरीज रॅडक्लिफ चर्चच्या आवारात झाला. आपल्या अंतिम संस्कारांसाठी आपल्यावर प्रेम करणारे लोक इतक्या प्रचंड संख्येने उपस्थित असलेले पाहिल्यावर 'बॅरिंग्टन्स शिपिंगलाइन'च्या चेअरमनसाहेबांना नक्कीच अभिमान वाटला असता. ब्रिस्टॉलच्या बिशपने त्यांना श्रद्धांजली वाहताना जे हृद्य भाषण केलं, ते ऐकून त्यांना नक्कीच आनंद झाला असता.

चर्चच्या उत्तरेकडील दरवाज्यापाशी आपल्या आई सोबत सर वॉल्टर बॅरिंग्टन यांचा मुलगा ह्युगो उभा होता. त्या दोघांच्या सांत्वनासाठी येऊन भेटणारे अनेक लोक त्यांच्याकडे एमाची चौकशी करत होते. तेव्हा तो त्यांना 'एमा न्यू यॉर्कला गेली आहे.' एवढंच सांगत होता. पण मुळात ती न्यू यॉर्कला कशासाठी गेली आहे, हे त्यालाच माहीत नव्हतं. त्यामुळे त्याबद्दल तो काय सांगणार? कुणी गाइल्सची चौकशी केल्यावर मात्र याची छाती अभिमानाने फुलून येत होती. गाइल्स युद्धावर गेला असून तो सध्या जर्मनांचा युद्धकैदी म्हणून वाईन्स बर्गमधील तुरुंगात असल्याची माहिती त्याला त्याच्या आईने आदल्या दिवशी संध्याकाळीच सांगितली होती.

अंतिम संस्कार चालू असताना लॉर्ड आणि लेडी हार्वे, ह्युगोची पूर्वाश्रमीची पत्नी एलिझाबेथ आणि त्यांची मुलगी ग्रेस हे सर्व जण चर्चमध्ये पहिल्या रांगेत बसले होते. जेव्हा सांत्वनासाठी भेटीला जाण्याची वेळ आली, तेव्हा ते सर्व जण ओळीने उठून सर वॉल्टर बॅरिंग्टनच्या पत्नीला जाऊन भेटले. पण त्यानंतर शेजारीच उभ्या असलेल्या ह्युगोकडे दुर्लक्ष करून निघून गेले.

मेसी क्लिफ्टन चर्चच्या मागच्या रांगेत बसली होती. श्रद्धांजलीचा कार्यक्रम चालू असताना सर्व वेळ ती मान खाली घालून बसली होती. बिशप आपलं समारोपाचं भाषण करून बाजूला होताच ती उठून निघून गेली.

अखेर बॅरिंग्टन्स शिपिंग लाइनचा मॅनेजिंग डायरेक्टर ह्युगोला भेटायला आला. त्याने ह्युगोचे हात हातात घेत सांत्वन केल्यानंतर शिपिंग लाइनचा नवा चेअरमन ह्युगो

त्याला म्हणाला, ''उद्या सकाळी नऊ वाजता माझ्या ऑफिसात तुमची वाट बघतो.''

त्यावर लॉकवूड आदराने ह्युगोला अभिवादन करून बाजूला झाला.

अंत्यविधी पार पडल्यानंतर बॅरिंग्टन हॉलमध्ये उपस्थितांसाठी जेवण होतं. त्या वेळेस सगळीकडे फिरत ह्युगो उपस्थितांची वैयक्तिक गाठभेट घेत होता. पण उपस्थित असलेल्या अनेकांना एका गोष्टीची कल्पना नव्हती. ह्युगोने चेअरमनपदाची सूत्रं हाती घेतल्यानंतर त्यांच्यातील अनेकांची नोकरी जाणार होती. शेवटचा माणूस घरी जाईपर्यंत संध्याकाळ उलटून गेली होती. मग ह्युगोने स्वत:च्या खोलीत जाऊन कपडे बदलले आणि तो रात्रीच्या जेवणासाठी खाली आला.

आपल्या आईला हाताला धरून त्याने जेवणाच्या खोलीत आणलं. ती बसल्यावर तो आपल्या वडिलांच्या नेहमीच्या खुर्चीवर – कुटुंबप्रमुखाच्या जागी बसला. जेवत असताना आजूबाजूला कुणीही नोकरचाकर नाहीत, असं बघून त्याने आपल्या आईला हळूच सांगितलं, ''मॉम मी आता पूर्वीसारखा राहिलो नाही. मी आता सुधारलोय!'' आता 'बॅरिंग्टन्स शिपिंग लाइन'ची सूत्रं आपल्या समर्थ हातांमध्ये असून आपण कंपनीच्या भविष्याच्या सुंदर योजना आखणार आहोत, असं आश्वासन त्याने तिला दिलं.

ह्युगोची बुगाटी कार तब्बल दोन वर्षांनंतर पहिल्यांदा बॅरिंग्टन्सच्या शिपयार्डच्या मुख्य प्रवेशद्वारातून आत शिरत होती. चेअरमनसाठी राखीव असलेल्या पार्किंगमध्ये गाडी उभी करून तो आपल्या वडिलांच्या ऑफिसकडे निघाला तेव्हा सकाळचे नऊ वाजून तेवीस मिनिटं झाली होती.

लिफ्ट चौथ्यामजल्यावर पोहोचून थांबताच तो लिफ्ट मधून बाहेर पडला. बिल लॉकवूड – मॅनेजिंग डायरेक्टर पॅसेजमध्ये येरझारा घालत होता. त्याच्या हातात एक भलमोठं लाल फोल्डर होतं. तो नऊ वाजता हजर झाला होता. त्याला मुद्दाम वाट बघायला लावण्यासाठी ह्युगो तिथे उशिरा पोहोचला होता.

''गुड मॉर्निंग, ह्युगो!'' ह्युगोला तिथे आलेलं पाहाताच पुढे होऊन लॉकवूड अदबीने म्हणाला.

पण त्याच्याकडे पूर्णपणे दुर्लक्ष करून ह्युगो पुढे निघून गेला. ''गुड मॉर्निंग, मिस पॉट्स!'' आपल्या जुन्या सेक्रेटरीकडे हसून पाहात तो म्हणाला. जणूकाही मधली दोन वर्षं पुसून गेली होती. ''बरं, मी जेव्हा मि. लॉकवूड यांची भेट घेण्यासाठी तयार असेन, तेव्हा मी तुम्हाला तसं सांगेन.'' असं तिला मोठ्यांदा बजावून तो आपल्या नव्या ऑफिसात शिरला.

आपल्या वडिलांच्या टेबलामागे जाऊन तो खुर्चीवर बसला. हे ऑफिस आपल्या वडिलांचं आहे, ही भावना अजून ही मनातून जात नव्हती. 'हे असं आपल्याला आणखी किती दिवस वाटत राहाणार?' असा विचार त्याच्या मनात आला. त्याने 'द टाइम्स' वाचायला घेतला. आता अमेरिकन्स आणि रशियन्स

युद्धात सहभागी झाल्यामुळे या युद्धात नक्कीच दोस्त राष्ट्रांची सरशी होणार असं अनेकांना वाटू लागलं होतं. त्याने पेपर खाली ठेवला.

"आता मी मि. लॉकवूड यांची भेट घेईन, मिस पॉट्स!"

मॅनेजिंग डायरेक्टर लॉकवूड नवीन चेअरमनच्या ऑफिसात प्रसन्न मुद्रेने शिरला. "वेलकम बॅक, ह्युगो!" तो म्हणाला.

ह्युगोने न हसता त्याच्याकडे टक लावून पाहिलं आणि म्हणाला, "चेअरमन!"

"आय ॲम सॉरी, चेअरमन!" लॉकवूड म्हणाला.

ह्युगो लहानपणी अर्ध्या चड्डीत इकडे-तिकडे पळत असल्यापासून लॉकवूड कंपनीच्या बोर्डावर होता. तो वयाने कितीतरी मोठा होता.

"आपल्या कंपनीच्या आर्थिक परिस्थिती विषयी तुम्ही मला माहिती द्या!" ह्युगो म्हणाला.

"ऑफ कोर्स, चेअरमन!" असं म्हणत लॉकवूडने आपल्या हातातील लाल फोल्डर उघडलं.

चेअरमन ह्युगोनं त्याला बसायला सांगितलेलं नसल्यामुळे त्याने उभ्या उभ्याच फोल्डर मधील कागद वाचत बोलण्यास सुरुवात केली. "तुमच्या वडिलांनी सध्याच्या अत्यंत बिकट युद्ध परिस्थितीत आपल्या उत्कृष्ट नियोजनाने या कंपनीला तारून नेलं. कंपनीला असंख्य संकटांना तोंड द्यावं लागलं. सर्व बंदरांप्रमाणे हे बंदरही जर्मनाच्या सततच्या बॉंब हल्ल्यांचं लक्ष्य आहेच. परंतु आपल्या कंपनीने अनेक सरकारी कंत्राटं मिळवली. त्यामुळेच या सर्व वादळांना आपण परतवून लावू शकलो. आता एकदा या भयानक युद्धाची समाप्ती झाली की, आपली कंपनी दिमाखात वर येईल."

"हे पाहा, ती भाषणबाजी पुरे! मुद्याचं बोला!" ह्युगो म्हणाला.

हातातील पान उलटत मॅनेजिंग डायरेक्टर म्हणाला, "कंपनीने गेल्या वर्षी सदतीस हजार चारशे पौंड आणि दहा शिलिंग नफा केला."

"अगदी दहा शिलिंग सुद्धा हिशेबात धरायला चुकायचं नाही ना?" ह्युगो उपहासाने म्हणाला.

"तुमच्या वडिलांचा नेहमी हाच दृष्टिकोन असे." लॉकवूड सरळपणे म्हणाला. ह्युगोचा उपहास त्याच्या लक्षात आला नाही.

"आणि या वर्षी?"

"आता पहिल्या सहामाहीचे निकाल पाहाता असंच वाटतंय की, गेल्या वर्षी एवढा किंबहुना थोडा जास्तच नफा यंदा होईल." लॉकवूडने आणखी एक पान उलटलं.

"आत्ता कंपनीच्या बोर्ड ऑफ डायरेक्टर्स वर किती जागा रिकाम्या आहेत?" ह्युगोने विचारलं.

त्याने अचानक विषय बदललेला पाहून लॉकवूड बुचकळ्यात पडला. त्या

प्रश्नाचं उत्तर देण्याआधी त्याने हातातल्या फोल्डरमधली असंख्य पानं चाळली.

"तीन जागा रिकाम्या आहेत. तुमच्या वडिलांच्या निधनानंतर दुर्दैवाने लॉड हार्वे, सर डेरेक सिन्क्लेअर आणि कॅप्टन हेवन्स या तिघांनीही राजीनामा दिलेला आहे."

"वा! हे एक बरं झालं. नाहीतरी मीच त्यांची हकालपट्टी केली असती. तो त्रास तरी वाचला." ह्युगो म्हणाला.

मॅनेजिंग डायरेक्टर खाली मान घालून उभा राहिला

"आणि तुम्ही कधी निवृत्त होणार?"

"मी काही महिन्यांतच साठ वर्षांचा होईन, पण चेअरमन सर, तुमची जर तशी इच्छा असेल, तर सध्याची परिस्थिती लक्षात घेऊन मी – "

"कुठली परिस्थिती?"

"सर, तुम्ही आत्ताच या चेअरमनच्या खुर्चीवर बसला आहात. अजून इथे रुळला नाहीत. त्यामुळे तुमचीच जर तशी इच्छा असेल, तर मी आणखी काही वर्षं मॅनेजिंग डायरेक्टर म्हणून काम करू शकेन."

"हा तुमचा चांगुलपणा!" ह्युगो म्हणाला. मॅनेजिंग डायरेक्टरच्या चेहऱ्यावर सकाळपासून दुसऱ्यांदा स्मितहास्य पसरलं. "पण खरं सांगू?" ह्युगो पुढे म्हणाला, "तुम्ही उगाच माझ्यापाशी थांबण्याचा त्रास मुळीच घेऊ नका. आणखी दोन महिने इथे काम केलंत, तरी पुष्कळ झालं. बरं, मग सध्याच्या काळात आपल्यासमोर असलेली सर्वांत मोठी आव्हानं कोणती?"

"आपल्याकडे असलेला मालवाहू जहाजांचा भला मोठा ताफा नेव्हीला भाड्याने देण्याचं कॉंट्रॅक्ट आपल्या कंपनीला मिळावं, यासाठी आपण नुकताच सरकारकडे अर्ज दाखल केला आहे." लॉकवूड धक्क्यातून स्वत:ला सावरत म्हणाला. "यावर्षी सरकारी तपासनीस जेव्हा आपल्याकडे तपासणीसाठी आला होता, तेव्हा तुमच्या वडिलांनी जातीने त्याच्याशी बोलणी केली, त्याला हवी असलेली माहिती पुरवली आणि मला वाटतं, त्यांची त्या तपासनिसावर फार चांगली छाप पडली होती."

"पण हे आपल्याला निश्चित कधी कळेल?"

"इतक्यात नाही कळणार हे सरकारी नोकर कामं कधीच भराभर करत नाहीत." लॉकवूड हसून म्हणाला.

"मी स्वत:सुद्धा या विषयावरची बरीच माहिती संकलित करून ठेवली आहे. ती तुम्ही नजरेखालून घातलीत तर बरं. तुमची पहिली बोर्ड मीटिंग होईल त्या वेळी तुम्हाला या विषयामधील साद्यंत माहिती असलेली बरी!"

"मी भविष्यात इतक्या जास्त बोर्ड मीटिंग्ज घेणारच नाही." ह्युगो म्हणाला, "स्वत: आघाडीवर राहून नेतृत्व करावं, खंबीरपणे निर्णय घ्यावे आणि त्यांची अंमलबजावणी करावी, अशा मताचा मी आहे. पण तुम्ही ती कागदपत्रं माझ्या

सेक्रेटरीपाशी ठेवून जा. मला वेळ मिळाला की, मी ते नजरेखालून घालेन.''

''जशी तुमची मर्जी, चेअरमन!''

लॉकवूड ऑफिसातून बाहेर गेल्यानंतर काही मिनिटांतच ह्युगोने पुढच्या हालचाली सुरू केल्या.

''मी बँकेत निघालो आहे.'' तो ऑफिसातून बाहेर पडता-पडता मिस पॉट्सना म्हणाला.

''मी मि. प्रेंडरगास्ट यांना फोन करून तशी सूचना देऊ का?'' मिस पॉट्स कॉरिडॉरमध्ये ह्युगोच्या मागे पळत त्याला गाठून म्हणाली.

''तुम्ही परत येण्यापूर्वी काही काम करून ठेवायचं असलं तर सांगा!'' ह्युगो लिफ्टमध्ये शिरत असताना मिस पॉट्स म्हणाली.

''अजिबात नाही. मला तिथे न कळवताच जायचं आहे.'' ह्युगो म्हणाला.

''हो, माझ्या ऑफिसच्या दारावरची जुनी पाटी काढून तिथे माझ्या नावाची पाटी लावून घ्या.''

मिस पॉट्स मागे वळली. चेअरमनच्या ऑफिसच्या दारावर 'सर वॉल्टर बॅरिंग्टन चेअरमन' अशी सोनेरी अक्षरं चमकत होती.

लिफ्टचा दरवाजा बंद झाला.

ह्युगो कारने ब्रिस्टॉल शहराच्या मध्यवर्ती भागात शिरला, तेव्हा त्याच्या डोक्यात विचारचक्र चालू होतं. चेअरमनच्या पदावर बसल्यानंतर आज सकाळचे काही तास तरी फारच चांगले गेले होते. जगात सगळं काही चांगलं झालं होतं. कॉर्न स्ट्रीट वरच्या नॅशनल प्रॉव्हिन्शिअल बँकेसमोर त्याने आपली गाडी पार्क केली. गाडीतून उतरल्यानंतर ड्रायव्हरच्या शेजारच्या सीट खाली लपवलेलं एक पार्सल त्याने हातात घेतलं.

बँकेत शिरल्यावर रिसेप्शन डेक्सच्या समोरून तो सरळ मॅनेजरच्या ऑफिसात घुसला. आत शिरण्याआधी त्याने दार हलकेच वाजवलं. मि. प्रेंडरगास्ट यांनी दचकून वर पाहिलं. आपल्या हातातील बुटांचं खोकं त्यांच्या समोरच्या टेबलावर ठेवत, ह्युगो धपकन समोरच्या खुर्चीत बसला.

''तुमच्या काही महत्त्वाच्या कामात मी व्यत्यय आणला नाही ना?'' ह्युगो म्हणाला.

''अजिबात नाही, सर ह्युगो!'' प्रेंडरगास्ट समोरच्या बुटाच्या खोक्याकडे टक लावून बघत म्हणाले. ''मी सदोदित तुमच्या सेवेसाठी हजर आहे.''

''हे एक चांगलं झालं, प्रेंडरगास्ट! ब्रॉड स्ट्रीटच्या प्रकरणात काय झालं, गोष्टी कुठपर्यंत आल्या, हे जरा मला नीट सांगता का, मि. प्रेंडरगास्ट?''

बँक मॅनेजर प्रेंडरगास्ट यांनी लगबगीने उठून समोरच्या कपाटाचा खण उघडून त्यातून एक भलं मोठं फोल्डर बाहेर काढून टेबलावर ठेवलं. काही बोलण्याआधी त्यांनी त्यातले कागदपत्र चाळले.

''हां, मला जे पाहिजे होतं ते मिळालं!'' ते म्हणाले.

ह्युगो अस्वस्थपणे खुर्चीच्या हातावर बोटांनी ताल धरत बसला होता.

''ब्रॉड स्ट्रीटवरच्या बॉंबहल्ल्यात उद्ध्वस्त झालेल्या एकूण बावीस जागांपैकी सतरा जागांच्या मालकांनी तुमचा दोनशे पौंडाचा प्रस्ताव मान्य केला आहे. काही मंडळी तर त्याहूनही कमी पैशांमध्ये जमीन विकण्यास राजी झाली आहेत. त्यांची नावंच मी तुम्हाला वाचून दाखवतो फूलवाला रोलांड, खाटीक बेट्स, झालंच तर –''

''मिसेस क्लिफ्टनचं काय? तिने माझा प्रस्ताव मान्य केला की नाही?''

''नाही केला, सर ह्युगो. मिसेस क्लिफ्टन तर म्हणाली, चारशे पौंडापेक्षा एक छदामही कमी घेणार नाही. आणि तिच्या या प्रस्तावावर विचार करायला तिने तुम्हाला केवळ पुढच्या शुक्रवारपर्यंतची मुदत दिली आहे.''

''असं का? मग तिला म्हणावं, खड्ड्यात जा! तिला माझा निरोप सांगा – दोनशे पौंडाच्या वर एक कवडीही देणार नाही मी. जन्मजात भिकारडी बाई आणि इतका जोर चढला का तिला? आम्हाला शहाणपणा शिकवू लागली?''

प्रेंडरगास्टने किंचित खोकल्यासारखं करून घसा साफ केला. त्याची ही लकब ह्युगोच्या चांगली परिचयाची होती.''

''हे पाहा, तुम्ही जर मिसेस क्लिफ्टनची जमीन वगळता ब्रॉड स्ट्रीटवरची ठरलेली सगळी मालमत्ता जर इतक्या कमी किमतीला खरेदी करत आहात, तर मग तिच्या जमिनीचे तिला चारशे पौंड देऊन सुद्धा हा सौदा तुम्हाला किफायतशीरच पडणार आहे.'' प्रेंडरगास्ट म्हणाले.

''हे पाहा, ती आत्ता नाटकं करते आहे. आपण जरा वेळ ताणून धरलं ना की, येईल सुतासारखी सरळ!'' ह्युगो म्हणाला.

''ठीक आहे. जसं तुम्ही म्हणाल तसं.''

''हो, माझं अगदी असंच म्हणणं आहे. शिवाय त्या क्लिफ्टन बाईला दोनशे पौंडाला कसं राजी करायचं, ते मला चांगलं माहीत आहे. त्यासाठी कोणता माणूस माझ्या मदतीला येईल, ते सुद्धा माहीत आहे मला. एकदा त्याला सांगितलं की, तो बरोबर तिला वठणीवर आणेल. मग होईल ती दोनशे पौंडाला तयार!''

प्रेंडरगास्ट यांचा ह्युगोच्या बोलण्यावर फारसा विश्वास बसलेला नाही, हे त्यांच्या चेहऱ्यावरून स्पष्ट जाणवत होतं. मग ते इतकंच म्हणाले, ''मी तुमच्यासाठी आणखी काही करू शकतो का?''

''हो!'' ह्युगो बुटांच्या खोक्याचं झाकण उघडत म्हणाला. ''तुम्ही ही रक्कम माझ्या वैयक्तिक खात्यात भरून मला नवं चेक बुक द्या.''

''नक्कीच!'' प्रेंडरगास्ट म्हणाले, ''मी आधी ही रक्कम मोजतो, आणि मग तुम्हाला ती खात्यात भरल्याची पावती आणि चेकबूक देतो.''

“मला अगदी थोड्याच दिवसांत चेक द्यावा लागणार आहे. मी एक नवी आलिशान गाडी बघून ठेवली आहे.”

“अरे वा! हो का?” मि. प्रेंडरगास्ट म्हणाले. “नाहीतरी तुमच्या गाड्यांचा शौक सर्वश्रुतच आहे.”

त्यावर ह्युगो प्रसन्न चेहऱ्याने उठून उभा राहिला.

“मिसेस क्लिफ्टनला अगदी स्पष्ट शब्दांत माझा निरोप सांगा की, तिला दोनशे पौंडापेक्षा एक कवडीही जास्त मिळणार नाही. त्यानंतर लगेच मला फोन करा.”

“मिस पॉट्स, तो टॅनकॉक अजूनही आपल्याकडे कामाला आहे का?” ह्युगोने ऑफिसात परत येताच सेक्रेटरीला सांगितलं.

“येस सर, ह्युगो!” असं म्हणून मिस पॉट्स त्याच्या मागोमाग ऑफिसात आली. “अजूनही तो स्टॉकयार्डमध्ये हमाल म्हणून कामाला आहे.”

“मला त्याची ताबडतोब भेट घ्यायची आहे.” आपल्या टेबलामागच्या खुर्चीत धपकन बसत ह्युगो म्हणाला.

मिस पॉट्स घाईघाईने ऑफिसातून बाहेर पडली.

ह्युगो आपल्या टेबलावरील फाइल्सच्या गठ्ठ्यांकडे टक लावून बघत राहिला. लवकरच होणाऱ्या बोर्ड मीटिंगपूर्वी या सगळ्या फाइल्स वाचून काढणं गरजेचं होतं. मग त्याने सर्वांत वरच्या फाइलचं पहिलं पान उघडलं. कामगार संघटनेची आणि व्यवस्थापनाची काही दिवसांपूर्वी बैठक झाली होती. त्यात संघटनेने काही मागण्या मांडल्या होत्या. त्या मागण्यांची ती छापील यादी होती. एक-एक करत तो त्या मागण्या वाचू लागला. वाचता-वाचता चौथ्या क्रमांकाच्या मागणी पाशी आला. “दरसाल दोन आठवड्यांची भरपगारी रजा...” एवढ्यात दरवाज्यावर थाप पडली.

“तुम्हाला भेटायला टॅनकॉक आलाय, सर!”

“थँक यू मिस पॉट्स. पाठवा त्याला.”

स्टॅन टॅनकॉक ऑफिसात येऊन डोक्यावरची टोपी काढून हातात घेत ह्युगोच्या समोर उभा राहिला.

“तुम्ही मला बोलावलं, साहेब?” जरा घाबरट आवाजात तो म्हणाला.

ह्युगोने दाढी वाढलेल्या ढेरपोट्या टॅनकॉककडे पाहिलं. शुक्रवारी रात्री बराचसा पगार तो दारू पिण्यात खर्च करत असणार हे उघड होतं.

“तुझ्यासाठी एक काम आहे, टॅनकॉक.”

“काय काम, साहेब?” टॅनकॉकचा चेहरा उजळला.

“तुझ्या त्या बहिणीच्या – मेसी क्लिफ्टनच्या संदर्भातलंच काम आहे. पूर्वी ब्रॉड स्ट्रीटवर जिथे ‘टिलीज् शॉप’ होत ना, ती जागा आता मोकळीच आहे. ती त्या तुझ्या बहिणीच्या मालकीची आहे.

"होय साहेब. कुठल्यातरी एका म्हाताऱ्याने त्या जागेकरता दोनशे पौंड मोजायची तयारी दाखवली आहे." टॅनकॉक म्हणाला.

"खरं की काय?" ह्युगो सावकाश कोटाच्या आतल्या खिशातून पैशांचं पाकीट काढत म्हणाला. मग त्याने त्यातून पाच पौंडाची करकरीत कोरी नोट काढून टेबलावर ठेवली. टॅनकॉकची लाळ टपकायचीच बाकी होती. पूर्वीही ह्युगोने त्याला तोंड बंद करण्यासाठी जेव्हा पैसे चारले होते, तेव्हा असेच आशाळभूत भाव त्याच्या चेहऱ्यावर उमटले होते. "टॅनकॉक, तुझ्या बहिणीने तो दोनशे पौंडाचा प्रस्ताव मंजूर केलाच पाहिजे. तिचं मन वळवून तिला तयार करण्याची जबाबदारी तुझी. आणि हो... या सगळ्या प्रकरणात माझ्या नावाचा उल्लेख कुठेही येता कामा नये. समजलं?"

एवढं बोलून ह्युगोने ती पाच पाउंडाची नोट अलगद टॅनकॉनच्या दिशेने सरकवली.

"काहीच अवघड नाही." टॅनकॉक म्हणाला. त्याचे डोळे त्या नोटेवर खिळले होते.

आपल्या पाकिटावर टिचकी वाजवत ह्युगो म्हणाला, "ज्या दिवशी ती करार पत्रावर सही करेल, त्या दिवशी आणखी मिळतील."

"तुमचं काम झालंच म्हणून समजा, साहेब!"

मग ह्युगो अगदी सहज म्हणाला, "हो, तुमच्या भाच्याबद्दल – हॅरीबद्दल ऐकून वाईट वाटलं."

"खरं सांगू साहेब, मला त्याच्या जाण्यानं फार काही फरक पडलेला नाही. अलीकडे स्वत:ला फारच शहाणा समजू लागला होता."

"त्याचा समुद्रात बुडून मृत्यू झाला असं ऐकतो?" ह्युगो म्हणाला.

"हो, दोन वर्षं उलटून गेली त्या घटनेला!"

"पण मग तुम्हा लोकांना कळलं कसं?"

"त्या जहाजाचा डॉक्टर माझ्या बहिणीला भेटायला आला होता ना?"

"पण मग त्या अपघातात खरोखरच हॅरी क्लिफ्टन वारला, हे त्या डॉक्टरांनी खात्रीपूर्वक सांगितलं ना?" ह्युगो म्हणाला.

"हो सांगितलं. शिवाय त्या डॉक्टरने येताना एक पत्र आणलं होतं. हॅरीसोबत जहाजावर काम करणाऱ्या दुसऱ्या एका माणसाने ते लिहिलं होतं."

"पत्र?" ह्युगो उत्सुकतेने पुढे झुकून म्हणाला. "काय होतं त्या पत्रात?"

"काही कल्पना नाही, साहेब! मेसीने ते पत्र कधीच उघडलं नाही."

"मग तिने केलं काय त्या पत्राचं?"

"ते अजून तसंच घरच्या टेबलवर आहे."

ह्युगोने पाकिटातून आणखी एक पाच पौंडाची नोट काढली. "मला ते पत्र बघायचंय!"

३४

ह्युगो आपल्या नुकत्याच खरेदी केलेल्या भपकेबाज गाडीतून सुसाट निघाला होता. इतक्यात कोपऱ्यावर उभ्या असलेल्या वर्तमानपत्रवाल्या पोऱ्याची आरोळी ऐकून तो सावध झाला. त्याला स्वत:चं नाव ऐकू आलं.

''सर ह्युगो बॅरिंग्टन यांच्या मुलाला टोब्रुक येथे चालू असलेल्या युद्धातील अतुलनीय कामगिरीबद्दल शौर्यपदक देण्यात आलं. सविस्तर बातमीसाठी वाचा....''

ह्युगो गाडी थांबवून अक्षरश: उडी मारून उतरून त्या पोऱ्याकडे पळत गेला. त्याच्या हातात पैसे टिकवून त्याने ते वृत्तपत्र अक्षरश: हिसकावून घेतलं. अगदी पहिल्याच पानावर गाइल्सचा फोटो झळकत होता. हा फोटो तो ब्रिस्टॉल ग्रामर स्कूलचा कप्तान असताना काढण्यात आलेला होता. ह्युगोने गाडीत बसून ती सगळी बातमी नीट वाचून काढली.

''वेसेक्स येथील फर्स्ट बटालियनचे सेकंड लेफ्टनंट आणि सर ह्युगो बॅरिंग्टन यांचे पुत्र असलेल्या गाइल्स बॅरिंग्टन यांना टोब्रुक येथील अतुलनीय कामगिरीबद्दल शौर्यपदक प्रदान करण्यात आलं. एका उघड्या वाळवंटात आपल्या पलटणीचं नेतृत्व करत गाइल्स बॅरिंग्टन यांना ऐंशी यार्डाचं अंतर पार करून एक जर्मन अधिकारी आणि पाच सैनिकांना ठार केलं. त्यानंतर त्यांनी शत्रूच्या तळावर हल्ला चढवून तेथे दडून बसलेल्या जनरल रोमेल यांच्या आफ्रिका कोअर मधील ६३ जर्मन सैनिकांना ताब्यात घेतलं. लेफ्टनंट कर्नल रॉबर्टसन यांनी गाइल्स बॅरिंग्टन यांच्या या कृत्याची 'अनन्य साधारण साहसी कृत्य' अशा शब्दांत प्रशंसा केली आहे. त्यांनी अत्यंत प्रतिकूल परिस्थित दाखवलेले नेतृत्वगुण, समर्पित वृत्ती आणि धैर्य वाखणण्यासारखं आहे, असं ते म्हणाले.

सेकंड लेफ्टनंट बॅरिंग्टन यांचे प्लॅटून कमांडर कॅप्टन ॲलेक्स फिशर हेही या कामगिरीत सहभागी असून त्यांनीही उत्तम कामगिरी बजावली. तसेच कॉर्पोरल टेरी बेट्स यांनीही अतुलनीय साहस दाखवलं. परंतु त्यांना मात्र जनरल रोमेल यांच्या

सैनिकांनी ताब्यात घेतलं. बॅरिंग्टन आणि बेट्स या दोघांनाही आपल्याला प्रदान करण्यात आलेल्या या शौर्यपदकाविषयी अजून समजलेलं नाही. कारण ते दोघंही सध्या जर्मनांचे युद्ध कैदी आहेत. कॅप्टन फिशर हे मात्र सध्या बेपत्ता आहेत. अधिक वृत्त पान ६ आणि ७ वर....''

ह्युगो त्यानंतर अत्यंत वेगाने घरी आला. ही बातमी कधी एकदा आपल्या आईला सांगतो असं त्याला झालं होतं. ती बातमी वाचल्यावर आई म्हणाली, ''आज वॉल्टर हवा होता. त्याला किती अभिमान वाटला असता. मी आता ताबडतोब एलिझाबेथला फोन करते. तिने जर ही बातमी ऐकली नसली, तर!''

गेल्या अनेक दिवसांत ह्युगोच्या समोर त्याच्या आधीच्या पत्नीचा उल्लेख कुणी केला नव्हता.

डिटेक्टिव्ह मिचेलने ह्युगोची ठरलेल्या ठिकाणी भेट घेतली. ''तुम्हाला एक बातमी द्यायची होती. मिसेस क्लिफ्टन आजकाल हातात एंगेजमेंट रिंग घालून फिरत असतात.''

''पण त्या हलकट बाईशी लग्न करायला तयार तरी कोण झालं?''

''एक मि. आर्नोल्ड हॉलकोम्ब नावाचा माणूस आहे.''

''तो कोण आहे?''

''शाळामास्तर आहे. मेरीवूड एलिमेंटरी शाळेत इंग्रजी विषय शिकवतो. हॅरी क्लिफ्टन सेंट बेडेज्मध्ये जाण्यापूर्वी त्याला हाच मास्तर शिकवत होता.''

''पण ही गोष्ट तर कित्येक वर्षांपूर्वीची आहे. मग तुम्ही त्याच्या नावाचा उल्लेख या आधी कधीच कसा नाही केला?''

''कारण मेसी आणि हॉलकोम्ब यांची काही दिवसांपूर्वी नव्याने ओळख झाली. ती संध्याकाळी शिकायला जाते ना?''

''काय? शिकायला जाते?'' ह्युगोने विचारलं.

''हो! ती प्रौढ साक्षरता वर्गात शिकायला जाते. ती पण त्या पोरासारखीच–त्या हॅरी सारखीच हुशार आहे म्हणे.''

''म्हणजे?''

''त्यांच्या त्या वर्गाची परीक्षा झाली त्यात ती वर्गात पहिली आली म्हणे.''

''अच्छा? तर मग आता मला या मिस्टर हॉलकोम्बची गाठ घेऊन गेल्या काही वर्षांत त्यांच्या प्रेयसीने काय-काय रंग उधळले आहेत, याची माहिती त्यांना द्यायलाच पाहिजे.''

''त्या आधी मी तुम्हाला एक गोष्ट सांगतो, हे मिस्टर हॉलकोम्ब ब्रिस्टॉल युनिव्हर्सिटीचे बॉक्सिंग चॅंपियन होते. गेल्या काही दिवसांपूर्वी स्टॅन टॅनकॉनने त्यांच्या हातचा प्रसाद चाखला आहे.''

"मी ते बघतो." ह्युगो म्हणाला, "दरम्यानच्या काळात तुम्ही आणखी एका बाईवराही कडी नजर ठेवा. मेसी क्लिफ्टनप्रमाणेच ही बाईसुद्धा माझ्या भविष्यकाळाच्या दृष्टीने धोकादायक ठरू शकते."

मिचेलने खिशातून छोटी टिपण वही आणि पेन काढलं.

ह्युगो म्हणाला, "त्या बाईचं नाव आहे, ओल्गा पिओत्रोव्हस्का आणि ती लंडनला राहाते. तिचा पत्ता आहे ४२, लाऊंडेस स्क्वेअर. ती कुणाला भेटते, तिच्या घरी कुणी पोलीस चौकशीला वगैरे आले होते का, ही सगळी माहिती मला हवी आहे. अगदी बारीक-सारीक तपशिलांसह! तुम्हाला एखादी माहिती बिनमहत्त्वाची वाटली, तरीसुद्धा ती मला सांगायला विसरू नका."

ह्युगोचं बोलणं संपताच मिचेलने टिपण वही आणि पेन खिशात ठेवून दिलं. ह्युगोने कोटाच्या खिशातून एक लिफाफा काढून मिचेलच्या हातात ठेवला. आजची मीटिंग संपल्याची ती खूण होती. तो लिफाफा खिशात सरकावून मिचेल लंगडत निघून गेला.

बॅरिंग्टनच्या चेअरमनपदी विराजमान झाल्यानंतर फार थोड्या दिवसांत ह्युगोला त्या कामाचा, त्या जबाबदारीचा कंटाळा आला. सारख्या मीटिंग्ज, सतत वाचण्यासाठी समोर आणून ठेवण्यात आलेले ते फायलींचे ढिगारे, प्रत्येक मीटिंग झाली की, त्याचं इतिवृत्त सर्व सभासदांपर्यंत पोहोचतं की नाही याची काळजी, मेमोवर विचारविनिमय आणि पत्रव्यवहार. प्रत्येक पत्राला ह्युगोने तातडीने उत्तर द्यावं, अशी लोकांची अपेक्षा असे. हे कमी होतं की काय, म्हणून रोज संध्याकाळी घरी जाण्यापूर्वी ती मिस पॉट्स आणखी ढीगभर कागद त्याला आणून द्यायची. दुसऱ्या दिवशी सकाळी ऑफिसला परत येईपर्यंत त्याने ते सगळे वाचून त्यावर निर्णय घेणं अपेक्षित असे.

ह्युगोने आपल्या तीन दोस्तांना बॅरिंग्टनच्या बोर्डवर येण्याचं निमंत्रण दिलं होतं. त्यात आर्ची फेनविक आणि टोबी डनस्टेबल यांचाही समावेश होता. त्यांच्या मदतीने आपला कामाचा बोजा थोडासा तरी हलका होईल, असं ह्युगोला वाटत होतं. पण ते मात्र मीटिंग्जना बरेचदा अनुपस्थितच असायचे. पण डायरेक्टर म्हणून मिळणारा भत्ता मात्र त्यांना हवा असे.

असे काही आठवडे लोटल्यानंतर ह्युगो रोज उशिरा ऑफिसात येऊ लागला. एक दिवस आपण लवकरच साठ वर्षांचे होत असून त्यानंतर निवृत्त होणार असल्याची बिल लॉकवूडने ह्युगोला आठवण करून दिली. मग मात्र ह्युगोचं डोकं ठिकाणावर आलं. त्याने बिल लॉकवूडला आणखी काही वर्षं मॅनेजिंग डायरेक्टर म्हणून काम करत राहाण्याची विनंती केली.

"तुम्ही मला आणखी काही काळ येथे काम करत राहाण्याची संधी दिलीत त्याबद्दल मी तुमचा खरोखर आभारी आहे, सर! परंतु मी जवळपास चाळीस वर्षं या कंपनीसाठी काम केलं. आता मी या पदावरून दूर होण्याची वेळ आली आहे. माझी जागा कुणीतरी तरुण रक्ताच्या, महत्त्वाकांक्षी माणसाने घ्यावी, हेच बरं!"

यानंतर बिल लॉकवूडसाठी कंपनीने आयोजित केलेला निरोप समारंभ रद्द केला.

लॉकवूडच्या निवृत्तीनंतर त्याचा तरुण डेप्युटी रे कॉम्प्टन याने सूत्रं हातात घेतली. हा कंपनीत काही थोड्याच महिन्यांपूर्वी रुजू झाला होता. त्याला कामाचा पुरेसा अनुभवही नव्हता. त्याने बोर्ड मीटिंगसमोर गेल्या वर्षी अहवाल सादर केल्यानंतर एक गोष्ट ह्युगोला कळून चुकली. कंपनीला नफा तर झालाच नव्हता. करण्यासाठी काही कामगारांना नोकरीतून कमी करण्याची सूचना जेव्हा कॉम्प्टनने मांडली, तेव्हा ह्युगोने त्याला पाठिंबा दिला.

'बॅरिंग्टन्स शिपिंग लाइन' कंपनी ह्युगोच्या कृपेने दिवसेंदिवस गाळात चालली होती. त्याच वेळी राष्ट्राचं भविष्य मात्र उज्ज्वल दिसत होतं.

जर्मन सैन्याने स्टॅलिनग्राडमधून माघार घेतल्याचं ऐकून या युद्धात दोस्तराष्ट्रांचीच सरशी होणार अशी ब्रिटिश नागरिकांना आशा वाटू लागली. त्यांना देशाच्या भविष्याविषयी विश्वास वाटू लागल्यामुळे जागोजागी नवीन चित्रपट आणि नाट्यगृहं, क्लब्ज आणि रेस्टॉरंट उघडली.

कधी एकदा लंडन शहरात परत जाऊन आपल्या जुन्या दोस्तांबरोबर पूर्वीचं रंगेल आणि चैनीचं आयुष्य सुरू करतो, असं ह्युगोला होऊन गेलं. पण मिचेलने मात्र त्याला सावध करून लंडनच्या आसपास सुद्धा न फिरकण्याची सूचना दिली होती.

१९४३ साल बॅरिंग्टन्सकरता काही फारसं चांगलं उजाडलं नाही.

कस्टमर्सच्या पत्रांना कंपनीच्या चेअरमनकडून वेळेत समाधनकारक उत्तरं मिळत नसत. या गैरशिस्त कारभाराला कंटाळून अनेकांनी आपली कॉंट्रॅक्ट्स रद्द केली. मोठ्या-मोठ्या संधी हातातून निसटू लागल्या. कर्जाचा डोंगर डोक्यावर होता. देणेकरी पैशांची मागणी करू लागले होते. पण एक दिवस उजाडला तो मात्र आशेचा किरण घेऊनच. आता लवकरच आपल्या सर्व आर्थिक समस्यांचं निराकरण होईल, अशी आशा ह्युगोलासुद्धा वाटू लागली.

प्रेंडरगास्टचा फोन आला आणि ह्युगोच्या आशा पल्लवित झाल्या.

युनायटेड डॉमिनियन रिअल इस्टेट कंपनीने बँकेकडे चौकशी सुरू केली होती. ब्रॉडस्ट्रीट वरील जागा खरेदी करण्यात त्या कंपनीला रस होता.

"सर, त्यांनी आपल्यापुढे जो प्रस्ताव ठेवला आहे, ती रक्कम इतकी मोठी

आहे की, फोनवर त्याचा उच्चार न केलेलाच बरा!'' प्रेंडरगास्ट मोठेपणाने भाव खात म्हणाले.

त्यानंतर बरोबर चाळीस मिनिटांनी ह्युगो प्रेंडरगास्ट यांच्या ऑफिसात त्यांच्या समोरच्या खुर्चीत बसलेला होता. त्यांचा प्रस्ताव ऐकून त्यानेही 'आ' वासला.

''चोवीस हजार पौंड?'' ह्युगो म्हणाला.

''होय!'' प्रेंडरगास्ट म्हणाले. ''आणि त्यांनी फक्त त्या रकमेने वाटाघाटींना सुरुवात केली आहे, अशी माझी खात्रीच आहे. पण मी ब्रॉड स्ट्रीटवरच्या अनेक मिळकती विकत घेतल्या, ती आपली गुंतवणूक धोरणीपणाची ठरली. पण आता यात फक्त एक अडचण आहे.''

''अडचण? आता कुठे माशी शिंकली?'' ह्युगो अस्वस्थपणे म्हणाला.

''ही समस्या मिसेस मेसी क्लिफ्टनच्या रूपात आपल्यासमोर 'आ' वासून उभी आहे. कारण त्या कंपनीने जेव्हा प्रस्ताव ठेवला तेव्हा अशी अटच घातली होती की, जमिनीचा सलग पट्टा तुमच्या मालकीचा असला पाहिजे. मध्येच इतर कुणाची लहान-मोठी जागा असता कामा नये. म्हणजे त्यामेसी क्लिफ्टनची जागा त्यात आलीच ना!''

''तिला आठशे पौंड देऊ करा!'' ह्युगो म्हणाला, प्रेंडरगास्ट यांनी नेहमी प्रमाणे किंचित खोकला काढून घसा साफ केला. ते काही न बोलता गप्प राहिले. पण त्यांच्या मनातले भाव चेहऱ्यावर स्पष्ट उमटले होते. केवळ काही दिवसांपूर्वी ह्युगोने आपलं म्हणणं ऐकून मेसी क्लिफ्टनची चारशे पौंडांची मागणी पूर्ण करून सगळं प्रकारण निकालात काढलं असतं, तर ही वेळ आलीच नसती, असं त्यांना वाटत असणार, हे उघडच होतं. आता त्या मेसीला तर युनायटेड डॉमिनियनच्या प्रस्तावाविषयी समजलं तर?

''मी तिच्याशी बोलून जे काय असेल, ते तुम्हाला लगेच कळवतो.'' एवढंच फक्त प्रेंडरगास्ट म्हणाले.

''लगेच, लगेच फोन करा तिला मी इथे असताना, माझ्या देखतच फोन करा. आणि आता मी इथे आलोच आहे, तर मला माझ्या वैयक्तिक खात्यातून थोडे पैसे काढायचे आहेत.'' ह्युगो म्हणाला.

''माफ करा, सर ह्युगो! पण आत्ता ते शक्य होणार नाही. तुमच्या खात्यातून तुम्ही शिलकी पेक्षाही जास्त रक्कम काढली आहे.''

ह्युगो शाळेच्या प्रवेश द्वारासमोर आपल्या आलिशान गाडीत बसून होता. जरा वेळातच शाळेच्या इमारतीतून मि. हॉलकोम्ब बाहेर पडून पटांगणातून मोठ्या प्रवेश द्वाराकडे चालत येऊ लागले. एक रंगारी शाळेच्या प्रवेशद्वाराला रंग देत होता. हॉलकोम्ब त्याच्याशी बोलायला क्षणभर थांबले.

"अल्फ, चांगलं काम केलं आहेस हं!" ते रंगाऱ्याला म्हणाले.

"थँक यू, मि. हॉलकोम्ब!" रंगारी म्हणाला. त्यांचे ते संभाषण ह्युगोला ऐकू आलं.

"पण त्याच बरोबर घरी गेल्यावर नीट अभ्यास सुद्धा करायचा, क्रियापदांची रूपं नीट पाठ नाहीत तुला आणि बुधवारी वर्गात यायला उशीर करू नको हं!"

अल्फने टोपीला हात लावून सलाम केला.

हॉलकोम्ब बाहेर पडून फूटपाथवरून चालू लागले. त्याने गाडीत बसलेल्या ह्युगोला बघून न बघितल्यासारखं केलं. ह्युगो स्वत:शीच हसला. त्याच्या नव्याकोऱ्या भपकेबाज गाडीकडे एकदा तरी मागे वळून बघितल्या वाचून कुणी पुढे जात नसे. समोरच्या फूटपाथवर तीन पोरटी उगाच वेळ वाया दवडत बसली होती. तीसुद्धा गेली अर्धा तास सतत त्याच्या गाडीकडे टक लावून बघत होती.

ह्युगो गोडीतून उतरून फूटपाथकडे गेला आणि मि. हॉलकोम्ब यांची वाट अडवून उभा राहिला. तरीही ह्युगोकडे दुर्लक्ष करून ते आपल्या मार्गाने चालू लागले. पण ह्युगो त्यांच्या मागे जात म्हणाला, "मि. हॉलकोम्ब, मला तुमच्याशी थोडं बोलायचं आहे. माझं नाव –"

"हे बघा, तुम्ही कोण आहात ते मला चांगलंच माहीत आहे." असं म्हणत हॉलकोम्ब त्याच्या पुढ्यातून सरळ पुढे गेले.

पण हॉलकोम्ब त्यांचा पाठलाग करत त्यांच्या मागे जाऊन म्हणाला, "काही गोष्टी तुम्हाला कळल्या तर बरं होईल, असं मला वाटलं."

"मला कळल्या तर?" वाटेत थांबत, हॉलकोम्ब म्हणाले, "कुठल्या गोष्टी?"

"याच की, तुमची प्रेयसी काही थोड्याच दिवसांसाठी स्वत:च पोट भरण्यासाठी काय करत होती, याविषयीचं सत्य!"

"हे बघा, तुम्हीच तिच्यावर शरीर विक्रय करण्याची वेळ आणलीत. तुम्ही तिच्या मुलाच्या नव्हे – तुमच्या मुलाच्या शिक्षणाची जबाबदारी घेण्यास नकार दिलात. त्या वेळी त्याची ब्रिस्टॉल ग्रामर स्कूलची शेवटची दोनच वर्षं उरली होती."

"हॅरी क्लिफ्टन हा माझा मुलगा आहे, असा कोणताही पुरावा नाही!" ह्युगो आक्रस्ताळेपणाने म्हणाला.

"धर्मगुरूंनी हॅरी क्लिफ्टनचं आणि तुमच्या मुलीचं लग्न लावून दिलं नाही. ते काय पुरेसा पुरावा असल्याशिवाय का?" हॉलकोम्ब म्हणाले.

"ते तुम्हाला कसं माहीत असणार. तुम्ही तर तिथे उपस्थितसुद्धा नव्हता." ह्युगो म्हणाला.

"हे तुम्हाला कसं माहीत असणार?" तुम्ही तर तिथून पळून गेलात." हॉलकोम्ब म्हणाले.

"मग तुम्हाला माहीत नसलेली एक गोष्ट आता मी तुम्हाला सांगतोच." ह्युगो

जोरात ओरडून म्हणाला.

“तुम्ही त्या सद्‌गुणाची खाण असलेल्या बाईबरोबर संसाराची स्वप्नं बघताय ना, तिने ब्रॉडस्ट्रीटवरची माझ्या मालकीची जागा लुबाडली आहे.”

“मग तुम्हाला जी गोष्ट आधीच माहीत आहे, तीच मी तुम्हाला परत एकदा सांगतो.” हॉलकोम्ब म्हणाले, “मेसीने तुमचं कर्ज अगदी सव्याज फेडलेलं आहे. आणि तिच्या नावावर दहा पौंडसुद्धा शिल्लक उरणार नाहीत, अशी तुम्ही तजवीज केली.”

“त्या जागेची आजच्या बाजारभावाने चारशे पौंड किंमत असून ती माझ्या मालकीची आहे.” असे शब्द ह्युगोच्या तोंडून बाहेर पडले खरे. पण मग त्याला त्या गोष्टींचा ताबडतोब पश्चात्ताप झाला.

“मुळात ती जागा जर तुमच्या मालकीचीच असती, तर मग त्याची दामदुप्पट किंमत मोजून ती खरेदी करण्यासाठी तुम्ही इतके धडपडला नसता.” हॉलकोम्ब म्हणाले.

आपल्याला मेसीच्या त्या जमिनीच्या तुकड्यात किती प्रमाणात रस आहे, ही गोष्ट आपण आपल्या मूर्खपणामुळे त्या हॉलकोम्बला कळू दिली, याचा आता ह्युगोला मनोमन पश्चात्ताप होऊ लागला होता. पण अजूनही तो गप्प बसू शकत नव्हता. “मग हे सांग मास्तरड्या, जेव्हा-जेव्हा ती मेसी क्लिफ्टन तुझ्याबरोबर झोपते, तेव्हा तुला त्याचे पैसे मोजावे लागतात का? कारण मला तरी लागले नव्हते.”

हॉलकोम्बने त्याला ठोसा मारण्यासाठी हात उगारला.

“थांबलास का? मार ना मला. ये पुढे! मी काही त्या टॅनकॉकप्रमाणे गप्प बसणार नाही. तुझ्यावर खटला करीन.”

मि. हॉलकोम्बचा हात खाली आला. ते पाठ फिरवून चालू लागले. या नालायक माणसाच्या तोंडी लागून स्वत:वरचा ताबा सुटल्याचं त्यांना मनातून दु:ख होत होतं.

ह्युगो स्वत:शीच जोरात हसला. शेवटचा ठोसा आपणच मारल्याचं समाधान त्याच्या चेहऱ्यावर पसरलं होतं.

रस्त्याच्या दुसऱ्या बाजूच्या फूटपाथवरच्या पोरट्यांकडे त्यांचं लक्ष गेलं. ती आपापसात हसत बसली होती. अजूनही विस्फारित नजरेने ती पोरटी ह्युगोच्या गाडीकडे बघत होती.

३५

ह्युगोने दिलेला पहिला चेक वठला नाही, तेव्हा त्याने त्या गोष्टीची फारशी दखल घेतली नाही. आणखी थोडे दिवस थांबून त्याने परत एकदा चेक दिला. थोड्याच दिवसांत तो न वठल्याचा शिक्का मारून पोस्टाने त्याच्याकडे परत आला. आता मात्र जी गोष्ट अटळ होती, त्याचा स्वीकार करणं त्याला भागच होतं.

नंतरचे काही आठवडे या सतत भासणाऱ्या पैशांच्या चणचणीवर मात करण्यासाठी ह्युगो नित्यनवीन क्लृप्त्या शोधत राहिला.

त्याचे वडील, सर वॉल्टर बॅरिंग्टन अडीअडचणीला उपयोगी पडावे म्हणून ऑफिसच्या तिजोरीत शंभर पौंड राखीव ठेवत असत. पण ह्युगोच्या पुढची अडचण ही काही साधीसुधी नव्हती. संकटांचं वादळच त्याच्या समोर घोंघावत होतं. त्यामुळे आपल्याला आता तिजोरीतून ते पैसे काढण्याखेरीज काही इलाजच नाही, अशी त्याने स्वत:च्या मनाची सोयीस्कर समजूत काढली. आपल्या म्हातारबुवांना इतक्या संकटांना आयुष्यात कधीच तोंड द्यावं लागलेलं नव्हतं, असंही तो स्वत:च्या मनाला बजावायला विसरला नाही. पण त्या १०० पौंडलाही पाय फुटले. त्यानंतर त्याने आपली नवी गाडी विकून टाकली. पण ती विकत घेणारा कार डीलर नम्रपणे त्याला म्हणाला, ''साहेब तुमच्या गाडीचा जो रंग आहे ना, त्याची काही या वर्षी फॅशन नाहीये. त्यामुळे मी तुम्हाला याची जास्तीत जास्त निम्मीच किंमत देऊ शकेन. कारण मला ही पूर्णपणे नव्याने रंगवून घ्यावी लागेल.'' ह्युगोला पैशांची इतकी निकड होती की, त्याला तो सौदा मान्य करावाच लागला.

त्या रकमेवर त्याची अजून एक महिना गुजराण झाली.

आता विकून खाण्यासारखं ह्युगोपाशी काहीच शिल्लक नव्हतं. मग तो स्वत:च्या आईच्या घरीच चोऱ्या करू लागला. सुरुवातीला टेबलावर किंवा इकडे-तिकडे पडलेली किरकोळ चिल्लर, त्यानंतर आईची पर्स उघडून त्यातील नाणी आणि अखेरीस तर त्याने पर्समधील नोटासुद्धा चोरण्यास सुरुवात केली.

काही दिवसांतच त्यांच्या जेवणाच्या टेबलावर विराजमान झालेला सुंदर चांदीचा पक्षी उचलून त्याने गहाण टाकला. तो पक्षी त्यांच्या खानदानात कित्येक पिढ्यांपासून होता.

त्यानंतर ह्युगोने आपली नजर आईच्या दागिन्यांकडे वळवली. सुरुवातीला त्याने तिच्या लक्षात न येण्याजोगे छोटे नग चोरले. एखादी सोन्याची हेअरपिन, हिऱ्यांचा ब्रूच पण त्यानंतर त्याने हिऱ्यांच्या माळेवर हात साफ केला. ही माळ त्याची आई अगदी क्वचितच घालत असे. त्यांच्या घरी पिढ्यांन्पिढ्या चालत आलेला एक सुंदर हिऱ्यांचा मुकुट होता. स्त्रियांनी केशरचना केल्यावर शोभेसाठी त्यावर तो हिऱ्यांचा मुकुट विशेष समारंभ, लग्न इत्यादी कार्यक्रमांच्या वेळी परिधान करत असत. पण आता नजिकच्या भविष्यात घरात असा काही समारंभ होण्याची शक्यताच नव्हती. त्यामुळे त्या हिरेजडित अलंकारालाही पाय फुटले.

त्यानंतर त्याची नजर त्याच्या वडिलांच्या संग्रहाकडे वळली. त्याच्या कलासक्त वडिलांनी अत्यंत सुंदर, दुर्मीळ तैलचित्रांचा संग्रह केला होता. त्याचा कसा वापर करून घेता येईल, ह्याचा विचार तो करत असतानाच तशी संधी चालून आली. घरातील हाउसकीपर आणि कुक अनेक महिन्यांचा पगार थकल्यामुळे नोकरी सोडून निघून गेले. त्यात भरीस भर म्हणून एक महिन्यानंतर बटलर जेन्किन्सचंही निधन झालं. ही गोष्ट तर ह्युगोच्या पथ्यावरच पडली. त्याने ताबडतोब भिंतीवर लटकणाऱ्या स्वत:च्या आजोबांच्याच तैलचित्राला बाहेरची वाट दाखवली.

त्यानंतर त्याच्या आजी-आजोबांनी जिवापाड जतन केलेल्या अत्यंत दुर्मीळ, श्रेष्ठ कलाकृतींचीही अशीच वाट लागली. या कलाकृती तर त्यांच्या घराण्यात शंभर वर्षांहूनही अधिक काळ होत्या.

ह्याला चोरी म्हणण्याचं काहीच कारण नाही, अशी ह्युगोने स्व:च्या मनाची समजूत घातली. अखेर वडीलांच्या मृत्युपत्रानुसार कायद्याने हे सगळं त्याच्याच तर मालकीचं होतं.

कंपनीची अवस्था दिवसेंदिवस बिकट होत होती. सध्या ती कशीबशी चालली होती. पहिल्या तिमाहीत थोडंच नुकसान झाल्याचं आकडेवारी सांगत असली, तरीही आणखी तीन डायरेक्टर्स आणि अनेक कर्मचाऱ्यांनी राजीनामे दिले होते. त्यांना कंपनी सोडण्याच्या दिवसापर्यंतसुद्धा पगार मिळालाच नव्हता. त्या लोकांनी जाण्यापूर्वी ह्युगोला याचा जाबसुद्धा विचारला. त्यावर ह्युगोने युद्धामुळे आर्थिक फटका बसल्याचं कारण पुढे केलं. त्यावर एक जुन्या वयस्कर डायरेक्टरने चिडून असेही उद्‌गार काढले, ''तुमच्या वडिलांच्या कारकिर्दीतही युद्ध चालू होतंच की, पण त्यांनी ही सबब पुढे करून कधी कुणाचे पगार नाही थांबवले.''

त्यानंतर थोड्या दिवसांत एक-एक करून कंपनीच्या मालकीच्या गोष्टीसुद्धा अदृश्य होऊ लागल्या.

बॅरिंग्टन हॉल आणि त्या भोवतालची ७२ एकराची जमीन हे दोन्ही आपण तर बाजारात विक्रीस काढलं, तर आपल्या कंपनीचे बारा वाजण्याच्या बेतात आहेत ही गोष्ट जगजाहीर होईल, जी कंपनी गेली शंभर वर्षं फक्त नफाच करत आली आहे, तिचं जवळपास दिवाळं वाजलेलं आहे, हे सर्वांना कळेल, याची ह्युगोला चांगली कल्पना होती.

सध्याची ही बिकट परिस्थिती आहे, ती अजून थोड्या दिवसांतच सुधारेल सर्वकाही पूर्वी सारखं होईल, अशी आश्वासने ह्युगो आपल्या आईला सतत द्यायचा. तिचा बिचारीचा त्यावर विश्वास बसायचा. काही दिवसांनंतर स्वत:चं बोलणं ह्युगोला स्वत:लाच खरं वाटू लागलं. सारं काही आपोआप नीट होईल, यावर त्याचाही विश्वास बसला. पण मग सारखेच चेक वठेनासे झाल्यावर एक दिवस प्रेंडरगास्ट यांचा फोन आला. बॉंडस्ट्रीटवर त्याची जी काही मालमत्ता होती, त्याला कुणीतरी ३५०० फैंड द्यायला तयार झालं होतं. म्हणजे त्याने खरेदी केलेल्या किमतीपेक्षा सहाशे फैंडाचा नफाच होता.

''पण मला तर एक कंपनी त्याचे तीस हजार फैंड द्यायला तयार झाली होती ना?'' ह्युगो फोनमधून त्यांच्यावर ओरडला.

''ती कंपनी तेवढी किंमत मोजायला अजूनही तयार आहे. पण त्यासाठी तुम्ही मिसेस क्लिफ्टनची जागा विकत घेऊन मगच एकसलग जमिनीचा पट्टा त्यांना द्यावा, ही त्यांची अट अजूनही आहेच.''

''त्या बयेला एक हजार पौंड देऊ करा.'' तो त्यांच्या अंगावर भुंकत म्हणाला.

''जशी तुमची इच्छा, सर ह्युगो!''

ह्युगोने फोनचा रिसीव्हर आदळला. आता आणि नवी काय भानगड उपस्थित होणार आहे, याचाच विचार तो करू लागला.

रेल्वे आर्म्सनामक हॉटेलच्या वरच्या मजल्यावरील एका कोपऱ्यात कुणाच्या नजरेला न पडावं अशा पद्धतीने एका टेबलापाशी ह्युगो बसून होता. या आधी या हॉटेलात तो कधी आला नव्हता. आणि तो असल्या जागी परत कधी येण्याची शक्यताही नव्हती. दर थोड्या क्षणांनी तो मनगटावरील घड्याळाकडे नजर टाकत होता. हा मिचेल कधी एकदाचा येतो, असं त्याला झालं होतं.

खाजगी डिटेक्टिव्ह मिचेल बरोबर अकरा वाजून चौतीस मिनिटांनी तिथे अवतरला. तो नुकताच पॅडिंग्टन एक्सप्रेसने टेंपल्स मीड्स स्टेशनवर उतरून थेट इथे आला होता. मिचेल सध्या फक्त ह्युगोसाठीच काम करत होता. आणि गेल्या कित्येक महिन्यांत त्याला त्याचा मोबदलासुद्धा मिळालेला नव्हता. तो ह्युगोसमोर बसला.

''इतकं काय महत्त्वाचं होतं की, एवढ्या तातडीने इथे मला भेटायला बोलावलं?''

ह्युगो खेकसला. वेटरने डिटेक्टिव्ह मिचेलच्या समोर बिअर आणून ठेवली.

"सर एक वाईट बातमी आहे." बिअरचा घुटका घेत मिचेल म्हणाला. "तुमचा मित्र टोबी डनस्टेबल याला पोलिसांनी अटक केली आहे." त्याचे ते शब्द ऐकताच ह्युगोच्या अंगावर भीतीने सरसरून काटा उभा राहिला. पिओत्राव्हस्का यांच्या घरातून त्यांचे जडजवाहीर, असंख्य मौल्यवान तैलचित्रं चोरल्याचा त्याच्यावर पोलिसांनी आरोप ठेवला आहे. त्याने तिथून चोरलेली पिकासो आणि मॉनेट या चित्रकारांची जगविख्यात तैलचित्रं मेफेअरमधील एका आर्ट डीलरला विकण्याचा जेव्हा प्रयत्न केला, तेव्हा तो पकडला गेला."

"टोबी पोलिसांसमोर कधीच तोंड उघडणार नाही." ह्युगो म्हणाला.

"तसं नाहीये सर! मला अशी खात्रीलायक माहिती मिळालेली आहे की, शिक्षेत सवलत मिळावी म्हणून तो माफीचा साक्षीदार झालेला आहे. स्कॉटलंड यार्डच्या पोलिसांनी या प्रकरणातील मुख्य सूत्रधाराला पकडण्याचा चंगच बांधलेला आहे."

ह्युगोचं तोंड कडू झालं. डिटेक्टिव्ह मिचेल याच्या शब्दांचा नीट अर्थ ध्यानात आल्यावर त्याची गाळण उडाली. डिटेक्टिव्ह मिचेल बराच वेळ शांत होता. या प्रकरणी ओल्गा पिओत्राव्हस्का यांनी निष्णात कायदेतज्ज्ञ सर फ्रॉन्सिस मेह्यू यांची नेमणूक केली आहे."

"पण मुळात ती या भानगडीत पडलीच कशाला? तिने सगळं प्रकरण पोलिसांच्या स्वाधीन करून मोकळं व्हायचं होतं ना?"

"पण पिओत्राव्हस्का यांनी सर फ्रॉन्सिस यांचा या चोरीच्या प्रकरणी सल्ला घेतलेलाच नाही. दुसऱ्याच दोन गोष्टींच्या बाबतीत त्यांची नेमणूक केली आहे.

"दुसऱ्या दोन गोष्टी?" ह्यूगो म्हणाला.

"हो, तुम्ही त्यांना दिलेलं वचन मोडल्याबद्दल त्यांनी तुमच्याविरुद्ध रिट पिटिशन दाखल केलं आहे. त्याचबरोबर मिस पिओत्राव्हस्का यांना एक मुलगी झालेली असून तुम्ही तिचे पिता असल्याचा दावाही त्यांनी केला आहे."

"पण ते ती कधीच सिद्ध करू शकणार नाही." ह्युगो म्हणाला.

"या संदर्भात कोर्टासमोर जो पुरावा सादर करण्यात येणार आहे, त्यात बर्निंग्टन आर्केडमधील एका जवाहिऱ्याकडून खरेदी करण्यात आलेल्या एंगेजमेंट रिंगची पावती असेल. त्याचप्रमाणे त्यांच्या राहत्या घराची मोलकरीण या दोघांनी असं प्रतिज्ञापत्र दिलं आहे की, तुम्ही सुमारे वर्षभर लाऊंडेस स्क्वेअर येथे असलेल्या पिओत्राव्हस्कांच्या निवासस्थानी मुक्काम करून होता."

गेल्या दहा वर्षांत पहिल्यांदाच ह्युगोने चक्क डिटेक्टिव्ह मिचेलचा सल्ला मागितला. "मग मी आता काय करू ते तुम्हीच सांगा!" तो कुजबुजत्या स्वरांत म्हणाला.

"मी जर तुमच्या जागी असतो ना सर, तर मी अशा परिस्थितीत हा देश सोडून कधीचा गायब झालो असतो." डिटेक्टिव्ह मिचेल म्हणाला.

"तुम्हाला काय वाटतं, माझ्या हातात अजून किती दिवस आहेत?" ह्युगो म्हणाला.

इतक्यात वेटर बिल घेऊन टेबलापाशी आला.

"एक शिलिंग नऊ पेन्स झाले सर!"

ते ऐकूनही ह्युगोचा हात पाकिटाकडे गेलाच नाही. अखेर मिचेलनेच बिल चुकतं केलं.

प्रायव्हेट डिटेक्टिव्ह मिचेल लंडनला निघून गेल्यानंतर ह्युगो जरावेळ तसाच विचार करत तिथे बसून राहिला. आता यानंतर काय करता येऊ शकतं. आपल्याला काय-काय पर्याय उपलब्ध आहेत, याचा विचार करत राहिला. जरा वेळाने वेटरने येऊन 'काही ड्रिंक आणू का?' असं विचारलं. ह्युगोने त्यावर उत्तरसुद्धा देण्याचे कष्ट घेतले नाहीत. अखेर बऱ्याच वेळानंतर तो खुर्चीतून कसाबसा उठून जड पावलांनी बाहेर पडला.

असाच हळूहळू कसाबसा कष्टाने चालत तो शहराच्या मध्यवर्ती भागाकडे जायला निघाला. अखेर विचार करता-करता आपण पुढे काय करावं, हे त्याला सुचलं. काही मिनिटांनंतर तो बँकेत पोहोचला.

"मी तुमची काही मदत करू शकतो का, सर?" असं अदबीने विचारत रिसेप्शन काउंटरमागे बसलेला तरुण उठून उभा राहात म्हणाला. पण त्याच्याकडे साफ दुर्लक्ष करून तो मॅनेजर प्रेंडरगास्ट यांच्या केबिनकडे ताड-ताड ढांगा टाकत जाऊन सुद्धा पोहोचला. प्रेंडरगास्ट यांना इंटरकॉमवर ह्युगोच्या आगमनाची सूचना देण्याइतकाही वेळ त्या रिसेप्शनिस्टला मिळाला नाही.

ह्युगोला दारात उभं पाहून प्रेंडरगास्ट यांना मुळीच आश्चर्य वाटलं नाही. "आपण कोणत्याही क्षणी या ह्युगो बॅरिंग्टनच्या सेवेस हजर असलं पाहिजे, असं या माणसाने गृहीतच धरलेलं दिसतंय." असा विचार त्यांच्या मनात आला, पण बॅरिंग्टन्स'च्या चेअरमनसाहेबांनी आज दाढीसुद्धा केलेली नाही आणि चुरगळलेल्या अस्ताव्यस्त कपड्यात ते आपल्याला भेटायला आले आहेत, हे पाहून मात्र प्रेंडरगास्ट यांना आश्चर्याचा धक्का बसला.

"माझ्यापुढे एक फार मोठा प्रश्न उभा राहिलेला आहे आणि तो तातडीने सोडवण्याची गरज आहे." ह्युगो म्हणाला. तो धपकन खुर्चीत बसला.

"येस ऑफ कोर्स, सर ह्युगो! मी आपल्यासाठी काय करू शकतो?"

"ब्रॉड स्ट्रीट वरची माझी मालमत्ता विकून तुम्ही लवकरात लवकर जास्तीत जास्त किती रक्कम उभी करू शकता?"

"अहो सर, पण मी तर गेल्याच आठवड्यात तुम्हाला पत्र लिहून कळवलंय

की, मिसेस क्लिफ्टन यांनी तुमचा प्रस्ताव धुडकावून लावला आहे.''

''होय. मला ते माहीत आहे. पण तिची ती जागा आपल्याकडे नसताना राहिलेल्या जागेचे किती पैसे मिळू शकतील?'' ह्युगो म्हणाला.

''मिसेस क्लिफ्टन यांची जागा वगळता राहिलेल्या जागेचे तीन हजार पाचशे पौंड द्यायला एक पार्टी अजूनही तयार आहे. पण सर, तुम्ही त्या मिसेस क्लिफ्टनशी चर्चा करून त्यांना आणखी घसघशीत रक्कम का नाही देऊ करत? तसं झालं तर त्या जागेचे तीस हजार पौंड मिळू शकतात.''

''मला हे सगळं करत बसायला वेळ नाहीये.'' जास्त काही स्पष्टीकरण देण्याच्या भानगडीत न पडता ह्युगो म्हणाला.

''तसंच असलं तर मी त्या पार्टीशी आणखी खूप जास्त घासाघीस करून जास्तीत जास्त चार हजार पौंड मिळवण्याचा प्रयत्न करीन. तेवढे हातात मिळाले तरी हा व्यवहार किफायतशीर झाला, असंच म्हणावं लागेल, सर!''

''मी त्या प्रस्तावाला मान्यता द्यावी असं वाटत असेल, तर मग मलाही एका बाबतीत तुमचा शब्द हवाय!'' ह्युगो म्हणाला.

मि. प्रेंडरगास्ट यांनी भुवई उंचावून प्रश्नार्थक मुद्रेने ह्युगोकडे पाहिलं. ''तुमच्या या पार्टीचा आजवर कधीही मिसेस क्लिफ्टनशी कोणत्याही स्वरूपाचा संबंध असता कामा नये. भूतकाळातही नाही आणि वर्तमानातही नाही.''

''ते मी तुम्हाला अगदी खात्रीशीर सांगू शकतो, सर ह्युगो!''

''तुमच्या या पार्टीने जर मला चार हजार पौंड दिलेच, तर मग माझ्या करंट अकाउंटमध्ये आधी आगावू घेतलेले पैसे वजा जाता किती शिल्लक उरतील?''

मि.प्रेंडरगास्ट यांनी ह्युगोची फाइल उघडून हिशेब केला. ''आठशे बावीस पौंड आणि दहा शिलिंग्ज!'' ते म्हणाले.

ह्युगोने आजकाल दहा शिलिंग्जसारख्या मामुली रकमेलाही हिशेबात धरण्यास सुरुवात केली होती. ''तसं तर असेल, तर मला आठशे पौंड ताबडतोब रोख हवे आहेत. आणि एकदा माझा विक्रीचा व्यवहार झाला की, त्याचे पैसे कुठे जमा करायचे, ते मी तुम्हाला कळवेनच.''

''विक्रीचा व्यवहार? आता आणखी कुठला विक्रीचा व्यवहार?'' प्रेंडरगास्ट बुचकळ्यात पडून म्हणाले.

''हो! मी बॅरिंग्टन हॉल मार्केटमध्ये विक्रीस काढण्याचा निर्णय घेतला आहे.'' ह्युगो म्हणाला.

३६

त्याला घरातून बाहेर पडताना कुणीच पाहिलं नाही. त्याने हातात सूटकेस घेतली होती, अंगात गरम कपडे घातले होते आणि त्याच्या पायात दणकट बूट होते. त्याच्या वेषभूषेकडे पाहून नोकरीच्या किंवा धंद्याच्या निमित्ताने त्याला सतत प्रवास करावा लागत असणार असाच कुणाचाही समज झाला असता.

घराजवळचा बसस्टॉप साधारण मैलभर अंतरावर होता. तो तिकडे चालतच निघाला. खरंतर हा सगळा भूभाग त्याच्याच मालकीचा होता. चाळीस मिनिटांनंतर तो एका हिरव्या बसमध्ये चढला. आजवरच्या आयुष्यात त्याने कधी बसने प्रवास केलेला नव्हता. तो शेवटच्या सीटवर जाऊन बसला. हातातली बॅग क्षणभरही नजरेआड होऊ न देण्याचा त्याने निर्धार केला होता. कंडक्टर आल्यावर तिकिटासाठी त्याने दहा शिलिंग्ज पुढे केले. तिकिटाच्या किरकोळ रकमेसाठी दहा शिलिंग्जची नोट पुढे करणं, ही त्याची पहिली चूक! त्याला कुणाचं लक्ष स्वत:कडे वेधून घेण्याची खरं तर इच्छा नव्हती.

बस ब्रिस्टॉलला निघाली होती. खरं तर त्याच्या त्या भपकेबाज गाडीतून तो ब्रिस्टॉलपर्यंतचं अंतर केवळ बारा मिनिटांत पार करायचा. पण आज ब्रिस्टॉल बस स्टँडमध्ये बस शिरेपर्यंत एक तासाहून अधिक काळ लोटला होता. सर्वांबरोबर गर्दीतून ह्युगो बसमधून खाली उतरला. त्याने घड्याळात पाहिलं दुपारचे दोन वाजून अडतीस मिनिटं झाली होती. म्हणजे त्याच्या हातात अजून पुरेसा वेळ होता.

टेम्पल मीड्स स्टेशनकडे जाण्यासाठी चढाचा रस्ता होता. त्यावरून तो चालू लागला. रस्त्याला इतकी चढण आहे, हे त्याला आजवर कधीच जाणवलं नव्हतं. पण तसं पाहायला गेलं, तर आजवर कधी स्वत:ची सूटकेस स्वत: उचलण्याचा प्रसंगही त्याच्यावर आलेला नव्हताच. स्टेशनच्या आत उभं राहून त्याने 'फिशगार्ड'ला जाण्यासाठी तिसऱ्या वर्गाचं तिकीट काढलं. ट्रेन किती नंबरच्या प्लॅटफॉर्मवरून सुटेल याची चौकशी करून तो त्या प्लॅटफॉर्मवर जाऊन जरा आडोशाला, एका

टोकाला जाऊन थांबला.

ट्रेन स्टेशनात शिरल्यावर तो तिसऱ्या वर्गाच्या डब्यात मध्यभागी जागा पकडून बसला. डब्यात प्रचंड गर्दी असल्याने त्याला त्याची सूटकेस समोरच्या बाजूला वर ठेवावी लागली. त्याची नजर त्या सूटकेसवर सतत खिळून होती. इतक्यात दार उघडून एक स्त्री त्या डब्यात डोकावली आणि रिकामी जागा कुठे दिसते का, ते न्याहाळू लागली. पण ह्युगो मात्र स्त्रीदाक्षिण्य वगैरे दाखवण्याच्या फंदात न पडता आपल्या सीटवर ढिम्म बसून राहिला.

ट्रेन स्टेशनामधून बाहेर पडताच ह्युगोने सुटकेचा निःश्वास सोडला. ब्रिस्टॉल हळूहळू मागे जरा मागे पडू लागलं तसा त्याच्या चेहऱ्यावर आनंद पसरला. मग जरा मागे टेकून बसत त्याने स्वतः घेतलेल्या निर्णयावर विचार केला. उद्या या वेळेपर्यंत तो 'कॉर्क' मध्ये जाऊन पोहोचणार होता. पण आयर्लंडच्या भूमीवर खरोखर पाऊल टेकेपर्यंत त्याला मनातून सुरक्षित वाटणं शक्यच नव्हतं. पण आधी ही ट्रेन वेळेत स्वान सी स्टेशनवर पोहोचायला हवी होती.

ट्रेन स्वान सीला नियोजित वेळेपेक्षा उशिराच जाऊन पोहोचली. पण तरीही ह्युगोच्या हातात अजून अर्धा तास होता. त्याने रेल्वेच्या कँटीनमध्ये जाऊन कॉफी आणि बनपाव मागवला. दोन्हीही गोष्टी चवीला यथातथाच होत्या. पण तो इतका थकला होता की, त्याला कशाची पर्वा नव्हती. नाश्ता झाल्यावर, एका अंधाऱ्या प्लॅटफॉर्मवर येऊन तो एकदा फिशगार्डच्या ट्रेनची वाट बघत बसला.

ती ट्रेनही उशिराच आली. पण फिशगार्डच्या बंदरात उभी असलेली फेरी बोट सगळ्या प्रवाश्यांना घेतल्याशिवाय सुटणार नाही, याची त्याला खात्री होती. कॉर्कमध्ये रात्रभर मुक्काम करायचा आणि दुसऱ्या दिवशी अमेरिकेला जाणाऱ्या बोटीचं तिकिट काढून विकून मिळालेल्या पैशांच्या आधारे अमेरिकेत सरळ नवीन आयुष्याला सुरुवात करायची, असं त्याने ठरवलं होतं.

वारसाहक्काने आपल्याला मिळालेलं आपलं घर जेव्हा लिलावात विक्रीस काढण्यात येईल, तेव्हा आपल्या आईचं काय होणार, असा विचार प्रथमच त्याच्या मनात शिवला होता. एकदा घर विकलं गेलं की ती कुठे राहील? पण मग त्याने ती गोष्ट फारशी मनाला लावून घेतली नाही. आई मॅनोर हाउसमध्ये एलेझाबेथ बरोबर राहू शकली असती. ते घर भरपूर मोठं होतं. घरात कितीतरी खोल्या होत्या. ते ही नाही जमलं, तर ती हार्वे कुटुंबीयांसोबत राहू शकली असती. त्यांची स्वतःची तीन घरं होती. शिवाय त्यांच्या मालकीच्या प्रचंड मोठ्या जमिनी होत्या, त्यावर कितीतरी कॉटेजेस होत्या.

त्यानंतर त्याच्या मनात बॅरिंग्टन शिपिंग लाइन्स विषयी विचार येऊ लागले. हा उद्योग गेल्या दोन पिढ्यांपासून त्यांच्या घराण्यात होता. पण आता तिसऱ्या

पिढीत मात्र अचानक व्यवसायाला उतरणीची कळा लागली होती. आणि आता तर तो पूर्णच डबघाईला आला होता.

त्यानंतर क्षणभरच त्याच्या मनात ओल्गा पिओत्राव्हस्काचा विचार आला. नशिबाने परत कधी त्याची आणि तिची समोरासमोर गाठ पडणार नव्हती. त्याने थोडावेळ टोबी डनस्टेबलचाही विचार केला. खरं तर आज त्याच्या हात धुऊन पाठीमागे लागलेल्या सगळ्या संकटाचं मूळ कारण हा टोबी डनस्टेबल तर होता.

एमा आणि ग्रेसबद्दलही त्याच्या मनात ओझरता विचार येऊन गेला. पण फार वेळ नाही. मुलींना त्याच्या लेखी फारसं महत्त्व नव्हतंच. गाइल्स जर्मनांच्या कैदेतून पलायन करून ब्रिस्टॉलला येऊन पोहोचला होता. परंतु आल्यापासून तो ह्युगोला टाळतच होता. युद्धात पराक्रम गाजवून आलेल्या त्याच्या शूर मुलाबद्दल लोक ह्युगोला नाना तऱ्हेचे प्रश्न विचारत. आणि ह्युगोला दरवेळी गाइल्सविषयी काहीतरी नवी कहाणी रचून सांगावी लागे. पण एकदा अमेरिकेला पोहोचल्यानंतर असलं काही त्याला करावं लागणार नव्हतं. कुटुंबाशी, भूतकाळाशी नाळ तोडून तो तिकडे नव्याने आयुष्याला सुरुवात करणार होता. अजून काही वर्षांनंतर 'सर' हा किताब गाइल्सलाच मिळणार होता. परंतु वडिलोपार्जित संपत्तीचा मात्र ह्युगोने निकाल लावला होता. सर वॉल्टर यांच्या मृत्युपत्रातील तो 'सर' हा किताब सोडून बाकी विशेष काही शिल्लकच उरलं नव्हतं.

पण उरलेला सर्व वेळ तो फक्त स्वत:चा, स्वत:च्या भविष्याचा विचार करत बसला. अखेर ट्रेन फिशगार्ड स्टेशनात येऊन थांबल्यावर त्याची ही विचारांची तंद्री भंग पावली. डब्यातील सर्व प्रवासी उतरून गेल्यावर तो आपली सूटकेस घेऊन बाहेर पडला.

ध्वनिक्षेपकावरून मोठमोठ्यांदा घोषणा सुरू होती. 'बंदराकडे जाणाऱ्या बसेस! बंदराकडे जाणाऱ्या बसेस!' एकूण चार बसेस होत्या. तो तिसऱ्या बसमध्ये चढला. बसचा प्रवास तसा छोटाच हाता. फेरीबोटीचं टर्मिनल सापडायला कठीण गेलं नाही. ब्लॅकआउटची वेळ असल्यामुळे अंधाराचं राज्य होतं. कॉर्ककडे जाणाऱ्या फेरीबोटीसाठी भली मोठी रांग होती.

तिसऱ्या वर्गाचं तिकीट काढून तो फेरीबोटीत चढला. तिथे त्याला बसायला एक कोपरा मिळाला. एखाद्या मांजराला अंगाचं मुटकुळं करून पडून राहण्याएवढीही जागा तिथे नव्हती. फेरी बोट सुटत असल्याची सूचना देणारा कर्कश्य भोंगा दोनदा वाजला आणि हळूहळू बोट निघाली तेव्हा कुठे ह्युगोच्या जिवात जीव आला. फेरी जराशी दूर गेल्यावर तो जरा निवांतपणे टेकून बसला. तो इतका प्रचंड थकला होता की, अखेर सूटकेसवर डोकं ठेवून तिथेच झोपी गेला. जरा वेळातच त्याला गाढ झोप लागली.

आपल्याला किती वेळ झोप लागली होती, हेच ह्युगोला कळत नव्हतं. कुणीतरी खांद्यावर हाताने थपडा मारून त्याला उठवून बसवलं होतं. त्याने निरखून पाहिलं तर दोन माणसं तिथे उभी होती.

''सर ह्युगो बॅरिंग्टन?'' त्यातला एकाने विचारलं.

आता नकार देऊन काहीच फायदा नव्हता. त्यांनी त्याचं मानगूट धरून त्याला उठून उभं केलं. ''आम्ही तुम्हाला अटक करत आहोत.'' असं म्हणून त्यांच्यापैकी एकाने हातातल्या कागदावर लिहून आणलेली ह्युगोवर ठेवण्यात आलेल्या आरोपांची यादी वाचून दाखवली.

''पण मी कॉर्कला निघालो आहे. मी सरहद्दीच्या पलीकडे नक्कीच जाऊन पोहोचलो असणार.'' ह्युगो विरोध करत म्हणाला.

''नाही, सर तुम्ही आता परत 'फिशगार्डकडे निघाला आहात.''

बोट बंदराला लागताच पोलिसांनी हातात बेड्या ठोकलेल्या ह्युगोला जेव्हा बोटीतून बाहेर काढलं, तेव्हा अनेक प्रवासी ते दृश्य पाहण्यासाठी बोटीच्या डेकवर कठड्यापाशी जमा झाले होते. या माणसामुळेच त्यांच्या प्रवासाचा खोळंबा झाला होता.

पोलिसांच्या काळ्या व्हॅनमध्ये ह्युगोला बसवण्यात आलं. काही क्षणांतच त्याचा ब्रिस्टॉलच्या दिशेने परतीचा लांबलचक प्रवास सुरू झाला.

कोठडीचं दार उघडून एक गणवेशधारी माणूस एका ट्रेमध्ये ह्युगोसाठी नाश्ता घेऊन आला. आजपर्यंत जन्मभर ह्युगो झोपेतून उठल्यानंतर गणवेशधारी बटलर त्याच्यासाठी ट्रेमध्ये नाश्ता घेऊन हजर होत असे. पण आत्ताचा हा माणूस, त्याच्या अंगातला गणवेश आणि त्याने आणलेला नाश्ता या सर्वच गोष्टी फारच वेगळ्या होत्या. एक तळलेला पावाचचा स्लाइस आणि त्याच्यावर ठेवलेला तेलाने बरबटलेला टोमॅटो, असा तो नाश्ता पाहून त्याने एका हाताने तो ट्रे दूर ढकलला. आता आपल्याला रोजच अशा अन्नाची सवय करून घ्यावी लागणार की काय, या विचारांनी तो शहारला. कॉन्स्टेबल काही क्षणांनंतर परत येऊन ह्युगोने न उष्टावलेला तो नाश्ता आणि ट्रे उचलून निघून गेला. जाताना कोठडीचं दार धाडकन लावून गेला.

त्यानंतर बराच वेळ तसाच गेला. अखेर परत ते दार उघडलं. आता दोन अधिकारी आत घुसून ह्युगोचं बखोटं धरून त्याला उठवून कोठडी बाहेर घेऊन गेले. त्यांची वरात दगडी जिन्याने वरच्या मजल्यावर असलेल्या चार्जरूमकडे गेली. तिथे बॅरिंग्टन्स शिपिंग लाइन्सचा वकील ह्युगोची वाटच पाहत होता.

''आय ॲम सो सॉरी, चेअरमन!'' ह्युगोला पाहताच तो म्हणाला.

ह्युगोने नुसतीच मान हलवली. त्याच्या चेहऱ्यावर हताश भाव पसरले होते. ''आता यानंतर काय होणार?'' त्याने विचारलं.

“सुपरिटेंडंट म्हणाला की, अगदी थोड्याच वेळात ते तुमच्यावर गुन्हा दाखल करणार आहेत. मग ते तुम्हाला कोर्टात घेऊन जातील. तिथे एका न्यायाधीशांसमोर तुम्हाला उभं करण्यात येईल. तिथे फक्त त्यांच्यासमोर उभं राहून ‘मी निर्दोष आहे.’ एवढंच तुम्ही म्हणायचं. सुपरिटेंडंट मला स्पष्टच म्हणाला– तुम्ही जर जामिनावर सुटका करण्याची मागणी केलीत, तर आम्ही लगेच त्याला विरोध करू. कारण तुमचे अशील देश सोडून पलायन करताना पकडले गेले आहे. शिवाय त्यांच्या जप्त केलेल्या सूटकेसमध्ये आठशे पौंड रोख मिळाले आहेत.’ सर, मला वाटतं हे वृत्तपत्रांचे बातमीदार तर आपल्याला भंडावून सोडणार आहेत.”

मग ह्युगो आणि त्याचा वकील जरा वेळ काहीही न बोलता त्या खोलीत शांत बसून सुपरिंटेंडंची वाट पाहू लागले. हा खटला कोर्टात उभा राहण्यासाठी बरेच आठवडे लागणार असून तेवढे दिवस तुरुंगात काढण्याची ह्युगोने मानसिक तयारी केलेली बरी, असं त्या वकिलाने ह्युगोला सांगितलं. तुमच्या बचावासाठी आपण नावाजलेल्या चार वकिलांची फळी उभी करू, अशी त्याने ह्युगोची समजूत काढली. मग त्यांपैकी एक म्हणून दोघांनी मिळून सर गिल्बर्ट रे या निष्णात वकिलांचं नाव निश्चित केलं. इतक्यात दार उघडून एक सार्जंट आत आला.

“तुम्ही जाऊ शकता सर!” तो ह्युगोला म्हणाला. जणूकाही ह्युगोने एखादा लहानसा रहदारीचा नियम मोडला असावा, अशा थाटात तो बोलला.

त्या गोष्टीचा ह्युगोलाच नव्हे, तर त्याचा वकील विनशॉ यालाही प्रचंड धक्का बसला. जरा वेळाने विनशॉ म्हणाला, “माझ्या अशिलाला दिवस भरात परत कधी इथे येऊन हजर राहावं लागेल का?”

“मला तरी तसं काही सांगण्यात आलेलं नाही, सर!” सार्जंट म्हणाला.

ह्युगो पोलीस ठाण्याबाहेर पडला. तो आता मुक्त होता.

‘ब्रिस्टॉल इव्हिनिंग न्यूज’च्या ९व्या पानावर एका घटनेसंबंधी अगदी त्रोटक बातमी छापून आली. ती बातमी अशी होती : “अकरावे अर्ल ऑफ डनस्टेबल यांचे द्वितीय पुत्र द ऑनरेबल टोबी डनस्टेबल यांचं विंबल्डन पोलीस कोठडीमध्ये हृदयविकाराच्या तीव्र झटक्याने निधन झालं.”

या घटनेमागचं सत्य डिटेक्टिव्ह डेरेक मिचेल याने नंतर ह्युगोला सविस्तर सांगितलं.

त्या अर्लसाहेबांनी टोबी डनस्टेबलच्या मृत्यूच्या काही तास आधी त्याची कोठडीत भेट घेतली होती. पितापुत्रांची मोठमोठ्यांदा बाचाबाची चाललेली ड्युटी ऑफिसरने ऐकली. घराण्याची प्रतिष्ठा, यातून मार्ग काढण्याचा एकच उत्तम उपाय असे शब्द त्या संभाषणाच्या दरम्यान अर्लसाहेबांच्या तोंडून वारंवार निघत होते.

या दु:खद घटनेनंतर १५ दिवसांनी या घटनेची चौकशी झाली, त्या वेळी त्या ड्युटी ऑफिसरला कोर्टात न्यायमूर्तींनी अनेकदा एकच प्रश्न विचारला : 'त्या वेळी त्या दोन्ही माणसांमध्ये कोणत्याही स्वरूपाच्या औषधाच्या गोळ्यांची देवाण-घेवाण होताना तुम्ही पाहिलीत का?''

''नाही, सर!'' ड्युटी ऑफिसर म्हणाला. ''मी नाही पाहिलं.''

मग दुपारी विंम्बल्डन क्राऊन कोर्टाने असं जाहीर केलं की, टोबी डनस्टेबल याचा मृत्यू नैसर्गिक कारणामुळेच घडून आला होता.

३७

ह्युगोच्या मागोमाग ऑफिसामध्ये येत मिस पॉट्स म्हणाली, ''सर, सकाळपासून बरेच वेळा प्रेंडरगास्ट यांचा फोन येऊन गेला. आणि त्यांचं तुमच्याकडे अत्यंत महत्त्वाचं काम असल्याचं त्यांनी अगदी बजावून सांगितलं आहे.'' आपले सर आज दाढी, अंघोळ वगैरे न करता अत्यंत मळक्या, चुरगळलेल्या कपड्यांत ऑफिसला आले आहेत, हे पाहून मिस पॉट्सला मनातून आश्चर्य वाटलं असलं, तरी तिने ते चेहऱ्यावर दाखवलं मात्र नाही.

ह्युगोच्या मनात पहिला विचार हाच आला की, 'नक्कीच ते ब्रॉडस्ट्रीटवरील जमिनीच्या विक्रीचं प्रकरण बारगळलेलं दिसतंय आणि त्या भरवश्यावर बँकेकडून आपण आगावू उचलेली आठशे पौंडाची रक्कम ताबडतोब परत करावी, असा तगादा करण्यासाठी या प्रेंडरगास्टचा फोन असावा. पण लेका प्रेंडरगास्ट, ते तू विसर आता.''

''आणि हो, तो टॅनकॉकसुद्धा तुम्हाला काहीतरी फार महत्त्वाची बातमी सांगण्यासाठी आला होता.'' मिस पॉट्स म्हणाली. ह्युगो त्यावर काहीच बोलला नाही. मग ती पुढे म्हणाली, ''पण याहीपेक्षा सर्वांत महत्त्वाची गोष्ट म्हणजे, तुमच्या टेबलावर मी एक पत्र ठेवलेलं आहे. ते तुम्ही तातडीने वाचलं पाहिजे, असं मला वाटतं.''

ह्युगोने खुर्चीत बसण्याआधीच घाईघाईने ते पत्र उघडून वाचण्यास सुरुवात केली. मग त्याने नीट बसून ते परत एकदा वाचलं. पण तरीही त्याचा स्वत:च्या डोळ्यांवर काही केल्या विश्वास बसेना. त्याने मान वर करून सेक्रेटरीकडे पाहिलं.

''हार्दिक अभिनंदन, सर!''

''त्या प्रेंडरगास्टला फोन लावा.'' ह्युगो तिच्या अंगावर खेकसला. ''मला आधी आपल्या मॅनेजिंग डायरेक्टरची भेट घ्यायची आहे आणि त्यानंतर त्या टॅनकॉकची.''

''येस, चेअरमन सर!'' असं म्हणून मिस पॉट्स लगबगीने त्याच्या ऑफिसातून बाहेर पडली.

प्रेंडरगास्टशी फोनवर संपर्क होण्याची वाट बघत असतानाच ह्युगोने मिनिस्ट्री ऑफ शिपिंगकडून आलेलं ते पत्र पुन्हा तिसऱ्यांदा वाचलं.

''डिअर सर ह्युगो, तुम्हाला कळवण्यास अत्यंत आनंद होतो की, बॅरिंग्टन शिपिंगला आम्ही खालील कॉंट्रॅक्ट देत आहोत...''

इतक्यात ह्युगोच्या टेबलावरचा फोन वाजला.'' मि. प्रेंडरगास्ट फोनवर आहोत.'' मिस पॉट्स म्हणाली आणि तिने ह्युगोला फोन जोडून दिला.

''गुड मॉर्निंग, सर ह्युगो!'' प्रेंडरगास्ट यांच्या आवाजातून मध्यंतरी काही दिवस लुप्त झालेला आदरभाव पुन्हा प्रकट झाला होता. ''सर तुम्हाला एक बातमी द्यायची होती. अखेर मिसेस क्लिफ्टन तिची जमीन एक हजार पौंडाना विकण्यास तयार झाली आहे.''

''अहो पण तिच्या त्या जमिनीचा तुकडा वगळता राहिलेली जमीन मी त्या युनायटेड डॉमिनियन कंपनीला चार हजार पौंडांना विकण्याच्या कॉंट्रॅक्टवर सही सुद्धा केली ना!'' ह्युगो म्हणाला.

''अहो, पण ते कॉंट्रॅक्ट अजून इथेच, माझ्या समोर टेबलावर आहे.'' प्रेंडरगास्ट म्हणाले. ''त्यांच्या दृष्टीने दुर्दैवाची आणि तुमच्या दृष्टीने सुदैवाची गोष्ट अशी की, मी कामात व्यग्र असल्याने त्यांना भेटीची वेळच देऊ शकलो नव्हतो. त्यामुळे आज सकाळी १० वाजता ते लोक माझ्याकडे आले.''

''पण तुम्ही कॉंट्रॅक्टविषयी काय केलं?'' ह्युगो काळजीने म्हणाला.

''सगळं व्यवस्थित केलं ना, सर!'' प्रेंडरगास्ट म्हणाले.

''म्हणजे?'' ह्युगोने विचारलं.

''चाळीस हजाराचं दुसरं कॉंट्रॅक्ट बनवून घेतलं.''

''मी समजलो नाही.'' ह्युगो काळजीने म्हणाला.

''मी युनायटेड डॉमिनियन कंपनीशी बोलणी केली. मिसेस क्लिफ्टन यांच्या मालकीची जमीन आता तुम्ही विकत घेतली आहे आणि ब्रॉडस्ट्रीटवरच्या जमिनीचा एकसंध पट्टा तुमच्या मालकीचा आहे, अशी मी त्याची खात्री पटवून दिल्यावर त्यांनी ताबडतोब पूर्ण चाळीस हजार पौंड रकमेचा चेक लिहिला, सर!''

''हे फार उत्तम केलंत तुम्ही माझी तुमच्यावर पूर्ण भिस्त आहे, ती त्याचमुळे.'' ह्युगो म्हणाला.

''थँक यू, सर! आता फक्त तुम्ही! मिसेस क्लिफ्टन बरोबर करारपत्र करून सह्या करून टाकल्यात की, मी तो युनायटेड डॉमिनियनने माझ्यापाशी दिलेला चेक तुमच्या खात्यात जमा करू शकेन.'' प्रेंडरगास्ट म्हणाले.

ह्युगोने घड्याळावर नजर टाकली. ''आज तर दुपारचे चार वाजून गेले आहोत.

मी उद्या सकाळी लवकर बँकेत येतो.''

प्रेंडरगास्ट त्यांच्या नेहमीच्या पद्धतीने घसा साफ करून एकदा खोकले. ''सकाळी लवकर म्हणजे बरोबर नऊ वाजता या, सर! अजून एक गोष्ट विचारायची होती. तुम्ही बँकेकडून आठशे पौंडाची उचल केली होती. ते पैसे अजून तुमच्याकडे आहेत ना?'' ते म्हणाले.

''हो, हो आहेत. मी उद्या सकाळी लवकर बँकेत येतो.''

''तुम्ही युनायटेड डॉमिनियनचा चाळीस हजार पौंडाचा चेक तुमच्या खात्यात जमा करण्याआधी मिसेस क्लिफ्टन यांना त्यांच्या जमिनीचे एक हजार पौंड द्यावे लागतील, सर! उगीच पुढे-मागे हेड ऑफिसने या प्रकरणाच्या बाबतीत आक्षेप घ्यायला नको.'' प्रेंडरगास्ट म्हणाले.

''ते ही खरं आहे,'' ह्युगो म्हणाला. त्याचं लक्ष शेजारी ठेवलेल्या सूटकेसकडे गेलं. नशिबाने त्याने त्या आठशे पौंडापैकी एकही खर्च केला नव्हता. त्याने मनातल्या मनात सुटकेचा निश्वास सोडला.

''बरं. एवढंच सांगायचं होतं मला. आणखी काही नाही.'' प्रेंडरगास्ट म्हणाले, ''आणि हो, सर्वांत महत्त्वपूर्ण कॉंट्रॅक्ट मिळवल्याबद्दल हार्दिक अभिनंदन!''

''पण कॉंट्रॅक्टबद्दल तुम्हाला कसं कळलं?'' ह्युगो पटकन म्हणाला. त्याच्या डोक्यात तो शिपिंग मिनिस्ट्रीच्या कॉंट्रॅक्टचा विषय आता घोळत होता.

''म्हणजे? मी समजलो नाही, सर!'' प्रेंडरगास्ट बुचकळ्यात पडून म्हणाले.

''नाही, नाही, काही नाही. मला वाटलं तुम्ही एका वेगळ्याच गोष्टीबद्दल बोलताय.'' ह्युगो स्वतःला सावरत म्हणाला, ''आणि हे बघा, ती गोष्ट काही महत्त्वाची नव्हती. तेव्हा ते तुम्ही विसरून जा.'' एवढं बोलून त्याने फोन ठेवला.

मिस पॉट्स फोनवर होती. ''सर, मॅनेजिंग डायरेक्टर तुम्हाला भेटण्यासाठी बाहेर थांबले आहेत.''

''त्यांना लगेच आत पाठवा.''

''तुम्ही आनंदाची बातमी ऐकली की नाही?'' नवा मॅनेजिंग डायरेक्टर कॉम्प्टन आत शिरताच ह्युगो म्हणाला.

''हो, ऐकली ना, चेअरमन सर! आणि ती बातमीसुद्धा कशी अगदी योग्य वेळेत आली.''

''योग्य वेळेत आली? म्हणजे?'' ह्युगो म्हणाला.

''आता पुढच्या महिन्याच्या बोर्ड मीटिंगमध्ये तुम्हाला वार्षिक अहवाल सादर करावा लागणार आहे, सर! यावर्षी सुद्धा आपल्या कंपनीचं प्रचंड नुकसान झालेलं आहे, हे तर सांगावंच लागेल, परंतु आता हे नवीन कॉंट्रॅक्ट पदरात पडल्यामुळे पुढच्या वर्षी आपल्याला नक्कीच नफा होईल, हे तर सांगता येईल ना!''

“आणि नंतर पुढची पाच वर्षं आपण सतत नफा करू!” ह्युगो शिपिंग मिनिस्ट्रीकडून आलेलं ते पत्र फडकावत हसत म्हणाला. तुम्ही असं करा, बोर्ड मीटिंगचा अजेंडा बनवून ठेवा. पण या नव्या सरकारी कॉंट्रॅक्टविषयी त्यात काही लिहू नका. मी प्रत्यक्ष मीटिंगच्या वेळी स्वत:च त्याची घोषणा करेन.”

“जशी तुमची इच्छा, चेअरमन सर!” त्या संदर्भातील सर्व कागदपत्रं उद्या दुपारी बारापर्यंत तुमच्याकडे पाठवण्याची मी व्यवस्था करतो, “कॉम्प्टन घरातून निघण्याआधी म्हणाला.

“ह्युगोने मंत्र्याकडून आलेलं पत्र चौथ्यांदा वाचलं. “दर वर्षी तीस हजार,” तो मोठ्यांदा म्हणाला. इतक्यात त्याच्या टेबलावरचा फोन परत वाजला.

“सॅव्हिल्स नावाच्या इस्टेट एजन्सीचे मि. फॉस्टर फोनवर आहेत.” मिस पॉट्स म्हणाली.

“त्यांना जोडून दे!”

“गुड मॉर्निंग, सर ह्युगो! माझं नाव फॉस्टर. मी सॅव्हिल्सचा सीनियर पार्टनर आहे. तुम्ही बॅरिंग्टन हॉलच्या विक्री संदर्भात ज्या काही सूचना केल्या आहेत, त्याच संदर्भात चर्चा करण्यासाठी आपण एकत्र भेटावं, असं मला वाटतं. त्यासाठी माझ्या क्लबमध्ये दुपारच्या जेवणाला आपण भेटलो तर कसं?”

“त्याची काही गरज नाही फॉस्टर. मी बॅरिंग्टन हॉल विकण्याचा माझा इरादा बदलला आहे, असं बोलून ह्युगोने फोन खाली ठेवला.

राहिलेली दुपार त्याने असंख्य पत्रांवर सह्या करण्यात घालवली. मिस पॉट्सने त्याच्या टेबलावर बरेच चेक्स सह्या करण्यासाठी आणून ठेवले होते. अखेर संध्याकाळी सहा वाजता त्याने पेनला टोपण लावलं.

मिस पॉट्स सगळा पत्रव्यवहार आणि चेक्स गोळा करायला तिथे आल्यावर ह्युगो म्हणाला, “आता मी त्या टॅनकॉकला जाऊन भेटतो.”

“येस सर!” मिस पॉट्स नापसंती दर्शक भाव चेहऱ्यावर आणून म्हणाली.”

टॅनकॉकची वाट बघत असताना ह्युगोने जमिनीवर गुडघे टेकून बसत आपली सूटकेस उघडली. त्यात ठेवलेल्या आठशे पौंडाच्या नोटांकडे तो पाहात बसला. एक वेळ अशी होती की, या रकमेच्या आधारे अमेरिकेला जाऊन सुरुवातीचे काही दिवस तो काढणार होता. त्यानंतर बॅरिंग्टन हॉल विकला गेल्यावर मिळालेले पैसे त्याला प्रेंडरगास्ट अमेरिकेला पाठवण्याची व्यवस्था करणार होते. पण आता परिस्थिती वेगळी होती. याच आठशे पौंडाच्या मदतीने ब्रॉड स्ट्रीवरच्या जमिनींच्या सौद्यात त्याला भरमसाठ फायदा होणार होता.

“टॅनकॉक आला आहे.” असं म्हणून मिस पॉट्स टॅनकॉकला ऑफिसात सोडून त्याच्या पाठीमागे दार लावून निघून गेली.

गोदीकामगार टॅनकॉक चेहऱ्यावर जबरदस्त आत्मविश्वास धारण करून ताठ मानेने चेअरमनसाहेबांच्या समोरच्या टेबलाजवळ उभा राहिला.

"मग? अशी कुठली तातडीची बातमी आणली आहेस?"

"तुम्ही मला आणखी पाच पौंड देणं लागता. ते घ्यायला आलोय मी!" टॅनकॉक विजयी मुद्रेने म्हणाला.

"मी तुझं काहीही देणं लागत नाही." ह्युगो म्हणाला.

"पण माझ्या बहिणीने तिची जमीन तुम्हाला विकावी, म्हणून तिचं मन मी वळवलं ना?"

"हे बघ, मी ती जमीन दोनशे पौंडाला विकत घेणार होतो. पण आता ती मला त्याच्या पाचपट किमतीला विकत घ्यावी लागते आहे. म्हणूनच म्हणतो, मी तुझं काहीही देणं लागत नाही." ह्युगो खेकसला, "तू आता इथून चालता हो, आणि जा कामावर हजर हो!"

पण स्टॅन तिथून हललाही नाही. "आणि तुम्हाला हवं असलेलं पत्र ही मी घेऊन आलो आहे. त्याचं काय?"

"कुठलं पत्र?"

"त्या अमेरिकन जहाजावरच्या डॉक्टरने माझी बहीण मेसी हिला भेटून जे पत्र दिलं होतं, ते पत्र!"

हॅरी क्लिफ्टनच्या जहाजावरील सहकाऱ्याने मेसीला जे सांत्वनाचं पत्र लिहिलं होतं, त्या पत्राचा विषय ह्युगोच्या डोक्यातून पूर्णपणे गेला होता. पण आता मेसी जमीन विकायला राजी झाल्यानंतर त्या पत्राचं काही महत्त्व असेल, असं त्याला वाटलं नाही. त्यामुळे तो टॅनकॉकला म्हणाला, "मी तुला त्याबद्दल एक पौंड देईन."

"पण तुम्ही तर म्हणाला होता, पाच पौंड देईन."

"टॅनकॉक आत्ता निदान तुझी नोकरी तरी शाबूत आहे. तू माझ्या ऑफिसातून आधी चालता हो!"

"ठीक आहे! ठीक आहे!" एक पाऊल मागे घेत टॅनकॉक जरा नरमाईने म्हणाला. "एक पौंड चालेल." असं म्हणून त्याने खिशातून एक चुरगाळलेला लिफाफा काढून ह्युगोच्या हाती ठेवला. ह्युगोने दहा शिलिंग्जची नोट काढून टॅनकॉकच्या हातावर टिकवली.

स्टॅन त्या नोटेकडे रागाने पाहात तसाच उभा राहिला. ह्युगो पैशांचं पाकीट खिशात परत ठेवत म्हणाला, "मी एवढेच देईन. घ्यायचे तर घे, नाहीतर जा उडत. मला नाही गरज त्या पत्राची."

स्टॅनने धुसफुस करत ती नोट उचलली आणि ऑफिसातून निघून गेला.

ह्युगोने ते पत्र टेबलावर तसंच ठेवलं. लवकरच ब्रॉड स्ट्रीटवरील जागेच्या

सौद्यामधून जो काही भला मोठा नफा होणार आहे, त्याचा विनियोग कसा करायचा, याची स्वप्नं पाहात तो बसून राहिला.

एकदा बँकेत जाऊन आवश्यक त्या कागदपत्रांवर सह्या केल्या की, रस्त्यापलीकडे असलेल्या कारशोरूम मध्ये जायचं, असं त्याने मनाशी ठरवलं. त्याने नुकतीच एक ॲस्टन मार्टिन गाडी बघून ठेवली होती. एकदा ती गाडी खरेदी केली की, मग लगेच ती चालवत थेट शहाराच्या दुसऱ्या टोकाला असलेल्या आपल्या शिंप्याला भेट देण्याचा त्याचा बेत होता. गेल्या कित्येक दिवसांत त्याने स्वत:साठी नवा सूट शिवलेला नव्हता. एकदा शिंप्याला मापं दिली की, मग दुपारच्या जेवणासाठी तो क्लबमध्ये जाणार होता. तिथल्या बारची थकबाकी चुकती करायची होती. त्यानंतर दुपारच्या वेळी बॅरिंग्टन हॉल मधल्या तळघरातला उंची मद्याचा संपत आलेला साठा पुन्हा पूर्ववत करण्याचं त्याने ठरवलं. आपले काही दागिने हरवल्याचं गेल्या काही दिवसांपूर्वी त्याच्या आईच्या लक्षात येऊन चुकलं होतं आणि त्याबद्दल ती अनेकदा हळहळत असे. त्यातले थोडे फार दागिने तरी, ज्या ठेल्यावर गहाण टाकले आहेत, तेथून पैसे देऊन सोडवून आणावे, असा ही विचार त्याच्या मनात चमकून गेला. संध्यकाळच्या वेळी मिस पॉट्सने त्याच्या ऑफिसच्या दारावर हलकीशी थाप दिली.

"मी आता घरी निघालेय." ती म्हणाली, "वाटेत मी पोस्टात जाणार आहे. शेवटची डाक संध्याकाळी सातला निघते. त्या आधी शक्यतो मला तिथे पोहोचायचं आहे. तुम्हाला आणखी काही लागणार आहे का, सर?"

"नाही, मिस पॉट्स. पण उद्या सकाळी मी इथे थोडा उशिरा येईन. उद्या सकाळी बँकेत नऊ वाजता माझी मि. प्रेंडरगास्ट यांच्याबरोबर भेटीची वेळ ठरली आहे."

मिस पॉट्स निघून गेल्यावर ह्युगोचं लक्ष समोरच्या चुरगळलेल्या लिफाफ्याकडे गेलं. त्याने लिफाफा फाडून आतील पत्र बाहेर काढलं. ते लहानसं, कागदाच्या एकाच बाजूला लिहिलेलं होतं. त्याने घाई-घाईने त्यावरून नजर फिरवली.

न्यू यॉर्क,
सप्टेंबर ८, १९३९

माझ्या प्रिय आईस,

'देव्होनियन' जहाजाला जेव्हा जलसमाधी मिळाली, तेव्हा त्यात मला मृत्यू आला नाही. समुद्रातून माझी सुटका करण्यात आली. मला अशी अंधूक आशा आहे. भविष्यात कधीतरी मी ही गोष्ट सिद्ध करू शकेन की, माझे वडील ह्युगो बॅरिंग्टन हे नसून ऑर्थर क्लिफ्टन हेच होते... तू तुझं गुपित जसं तुझ्या हृदयाच्या कुपीत गेली इतकी वर्षं जतन

करून ठेवलंस, तसंच माझं हे गुपितही जतन करून ठेव, याची कुणापाशीही वाच्यता करू नको.

तुझा लाडका मुलगा,
हॅरी

ते पत्र वाचून ह्युगोचे हातपाय थंडगार पडले. आजच्या दिवसभरात ज्या काही ओळीने चांगल्या गोष्टी घडत आल्या होत्या, त्यांच्यावर क्षणार्धात पाणी पडलं. पण हे पत्र मात्र पुन्हा-पुन्हा घेऊन वाचण्याची त्याची अजिबात इच्छा नव्हती. त्याचप्रमाणे ते दुसऱ्या कुणाच्या हाती लागू नये, असंही त्याला मनापासून वाटत होतं.

त्याने आपल्या टेबलाचा खण उघडून त्यातून एक काडेपेटी बाहेर काढली. त्याने काडी ओढून त्यावर पत्राचं एक टोक धरताच ते भुरुभरु जळू लागलं. ते पत्र पूर्ण जळून त्याची पूर्ण राख होईल, याची त्याने नीट काळजी घेतली. आजवर त्याला दहा शिलिंग खर्च केल्यानंतर त्याचा इतका उत्तम मोबदला कधीच मिळाला नसेल.

क्लिफ्टन अजून जिवंत असल्याची बातमी केवळ आपल्याला एकट्यालाच माहीत आहे, याची ह्युगोला खात्रीच होती. आणि ते गुपित कुणालाही कळू द्यायचं नाही, असा त्याने ठाम निर्धार केला. जर क्लिफ्टनने स्वत:चा शब्द पाळला आणि टॉम ब्रॅडशॉ याच नावाने तो इथून पुढे वावरत राहिला, तर मग सत्य उघडकीला येण्याचा प्रश्नच नव्हता.

एमा अजूनही अमेरिकेतच आहे, ही गोष्ट त्याला अचानक आठवून तो प्रचंड अस्वस्थ झाला. हा क्लिफ्टन जिवंत असल्याचं तिने कुठून तरी शोधून तर नसेल ना काढलं? पण एमाने तर ते पत्र वाचलेलं नव्हतं. मग तिला कुठून कळणार? पण मग ती अमेरिकेला नक्की काय कारणाने गेली होती, हे शोधून काढायलाच हवं होतं.

ह्युगो फोन उचलून डिटेक्टिव्ह मिचेलचा फोन नंबर फिरवू लागला. इतक्यात त्याला बाहेरच्या पॅसेजमध्ये पावलांचा आवाज आला. त्याने फोनचा रिसीव्हर घाईने परत जागेवर ठेवला. आपल्या ऑफिसातला दिवा अजून चालू असल्याचं पाहून रात्रपाळीचा वॉचमन सर्वकाही ठीक असल्याची खात्री करून घ्यायला आला असणार, असं त्याला वाटले.

इतक्यात ऑफिसचं दार उघडून ती आत आली. हिचं तोंड इथून पुढील आयुष्यात आपल्याला पुन्हा कधी बघायला लागणार नाही, असं त्यानं गृहीत धरलं होतं.

"तू प्रवेशद्वाराजवळच्या रखवालदाराची नजर चुकवून इथपर्यंत येऊ कशी शकलीस?"

"मी त्याला सांगितलं, आम्हाला चेअरमनसाहेबांची भेट घ्यायची आहे. खरं तर ही भेट याआधीच घ्यायला हवी होती." ती म्हणाली.

“आम्हाला? म्हणजे कोणाला?” ह्युगो म्हणाला.

“हो मी तुझ्यासाठी एक छोटीशी भेट आणली आहे. अर्थात एखादी गोष्ट जर एखाद्या व्यक्तीचीच असेल, तर तीच आपण त्याला भेट म्हणून कशी द्यायची म्हणा!” एवढं बोलून तिने एक नक्षीदार भली मोठी बास्केट ह्युगोच्या समोरच्या टेबलावर ठेवून त्यावरील मऊ पातळ मलमलचं आच्छादन दूर केलं. आत एक तान्हं बाळ झोपलं होतं. “तुझी आणि तुझ्या मुलीची एकमेकांशी ओळख करून देण्याची आता वेळ आली आहे, ह्युगो!” ओल्गा म्हणाली. ह्युगोला त्या झोपलेल्या बाळाकडे नीट निरखून पाहाता यावं, म्हणून ती उभी राहिली.

“तू जन्माला घातलेल्या या बिनबापाच्या कार्टीमध्ये मला काही रस असेल असं तुला वाटलंच कसं?”

“कारण ही बिनबापाची कार्टी तुझ्याच रक्तामासांची बनलेली आहे.” ओल्गा म्हणाली. “तेव्हा तू तुझ्या दोन मुली एमा आणि ग्रेस यांना जशी आयुष्यातली सगळी सुखं पुरवलीस, तशी हिलासुद्धा पुरवशील असं मी गृहीत धरलं.”

“मी असला मूर्खपणा कशासाठी करेन?”

“त्याचं कारण असं आहे, ह्युगो!” ओल्गा म्हणाली, “तू मला पुरतं लुटलं आहेस. त्यामुळे आता जबाबदारी घेण्याची तुझी वेळ आहे. तुला काय वाटलं, तू प्रत्येक वेळी हात झटकून पळ काढू शकशील?”

“मी पळ काढला तो फक्त तुझ्यापासून!” ह्युगो उपहासाने हसत म्हणाला. “तेव्हा तू मुकाट्याने इथून चालती हो आणि जाताना ती बास्केटसुद्धा सोबत घेऊन जा. तुझ्या त्या पोरीला मी मदतीचा हातच काय, पण साधं बोटही देणार नाही.”

“ठीक आहे. मग तिला मदत करू शकेल, अशा आणखी एखाद्या व्यक्तीकडे मला धाव घेतली पाहिजे. आणि ती व्यक्ती नक्कीच माझ्या मदतीला धावून येईल.”

“कोण व्यक्ती?” ह्युगो म्हणाला.

“सुरुवातच करायची झाली, तर मला तुझ्या आईकडेच धाव घ्यावी लागेल. अर्थात एव्हाना तुझ्या शब्दांवर काडीइतकाही विश्वास ठेवण्यात अर्थ नाही, हे त्यांना कळून चुकलंच असेल.”

ह्युगो खुर्चीवरून उडी मारून उठून उभा राहिला. पण ओल्गाने पापणीसुद्धा लववली नाही. “आणि जर का तुझ्या आईचा माझ्या कहाणीवर नाहीच विश्वास बसला.” ती पुढे म्हणाली, “तर तिथून मी तडक मॅनोर हाउस गाठीन. तिथे तुझ्या पूर्वाश्रमीच्या पत्नीसोबत मी दुपारचा चहा घेईन आणि मग मला भेटण्याच्या कित्येक दिवस आधीच तुमचा आणि तिचा घटस्फोट कसा झाला होता, याची हकिकत मी तिच्याकडून व्यवस्थित काढून घेईन.”

आता ह्युगो आपल्या टेबलामागून पुढे आला. तरीही ओल्गा बोलायची थांबली

नाही. ''आणि जर तुझी पत्नी एलिझाबेथ घरी नसली, तर मग मी तिथून थेट मल्गेरी कॅसलचा रस्ता पकडेन. मग लॉर्ड आणि लेडी हार्वे यांच्या पुढ्यात मी तुझं हे आणखी एक अपत्य ठेवीन.''

''पण ते तुझ्यावर विश्वास ठेवतील असं तुला कशावरून वाटतं?''

''ते माझ्यावर विश्वास ठेवणार नाहीत, असं तुला कशावरून वाटतं?''

ह्युगो तिच्या दिशने सरकत होता. तिच्यापासून केवळ काही इंचांच्या अंतरावर येऊन तो थांबला. तरीही ओल्गाचं बोलणं संपलं नव्हतं.

''आणि अखेर मी मेसी क्लिफ्टनची भेट घेईन. त्या स्त्रीविषयी मी आजवर जे काही ऐकलं आहे, त्यामुळे मला तिच्याविषयी नितांत आदर आहे.''

ह्युगोने ओल्गाचे खांदे पकडून तिला गदागदा हलवण्यास सुरुवात केली. तिने काहीच प्रतिकार केला नाही, याचं त्याला आश्चर्य वाटलं.

''एक गोष्ट नीट ऐक ज्यू स्त्रिये!'' तो रागाने ओरडला, ''ही कार्टी माझी आहे या गोष्टीचा जर तू कुणापाशी उच्चार जरी केलास ना, तरी मी तुझ्या आयुष्याचा असा खेळखंडोबा करून टाकीन की, आपण आपल्या आई-वडिलांबरोबर त्या गेस्टापोच्या छळ छावणीत जरी भरती झालो असतो, तरी ते परवडलं असतं, असं तुला वाटेल.''

''मला तुझी आता काही भीती वाटत नाही, ह्युगो!'' ओल्गा म्हणाली. तिने एक प्रदीर्घ निश्वास सोडला. ''आता मला आयुष्यात फक्त एकाच गोष्टीत रस उरलाय आणि तो म्हणजे आता दुसऱ्यांदा तुला असा पळ काढू द्यायचा नाही.''

''दुसऱ्यांदा!'' ह्युगो म्हणाला

''तुला काय असं वाटलं का की, मला हॅरी क्लिफ्टनविषयी आणि या घराण्याचा किताब त्याला प्राप्त होण्याच्या त्याच्या जन्मसिद्ध हक्काविषयी काहीच माहीत नाही?''

तिच्या तोंडचे शब्द ऐकून ह्युगो इतका हादरला की, त्याची तिच्यावरती पकड जरा सैल झाली आणि ती एक पाऊल मागे सरकली.

''तो क्लिफ्टन मेला. समुद्रात जलसमाधी मिळाली त्याला. ही गोष्ट सगळ्यांना माहीत आहे.''

''तो अजून जिवंत आहे. हे तुला माहीत आहे, ह्युगो! ही गोष्ट तू जगापासून लपवण्याचा कितीही प्रयत्न केलास, तरी हे खरं आहे.''

''पण हे तुला माहीत असणं कसं शक्य आहे?'' ह्युगो म्हणाला.

''कारण आता मी पण तुझ्यासारखा विचार करायला शिकले आहे. त्याहीपेक्षा तुझ्यासारखं वागायला शिकले आहे. म्हणून तर मी खाजगी डिटेक्टिव्हची नेमणूक केली.

"पण तुला प्रायव्हेट डिटेक्टिव्ह मिळाला तरी कुठून?" ह्युगो म्हणाला.

"त्यात फारसं काहीच अवघड नव्हतं. काही काम न करता हा डिटेक्टिव्ह बिचारा घरी बसला होता. त्याला ज्याने काम दिलं होतं, तो माणूस दुसऱ्यांदा पैसे न देता पळून गेला होता. खरं तर त्या डिटेक्टिव्हला गेल्या सहा महिन्यांचा पगारच मिळालेला नव्हता." ओल्गा म्हणाली.

ओल्गाचं बोलणं ऐकून ह्युगोच्या मुठी आपोआप घट्ट आवळल्या गेल्या. आपण ह्याच्या वर्मावरच घाव घातला आहे, हे लक्षात येऊन ती किंचित हसली. तो हात उगारून तिच्या अंगावर धावून आला पण डोळ्याची पापणी ही न हलवता ती जागच्या जागी स्थिर उभी राहिली.

त्याने मारलेल्या फटका तिच्या चेहऱ्यावर बसला आणि ती मागे कोलमडली. तिच्या नाकाचं हाड मोडलं आणि नाकातून भळाभळा रक्त वाहू लागलं. तिने नाक हाताने दाबून धरलं. इतक्यात त्याने तिच्या पोटात गुद्दा घातला. तिने कळवळून पोट दाबून धरलं.

ती पोटावर हात दाबून यातनांनी विव्हळत असताना ह्युगो मोठ्यांदा हसला. तो पुढे होऊन तिच्या आणखी हल्ला चढवणार इतक्यात तिच्या अंगातली शक्ती जाऊन ती दोरी तुटलेल्या कळसूत्री बाहुलीसारखी जमिनीवर कोसळली.

"पुन्हा मला त्रास देण्याचा मूर्खपणा केलास, तर त्याचे परिणाम काय होतील, हे तुझ्या नीट लक्षात आलं ना?" ह्युगो मोठ्यांदा ओरडला, "परत हे असं काही घडू नये असं वाटत असेल, तर उठ आणि इथून ताबडतोब चालती हो. अजून तुला इथून निघून जाण्याची संधी आहे. आणि जाताना तुझी ती बिनबापाची कार्टी पण उचलून घेऊन जा. इथून थेट लंडनला निघून जा."

ओल्गा कशीबशी जमिनीवरून उठून गुडघ्यांवर बसली. तिच्या नाकातून अजूनही रक्त वाहात होतं. तिने उठून उभं राहाण्याचा प्रयत्न केला, पण तिच्या अंगात काही त्राणच नव्हतं. ती पुढे कोसळू लागली. पण टेबलाला अडल्यामुळे जमिनीवर पडली नाही. मग जरा वेळ टेबलाच्या आधाराने थांबून तिने दीर्घ श्वास घेतला. तिने स्वत:ला सावरायचा प्रयत्न केला. तिने अखेर मान वर केली तेव्हा टेबलावरील दिव्याच्या प्रकाशात चमकत असलेल्या पातळ चांदीच्या पात्याकडे तिचं लक्ष वेधलं.

"तुला ऐकू आलं नाही का, मी काय म्हणालो ते?" असं ओरडत ह्युगोने पुढे होऊन तिचे केस पकडले आणि तिला मागे ओढलं.

ओल्गाने अंगातली सर्व शक्ती एकवटून मागच्या मागे त्याच्या जांघेत एक लाथ घातली. तिच्या पायांत टोकदार, उंच टाचेचे सँडल्स होते.

"कुत्री, साली!" असं ओरडून ह्युगोने तिला सोडलं. तेवढी संधी घेऊन तिने

क्षणार्धात तो चांदीचा लेटर ओपनर आपल्या कपड्याच्या बाहीत लपवला. आता ती त्या हैवानाकडे वळली. ह्युगो दीर्घ श्वास घेऊन जरा सावरल्यावर परत तिच्यावर चाल करून आला. येताना त्याने कडेच्या दुसऱ्या टेबलावरचा जड काचेचा ॲशट्रे उचलून जोरात उगारला. तिला तो इतक्या जोरात मारायचा की, त्यातून तिला सावरताच येऊ नये, असा त्याने ठरवलं.

तो तिच्यापासून चार पावलांच्या अंतरावर असताना तिने आपल्या बाहीत लपवलेला धारदार लेटर ओपनर काढून दोन्ही हातात घट्ट पकडून सरळ त्याच्या हृदयावर रोखून धरला. ह्युगो ॲशस्ट्रेने तिच्यावर उडी मारून हल्ला करणार इतक्यात त्या रोखलेल्या पात्याकडे त्याचं लक्ष गेलं. त्याचा तोल जाऊन तो पुढे कोलमडला तो थेट तिच्या अंगावरच.

त्यानंतर क्षणभर शांतता पसरली. मग मात्र सावकाश गुडघ्यावर कोसळत असताना त्याच्या तोंडातून एक कर्णकटू किंकाळी उमटली. ओल्गाच्या डोळ्यासमोरच त्याने त्या लेटर ओपनरीची मूठ घट्ट पकडली. ती भारल्यासारखी डोळे विस्फरून त्या दृष्याकडे बघत राहिली. ह्युगो जमिनीवर कोसळला. ही सगळी घटना केवळ काही क्षणांतच पार पडली असली, तरी एखाद्या चित्रपटामध्ये एखादं दृश्य स्लो-मोशन मध्ये पडद्यावर सावकाश पुढे सरकावं, तसं ओल्गाला ते दृश्य बराच वेळ समोर घडत असावं असं वाटलं.

त्या लेटर ओपनरच्या धारदार पात्याकडे ओल्गा बघत राहिली. त्याच्या मानेच्या मागच्या बाजूने त्या लेटर ओपनरचं टोक किंचित बाहेर आलं होतं. रक्ताच्या चिळकांड्या सर्व दिशांनी अनिर्बंधपणे उडत होत्या.

''मला मदत कर!'' एक हात उंच उचलण्याचा प्रयत्न करत ह्युगो क्षीण आवाजात म्हणाला.

ओल्गाने गुडघे टेकून त्याच्या शेजारी बसून त्याचा हात हातात घेतला. एकेकाळी याच माणसावर तिने जिवापाड प्रेम केलं होतं. ''आता तुला मदत करणं माझ्या हातात राहिलेलं नाहीये, माय डार्लिंग!'' ती म्हणाली, ''आणि तसे ते पूर्वीतरी कुठे होतं म्हणा?''

त्याचा श्वास आता मंद-मंद होत चालला होता, अनियमित झाला होता. पण अजूनही त्याने तिचा हात घट्ट पकडून धरला होता. ती मुद्दाम खाली वाकून त्याच्या कानापाशी अगदी सावकाश, एकेक शब्द स्पष्ट उच्चारत, त्याला सगळं नीट ऐकू येईल अशी काळजी घेत म्हणाली, ''तू आता आणखी थोडेच क्षण जगणार आहेस. त्यामुळे तू मरण्याआधी डिटेक्टिव्ह मिचेलने त्याच्या आत्ताच्या अहवालात जे काही मला कळवलंय, ते मी तुला सांगूनच टाकते.''

त्यावर ह्युगोने काहीतरी बोलण्याचा प्रयत्न केला. त्याचे ओठ हलले, पण

त्यातून काहीच आवाज बाहेर आला नाही.

''एमाने हॅरीला शोधून काढलंय.'' ओल्गा म्हणाली. ''हॅरी जिवंत आहे, चांगला ठणठणीत, धडधाकट आहे, हे ऐकून तुला किती आनंद होईल, याची मला कल्पना आहे.'' ह्युगोची नजर तिच्या चेहऱ्यावर खिळून होती. मग ती आणखी खाली झुकून त्याच्या कानात कुजबुजली, ''आणि हॅरी आता लवकरच इंग्लंडला येऊन पोहोचेल आणि वारसा कायद्याच्या हक्कानुसार जे-जे त्याचे आहे, त्या सगळ्यावर तो अधिकार सांगेल.''

हे ऐकत असताना ह्युगोने प्राण सोडला. त्याच्या हाताची पकड ढिली झाली. त्यानंतर दूर होण्याआधी ओल्गा म्हणाली, ''आणि हो, एक गोष्ट तर मी तुला सांगायलाच विसरले. मी आता तुझ्याप्रमाणे खोटं बोलायलाही शिकले आहे.''

दुसऱ्या दिवशी सकाळी 'द ब्रिस्टॉल इव्हिनिंग पोस्ट' आणि 'द ब्रिस्टॉल इव्हिनिंग न्यूज' या दोन वृत्तपत्रांमध्ये पहिल्या पानावर दोन वेगवगळ्या बातम्या छापून आल्या.

''सर ह्युगो बॅरिंग्टन यांची निर्घृण हत्या''

अशा मथळ्याचं वृत्त 'पोस्ट'मध्ये छापून आलं होतं, तर 'न्यूज'मधील बातमीचा मथळा होता :

''लंडन एक्सप्रेसखाली एका अज्ञात महिलेने जीव दिला.''

डिटेक्टिव्ह चीफ इन्पेक्टर ब्लॅकमोअर वगळता आणखी कुणालाही या दोन वेगवेगळ्या बातम्यांचा एकमेकांशी असलेला संदर्भ समजला नाही.

एमा बॅरिंग्टन

(१९४२)

३८

"गुड मॉर्निंग, मि.गुईंझबर्ग!" सेफ्टन जेल्क्स आपल्या टेबलामागे खुर्चीतून उठून उभा राहात म्हणाला. "डोरोथी पार्कर आणि ग्रॅहॅम ग्रीनसारख्या साहित्यिकांची पुस्तकं प्रकाशित करणाऱ्या इतक्या मोठ्या प्रकाशकांना भेटण्याचा मोठा दुर्मीळ योग आज आला."

गुईंझबर्ग यांनी किंचित झुकून त्या स्तुतिसुमनांचा स्वीकार केला आणि मग जेल्क्सने पुढे केलेला हात हातात घेतला.

"आणि मिस बॅरिंग्टन!" गुईंझबर्ग यांच्या शेजारी उभ्या असलेल्या एमाकडे पाहात जेल्क्स म्हणाला, "तुम्हाला परत भेटून फार आनंद वाटला. मी आता मि लॉईड यांचं प्रतिनिधित्व करत नसल्यामुळे तुमची आणि माझी नक्कीच मैत्री होऊ शकेल, अशी मी आशा करतो."

एमाच्या चेहऱ्यावर आठ्या पसरल्या. जेल्क्सने हस्तांदोलनासाठी पुढे केलेल्या हाताकडे दुर्लक्ष करत ती, खुर्चीवर बसली.

औपचारिकता संपून तिघेही आपापल्या जागी बसल्यावर जेल्क्स पुढे म्हणाला, "मी आपल्या या मीटिंगच्या सुरुवातीलाच एक गोष्ट स्पष्ट करू इच्छितो. आपण तिघांनी एकत्र बसून मनमोकळे पणाने, काहीही आडपडदा न ठेवता चर्चा करावी. आणि आपल्या पुढच्या या समस्येवर तोडगा कसा काढायचा हे ठरवावं, असं मला वाटल्यामुळेच मी ही मीटिंग बोलावली आहे."

"तुमच्या समस्येवर!" एमा जोरात म्हणाली. मि. गुईंझबर्ग यांनी दातांनी खालचा ओठ दाबला, पण ते काही बोलले मात्र नाहीत.

जेल्क्स गुईंझबर्ग यांच्या चेहऱ्याकडे बघत म्हणाला, "याच्याशी संबधित असणाऱ्या सगळ्याच व्यक्तींच्या भल्याचा विचार करूनच आपण पुढची पावलं उचलली पाहिजेत, असं माझ्याप्रमाणे तुम्हालाही वाटत असणार."

"आणि या संबंधित असलेल्या व्यक्तींमध्ये या वेळी हॅरी क्लिफटनचा विचार

केला जाईल का?'' एमा म्हणाली.

गुईंझबर्ग यांनी एमाकडे पाहून जरा नाराजीने मान किंचित हलवली.

''होय, मिस बॅरिंग्टन!'' जेल्क्स म्हणाला.

''आपल्यात जो काही करार होईल, त्यात आपण मि. क्लिफ्टन यांचा विचार अर्थातच करणार.''

''याच्या आधी हॅरी क्लिफ्टनला जेव्हा तुमच्या मदतीची आत्यंतिक गरज होती, तेव्हा तर तुम्ही त्याला वाऱ्यावर सोडून निघून गेला होता.''

''एमा!'' गुईंझबर्ग किंचित रागावून म्हणाले.

''मिस बॅरिंग्टन, गेल्यावेळी मी फक्त माझ्या अशीलाच्या आज्ञेचे पालन केलं होतं. मि. ॲन्ड मिसेस ब्रॅडशॉ यांनी माझी अशीच समजूत करून दिली होती की, मी त्यांच्या मुलाचं प्रतिनिधित्व करत आहे. माझा त्यावर विश्वास बसला. आणि टॉमवर खटला चालवण्यात येऊ नये, यासाठी मी खरोखर प्रयत्न केले –''

''आणि हॅरीला तुम्ही वाऱ्यावर सोडलं.''

''मिस बॅरिंग्टन, माझ्या बचावासाठी मी एवढंच सांगू शकतो की, तो टॉम ब्रॅडशॉ नसून प्रत्यक्षात तो हॅरी क्लिफ्टन आहे, हे जेव्हा मला समजलं तेव्हा त्याने माझ्या हातापाया पडून मला विनंती केली की, तो बनाव तसाच चालू ठेवावा. कारण तो जिवंत असल्याचं तुम्हाला कळू नये, अशी त्याची इच्छा होती.''

''पण जे काय घडलं त्याचं हॅरीने तर याहून वेगळंच काही वर्णन केलं.'' हे शब्द एमाच्या तोंडून बाहेर पडले खरे, पण त्यानंतर तिला त्याचा पश्चात्ताप झाला.

गुईंझबर्गच्या चेहऱ्यावर नाराजीचे भाव उमटले. एखाद्याने आपला हुकमाचा एक्का घाईने आधीच टाकल्यावर त्याच्या जोडीदाराची जी मन:स्थिती होते, ती त्यांची झाली होती.

''आय सी!'' जेल्क्स म्हणाला. ''तुमच्या रागाचा जो काही भडका उडाला त्यावरून तुम्ही दोघांनीही आधीची डायरी वाचलेली दिसते.''

''प्रत्येक शब्द वाचला आहे.'' एमा म्हणाली.

''तेव्हा तुम्ही हॅरीच्या भल्याचा विचार करूनच जे काही करायचं ते केलं असं नाटक करणं आता थांबवा.''

''एमा!'' गुईंझबर्ग आता करारी आवाजात म्हणाले. ''प्रत्येक गोष्ट इतकी व्यक्तिश: घेऊन चालत नाही. तू जरा भविष्याचा नीट विचार कर. जरा 'बिगर पिक्चर' काय ते पाहा ना!''

''हो! 'बिगर पिक्चर' असंच आहे की, न्यू यॉर्कच्या एका नावाजलेल्या वकिलाला पुराव्यात उलटापाटला करून, खोटेनाटे पुरावे सादर करून कायद्याच्या प्रक्रियेत अडथळा आणण्याबद्दल तुरुंगवासाची शिक्षा ठोठावण्यात येते.''

''मी तुमची क्षमा मागतो, मि. जेल्क्स!'' गुईंझबर्ग म्हणाले. ''एकदा हॅरीचा विषय निघाला ना की, या एमाला कसलं भानच राहात नाही.''

''हो, हो! नाही राहात मला कसलं भान!'' एमा मोठ्यांदा ओरडून म्हणाली. मग जेल्क्सकडे बोट दाखवून ती जवळजवळ किंचाळलीच, ''अहो! माझ्या हॅरीला जर मृत्युदंडाची शिक्षा ठोठावण्यात आली असती ना, तर या माणसाने काय केलं असतं, ते मला पक्कं माहीत आहे. स्वत:ची कातडी वाचवण्यासाठी या माणसाने स्वत:सुद्धा त्याला वरती पाठवायला कमी केलं नसतं.''

''हे मात्र आता अती होतंय.'' जेल्क्स उडी मारून उभा राहात म्हणाला, ''मी एक अपील बनवून तयारसुद्धा केलं होतं. माझं ते अपील वाचल्यानंतर पोलिसांनी चुकीच्या माणसाला अटक केली आहे, अशी ज्यूरीची खात्री नक्कीच पटली असती.''

''म्हणजे थोडक्यात तो टॉम ब्रॅडशॉ नसून हॅरी आहे, हे तुम्हाला पहिल्यापासूनच माहीत होतं.'' एमा म्हणाली.

एमाच्या उद्‌गारांनंतर काय प्रत्युत्तर करावं, हे क्षणभर जेल्क्सला कळेना. तो हतबुद्ध होऊन नुसता बसून राहिला.

''आता पुढे काय होईल ना, ते मीच तुम्हाला सांगते, मि. जेल्क्स! आता येत्या उन्हाळ्यापूर्वी वायकिंग प्रकाशनातर्फे जेव्हा हॅरीची पहिली डायरी प्रसिद्ध होईल तेव्हा तुमचा सगळा मान, तुमची प्रतिष्ठा धुळीला मिळेल. शिवाय लेव्हनहॅम तुरुंगातलं आयुष्य कसं असतं, हे हॅरीप्रमाणेच तुम्हाला सुद्धा 'याची देही याची डोळा' पाहायला मिळेल.''

जेल्क्स घाबऱ्याघुबऱ्या होत मि.गुईंझबर्ग यांच्याकडे वळला. ''हे सगळं प्रकरण इतकं चिघळण्यापूर्वी आपण सर्वांनी एकत्र बसून, शांतपणे चर्चा, विचारविनिमय करून हा प्रश्न सोडवावा, असं मला वाटतं.''

''तुमच्या मनात काय आहे, मि. जेल्क्स!'' गुईंझबर्ग समजावणीच्या स्वरात म्हणाले.

''तुम्ही या भामट्या, गुन्हेगार प्रवृत्तीच्या माणसाला वाचवणार आहात की काय?'' एमा म्हणाली.

गुईंझबर्ग हात वर करून एमाला गप्प करत म्हणाले, ''एमा, आपण त्याचं म्हणणं काय आहे, ते तरी ऐकून घेऊयात!''

''छान! म्हणजे जसं त्याने हॅरीचं ऐकून घेतलं, तसं?''

जेल्क्स गुईंझबर्ग यांच्याकडे वळून म्हणाला, ''तुम्ही जर ती डायरी पुस्तकरूपाने प्रसिद्ध न करण्याचं मान्य केलंत, तर मी त्याची तुम्हाला भरभक्कम नुकसान भरपाई द्यायला तयार आहे.''

''तुम्ही त्याच्या या असल्या बोलण्यावर विचार करायला तयार आहात, या

गोष्टींवर माझा तर विश्वासच बसत नाहीये.'' एमा म्हणाली.

एमाकडे पूर्णपणे दुर्लक्ष करून जेल्क्स गुईंझबर्ग यांच्याशी बोलत राहिला. जणूकाही एमा तिथे उपस्थित नव्हती! ''अर्थात तुम्ही जर पुस्तक न छापण्याचा निर्णय घेतलात तर तुमचं खूप मोठं आर्थिक नुकसान होणार असल्याची मला पूर्णपणे जाणीव आहे.''

''जर 'द डायरी ऑफ अ कन्व्हिक्ट'च्या खपावरून या नवीन पुस्तकाचा अंदाज बांधायचा झाला, तर एक लाख डॉलर्सच्या वर हा आकडा सहज जाईल.''

तो आकडा ऐकून जेल्क्सला बराच मोठा धक्का बसला असावा, कारण तो काहीच बोलला नाही.

''शिवाय लॉईडला वीस हजार रोख आगावू देण्यात आले होते.'' गुईंझबर्ग म्हणाले, ''मि. क्लिफ्टन यांना ते द्यावे लागतील.''

''आज जर हॅरी इथे असता ना, तर त्याने तुम्हाला पहिल्या प्रथम हेच स्पष्ट केलं असतं की, त्याला पैशांमध्ये काडीइतकाही रस नसून त्याला हा जेल्क्सला गजाआड करायला जास्त आवडेल.'' एमा म्हणाली.

तिच्या बोलण्याने गुईंझबर्ग यांना धक्का बसला असावा, असं त्यांच्या चेहऱ्यावरून दिसत होतं. ''माझ्या कंपनीने आजवर जे काही नाव कमावलंय ना एमा, ते अशा प्रकारच्या सनसनाटी गोष्ट करून नाही. या प्रकरणामुळे आमच्या प्रकाशनाची जी वाईट प्रसिद्धी होईल, त्याचा आमच्या इतर प्रतिष्ठित लेखकांवर काय परिणाम होईल, याचा पूर्ण विचार करून मगच ती डायरी पुस्तकरूपाने प्रकाशित करायची की नाही, याचा मी निर्णय घेईन.''

''तुमचं म्हणणं अगदी बरोबर आहे.'' जेल्क्स म्हणाला.

''तुम्हाला ते कसं कळलं हो?'' एमा उपहासाने म्हणाली.

जेल्क्स परत तिच्याकडे दुर्लक्ष करून बढाया मारत म्हणाला, ''आता मोठमोठ्या नामवंत लेखकांचा विषय निघालाच आहे, म्हणून तुम्हाला सांगतो, एफ. स्कॉट. फिट्झगेराल्ड यांच्या मालमत्तेची सगळी व्यवस्था बघण्याचं काम आमच्याकडेच आहे. ''मग आपल्या खुर्चीत आरामात रेलून बसत तो घमेंडखोरपणे म्हणाला, ''एकदा स्कॉटी आणि मी अशाच गप्पा मारत असताना तो मला म्हणाला होता, ''मला जर कधी दुसऱ्या प्रकाशकाकडे जायची वेळ आलीच, तर मी वायकिंगचीच निवड करेन.''

''या असल्या भूलथापांना तुम्ही अजिबात बळी पडू नका हं!'' एमा म्हणाली.

''एमा, बेटा अगं कधीकधी दूरदृष्टी दाखवून साद्यंत विचार करावा लागतो.'' गुईंझबर्ग म्हणाले.

''अच्छा? मग तुमच्या मनात किती लांबचा विचार करायची इच्छा आहे? सहा वर्षांनंतरचा?''

''एमा, एमा...! अगं सगळ्यांच्या हिताचा विचार करूनच मी जो काही निर्णय घ्यायचा असेल तो घेईन.''

''मला तर आता असं वाटायला लागलं आहे की, तुम्ही अखेर फक्त तुमच्याच हिताचं जे काही असेल ते करणार. जेव्हा पैशांचा प्रश्न येतो, तेव्हा सगळे सारखेच असतात. तुम्हीही काही या माणसापेक्षा वेगळे नाही.'' एमा जेल्क्सकडे बोट दाखवत म्हणाली.

एमाने सरळ-सरळ असा आरोप केलेला ऐकताच गुईंझबर्ग दुखावले गेले असावेत. कारण त्यांचा चेहरा एकदम बदलला. पण स्वत:ला लगेच सावरत ते जेल्क्सकडे वळून म्हणाले, ''तुमच्या मनात नक्की काय आहे, मि. जेल्क्स?''

''तुम्ही ती आधीची डायरी कोणत्या स्वरूपात प्रसिद्ध न करण्याचं वचन देत असाल, तर त्याबद्दल मी तुम्हाला नुकसान भरपाई देण्यास तयार आहे. 'द डायरी ऑफ अ कन्व्हिक्ट' या पुस्तकांच्या विक्रीतून तुम्ही जो काही नफा मिळवलात तेवढी रक्कम तर मी तुम्हास देईनच. शिवाय तुम्ही मि. लॉईड यांना ॲडव्हान्स म्हणून दिलेली वीस हजार डॉलर्सची रक्कमही मी तुम्हाला देईन.''

''येशू ख्रिस्ताच्या शिष्य योहान याने जसे येशूच्या गालावर ओठ टेकून तोच येशू असल्याचं त्याच्या मारेकऱ्यांना खुणेने दाखवलं आणि त्या बदल्यात तीस चांदीची नाणी मिळवली ना, तसेच तुम्ही आता माझ्या गालावर ओठ टेका, मिस्टर गुईंझबर्ग!'' एमा संतापून म्हणाली, ''म्हणजे ती तीस चांदीची नाणी नक्की कुणाला द्यायची, हे या जेल्क्सला कळेल.''

तिच्या वक्रोक्तीकडे पूर्ण दुर्लक्ष करत गुईंझबर्ग म्हणाले, ''आणि फिट्झ गेराल्डचं काय?''

''मी एफ. स्कॉट. फिट्झ गेराल्डचे हक्क त्यांच्या सध्याच्या प्रकाशकांकडून काढून घेऊन ते तुम्हाला देण्याची व्यवस्था करीन. येथून पुढच्या पन्नास वर्षांसाठी ते हक्क तुमच्याकडे राहतील. सर्व अटी आहे, त्याच राहातील.''

गुईंझबर्ग हसले. ''ताबडतोब तसं करारपत्र बनवा, मि.जेल्क्स. मी लगेच सही करायला तयार आहे.''

''तुम्ही त्या करारावर स्वाक्षरी करताना कोणतं नाव धारण करणार. मि. गुईंझबर्ग की जुडास?'' एमा म्हणाली.

गुईंझबर्ग यांनी खांदे उडवले. ''धंदा म्हणजे धंदा, बेटा. आणि तुला आणि हॅरीलासुद्धा भरपूर मोबदला देईनच मी.''

''मि. गुईंझबर्ग, तुम्हीच हा विषय काढलात ते बरं झालं. कारण बरेच दिवसांपासून माझ्याजवळ हॅरी क्लिफ्टनच्या आई श्रीमती मेसी क्लिफ्टन यांच्या नावे काढलेला दहा हजार डॉलर्सचा चेक आहे. पण अचानक हे युद्ध सुरू झाल्यामुळे

मला त्यांच्यापर्यंत पोहोचवता आला नाही. मिस बॅरिंग्टन, जेव्हा तुम्ही इंग्लंडला परत जाल तेव्हा हा चेक तुम्ही मेसी क्लिफ्टन यांना द्याल का?'' असं म्हणून जेल्क्सने तो चेक टबलावरून एमाच्या दिशने सरकवला.

एमाने त्याच्याकडे पूर्ण दुर्लक्ष केलं. ''मी जर ती पहिली डायरी वाचली नसती, तर एक गोष्ट मला कधीच कळली नसती. ती म्हणजे : हॅरीने टॉम ब्रॅडशॉ म्हणून वावरण्यास तयारी दाखवली, तर त्या बदल्यात तुम्ही त्याच्या आईला दहा हजार डॉलर्स देणार होतात. तुमच्यात तसा तोंडी करार झाला होता. पण केवळ मी डायरी वाचल्यामुळेच ही गोष्ट मला कळली. तुम्ही आपण होऊन हे मला कधीच सांगितलं नसतं.'' एवढं बोलून एमा उठून उभं राहात पुढे म्हणाली, ''तुम्हा दोघांचाही मला तिरस्कार वाटतो. इथून पुढच्या आयुष्यात मला तुमचं दोघांचं कधी तोंडही बघायला लागू नये, अशी माझी इच्छा आहे.''

त्यापुढे एक अक्षराही न बोलता ती ताडकन उठून जेल्क्सच्या ऑफिसातून बाहेर पडली. जेल्कने तिच्यापुढे ठेवलेला तो दहा हजाराचा चेक तसाच तिथे पडून राहिला.

''फार तापट आणि हट्टी, दुराग्रही मुलगी आहे.'' गुईंझबर्ग म्हणाले, ''पण मी जरा समजुतीच्या चार गोष्टी तिला सांगितल्या तर तिची समजूत पटेल.''

त्यावर जेल्क्स म्हणाला, ''तुमची ही मान्यवर प्रकाशनसंस्था धोरणीपणा आणि लोकांना हाताळण्याच्या कौशल्याबद्दल प्रसिद्धच आहे. त्यामुळे तुम्ही ही किरकोळ बाब नाजूकपणे हाताळाल, अशी माझी खात्रीच आहे.''

''तुम्ही असं म्हणणं हा तुमचा मोठेपण सेफ्टन!'' असं म्हणून गुईंझबर्ग उठले. उठता-उठता त्यांनी तो चेकही उचलला. ''मिसेस क्लिफ्टनपर्यंत हा चेक पोहोचवण्याची मी व्यवस्था करीन.'' असं म्हणून त्यांनी तो चेक खिशात ठेवला.

''माझी पूर्ण भिस्त तुमच्यावर आहे, हॅरॉल्ड!''

''सेफ्टन तुम्ही माझ्यासमोर पूर्ण विश्वास ठेवा आणि एकदा करारपत्राचा मसुदा तयार झाला की, परत आपण भेटूच.''

''मी आपल्या भेटीची वाट पाहीन.''

''मी या आठवड्याच्या शेवटी सगळी कागदपत्रं तयार ठेवतो.'' सेफ्टन जेल्क्स म्हणाला. दोघंही बरोबरच चालत ऑफिसच्या बाहेर पडून कॉरिडॉरमधून चालत निघाले.

''खरंच, आपण यापूर्वी एकमेकांशी कधीच कुठलाच व्यवहार कसा काय केला नाही? एक आश्चर्यच आहे हे!''

''हो ना!'' गुईंझबर्ग म्हणाले. ''पण मला असं वाटतं की, आपल्या मैत्रीच्या सुंदर, प्रदीर्घ प्रवासाची ही सुरुवात आहे.''

''आपण अशी आशा करू या!'' सेफ्टन जेल्क्स म्हणाला. दोघं लिफ्टपाशी पोहोचले गुईंझबर्ग लिफ्टमध्ये शिरल्यावर त्यांच्यासाठी खाली जाण्याचं बटण दाबून

तो म्हणाला, ''कराराचा मसुदा बनवून पूर्ण झाला आणि सह्या करण्याची वेळ आली की, मी तुम्हाला फोन करीन.''

''मी वाट पाहीन सेफ्टन!'' असं म्हणून गुईंझबर्ग यांनी प्रेमभराने त्याचे दोन्ही हात हातात घेऊन दाबले आणि त्याचा निरोप घेतला. लिफ्टमधून ते एकटे खाली येऊन पोहोचले. तळमजल्यावर एमा त्यांची वाटच पाहात होती.

''काय अप्रतिम अभिनय केलास तू!'' एमाकडे पाहून हसत ते म्हणाले. एक-दोन वेळेला मला असं वाटलं की, तुझं नाटक जरा जास्तच होतंय की काय? पण नाही. तुला त्या माणसाचा अगदी बरोबर अंदाज आला होता. दोघंही हातात हात घालून त्या इमारतीच्या बाहेर पडले.

राहिलेली दुपार एमाने स्वत:च्या खोलीत ती पहिली डायरी पुन्हा-पुन्हा वाचण्यात घालवली. हॅरीची रवानगी लेव्हनहॅम तुरुंगात कशी झाली, याविषयी त्याने त्यात लिहिलं होतं.

आपल्या बाबतीत एमाच्या मनावर कोणत्याही प्रकारचं ओझं राहू नये आणि तिला सुखी, तणावमुक्त आयुष्य जगता यावं, यासाठी या वेड्या माणसाने कुठली-कुठली संकटं झेलली, कसल्या भयानक प्रसंगांना तो सामोरं गेला, हे पुन्हा एकदा तिला जाणवलं. आता हा जेव्हा आपल्याला सापडेल, त्यानंतर आयुष्यभर त्याला एका क्षणासाठीही नजरेआड होऊ द्यायचं नाही, असा तिने पणच केला.

मि. गुईंझबर्ग यांच्या इच्छेचा मान राखून एमाने 'द डायरी ऑफ अ कन्व्हिक्ट' या पुस्तकाच्या नव्या सुधारित आवृत्तीच्या पुनर्मुद्रणाच्या कामात सक्रिय सहभाग घेतला. ती स्वत: मात्र त्याचा उल्लेख नेहमी पहिली आवृत्ती असाच करत असे. संपादकीय मंडळाबरोबरच्या मीटिंग्ज, मुखपृष्ठाच्या संकल्पनेविषयी प्रकाशनाच्या कलाविभागाशी विचार विनिमय, यात तिचा पुढाकार असे. मलपृष्ठावर हॅरीच्या अनेक उपलब्ध फोटोंपैकी नेमका कोणता छापण्यात यावा, हा निर्णयही तिचाच होता. मलपृष्ठाच्या आतील पृष्ठावर पुस्तकाविषयीचा मजकूर आणि लेखकाची माहिती तिने स्वत:च लिहिली. त्याच प्रमाणे सेल्स कॉन्फरन्समध्ये तिने भाषणसुद्धा केलं.

त्यानंतर सहा आठवड्यांनी पुस्तकांच्या गठ्ठ्यांनी भरलेली खोकी संपूर्ण अमेरिकेत रेल्वे, ट्रक आणि विमानांतून वितरणासाठी पाठवण्यात आली.

प्रकाशनाच्या दिवशी डबलडे बुक शॉप उघडण्यापूर्वी दुकानाच्या दाराबाहेरच्या फूटपाथवर एमा हजर होती. त्या संध्याकाळी ती ग्रेट आंट फिलिसच्या घरी परतली तेव्हा पुस्तकाची प्रचंड प्रमाणात विक्री झाली असून दुकानातील सर्व प्रती संपल्याचं तिने ग्रेट आंट फिलिस आणि ॲलिस्टर या दोघांना सांगितलं. त्यानंतरच्या रविवारी न्यूयॉर्क टाइममध्ये सर्वाधिक खपाच्या लोकप्रिय पुस्तकांची यादी छापून आली.

केवळ एकाच आठवड्यात ‘द डायरी ऑफ अ कन्व्हिक्ट’च्या सुधारित आवृत्तीने त्या यादीत दहाच्या आतील क्रमांक पटकावला होता.

देशभरातील पत्रकारांना आणि नियतकालिकांच्या संपादकांना हॅरी क्लिफ्टन आणि मॅक्स लॉईड या दोघांच्या मुलाखती घेण्याची घाई झाली होती. पण अमेरिकेतील कोणत्याच कारागृहात हॅरीचा ठावठिकाणा नव्हता. आणि ‘द टाइम्स’मध्ये छापून आलेल्या वृत्तात म्हटल्याप्रमाणे लॉईड मुलाखतीसाठी उपलब्ध होऊ शकला नाही. ‘न्यू यॉर्क टाइम्स’ने मात्र यापेक्षा सरळ-स्वच्छ भाषेत : ‘लॉईड फरार’ असा मथळा छापला होता.

पुस्तक प्रकाशनाच्या दिवशी सेफ्टन जेल्क्सच्या ऑफिसकडून एक औपचारिक निवेदन प्रसिद्ध करण्यात आलं. ‘‘आमची कंपनी मि. मॅक्स लॉईड यांचं प्रतिनिधित्व करत नाही.’’ ‘द डायरी ऑफ अ कन्व्हिक्ट’च्या नव्या आवृत्तीला ‘द न्यू यॉर्क टाइम्स’च्या सर्वाधिक खप असलेल्या पुस्तकांच्या यादीत प्रथम स्थान मिळालं. पुढचे पाच आठवडे ते स्थान कायम राहिलं. गुईंझबर्ग यांनी जेल्क्सशी केलेल्या कराराचं पालन करून हॅरीच्या आधीच्या डायरीमधील कोणताही मजकूर प्रसिद्ध केला नाही.

जेल्क्सने एफ. स्टॉक फिट्झगेराल्ड यांच्या संपूर्ण साहित्याचे हक्क पुढील पन्नास वर्षांकरता वायाकिंग प्रकाशन संस्थेला मिळवून दिले. आपण आपल्या बाजूने दिलेलं वचन पाळलेलं आहे, हे समाधान जेल्क्सला होतं. वृत्तपत्रं तरी काय, काही दिवसांनी चघळून चोथा झाल्यावर या बातमीला कंटाळतील आणि त्यांचं लक्ष आपोआप दुसऱ्या एखाद्या वृत्ताकडे वळेल, या आशेवर तो होता. आणि खरंतर सगळं तसंच घडलंही असतं. एवढ्यात एक दिवस अलीकडेच न्यू यॉर्क पोलीस खात्यातून निवृत्त झालेल्या डिटेक्टिव्ह कार्ल कोलोवस्की यांची एक पान भरून मुलाखत ‘द न्यू यॉर्क टाइम्स’च्या अंकात अचानक छापून आली.

‘‘आणि मी तुम्हाला सांगतो...’’ कोलोवस्की त्या मुलाखतीत म्हणाला होता, ‘‘आजपर्यंत त्यांनी जी काही कहाणी सांगितली, ती बऱ्यापैकी कंटाळवाणी होती. आता हॅरी क्लिफ्टन लेव्हनहॅम तुरुंगात येऊन दाखल होण्याआधी त्याच्या आयुष्यात जी काही उलथापालथ घडली, ते जेव्हा वाचाल ना, तेव्हा तुमची तर मतीच गुंग होऊन जाईल.’’

ही मुलाखत जेव्हा छापून आली, तेव्हा पूर्व किनाऱ्यावर संध्याकाळचे सहा वाजले होते. दुसऱ्या दिवशी सकाळी मि. गुईंझबर्ग आपल्या ऑफिसात येऊन पोहोचले, तेव्हा त्यांना शेकडो फोन आले.

जेल्क्सचा ड्रायव्हर त्याला गाडीने वॉल स्ट्रीटकडे घेऊन निघाला असताना वाटेत त्याने ही मुलाखत वाचली. तो जेव्हा लिफ्टने बावीसाव्या मजल्यावरच्या आपल्या ऑफिसपाशी जाऊन पोहोचला, तेव्हा त्याचे तीन पार्टनर्स त्याची वाट बघत दारात उभे होते.

३९

"तुला आधी कोणती बातमी ऐकण्याची इच्छा आहे? चांगली की वाईट?" ग्रेट आंट फिलिस दोन्ही हातात दोन पत्रं घेऊन ती एमाला दाखवत म्हणाली.

आपल्या हातातील टोस्टला बटर लावत असताना मनाची शांतता जराही ढळू न देता एमा म्हणाली, "आधी चांगली बातमी सांग."

फिलिसने दोन्ही पत्रांपैकी एक टेबलावर ठेवलं आणि डोळ्यावरचा चश्मा सारखा करत राहिलेलं पत्र मोठ्यांदा वाचण्यास सुरुवात केली.

डिअर मिसेस स्टुअर्ट,

हॅरी क्लिफ्टन याने लिहिलेलं 'द डायरी ऑफ अ कन्व्हिक्ट' हे पुस्तक मी नुकतंच वाचून संपवलं. 'वॉशिंग्टन पोस्ट'च्या आजच्या अंकात या पुस्तकाचं अतिशय सुंदर परीक्षण आलं आहे. हॅरी क्लिफ्टन हा लेव्हनहॅम कारागृहातून बाहेर पडल्यानंतर त्याचं पुढे काय झालं? हॅरीला बाहेर पडून आता सात महिने लोटले असून त्याने आपल्या शिक्षेच्या मुदतीपैकी केवळ दोन-तृतीयांश शिक्षा भोगून पूर्ण केली आहे.

राष्ट्रीय सुरक्षिततेच्या प्रश्न याच्याशी निगडित असल्यामुळे मी तुम्हास या प्रश्नाचं जास्त तपशीलवार उत्तर देऊ शकत नाही.

परंतु सध्या मिस बॅरिंग्टन तुमच्या घरात वास्तव्य करून राहात असल्याचं मी ऐकून आहे. त्यांना लेफ्टनंट क्लिफ्टन यांच्या संदर्भात काही अधिक माहिती जाणून घ्यायची असेल, तर त्यांनी आमच्या ऑफिसशी संपर्क साधावा. मी त्यांची भेट घेण्यास तयार आहे.

मी एक गोष्ट 'ऑफिशियल सीक्रेट ॲक्ट'चा भंग न करता तुम्हास

सांगू इच्छितो. लेफ्टनंट क्लिफ्टन यांची रवानगी लेव्हनहॅमच्या कारागृहात होण्यापूर्वी त्यांच्या आयुष्यात ज्या विलक्षण घटना घडल्या आहेत, त्यांविषयी जाणून घेण्याची मला अतोनात उत्सुकता आहे.

आपला विश्वासू,
जॉन क्लेव्हरडन (कर्नल)

ग्रेट आंट फिलिसचं एमाकडे लक्ष गेलं, तर एमा आनंदाने अक्षरश: उड्या मारत होती. पार्कर निर्विकार चेहऱ्याने तिथे उभा होता. त्याने मिसेस फिलिस स्टुअर्ट यांच्या कपात कॉफी ओतली. जणूकाही त्याच्या जवळपास विशेष असं काहीच घडत नव्हतं.

एमा अचानक स्तब्ध झाली. ''मग आता वाईट बातमी काय आहे?'' टेबलापाशी येऊन बसत ती म्हणाली.

फिलिसने दुसरं पत्र उचललं.

''हे पत्र रूपर्ट हार्वे कडून आलं आहे.'' ग्रेट आंट फिलिस म्हणाली, ''रूपर्ट हार्वे हा तुझा खूप लांबचा भाऊ आहे. इतक्या मोठ्या घराण्यात जन्म घेण्याचे काही फायदेही असतात, एमा! तुला कळेलच लवकर!'' मग तिने ते दुसरं पत्र वाचायला सुरुवात केली.

प्रिय फिलिस,

इतक्या दिवसांनंतर तुझं पत्र आलेलं पाहून फार आनंद झाला. तू मला मुद्दाम हॅरी क्लिफ्टन याने लिहिलेल्या 'द डायरी ऑफ अ कन्व्हिक्ट' या पुस्तकाविषयी लिहिलंस, हे फार बरं झालं. ते पुस्तक मला फारच आवडलं. आपली एमा खरंच किती करारी आणि निग्रही आहे ना?

फिलिसने एकवार एमाकडे मानवर करून पाहिलं आणि परत ते पत्र वाचण्यास सुरुवात केली.

एमाच्या पुढे सध्या जो यक्ष प्रश्न उभा आहे, त्या बाबतीत मी जर तिला काही उपयोगी पडू शकलो, तर मला फार आनंद होईल. दूतावासाचं विमान पुढच्या गुरुवारी लंडनला जाणार आहे. त्या विमानात राजदूत आणि त्यांच्या कर्मचाऱ्यांच्या सोबतीने एमासुद्धा प्रवास करू शकेल. खुद्द राजदूतसाहेबांनीच ते मान्य केलं आहे.

एमाने गुरुवारी सकाळी माझ्या ऑफिसात येऊन माझी भेट घेतली, तर बरं होईल. मी इथे सर्व काही कागदपत्रांची पूर्तता करून ठेवतो. येताना तिला आठवणीनं तिचा पासपोर्ट आणायला सांग.

सप्रेम,
रूपर्ट

ता.क. हॅरी क्लिफ्टनने या पुस्तकात एमाच्या सौंदर्याचं वर्णन केलं आहे तेवढी असामान्य सौंदर्यवती ती खरंच आहे का?

फिलिसने त्या पत्राची घडी करून ते लिफाफ्यात परत ठेवलं.

''मग आता वाईट बातमी काय आहे ते सांग!'' एमा म्हणाली.

फिलिसने मान खाली घातली. स्वत:च्या भावना उघडपणे चेहऱ्यावर दाखवणं तिला रुचत नसे. ती हलक्या आवाजात म्हणाली, ''तू इथून गेल्यावर मला तुझी किती आठवण येणार आहे, हे तुला नाही समजणार, बेटा! तू मला मुलीसारखीच वाटतेस.''

''मी आज सकाळीच त्या करारपत्रावर सह्या केल्या.'' गुईंझबर्ग स्वत:च्या हातातला ग्लास उंचावत म्हणाले,

''हार्दिक अभिनंदन!'' ॲलिस्टर म्हणाला. टेबलाभोवती बसलेल्या सर्वांनीच आपापल्या हातातले ग्लास उंच केले.

फिलिस म्हणाली, ''पण या सर्व प्रकरणात एक गोष्ट माझ्या नीटशी लक्षात आलेली नाही. हॅरीचं पूर्वीचं लेखन प्रकाशित न करण्याचा करार जर तुम्ही त्या जेल्क्स बरोबर केला आहे, तर मग आपण कसला आनंद साजरा करतो आहोत?''

''सेफ्टन जेल्क्सच्या बँक खात्यामधील एक लाख डॉलर्स आज सकाळीच माझ्या बँक खात्यात चालत आले आहेत, हा आनंद आपण साजरा करतोय'' गुईंझबर्ग म्हणाले.

''आणि त्याच माणसाच्या खात्यातून मला वीस हजार डॉलर्सचा चेक मिळाला आहे. त्याने हॅरीच्या पुस्तकासाठी लॉईडला जी आगावू रक्कम दिली होती, तीच ही रक्कम.''

''आणि हॅरीची आई, म्हणजे मिसेस क्लिफ्टन यांच्या नावचा दहा हजारांचा चेकपण मी मागून घेतलाच ना त्याच्याकडून. एमा तू तर त्या चेकचं विसरलीच होतीस.'' गुईंझबर्ग म्हणाले, ''अगदी खरं-खरं बोलायचं झालं, तर या सगळ्या प्रकरणातून आपला सगळ्यांचा पुरेसा आर्थिक फायदा झालेला आहे. आणि आता करारपत्रावर स्वाक्षरी झाल्यामुळे पुढची पन्नास वर्षं असा पैशांचा ओघ सतत चालूच राहणार आहे.''

''तसं असेलही!'' फिलिस म्हणाली, ''पण तो जेल्क्स इतका मोठा गुन्हा करून नामानिराळा झाला आणि तुम्ही त्याला मोकळा सोडत आहात, हे काही मला पटलेलं नाही.''

''मिसेस स्ट्युअर्ट, एक लक्षात घ्या... त्या गुन्ह्याची जबरदस्त शिक्षा त्याला अजूनही होणारच आहे. त्यातून काही तो सुटणार नाही.'' गुईंझबर्ग म्हणाले, ''फक्त

मी एक गोष्ट कबूल करतो, ही शिक्षा त्याला अगदी तडकाफडकी न होता अजून तीन महिन्यांसाठी लांबणीवर पडली आहे, इतकंच!

"माझ्या आता काहीच लक्षात येत नाहीये. मी तर गोंधळूनच गेले आहे."

"मग मी तुम्हाला सगळं नीट स्पष्ट करून सांगतो," गुईंझबर्ग म्हणाले, "आज सकाळी मी ज्या करारपत्रावर स्वाक्षरी केली, तो करार काही मी जेल्क्सशी केलेला नाही. पॉकेट बुक्स नावाच्या एका कंपनीने हॅरीच्या सगळ्या डायऱ्यांची सॉफ्टबॅक आवृत्ती प्रकाशित करण्याचा करार माझ्याशी केला आहे.

"पण हे सोफ्टबॅक प्रकरण काय आहे? मला नाही कळलं." फिलिस म्हणाली.

"मॉम!" ॲलिस्टर म्हणाला, "सॉफ्टबॅक किंवा पेपरबॅक पुस्तकं बाजारात येऊन आता कितीतरी वर्षं झाली."

"तशा तर दहा हजारच्या नोटा पण बाजारात आल्या आहेत म्हणे. पण मी तर अजूनसुद्धा पहिली नाही." फिलिस म्हणाली.

"तुमच्या आईचा मुद्दा बरोबर आहे." गुईंझबर्ग म्हणाले. "मुळात मिसेस स्टुअर्ट यांच्या पिढीतली अशी अनेक माणसं आहेत, ज्यांना कोणत्याही पुस्तकाची हार्डबॅक प्रत घेऊनच वाचायला आवडते. त्यामुळे कोणत्याही पुस्तकाची सॉफ्टबॅक आवृत्ती प्रकाशित होऊन बाजारात येण्याची कल्पनाही त्यांना सहन होणं शक्य नाही. त्याचमुळे तर जेल्क्सचा याच्याशी संबंध आला."

"पण ही सॉफ्टबॅक आवृत्तीची संकल्पना जेल्क्सला नीटशी माहीत नसल्याचं तुम्हाला कधी कळलं?" फिलिस म्हणाली.

"एफ. स्कॉट फिट्झगेराल्डचा विषय निघाला ना, तेव्हा सारी काही भानगड माझ्या ध्यानात आली." ॲलिस्टर म्हणाला.

"भानगड काय ॲलिस्टर? निदान जेवणाच्या टेबलापाशी तरी असली गावरान भाषा वापरू नको." फिलिप म्हणाली.

"ॲलिस्टरने एक गोष्ट आमच्या निदर्शनास आणून दिली. जेल्क्सने आम्हाला त्याच्या ऑफिसमध्ये खाजगी भेटीसाठी बोलावून घेतलं होतं आणि त्या भेटीच्या वेळी तो एकटाच असणार होता. त्याचा कायदेविषयक सहाय्यक तिथे उपस्थित असणार नव्हता. याचा अर्थ एकच होता, 'द डायरी ऑफ अ कन्व्हिक्ट' या पुस्तकाच्या आधी हॅरीच्या आयुष्यात जे काही घडलं, त्याचा सविस्तर वृत्तान्त कथन करणारी डायरी जर प्रसिद्ध झाली असती, तर त्यांच्या फर्मची सर्व प्रतिष्ठा धुळीला मिळाली असती, ही गोष्ट त्याने आपल्या भागीदारांच्या अजिबात कानावर घातली नसणार."

"पण मग त्या भेटीच्या वेळी ॲलिस्टर का नाही उपस्थित राहिला? त्या वेळी जे-जे काही संभाषण झालं, त्याची नोंद त्याला करता आली असती ना? कारण तो जेल्क्स न्यू यॉर्कमधला अत्यंत धूर्त, कावेबाज आणि निष्णात वकील आहे."

''अगं, त्यामुळेच तर मी त्यांच्या त्या भेटीच्या वेळी तिथे उपस्थित राहिलो नाही ना. आम्हाला त्या भेटी विषयी कोणतीही गोष्ट लेखी स्वरूपात नको होती. इंग्लंडहून अमेरिकेला आलेल्या एका तरुण पोरीला आपण सहज गुंडाळून ठेवू आणि न्यूयॉर्कमधल्या एका प्रकाशकाला पैशांची लालूच दाखवून सहज विकत घेऊ, शकू असंच त्या हरामखोर जेल्क्सला वाटलं असणार.''

''ॲलिस्टर – शिव्या?''

''ते ठीक आहे गं...'' ॲलिस्टर म्हणाला! तो आता बोलण्याच्या पूर्ण भरात होता. ''एमा संतापून त्या खोलीतून धाडकन दार आपटून निघून गेल्यानंतर मि. गुईंझबर्ग यांनी एक अप्रतिम खेळी खेळली.''

त्याचं बोलणं ऐकून एमा बुचकळ्यात पडली.

गुईंझबर्ग जेल्क्सला म्हणाले, ''एकदा करारपत्राचा मसुदा तयार झाला की परत आपण भेटूच. मी आपल्या भेटीची वाट पाहीन.''

''आणि जेल्क्सने नेमके तेच केलं.'' गुईंझबर्ग म्हणाले, ''मी नंतर जेल्क्सने बनवलेला करारपत्राचा मसुदा वाचल्यावर माझ्या असं लक्षात आलं की, त्याने तो मसुदा एफ. स्कॉट फिट्झगेराल्ड बरोबरच्या त्याच्या कराराबरहुकूमच बनवला होता. आणि फिट्झगेराल्डचं साहित्य आजवर फक्त हार्डबॅकमध्येच प्रकाशित झालेलं आहे. आपण हॅरीचं लिखाण सॉफ्टबॅकमध्ये प्रकाशित करू शकणार नाही, असं सूचित करणारं एकही कलम या नव्या करारपत्रात मला आढळलं नाही. त्यामुळेच आज सकाळी 'पॅकिट बुक्स' या संस्थेसोबत मी ज्या करारावर स्वाक्षरी केली, त्या अन्वये मला हॅरीची आधीची डायरी प्रकाशित करता येईलच. तीही जेल्क्सबरोबर केलेल्या कराराचा भंग न करता!''

गुईंझबर्ग एवढं बोलून जरावेळ थांबले. तेवढ्यात ॲलिस्टरने स्वतःचा ग्लास शँपेनने भरून घेतला.

''तुम्हाला किती प्राप्ती झाली?'' एमा म्हणाली.

''बेटा, कधीकधी तू जरा जास्तचं प्रश्न विचारतेस हं!'' गुईंझबर्ग म्हणाले.

''तुम्हाला किती प्राप्ती झाली?'' फिलिसने एमाचाच प्रश्न परत विचारला.

''दोन लाख डॉलर्स!'' गुईंझबर्ग हसून म्हणाले.

''ते सगळे पैसे तुम्हाला लागणारच आहेत.'' फिलिस म्हणाली. ''कारण एकदा ते पुस्तक प्रसिद्ध होऊन बाजारात उपलब्ध झालं की, तुमच्यावर आणि ॲलिस्टरवर सुमारे डझनभर अब्रुनुकसानीचे दावे ठोकण्यात येतील. तेव्हा स्वतःचा बचाव करण्यात तुमची पुढची कित्येक वर्षं जाणारच आहेत.''

''मला नाही तसं वाटत.'' ॲलिस्टर म्हणाला. पार्करने आता त्याच्या ग्लासात ब्रँडी ओतली. ''मॉम, तू अजूनपर्यंत दहा हजार डॉलर्सची नोट नाहीतरी पाहिलीच नाहीयेस ना? मग मी आत्ता तुझ्याशी एका बाबतीत दहा हजाराची बेट लावायला

तयार आहे. आता 'जेल्क्स मेयर्स अॅन्ड अॅबरनॅथी' या फर्ममध्ये सीनियर पार्टनर म्हणून जेल्क्सचे शेवटचे काही दिवस उरले आहेत. जास्तीत जास्त तीन महिने.''

''तू इतक्या खात्रीपूर्वक हे कसं काय सांगू शकतोस?''

''मला अशी जवळपास खात्रीच आहे की, हॅरीच्या पहिल्या डायरीविषयी जेल्क्सने आपल्या भागीदारांना विश्वासात घेऊन काहीही सांगितलेलं नाही. तेव्हा 'पॉकेट बुक्स'तर्फे ती खळबळजनक डायरी जेव्हा प्रसिद्ध होईल. तेव्हा आपल्या पदाचा राजीनामा देण्यावाचून त्या जेल्क्सला काही गत्यंतरच राहाणार नाही.''

''पण त्याने जर राजीनामा नाही दिला, तर?''

''मग ते त्याची थेट हकालपट्टीच करतील.'' अॅलिस्टर म्हणाला, ''जी फर्म आपल्या क्लाएंट्सशी इतक्या निर्दयीपणे वागू शकते, ती आपल्या भागीदाराच्या बाबतीत एकदम मवाळ धोरण स्वीकारणार का? ते कसं शक्य आहे? आणि एक विसरू नको, जेल्क्सची जागा घेण्यासाठी दुसरा एखादा वकील टपून बसलाच असेल. त्या फर्ममध्ये सीनियर पार्टनर व्हायला कोणाला आवडणार नाही? त्यामुळेच मी एक सांगू का एमा? तू तर इतकी इंटरेस्टिंग आहेस ना की, अगदी तो खटला नाही का... अमाल्गमेटेड वायर – ''

''विरुद्ध न्यू यॉर्क इलेक्ट्रिक!'' बाकीचे सगळे एका सुरात ओरडले.

''हो, हो... तोच तो खटला. तर त्या खटल्यापेक्षाही जास्त इंटरेस्टिंग आहेस तू एमा.'' अॅलिस्टर म्हणाला. सर्वांनी हातातील ग्लास उंचावले.

''आणि बेटा!'' एमाकडे पाहात गुईंझबर्ग म्हणाले, ''तू जर न्यू यॉर्कमध्येच वास्तव्य करण्याचा निर्णय घेतलास, तर वायकिंग प्रकाशनसंस्थेत तुझ्यासाठी जागा कायमची आहे, हे विसरू नको.''

''थँक यू, मि.गुईंझबर्ग!'' एमा म्हणाली.

''पण खरं सांगू? मी अमेरिकेला आले, ते फक्त आणि फक्त हॅरीचा शोध घेण्यासाठी. पण आता मला एक गोष्ट कळून चुकली आहे, ती म्हणजे मी इथे न्यू यॉर्कमध्ये त्याचा शोध घेत भटकतेय, पण तो तर आत्ता युरोपमध्ये आहे. त्यामुळे एकदा कर्नल क्लेव्हरडन यांच्याशी माझी भेट झाली की, मी सरळ परतीचं विमान पकडून घरी, माझ्या मुलाकडे जाणार.''

''हॅरी क्लिफ्टनच्या पाठीशी तुझ्यासारखी खंबीर स्त्री आहे. तो बेटा खरंच खूप भाग्यवान आहे.''

''तू एकदा त्याला प्रत्यक्ष भेटलास ना अॅलिस्टर की, तुझ्या लक्षात येईल, भाग्यवान तर मीच आहे.''

४०

दुसऱ्या दिवशी सकाळी लवकर उठून नाश्ता करता-करता एमा फिलिसशी गप्पा मारत होती. आता लवकरच आपला मुलगा सेबॅस्टियन आणि बाकीच्या कुटुंबीयांची भेट होणार आहे, या कल्पनेने तिचा आनंद गगनात मावत नव्हता. फिलिस तिचं बोलणं ऐकून नुसती मान डोलावत होती, पण ती काही बोलली नाही.

पार्करने एमाचं सामान तिच्या खोलीतून बाहेर आणलं. मग लिफ्टने ते खाली आणून दिवाणखान्यात ठेवलं. न्यू यॉर्कमध्ये आल्यापासून एमाच्या सामानात आणखी दोन बॅगांची भर पडली होती. 'घरी जाताना कुणाचं सामान कधी कमी होत असेल का?' असा विचार तिच्या मनात आला.

फिलिसने एमाचा निरोप घेण्याचा अनेकदा प्रयत्न केला. पण तिच्या तोंडून शब्द फुटत नव्हता. अखेर जड अंत:करणाने ती म्हणाली, ''मी काही तुला पोहोचवायला खाली दारापर्यंत येणार नाही. तिथे मी स्वत:चीच शोभा करून घेईन. त्यापेक्षा मी एक करारी स्वभावाची म्हातारी असून माझा ब्रिजचा खेळ चालू असताना त्यात कुणीही व्यत्यय आणलेला मला खपत नाही, एवढंच तू माझ्याबद्दल लक्षात ठेव. आणि हो, बेटा, पुढच्यावेळी तू जेव्हा आम्हाला भेटायला येशील, तेव्हा तुझ्या हॅरीला आणि सेबॅस्टियनला नक्की बरोबर आण हं! तुझं हृदय जिंकणाऱ्या माणसाला भेटण्याची माझी मनापासून इच्छा आहे.''

''रस्त्यावरून टॅक्सीच्या हॉर्नचा आवाज आला.''

''तुझी जायची वेळ झाली. लवकरच निघ आता!'' फिलिस म्हणाली.

एमाने तिला अखेरची कडकडून मिठी मारली. त्यानंतर मात्र तिने मागे वळूनसुद्धा पाहिलं नाही.

एमा लिफ्टने खाली पोहोचून लिफ्टच्या बाहेर पडली तेव्हा पार्कर तिची वाटच पाहात होता. त्याने तिचं सामान टॅक्सीच्या डिकीत नेऊन ठेवलं होतं. एमाला

पाहताच त्याने घाईने जाऊन टॅक्सीचा दरवाजा तिच्यासाठी उघडून धरला.

''गुडबाय पार्कर!'' एमा म्हणाली, ''आणि तुम्ही खूप केलंत माझ्यासाठी त्याबद्दलही थँक्यू!''

''त्याचं तर विशेष काहीच नाही, मॅडम!'' पार्कर म्हणाला, ''पण तुम्ही जाण्यापूर्वी एक गोष्ट तुम्हाला सांगायची होती. अर्थात तुमची परवानगी असेल, तरच.''

एमा क्षणभर थबकली. आपलं आश्चर्य चेहऱ्यावर दिसू न देता म्हणाली, ''अर्थात काहीही सांगा.''

''मि. क्लिफ्टन यांची डायरी मी वाचली. फारच रोमहर्षक आहे. तुम्ही आता लवकरच तुमच्या पतींसह न्यू यॉर्कला परत या.''

ट्रेनने सुरू झाल्यानंतर काही क्षणांतच वेग घेतला. बघता-बघता न्यू यॉर्क शहर मागे पडलं आणि गावाबाहेरचा भाग लागला. एमाचा राजधानीच्या दिशेने प्रवास सुरू झाला. एमाला सलग जास्त वेळ झोपही लागत नव्हती आणि पुस्तकही वाचण्याची इच्छा होत नव्हती. काही क्षणांतच तिच्या मनात विविध व्यक्तींविषयी विविध प्रसंगांविषयी विचार तरळून जात होते. ग्रेट आंट फिलिस, मि. गुईंझबर्ग, ॲलिस्टर, मि.जेल्क्स, डिटेक्टिव्ह कोलोवस्की, पार्कर... एकेका व्यक्तीचे चेहरे डोळ्यासमोर नाचत होते.

वॉशिंग्टनला पोहोचल्यावर तातडीने काय-काय केलं पाहिजे, याचीही तिने मनातल्या मनात एकवार उजळणी केली. सगळ्यात आधी तिला ब्रिटिश दूतावासात जाऊन काही कागदपत्रांवर स्वाक्षऱ्या कराव्या लागणार होत्या. म्हणजे रूपर्ट यांनी केलेल्या व्यवस्थेनुसार तिला राजदूतसाहेबांबरोबर त्यांच्याच विमानातून लंडनला जाता येणार होतं. रूपर्ट हार्वे हा तिचा खूप लांबचा भाऊ आत्ता असा मदतीला धावून आला होता. 'चेष्टा करू नको बाळा!' तिला तिच्या ग्रेट आँट फिलिसचा आवाज ऐकू आला आणि ती हळूहळू निद्रेच्या आधीन झाली. मग तिच्या स्वप्नात लष्करी गणवेश धारण केलेला हॅरी आला. तो हसत होता. आधी हलकेच, नंतर जोरजोरात मग ती अचानक खडबडून जागी झाली. आपल्या समोर खरोखरचा हॅरी उभा असेल, अशा अपेक्षेने. पण मग ते स्वप्नच होतं, हे तिला कळून चुकलं.

तब्बल पाच तासानंतर ट्रेन वॉशिंग्टन डी.सी.च्या युनियन स्टेशनात शिरून थांबली. आपलं सगळं सामान घेऊन खाली उतरायला एमाला खूप त्रास पडला. तिला धडपडत कसंबसं उतरताना पाहून एक हमाल घाईने तिच्या मदतीला आला. तो लष्करातून निवृत्त झाला असून त्याला एकच हात होता. त्यानेच तिला एक टॅक्सी पाहून दिली. तिने त्याला भली मोठी बक्षिशी देताच खूश होऊन तिला एकुलत्या एका हाताने कडक सलाम ठोकून, तो निघून गेला. ज्या माणसाचा अर्थाअर्थी त्या युद्ध पुकारण्याशी काहीही संबंध नव्हता, अशा आणखी एका

माणसाच्या आयुष्याची नियती केवढा क्रूर खेळ खेळली होती.

'द ब्रिटिश एम्बसी,' एमाने टॅक्सीत बसत टॅक्सी ड्रायव्हरला सांगितलं.

ड्रायव्हरने तिला मॅसॅच्युसेट्स ॲव्हेन्यूपाशी सोडलं. दूतावासाचं भलं मोठं लोखंडी फाटक बंद होतं. एमाला टॅक्सीतून उतरलेलं पाहताच दोन तरुण गणवेशधारी सैनिक पळत तिच्या बॅगा उचलण्यासाठी आले.

"तुम्ही कुणाला भेटायला आला आहात, मॅडम?"

"मि. रूपर्ट हार्वे यांना!" एमा म्हणाली.

"हां-हां, कमांडर हार्वे!" कॉर्पोरल तिच्या बॅगा उचलून एमाला इमारतीच्या मागच्या बाजूला असलेल्या ऑफिसकडे घेऊन गेला.

एमा ऑफिसात शिरली. ते ऑफिस म्हणजे एक भली मोठी खोली होती. आत दूतावासाचे गणवेशातील कर्मचारी लगबग करत इकडे-तिकडे पळत होते. सावकाश चालत कुणीच जात नव्हते. त्या सगळ्या गडबड गोंधळातून वाट काढत एक व्यक्ती तिच्याकडे बघून हसत तिच्या जवळ आली.

"मी रूपर्ट हार्वे!" तो म्हणाला, "इथल्या या सगळ्या 'शिस्तबद्ध' गडबड गोंधळाबद्दल सॉरी हं! आमचे राजदूत जेव्हा कधीही लंडनला जायला निघतात ना, तेव्हा इथे हा असाच प्रकार असतो. अर्थात या खेपेला परिस्थिती जास्तच वाईट आहे. कारण गेला आठवडाभर लंडनहून एक कॅबिनेट मंत्री इकडे दौऱ्यावर आले आहेत. बरं, पण तुझ्या कागदपत्रांची सगळी पूर्तता झालेलीच आहे." असं म्हणून तो त्याच्या टेबलाकडे निघाला. "मला फक्त तुझा पासपोर्ट दे!"

मग त्याने एमाकडून तिचा पासपोर्ट घेऊन त्याचं प्रत्येक पान नीट निरखून पाहिलं. तिच्या काही कागदांवर सह्या घेतल्या. "हे बघ, आज संध्याकाळी सहा वाजता इथून एक बस निघेल, तेव्हा अगदी वेळेत इथे उपस्थित राहा. राजदूत येण्याआधी प्रत्येक जण विमानात स्वत:च्या जागी बसलेला हवा, असा नियम आहे."

"मी वेळेत हजर राहीन!" एमा म्हणाली, "मी आता जरा शहरात फेरफटका मारायला जाईन म्हणते. पण मी माझं सामान इथे ठेवून गेले, तर चालेल ना?"

"हो, हो! त्यात काहीच अडचण नाही. मी नंतर कुणाला तरी ते सामान बसमध्ये चढवायला सांगीन." रूपर्टे म्हणाला.

"थँक यू!" असं म्हणून एमा निघाल्यावर तो म्हणाला, "आणि हो, मला ते पुस्तक फार आवडलं. तुला एक गोष्ट सांगून ठेवतो. विमानात मंत्रीसाहेबांची तुझ्याशी खाजगीत चार गोष्टी बोलायची इच्छा आहे. मला वाटतं, ते राजकारणात पडण्याआधी स्वत: प्रकाशक होते."

"त्यांचं नाव काय?" एमा म्हणाली.

"हॅरॉल्ड मॅकमिलन!"

एमाला मि. गुईंझबर्ग यांनी दिलेला सल्ला आठवला. ''हे बघ एमा, सगळ्यांच प्रकाशकांना हे पुस्तक हवं असणार आहे. तुझ्यासाठी जवळपास प्रत्येकच प्रकाशनाचे दरवाजे खुले असणार आहेत. त्यामुळे लगेच खूश होऊन जाऊ नको. सर्वांत आधी पेंग्विन प्रकाशनाचे बिली कॉलिन्स आणि ॲलन लेन यांची भेट घेण्याचा प्रयत्न कर!'' ते म्हणाले होते. त्यांनी हॅरॉल्ड मॅकमिलनच्या नावाचा उल्लेखसुद्धा केला नव्हता.

''मग मी तुला संध्याकाळी सहा वाजता बसपाशी भेटते.'' ती रूपर्टला म्हणाली. तो तिचा निरोप घेऊन त्या गडबड, गोंधळात अदृश्य झाला.

दूतावासातून बाहेर पडून एमा मॅसॅच्युसेट्स ॲव्हेन्यूवर चालू लागली. तिने घड्याळात पाहिलं. कर्नल क्लेव्हरडन यांच्याशी तिची भेटीची वेळ ठरली होती. पण त्याला अजून दोन तास अवकाश होता. तिने टॅक्सी थांबवली.

''कुठे जायचंय, मिस?''

''मला या शहरात बघण्यासारखं जे काही असेल, ते बघायचंय!'' एमा म्हणाली.

''पण तुमच्याकडे वेळ किती आहे? बरीच वर्षं आहेत का?'' ड्रायव्हर म्हणाला.

''छे, हो केवळ थोडेसे तास आहेत. तेव्हा आता झटपट निघा.''

टॅक्सी जोरात निघाली. पहिलं ठिकाण – व्हाइट हाउस, पंधरा मिनिटं. त्यानंतर कॅपिटॉल हिल वीस मिनिटं. त्यानंतर वॉशिंग्टन, जेफरसन आणि लिंकन मेमोरियल भोवती गोल चक्कर पंचवीस मिनिटं. त्यानंतर थेट नॅशनल गॅलरीला भेट, आणखी पंचवीस मिनिटं. सर्वांत शेवटी स्मित्सोनियन इन्स्टिट्यूट. पण एव्हाना कर्नल क्लेव्हरडनला भेटायला जाण्यासाठी तिच्या हातात केवळ तीस मिनिटं शिल्लक उरली होती. त्यामुळे स्मित्सोनियनच्या पहिल्या मजल्याला भेट देऊन ती तातडीने बाहेर आली.

ती टॅक्सीत येऊन बसताच ड्रायव्हर म्हणाला, ''आता कुठे जायचं, मिस?''

एमाने कर्नल क्लेव्हरडन यांचं पत्र उघडून त्यावरचा पत्ता वाचून दाखवला. ''३०२२ ॲडम्स स्ट्रीट. आणि मला खूप उशीर झालाय.''

जरा वेळात ड्रायव्हरने एका भल्या मोठ्या संगमरवरी इमारतीपाशी टॅक्सी उभी केली. एमाने ड्रायव्हरच्या हातात तिच्या जवळची शेवटची पाच डॉलर्सची नोट ठेवली. आता कर्नलसाहेबांच्या भेटीनंतर एमाला एम्बसीकडे चालत जावं लागणार होतं. ''अगदी वेळेत आणून पोहोचवलंत मला,'' एमा हसून म्हणाली. तिने उरलेले पैसे त्यालाच बक्षिशी म्हणून ठेवून घ्यायला सांगितले.

ड्रायव्हर डोक्याच्या कॅपला हात लावून सलाम करत हसला. तो म्हणाला, ''मला वाटलं, फक्त अमेरिकन लोकच एवढे दिलदार असतात.''

एमा इमारतीच्या पायऱ्या चढून आत शिरली. दारापाशी पहारा देत असलेल्या रखवालदारांनी तिच्याकडे ढुंकून सुद्धा पाहिलं नाही. इमारतीत माणसांची ये-जा सुरू होती. जवळपास प्रत्येकाच्या अंगात खाकी कपडे होते. त्यातल्या काहींच्या गणवेशावर शौर्य पदकं आणि फिती झळकत होत्या. स्वागतकक्षातील तरुणीने एमाला ९१९७ क्रमांकाच्या कक्षाकडे पाठवलं. खाकी कपडे घातलेल्या भल्यामोठ्या घोळक्यासोबत एमा लिफ्टमध्ये शिरली. नवव्या मजल्यावर ती लिफ्टमधून बाहेर पडली, तेव्हा कर्नल साहेबांची सेक्रेटरी तिची वाट पाहात थांबली होती.

"कर्नलसाहेब जरा मीटिंगमध्ये गुंतले आहेत. पण ते पाच मिनिटांत तुमची भेट घेतील." एमाला ऑफिसात बसवत ती म्हणाली.

एमाने खुर्चीत बसल्यावर आजूबाजूला नजर टाकली, समोरच्या टेबलावरच्या एका लठ्ठ फाइलवर एमाची नजर पडली. तिला जुनी आठवण झाली. मेसीच्या घरच्या टेबलावर पाहिलेलं ते लिफाफ्यात बंद असलेलं पत्र आणि सेफ्टन जेल्क्सच्या टेबलावरचा हॅरीच्या डायऱ्यांचा गठ्ठा. त्यात बंदिस्त असलेला मजकूर कधी एकदा आपल्याला वाचायला मिळेल, असं एमाला झालं होतं. नेमकं तसंच आत्ता त्या फाइलमध्ये?" असा विचार तिच्या मनात घोळू लागला. "कधी कळेल ते आपल्याला?"

त्या प्रश्नाचं उत्तर होतं, आणखी वीस मिनिटांनी अखेर एकदाचं दार उघडून एक उंचापुरा धिप्पाड माणूस आत शिरला. तो तिच्या वडिलांच्याच वयाचा होता. तेच कर्नलसाहेब होते. त्यांनी ओठात सिगार धरली होती.

"सॉरी, तुम्हाला ताटकळत ठेवलं." ते एमाचे दोन्ही हात हातात घेत म्हणाले, "पण काय करू, दिवसाला इतके कमी तास असतात ना? वेळच नाही पुरत." ते आपल्या टेबलामागे जाऊन खुर्चीत बसत तिच्याकडे बघून प्रेमळपणे हसले. "मी जॉन क्लेव्हरडन. आणि हो, तुम्हाला तर मी कुठेही भेटलो असतो, तरी ओळखलंच असतं."

एमाच्या चेहऱ्यावर प्रश्नचिन्ह उमटलेलं पाहून ते हसत म्हणाले, "अहो, हॅरी क्लिफ्टनने त्याच्या पुस्तकात तुमचं अगदी हुबेहूब वर्णन केलंय ना? बरं, तुम्ही कॉफी घेणार?"

"नको, नको, थँक्स!" एमा म्हणाली. तिचं लक्ष फक्त कर्नल समोरच्या काचेच्या टेबलावरच्या त्या फाइलकडे होतं. ती अत्यंत अधिर झाली होती.

"मला ही फाइल उघडून बघण्याची काहीच गरज नाही." ते त्या फाइलवर बोटाने टकटक करत म्हणाले. "त्यातील बराचसा भाग मी स्वत:च लिहिला आहे. त्यामुळे हॅरी लेव्हनहॅममधून बाहेर पडल्यानंतर काय-काय घडलं याची समग्र माहिती मीच तुम्हाला देऊ शकेन. आणि आता मुख्य म्हणजे त्याच्या या सगळ्या डायऱ्या वाचल्यानंतर एक गोष्ट तर आम्हाला कळून चुकलीच आहे, ती म्हणजे मुळात

हॅरीची रवानगी त्या तुरुंगात व्हायला नकोच होती. हं! त्याला त्या लेव्हनहॅमच्या तुरुंगात टाकण्यापूर्वी त्याच्या बाबतीत जे काही घडलं, ते वाचण्याची मला अतोनात उत्सुकता आहे.''

''आणि लेव्हनहॅममधून बाहेर पडल्यानंतर हॅरीच्या आयुष्यात काय घडलं हे जाणून घेण्याची मलाही तेवढीच उत्सुकता आहे.'' एमा म्हणाली. आपल्या मनातली अधिरता आपल्या बोलण्यातून त्यांना जाणवू न देण्याचा तिने आटोकाट प्रयत्न केला.

''मग आपण आता सुरुवात करू!'' कर्नल म्हणाले, ''हॅरीने स्वखुशीने युद्धात भाग घेण्याची तयारी दर्शवली. त्या बदल्यात त्याची तुरुंगवासची शिक्षा रद्द करण्यात आली. त्याच्या तुकडीचा प्रमुख मीच होतो. त्याने अमेरिकन सैन्यात पूर्णवेळ सैनिक म्हणून काम करण्यास सुरुवात केली. त्याला ताबडतोब युद्धभूमीवर पाठवण्यात आलं. आत्ता तो लेफ्टनंट आहे. गेले कित्येक महिने तो सरहद्दीवर लढत आहे. तो ऑक्युपाइड देशांमध्ये कार्यरत आहे. लवकरच आमचा देश युरोपात उतरणार आहे. त्याचीच तो तयारी करत आहे.''

एमा हे सगळं ऐकून अस्वस्थ झाली. ''सरहद्दीवर म्हणजे नक्की काय?'' ती म्हणाली.

''मी काही ते तुम्हाला सांगू शकत नाही. लढाईवर गेलेला सैनिक नक्की कुठे असेल, ते सांगणं फार कठीण असतं. बाहेरच्या जगाशी ते अनेक दिवस संपर्क साधत नाहीत. पण मी तुम्हाला एक गोष्ट सांगू शकतो. हॅरी आणि त्याचा ड्रायव्हर कॉर्पोरल पॅट क्विन हे माझ्या तुकडीतील सर्वांत शूर जवान आहेत. हा पॅट क्विन सुद्धा हॅरीसारखाच लेव्हनहॅम तुरुंगातून बाहेर पडून युद्धावर गेला आहे. त्यांचा उत्साह शाळेतल्या बुद्धिमान मुलांइतकाच दांडगा आहे. रसायन शास्त्राच्या प्रयोग शाळेत सगळी उपकरणे हाताळायला, मुक्त संचाराला परवानगी दिल्यानंतर मुलं ज्या उत्साहाने कामाला लागतील, तेवढ्या अदम्य उत्साहाने हे दोघं रणांगणावर गेले आहेत. शत्रूची दळणवळणाची माध्यमं निकामी करण्याची जबाबदारी त्यांच्यावर सोपवण्यात आली आहे. त्यामुळे शत्रूने बांधलेले पूल बॉंब फेकून उद्ध्वस्त करणं, शत्रूच्या रेल्वे लाइन्स उखडून काढणं, इलेक्ट्रिकचे खांब जमीनदोस्त करणं, असली कामं हे दोघं करत असतात. जर्मन सैन्याच्या तुकड्यांच्या वाटचालीच्या मार्गात अडथळे आणून त्यांना विस्कळित करण्याच्या कामात हॅरीचा हातखंडा आहे. एक-दोन वेळा तर तो त्या जर्मनांच्या हातात पडता-पडता निसटला. खरं सांगायचं तर जर्मन सैन्यांमध्ये हॅरीच्या नावाची दहशतच पसरली आहे. जर्मनांच्या डोळ्यात तो आता काट्यासारखा सलू लागला आहे. त्याचा शिरच्छेद करणाऱ्यास त्यांनी इनाम सुद्धा जाहीर केलं आहे. दर महिन्यागणिक त्या इनामाची रक्कमही वाढत चालली

आहे. मी शेवटची ऐकलेली रक्कम तीस हजार फ्रँक्स होती.''

अचानक कर्नल साहेबांच्या लक्षात आलं, एमाचा चेहरा पांढरा फटक पडला होता.

''आय ॲम सो सॉरी!'' ते म्हणाले. ''तुम्हाला घाबरवण्याचा माझा अजिबात हेतू नव्हता. पण मी इथे माझ्या ऑफिसात बसलेलो असताना माझी मुलं तिकडे रणांगणावर तळहातावर शिर घेऊन लढत आहोत, या गोष्टीचा मला स्वत:लाही कधीकधी विसर पडतो.''

''हॅरीची सुटका कधी होईल?'' एमाने हळू आवाजात विचारलं.

''मला वाटतं त्याच्या शिक्षेची मुदत पूर्ण होईपर्यंत त्याने लढत राहावं, असा आदेश आहे.''

''पण आता तर तो निर्दोष आहे, हे तुम्हाला कळलंच आहे ना? मग त्याला परत इंग्लंडलाच का नाही पाठवत?'' एमा म्हणाली.

''पण तसं केल्याने काही फारसा फरक पडेल, असं मला वाटत नाही,'' कर्नल म्हणाले, ''मिस बॅरिंग्टन! मी तुम्हाला एक गोष्ट सांगू का? मी पण हॅरीला चांगले ओळखतो. तो इंग्लंडला परतला, तरी सुद्धा काय करेल? अंगावरचा आत्ताचा गणवेश चढवून परत लढायला जाईलच.''

''जर माझं त्या बाबतीत काही चाललं, तर तसं नाही करणार तो!'' एमा म्हणाली.

कर्नल हसले. ''मी बघतो, मला काही करता येतं का ते!'' असं म्हणून ते उठून उभे राहिले. त्यांनी टेबलामागून बाहेर येत एमासाठी दार उघडून धरलं आणि तिला सलाम करत म्हणाले, ''इंग्लंडपर्यंतचा तुमचा प्रवास व्यवस्थित पार पडो, मिस बॅरिंग्टन! आता लवकरच तुम्हा दोघांची भेट होईल, अशी मी आशा करतो.''

हॅरी क्लिफ्टन

(१९४५)

४१

“सर मला त्यांचा थांगपत्ता लागला की, मी तुम्हाला लगेच कळवतो.” असं म्हणून हॅरीने फील्ड फोन खाली ठेवला.

“कुणाचा थांगपत्ता?” क्विन म्हणाला.

“केर्टेलच्या पलटीचा कर्नल बेनसन यांच्या मते ते सैनिक एकतर दरीत तरी असतील किंवा त्या घळीच्या पलीकडे लपलेले असतील.” हॅरी समोरच्या टेकडीच्या माथ्याकडे बोट दाखवत म्हणाला.

“मग हे शोधून काढायचा आता फक्त एकच मार्ग आहे.” क्विन जीपचं इंजीन सुरू करून जोरात पहिल्या गिअरमध्ये टाकत म्हणाला.

“जरा सावकाश हं!” हॅरी म्हणाला. “ते हरामखोर जवळच कुठेतरी असतील, तर त्यांना सावध करण्याची काही एक गरज नाहीये.”

क्विनने जीप पहिल्याच गिअरमध्ये अत्यंत सावकाश चढणीच्या रस्त्याने चालवायला सुरुवात केली.

“हं, मला वाटतं इथे थांबावं!” हॅरी म्हणाला. ते आता माथ्याच्या अगदी जवळ पोहोचले होते. हॅरीने हँडब्रेक लावून इंजीन बंद केलं. दोघंही आवाज न करता उडी मारून खाली उतरले आणि वरच्या दिशेने पळू लागले. बघता-बघता माथ्यापासून काही यार्डांवर ते येऊन पोहोचले. एका क्षणी दोघंही पोटावर पालथं पडून निघालेल्या खेकड्यांप्रमाणे अगदी सावकाश सरपटत पोहोचल्यावर आडोशाला ते थांबले.

हॅरीने मान किंचित वर करून निरिक्षण केलं आणि त्याचा श्वास क्षणभर थांबला. समोर जे काही दृश्य होतं, ते पाहण्यासाठी दुर्बिणीची गरज नव्हती. समोरच्या दरीत अगदी जवळच फील्ड मार्शल केर्टेल यांची विख्यात पलटण दरीत उतरून जोरात आक्रमण करण्याच्या बेतात होती. नजर ठरणार नाही, इतक्या दूर अंतरापर्यंत रणगाड्यांची रांग लागली होती.

सैनिकांच्या छोट्या-छोट्या तुकड्या तर इतक्या जास्त प्रमाणात होत्या की, एखादं स्टेडियम भरून गेलं असतं. हॅरीने मनातल्या मनात अंदाज केला. या पलटणीमधील जवानांची संख्या टेक्सास रेंजर्सच्या दुसऱ्या डिव्हिजनपेक्षा दुप्पट किंवा तिप्पट नक्की असेल.

''आपण इथून ताबडतोब काढता पाय घेतला, तर निदान मागे जाऊन आपण आपल्या सैन्याचा जीव तरी वाचवू शकू!'' क्विन म्हणाला.

''इतक्या लवकर नाही जायचं.'' हॅरी म्हणाला.

''कदाचित आपण या परिस्थितीचा फायदा करून घेऊ शकू.'' हॅरी म्हणाला.

''अरे आपला नववा जन्मसुद्धा गेलं वर्षभर चाललेल्या युद्धात संपत आलाय, असं नाही का वाटत तुला?'' क्विन म्हणाला. (मांजरांना नऊ जन्म असतात, अशी समजूत आहे.)

''अरे, माझ्या हिशोबाप्रमाणे अजून तर आठवाच चालू आहे.'' हॅरी म्हणाला, ''त्यामुळे आणखी थोडा धोका पत्कारायला मला वाटतं हरकत नाही!'' त्यावर हॅरी काही बोलणार इतक्यात तो माघारी वळून उतारावरून सरपटत खाली निघाला. जीपपाशी जाऊन क्विन ड्रायव्हरच्या जागी बसत असताना हॅरी म्हणाला, ''तुझ्याकडे हातरुमाल आहे का?''

''येस, सर!'' असं म्हणून क्विनने खिशातला रुमाल काढून हॅरीला दिला. हॅरीने तो जीपच्या रेडिओ अँटेनाला बांधला.''

''तू नक्की काय करणार आहेस?'' क्विनच्या आवाजातला अविश्वास लपला नाही.

''शरण जाणार. होय ही आपली शेवटची संधी आहे.'' हॅरी म्हणाला. ''कॉर्पोरल, अत्यंत सावकाश जीप माथ्यावर घेऊन चल आणि तिथून खाली दरीत.'' हॅरीने क्विनला उद्देशून कधीही 'कॉर्पोरल' हे संबोधन वापरलं की, त्याचा अर्थ 'या मुद्यावर आणखी चर्चा नको, असा असे!'

''थोडक्यात आपण मृत्यूच्या दरीतच जायचं.'' क्विन म्हणाला.

''जीपने दोघं सावकाश घळीच्या दुसऱ्या बाजूकडे गोलाकार रस्त्याने निघाले. ''अरे हो, वेगमर्यादेचा भंग नको हं करू!'' हॅरी मुद्दाम विनोद करून वातावरणातील ताण हलका करत म्हणाला. त्या जर्मनांनी आपली जीप दुरून पाहिली की, ते आपल्यावर गोळ्यांचा वर्षाव करणार अशी हॅरीची अपेक्षा होती. पण तसं घडलं नाही. जर्मनांनी उत्सुकतेपोटी तसं काही केलं नाही.

''पॅट, तू बाकी काहीही कर, पण कृपा करून तुझं तोंड उघडू नको. आणि हे सगळं आधीपासून व्यवस्थित ठरवून आपण करत आहोत, असंच भासवण्याचा प्रयत्न कर!'' हॅरी क्विनला म्हणाला.

क्विनला काहीतरी बोलायचं असावं. पण तो गप्प राहिला. खरं तर तो असा गप्प राहाणं, हे एक नवलच होतं. तो सावकाश जीप चालवत राहिला. अखेर ते रणगाड्यांच्या समोर येऊन ठाकल्यावरच त्याने ब्रेक लावून जीप उभी केली.

फील्डमार्शल केर्टेलचे जवान या जीपकडे आणि त्यात बसलेल्या दोन माणसांकडे आश्चर्याने थक्क होऊन बघत राहिले. पण त्या जवानांमधला एकही जागेवरून हलला नाही. जरा वेळाने एक मेजर सरळ जीपकडे यायला निघाला. हॅरी जीपमधून उडी मारून उतरला आणि त्या मेजरला एक कडक सलाम ठोकून ताठ उभा राहिला. तो जर्मन आपलं बोलणं ऐकून घेण्याच्या मन:स्थितीत असेल, अशी त्याने मनातून आशा केली.

''तुम्ही हे काय करताय याची तुम्हाला कल्पना आहे का?'' मेजर ओरडून म्हणाला.

हॅरीने या संधीचा फायदा घ्यायचं ठरवलं. तो वरकरणी अत्यंत शांत राहिला.

''युरोपातील दोस्त राष्ट्रांचे सुप्रीम कमांडर जनरल आयसेनहॉवर यांचा संदेश घेऊन मी इथे आलो आहे.'' एकदा आपण आयसेनहॉवर यांचं नाव काढलं की, तो मेजर आपल्याला ताबडतोब वरिष्ठांकडे घेऊन जाईल, असा हॅरीचा कयास होता.

एक शब्दही न बोलता तो मेजर जीपमध्ये चढून बसला. त्याने हातातील दंडुक्याने क्विनच्या खांद्याला स्पर्श करून समोरच्या कोपऱ्यातील एका भल्यामोठ्या तंबूकडे जीप नेण्याची सूचना केली. हा तंबू जरा आडोशाला, सहज कोणाच्या नजरेत पडू नये अशा पद्धतीने उभारण्यात आला होता.

जीप त्या तंबूपाशी पोहोचताच मेजर उडी मारून खाली उतरला. ''तुम्ही इथेच थांबा!'' असं जोरात ओरडून तो आत गेला.

क्विन आणि हॅरी तसेच जीपमध्ये बसून होते. समोर उभ्या असलेल्या असंख्य जवानांच्या नजरा त्यांच्यावरच रोखलेल्या होत्या.

''बघ कसे खाऊ की गिळू अशा नजरेने आपल्याकडे बघत उभे आहेत.'' क्विन म्हणाला.

बऱ्याच वेळाने मेजर परत आला.

''काय सांगणार असेल हा आपल्याला?'' क्विन म्हणाला. ''चला, तुम्हाला तोफेच्या तोंडी देतो, असं म्हणायला आला असेल?''

''फील्ड मार्शल तुमची भेट घेतील.'' मेजर म्हणाला. त्याच्या स्वत:च्या चेहऱ्यावर अजूनही आश्चर्यचकित झाल्याचे भाव होते.

''थँक यू, सर!'' असं म्हणून हॅरी जीपमधून उतरून त्या मेजरच्या मागोमाग तंबूत शिरला.

फील्ड मार्शल केर्टेल एका प्रचंड मोठ्या लांबुळक्या टेबलामागे बसला होता. टेबलावर एक मोठा नकाशा पसरलेला होता. तो नकाशा कुठल्या प्रदेशाचा असेल, हे हॅरीने दुरूनसुद्धा ओळखलं. त्या नकाशावर रणगाड्यांच्या छोट्या-छोट्या प्रतिकृतींची विशिष्ट व्यूहरचना करून मांडण्यात आली होती. फील्ड मार्शल हॅरीला पाहून उठून उभा राहिला. त्याच्या भोवती दहा-बारा अधिकाऱ्यांचं कडं होतं. त्यातील प्रत्येक अधिकारी कर्नल किंवा त्यापेक्षा वरच्या पदावर होता.

हॅरीने ताठ उभं राहून कडक सलाम ठोकला.

"नाव आणि पद?" हॅरीचा सलाम परत करत फील्ड मार्शल म्हणाला.

"क्लिफ्टन, सर! लेफ्टनंट क्लिफ्टन. मी जनरल आयसेनहॉवर यांचा 'असिस्टंट डिव्हिजन कमांडर' आहे." फील्ड मार्शलच्या बिछान्याच्या शेजारी एक लहानसं फोल्डिंग टेबल होतं. त्यावर बायबलची प्रत होती. तंबूच्या एका बाजूला भला मोठा जर्मन ध्वज लावण्यात आला होता. कुठेतरी काहीतरी चुकल्यासारखं वाटत होतं. हॅरी मनातल्या मनात विचार करत होता.

"आणि जनरल आयसेनहॉवर त्यांच्या एडीसीला माझ्याकडे कशाला पाठवतील?"

फील्ड मार्शलच्या प्रश्नाला उत्तर देण्यापूर्वी हॅरीने त्याचं बारकाईने निरीक्षण केलं. केर्टेल यांच्या चेहऱ्यावरून त्यांचा प्रत्यक्ष रणांगणावरचा प्रदीर्घ अनुभव स्पष्ट होत होता. त्यांच्या गणवेशावर एकमेव पदक होतं. तो एक आर्यन क्रॉस होता. १९१८ साली मार्नेच्या लढाईत लेफ्टनंट म्हणून लढताना त्यांना तो प्राप्त झाला होता, हे हॅरीला माहीत होतं.

"एक माहिती तुमच्या कानी पोहोचावी, अशी जनरल आयसेनहॉवर यांची इच्छा आहे. क्लेमेनसेऊच्या पलीकडच्या बाजूला त्यांच्या तीस हजार सैनिकांच्या तीन बटालियन्स असून शिवाय बावीस हजार रणगाडेसुद्धा तिथे आहेत. त्यांच्या उजव्या बाजूला टेक्सास रेंजर्सची सेकंड डिव्हिजन, मध्यभागी ग्रीन जॅकेट्सची थर्ड बटालियन तर डाव्या बाजूला ऑस्ट्रेलियन लाइट इन्फंट्रीची बटालियन आहे."

फील्ड मार्शलचा चेहरा हे सर्व भाषण ऐकत असताना अत्यंत निर्विकार होता. हॅरीच्या बोलण्यातलं अक्षरन्अक्षर खरं होतं, त्याने सांगितलेली संख्या अचूक होती, याची त्याला अर्थातच कल्पना असणार. अर्थात खरोखरच ही तीन रेजिमेंट्स ठरल्याप्रमाणे त्या ठिकाणी पोहोचलेली होती की नाही, याची हॅरीला कल्पना नव्हती.

"अच्छा? मग तसं असेल तर ही लढाई फारच रोमहर्षक होणारं असं दिसतंय, लेफ्टनंट! इथे मला घाबरवण्याचा जर तुमचा उद्देश असेल ना, तर तो पूर्णपणे असफल झालेला आहे." फील्ड मार्शल म्हणाला.

"मला तसं काहीच करण्यास सांगण्यात आलेलं नाही, सर!" हॅरी टेबलावरील नकाशाकडे एक नजर टाकत म्हणाला, "मला तर असं वाटतंय की, आत्ता मी तुम्हाला जी काही माहिती सांगितली, ती सगळी तुम्हाला आधीच होती. मला वाटतं, तुम्हाला तर याही गोष्टींची नक्कीच कल्पना असणार की, अगदी थोड्याच वेळापूर्वी दोस्तराष्ट्रांनी विल्हेल्म्सबर्ग येथील एअर फील्डवर कब्जा केलेला आहे."

टेबलावरील नकाशातील विमानतळावर एक छोटा अमेरिकन ध्वज टाचणीने खोचण्यात आलेला हॅरीने पाहिलाच होता.

"पण सर, तुम्हाला अजून एक गोष्ट माहीत नाहीये, ती म्हणजे लँकॅस्टर बॉंबर्सचं एक पथक त्या विमानतळाच्या रन् वे वर उभं आहे. जनरल आयसेनहॉवर आपल्याला कधी एकदा तुमचे रणगाडे उद्ध्वस्त करून टाकण्याची आज्ञा देतात, याचीच वाट बघत ते पथक तिथे थांबलेलं आहे. आणि त्याच वेळी त्यांची बटालियन्स तुमच्यावर सर्व बाजूंनी चाल करून येणार आहेत."

वस्तुस्थिती अशी होती, ती त्या विमानतळावर काही मोजकी विमानं इंधन संपल्यामुळे नुसती उभी होती. हॅरीला ते व्यवस्थित माहीत होतं.

"मुद्याचं बोला, लेफ्टनंट! जनरल आयसेन हॉवर यांनी तुम्हाला माझ्याकडे कशासाठी पाठवलं आहे?"

"जनरल साहेबांचा संदेश त्यांच्याच शब्दांत जसाच्या तसा मी तुम्हाला सांगतो, सर!" हॅरी म्हणाला. त्याने एखादा खलिता वाचून दाखवत असल्याच्या थाटात बोलण्यास सुरुवात केली. "हे महाविनाशकारी युद्ध आता लवकरच संपुष्टात येणार आहे, यात तर काहीच शंका नाही. ज्या माणसाला युद्धाचा विशेष अनुभव नाही, असाच माणूस फक्त विजयाची अपेक्षा करत राहील आणि त्याचा अखेर भ्रमनिरासच होईल."

हिटलरचं प्रत्यक्ष नाव न घेता हॅरी त्याच्या विषयीच बोलत आहे, हे त्या फील्डमार्शलच्या भोवती उभं असलेल्या सर्व अधिकाऱ्यांच्या लक्षात आल्याचं हॅरीच्या नजरेने टिपलं. त्याच क्षणी आणखी एक गोष्ट त्याच्या लक्षात आली. तंबूत कुठेही नाझी ध्वज फडकत नव्हता. फील्ड मार्शलच्या तंबूत फ्यूरर (हिटलर) चं छायाचित्रही नव्हतं.

"जनरल आयसेनहॉवर यांना तुमच्याविषयी आणि नाइन्टीन्थ कोअरविषयी नितांत आदर आहे," हॅरी म्हणाला. "तुमची माणसे तुमच्या एका इशाऱ्यासरशी स्वत:चे प्राण पणाला लावतील याचीही आयसेनहॉवर यांना पूर्ण कल्पना आहे. परंतु परमेश्वराला स्मरून ते तुम्हाला असं विचारू इच्छितात की, यानं काय साध्य होणार आहे? हे असंच चालू राहिलं, तर तुमच्या तुकड्यांचा विनाश होईल, आपली

दोघांची माणसं नाहक बळी जातील. आता हे युद्ध संपण्यास केवळ काही थोडेच आठवडे राहिले आहेत, याची तर प्रत्येकालाच कल्पना आहे. मग या अकारण मनुष्यहानीने नक्की काय साध्य होणार आहे? जनरल आयसेनहॉवर यांनी 'द प्रोफेशनल सोल्जर' हे तुम्ही लिहिलेलं पुस्तक वाचलं आहे. त्या वेळी ते स्वत: वेस्ट पॉइंट येथे होते. तुमचं त्या पुस्तकातलं एक विशिष्ट वाक्य त्यांच्या स्मृतीत जन्मभरासाठी कोरलं गेलेलं आहे, सर!''

केवळ पंधरा दिवसांपूर्वीच हॅरीच्या जेव्हा लक्षात आलं की, आता आपला सामना लवकरच फील्ड मार्शल केर्टेल यांच्याशी होणार आहे, तेव्हा त्यांच मन जाणून घेण्याच्या उद्देशाने त्याने मुद्दामच हे पुस्तक नीट वाचून काढलं होतं. त्यामुळेच आत्ता त्याने त्यांचंच वाक्य त्यांना जसंच्या तसे ऐकवलं.

'तरुणांना निष्कारण मृत्यूच्या जबड्यात पाठवणं, हे काही चांगल्या नेतृत्वाचं लक्षण नाहीतर वृथा प्रसिद्धीझोत मिळवण्यासाठी केलेलं ते कृत्य असून कोणत्याही 'प्रोफेशनल सोल्जर'ने असं कधीही करू नये.' सर, जनरल आयसेनहॉवर तुमच्या या मताशी पूर्णपणे सहमत आहेत. आणि त्याचमुळे तुम्ही जर शस्त्रं खाली ठेवलीत, तर तुमच्या जवानांना तिसऱ्या जिनिव्हा कन्व्हेन्शनमधील नियमांनुसार अत्यंत आदराची आणि सन्मानाची वागणूक देण्यात येईल, असं त्यांचं म्हणणं आहे.''

हॅरीला वाटलं, आता फील्ड मार्शलची आपल्या बोलण्यावर अशी प्रतिक्रिया होईल : ''प्रयत्न चांगला होता, पोरा पण तुमच्या त्या लटपटणाऱ्या पुलांची राखण करत पलीकडे जो कोण कमांडिग ऑफिसर बसला असेल ना, त्याला जाऊन माझा निरोप सांग... म्हणावं, मी लवकरच या पृथ्वीतलावरून तुमच्या सैन्याचं नामोनिशाण मिटवून टाकणार आहे!'' पण तसं काहीच घडलं नाही. फील्डमार्शल केर्टेल म्हणाला, ''मी तुमच्या जनरलच्या प्रस्तावावर माझ्या अधिकाऱ्यांबरोबर चर्चा करीन. तुम्ही जरावेळ बाहेर थांबाल का?''

''हो, नक्कीच, सर!'' असे म्हणून हॅरीने सलाम ठोकला. आणि तो तंबूतून बाहेर पडून जीपमध्ये येऊन बसला. तो क्विनच्या शेजारी बसल्यावरही क्विन त्याच्याशी एक शब्दसुद्धा बोलला नाही.

केर्टेलच्या अधिकाऱ्यांचं एकमत होत नसणार हे तर उघडच होतं. कारण जोरजोरात चढलेल्या आवाजात चर्चा चालू असल्याचे आवाज तंबूच्या बाहेर येत होते. त्या कोलाहलामधून काही शब्द हॅरीला समजत होते : आत्मसन्मान, व्यवहारज्ञान, कर्तव्य, वास्तव, मानहानी, त्याग अशा शब्दांची आतषबाजी चालू होती. पण त्या सगळ्या शब्दांमधून एकाच वाक्याची हॅरीला मनातून भीती वाटत होती. ते वाक्य म्हणजे, ''तो थापा मारतोय.''

प्रतीक्षेत एक तास गेला. अखेर हॅरीला तंबूत परत बोलावण्यात आलं. केर्टेल आपल्या अत्यंत विश्वासातल्या सल्लागारांच्या घोळक्यापासून थोडा दूर उभा होता. त्याच्या चेहऱ्यावर सावधपणा स्पष्ट दिसत होता. त्याचा निर्णय पक्का झालेला होता. त्याचे काही अधिकारी त्या निर्णयाशी सहमत नव्हते. पण एकदा त्याने आज्ञा केल्यावर ते त्यावर एक अक्षरही बोलले नसते. त्याचा काय निर्णय झाला होता, हे त्याने न सांगताच हॅरीला कळलं.

"सर, मी जनरल आयसेनहॉवर यांच्याशी संपर्क साधून त्यांना तुमचा निर्णय कळवू का? अर्थात तुमची परवानगी असेल, तर!"

फील्ड मार्शलने मानेला एक झटका देऊन आपल्या अधिकाऱ्यांना इशारा करताच ते त्याच्या आज्ञेचं पालन करण्यासाठी ताबडतोब तंबूच्या बाहेर पडले.

मेजर बरोबर हॅरी जीपकडे परत गेला. त्याच्या डोळ्यांसमोरच तेवीस हजार जवानांनी शस्त्रं खाली ठेवली. रणगाड्यातील सैनिक उतरून बाहेर आले आणि सर्व जण तीन-तीनच्या रांगा करून शरण जाण्यासाठी तयारीत उभे राहिले. हॅरीच्या मनात एक मोठी धाकधूक होती. इथे त्याचा बनाव यशस्वी झाला होता. परंतु आता आपल्या स्वत:च्या एरिया कमांडरसाहेबांना फोन लावल्यावर आपलं बिंग फुटणार तर नाही ना, अशी त्याला भीती वाटत होती. तो त्यांना फोन लावून क्षणभर थांबला. कर्नल बेनसन यांनी क्षणार्धात पलीकडून फोन उचलला. मेजर हॅरीच्या शेजारी उभा होता. आपल्या कपाळावर डवरलेला घाम त्याच्या लक्षात येऊ नये, अशी हॅरीने देवाची प्रार्थना केली.

"क्लिफ्टन, शत्रूचं किती सैन्य तैनात आहे, याचा काही अंदाज लागला का?" हॅरीचा आवाज ऐकताक्षणी कर्नल बेनसन म्हणाले.

"कर्नल, मला तुम्ही जनरल आयसेनहॉवर यांच्याशी फोन जोडून देता का? मी लेफ्टनंटं क्लिफ्टन, जनरल आयसेनहॉवर यांचा ए.डी.सी. बोलतो." हॅरी मुद्दाम मोठ्यांदा म्हणाला.

"तुला वेड तर लागलं नाही ना, क्लिफ्टन?" बेनसन म्हणाले.

"हो, हो मी फोनवरच थांबतो. तुम्ही लवकर जाऊन जनरल आयसेनहॉवर यांना ताबडतोब बोलवून आणा."

हॅरीची छाती हे बोलत असताना प्रचंड धडधडत होती. आपल्याला नक्की काय सांगायचंय, हे कर्नल बेनसन यांना लवकरात लवकर कळू दे, अशी त्याने ईश्वराची प्रार्थना केली. त्याने मुद्दामच शेजारी उभ्या असलेल्या मेजरकडे पाहून मान डोलावली. पण तो मख्खपणे तसाच उभा राहिला. आपल्या वागण्या-बोलण्यात काही दोष आढळतो का, हे हा नक्कीच बघत असणार, असं हॅरीच्या मनात आलं. बाहेरच्या बाजूला आपली शस्त्रं खाली ठेवून रांगा लावून उभं राहणाऱ्या सैनिकांकडे हॅरीचं लक्ष

गेलं. त्यातल्या काहींच्या चेहऱ्यावर बुचकळ्यात पडल्याचे भाव होते, तर काहींचे चेहरे निर्धास्त झाल्यासारखे दिसत होते.

"जनरल आयसेनहॉवर बोलतोय. क्लिफ्टन तुम्हीच आहात ना?" कर्नल बेनसन जरा वेळाने फोनवर येऊन म्हणाले.

"येस, सर! मी आत्ता फील्ड मार्शल केर्टेल यांच्या सोबत आहे. नाइटीन्थ कोअरने शस्त्रास्त्रे ठेवून जीनिव्हा परिषदेत ठरवण्यात आलेल्या मार्गदर्शक तत्त्वांनुसार शरणागती पत्करावी, हा तुमचा प्रस्ताव त्यांनी मान्य केला आहे सर. अनाठायी जीवितहानी टाळण्यासाठी असं करणं योग्य ठरेल, हा तुमचा निरोप मी त्यांना जसाच्या तसा सांगितल्यानंतरच ते यासाठी तयार झाले. आता तुम्ही जर आपल्या पाच बटालियन्स पैकी एक बटालियन पुढे पाठवलीत, तर त्यांना ही प्रक्रिया शिस्तबद्ध रीतीने पार पाडता येईल. सर मला वाटते सुमारे पाच वाजण्याच्या सुमाराला क्लेमेनसेऊची घळ पार करून नाइन्टीन्थ कोअरसह मी पलीकडे पोहोचेन.

"आम्ही तुमची वाट पाहातो आहोत, लेफ्टनंट!"

फोन ठेवल्यापासून पन्नास मिनिटांनी जर्मन बटालियनला आपल्या मागे घेऊन 'पाईड पायपर'च्या – बासरीवाल्याच्या – थाटात हॅरी क्लेमेनसेऊची घळ पार करून टेकडीवर चढून पलीकडे पोहोचला, तेव्हा टेक्सास रेंजर्सचे जवान त्या सर्वांची वाटच बघत होतं. टेक्सास रेंजर्सच्या मूठभर सातशे जवानांनी आणि २१४ रणगाड्यांनी फील्ड मार्शल केर्टेलच्या नाइन्टीन्थ कोअरला जेव्हा वेढा घातला, तेव्हाच जीपमधून आलेल्या एका इंग्लिश आणि एका आयरिश माणसाने एका पांढऱ्या हातरुमालाचा वापर करून आपल्याला मूर्ख बनवल्याचं केर्टेलच्या लक्षात आलं.

आपल्या गणवेशाच्या आतून फील्डमार्शलने पिस्तूल काढलं. हा आता आपल्याला गोळी घालणार, असं हॅरीला क्षणभर वाटलं. पण केर्टेलने ताठ उभं राहून खाडकन सलाम ठोकला आणि ते पिस्तूल स्वत:च्या कानशिलावर ठेऊन गोळी झाडून घेतली.

त्याचं निष्प्राण कलेवर जमिनीवर कोसळताना पाहून हॅरीला मुळीच आनंद झाला नाही.

जर्मनांना वेढा घातल्यानंतर कर्नल बेनसन यांनी नाइन्टीन्थ कोअरच्या नि:शस्त्र सैनिकांना घेऊन विजय साजरा करत कंपाउंडपाशी घेऊन जाण्याची कामगिरी हॅरीवर सोपवली. जीपमध्ये बसून दोघंही निघाले, तेव्हा कॉर्पोरल पॅट क्विनच्या चेहऱ्यावर हसू फुटलं होतं.

कपांउंडपासून त्यांची जीप एक मैलाच्या अंतरावर असताना ती जर्मनांनी पुरून

ठेवलेल्या एका सुरुंगावरून गेली. हॅरीला प्रचंड मोठा स्फोटाचा आवाज ऐकू आला आणि त्याच क्षणी आपला दोस्त पॅट क्विन याचे शब्दही त्याला आठवले. 'अरे, आपला नववा जन्मसुद्धा या गेलं वर्षभर चालू असलेल्या युद्धात संपत आलाय, असं नाही वाटत का तुला?' त्या क्षणीच त्यांच्या जीपने हवेत उडून पेट घेतला.

आणि त्यानंतर सगळं संपलं...!

४२

'आपण जेव्हा मरतो, तेव्हा ते आपल्याला कळतं का?

मृत्यू क्षणार्धात येतो आणि मग पुढच्या क्षणी तुम्ही नसताच, असं घडतं का?'

हॅरीच्या समोर अंधूक आकृत्या मधूनच अवतीर्ण होत होत्या. शेक्सपिअरच्या नाटकातील व्यक्तिरेखांसारखी ती प्रत्येक व्यक्तिरेखा रंगमंचावर येत होत्या आणि काही काळाने जात होती. पण आपल्या समोर चाललेलं नाटक ही नक्की विनोदी एकांकिका आहे की शोकांतिका आहे की घडून गेलेल्या इतिहासाचा पट उलगडतो आहे, हेच हॅरीला नीटसं कळत नव्हतं.

पण नाटकातील मध्यवर्ती व्यक्तिरेखा मात्र सतत तीच होती. ती भूमिका एक स्त्री करत होती. तिचा अभिनय उत्कृष्ट होता. बाकीच्या व्यक्तिरेखा रंगमंचावर तिच्या इशाऱ्यावर पुढे-मागे हलत होत्या. आणि हॅरीने सावकाश डोळे उघडले. त्याच्या पलंगाशेजारी एमा उभी होती.

हॅरीच्या चेहऱ्यावर हास्य उमलताच तिचा चेहरा उजळून निघाला. तिने खाली वाकून त्याच्या ओठांवर अलगद ओठ ठेवले. 'वेलकम होम!' ती म्हणाली.

आपलं एमावर किती जिवापाड प्रेम आहे, याची खरी जाणीव त्याला त्याच क्षणी झाली. त्याच प्रमाणे जगातील कोणतीही शक्ती आता आपल्याला एकमेकांपासून अलग करू शकणार नाही, हेही त्याला उमगलं. त्याने अलगद तिचा हात हातात घेतला. "तूच आता मला मदत कर, एमा! पण आधी मला हे सांग की, मी कुठे आहे? आणि हा असा इथे मी किती दिवस आहे?"

"तू ब्रिस्टॉल जनरल हॉस्पिटलमध्ये गेल्या एक महिन्यापासून आहेस. तुझी प्रकृती फारच नाजूक होती. तू वाचशील की नाही, याचीसुद्धा कुणाला खात्री नव्हती. पण आता दुसऱ्यांदा तुला गमवायचं नाही, असं मी मनाशी पक्कं ठरवलं होतं."

हॅरीने तिचा हात एकवार घट्ट दाबला आणि तो झोपी गेला. त्याला प्रचंड थकवा आला होता. काही क्षणांतच तो अगदी गाढ झोपी गेला.

त्याला परत जाग आली तेव्हा सर्वत्र काळोख होता आणि आपण एकटेच आहोत, याची त्याला जाणीव झाली. गेल्या पाच वर्षांच्या कालावधीत आपल्या आयुष्यातील इतर व्यक्तींचं काय झालं असेल, याचा त्याने विचार करण्यास सुरुवात केली. आपल्याला समुद्रात जलसमाधी मिळाली, असंच सर्व जण समजत असणार, याची त्याला कल्पना होती.

'आपण आपल्या आईला जे पत्र लिहिलं होतं, ते तिने वाचलं होतं का? गाइल्सने आपल्या रंगांधत्वाची सबब सांगून युद्धावर जाण्याची टाळाटाळ केली असेल का? एकदा हॅरीच हयात नाही असं समजल्यावर ह्युगो ब्रिस्टॉलला परतला असेल का? सर वॉल्टर बॅरिंग्टन आणि लॉर्ड हार्वे अजून हयात असतील का? आणि एमा? तिचं काय? तिच्या आयुष्यात एव्हाना कुणीतरी नवा पुरुष आला असेल का? कदाचित योग्य वेळ येताच ही बातमी आपल्या कानावर घालायची, असा तर तिचा बेत नसेल?' अशा नाना विचारांचं आवर्त त्याच्या मनात उसळलं होतं.

इतक्यात अचानक खोलीचं दार उघडून एक छोटा मुलगा आत आला आणि 'डॅडी! डॅडी!' असं म्हणत त्याच्या गळ्यात पडला. तो हॅरीच्या पलंगावर चढून उड्या मारू लागला.

एमा पुढच्याच क्षणी खोलीत शिरली. तिच्या आयुष्यातील सर्वांत महत्त्वाचे दोन पुरुष पहिल्यांदाच एकमेकांना भेटत होते. त्यांच्या या भेटीकडे ती अनिमिष नेत्रांनी पाहात उभी राहिली.

त्या मुलाकडे पाहून हॅरीला स्वतःच्या लहानपणीच्या फोटोची आठवण झाली. हा फोटो त्याच्या आईने, मेसीने स्टील हाउस लेनमधल्या त्यांच्या घराच्या बाहेरच्या खोलीतील टेबलावर ठेवला होता. हा आपला स्वतःचा मुलगा आहे, हे कुणी न सांगताच हॅरीला कळलं. आजवरच्या आयुष्यात कधीही न अनुभवलेला पराकोटीचा आनंद त्या क्षणी त्याला झाला. तो मुलगा पलंगावर उड्या मारत होता आणि हॅरी त्याच्याकडे निरखून पाहात होता – त्याचे सोनेरी केस, निळे डोळे आणि दृढनिश्चय दाखवणारी हनुवटी अगदी हुबेहूब हॅरीच्या वडिलांसारखी होती.

"ओ माय गॉड!" एवढंच म्हणून हॅरी परत गाढ झोपला.

त्याला जेव्हा परत जागा आली तेव्हा पलंगावर एमा त्याच्या पायाशी बसून होती. त्याने हसून तिचा हात हातात घेतला.

"मी माझ्या मुलाला तर आता भेटलो. आता आणखी काही आश्चर्याचे धक्के देणं बाकी आहे का?" तो म्हणाला. एमा जराशी चाचरली. मग किंचित अवघडल्यासारखं हसत म्हणाली, "कुठून सुरुवात करावी, तेच कळत नाहीये."

"अगदी सुरुवातीपासून सगळं सांग!" हॅरी म्हणाला, "एक लक्षात ठेव, या

आधी मी तुला शेवटचं जे पाहिलं ते आपल्या लग्नाच्या दिवशी!''

एमाने आपल्या कहाणीला प्रारंभ केला. स्कॉटलंडचा प्रवास आणि सेबॅस्टियनचा जन्म याविषयी सांगून झाल्यावर हळूहळू तपशीलवार एकेक घटनाक्रम सांगत ती अखेर म्हणाली, ''मॅनहॅटन मधल्या ख्रिस्तीनच्या घराची बेल वाजवून मी तिथे उभी राहिले –'' परंतु हे वाक्य ऐकायला हॅरी जागाच नव्हता. तो तर केव्हाच झोपी गेला होता.

हॅरी जेव्हा परत जागा झाला तेव्हा एमा त्याच्याजवळच बसून होती.

एमाने आपली हकिकत परत एकदा सांगायला सुरुवात केली. ग्रेट आंट फिलिस आणि तिचा मुलगा ॲलिस्टर यांच्याविषयी एमाने सांगितल्यावर हॅरीला ते दोघं एकदम आवडले. डिटेक्टिव्ह कोलोवस्की त्याच्या साधारण लक्षात राहिला. पण सेफ्टन जेल्क्स याला मात्र तो उभ्या जन्मात कधीही विसरू शकला नसता. हळूहळू एमाच्या कहाणीचा शेवट आला. मि. हॅरॉल्ड मॅकमिलन यांच्या शेजारच्या सीटवर बसून ती विमानाने अटलांटिक महासागर पार करून इंग्लंडला कशी परत आली, हे तिने त्याला सांगितलं.

एमाने त्यानंतर हॅरीला 'द डायरी ऑफ अ कन्व्हिक्ट' या पुस्तकाची प्रत भेट दिली. त्यानंतर हॅरी म्हणाला, ''माझ्या दोस्ताचं, पॅट क्विनचं काय झालं? काहीच कळलं नाही. त्याला शोधून काढायला हवं.''

त्यावर एमा काही न बोलता मान खाली घालून उभी राहिली. हॅरीला कसं सांगावं, ते तिला कळेना.

''जर्मनांनी पेरलेल्या सुरुंगाच्या स्फोटात तो मारला गेला का?'' हॅरीने हल्क्या आवाजात विचारलं.

एमा नुसती मान खाली घालून उभी राहिली. हॅरी त्यानंतर रात्रभर एक शब्दही बोलला नाही.

उजाडलेला प्रत्येक दिवस एक नवीन आश्चर्य! काहीतरी नवलविशेष घेऊन येत होता. हॅरीच्या परिचयाच्या सगळ्याच माणसांच्या आयुष्यात गेल्या पाच वर्षांत प्रचंड बदल घडून आला होता.

दुसऱ्या दिवशी सकाळी त्याची आई त्याला भेटायला आली. ती एकटीच होती. ती आता उत्तम लिहायला-वाचायला शिकली असल्याचं ऐकून त्याला तिचा प्रचंड अभिमान वाटला. ती आता हॉटेलची डेप्युटी मॅनेजर होती. ही गोष्ट तर फारच अभिमानास्पद होती. पण त्याने डॉ. वॉलेसच्या हाती तिला पाठवलेलं पत्र तिने कधीच उघडलं नाही आणि एक दिवस अचानक ते गायब झालं, हे ऐकून त्याला फार वाईट वाटलं.

"मला वाटलं, ते पत्र टॉम ब्रॅडशॉकडून आलं आहे." ती स्पष्टीकरण देत म्हणाली.

मग हॅरीनेच विषय बदलला. "मॉम, तुझ्या हातात एंगेजमेंट रिंग आणि वेडिंग रिंगसुद्धा आहे." हॅरी म्हणाला.

मेसी किंचित लाजली. "हो तुझी आणि तुझ्या सावत्र वडिलांची गाठ मी घालून देणारच आहे. पण त्याआधी तुझ्याशी मला एकटीने बोलायचं होतं." ती म्हणाली.

"माझे सावत्र वडील?" हॅरी म्हणाला, "मी आधीपासून ओळखतो का त्यांना?"

"हो, अर्थात!" ती म्हणाली. आपण कुणाशी लग्न केलं हे सांगण्यासाठी तिने तोंड उघडलं, तेवढ्यात हॅरी गाढ झोपी गेला.

त्यानंतर हॅरीला जी जाग आली, ती एकदम मध्यरात्रीच त्याने पलंगाशेजारचा दिवा लावून त्या प्रकाशात 'द डायरी ऑफ अ कन्व्हिक्ट' हे पुस्तक वाचायला सुरुवात केली. शेवटच्या पानापर्यंत पोहोचण्यापूर्वी अनेकदा त्याच्या चेहऱ्यावर हसू उमटून गेलं.

एमाने त्याला मॅक्स लॉईडविषयी सर्व काही सांगितलं. सेफ्टन जेल्क्सने परत एकदा कशा कारवाया केल्या त्याविषयीही सांगितलं. त्यांपैकी एकही गोष्ट ऐकून हॅरीला धक्का बसला नाही. पण 'द डायरी ऑफ अ कन्व्हिक्ट' हे पुस्तक अल्पावधीतच लोकप्रिय झालं असून त्यानंतर आलेलं पुस्तक तर त्यापेक्षाही अधिक गाजत असल्याचं जेव्हा एमाने त्याला सांगितलं, तेव्हा त्याला फार नवल वाटलं.

"तू जी पहिली डायरी लिहिली होतीस ना, त्यामध्ये लेव्हनहॅम तुरुंगात जाऊन पोहोचण्याआधी तुझ्या आयुष्यात जे नाट्य घडलं होतं, तो मजकूर इंग्लंडमध्ये पुस्तकरूपाने प्रसिद्ध झालेला आहे. अमेरिकेत जसं ते पुस्तक प्रचंड लोकप्रिय झालं, तसंच इथेही झालं आहे. 'द डायरी ऑफ अ कन्व्हिक्ट' या पुस्तकात तू तुझ्या एका आगामी कादंबरीचा ओझरता उल्लेख केला आहेस ना? तर मि. गुईंझबर्ग माझ्याकडे त्याविषयी सारखे चौकशी करत असतात.

"किमान अर्धा डझन कादंबऱ्या लिहिण्याइतक्या कल्पना मला स्फुरलेल्या आहेत." हॅरी म्हणाला.

"पण मग तू लेखानाला सुरुवात का करत नाहीस?" एमाने विचारलं.

त्या दुपारी हॅरीला जेव्हा जाग आली, तेव्हा त्याची आई मेसी आणि मि. हॉलकोम्ब त्याच्या शेजारी हातात हात घालून उभे होते. जणूकाही ते नुकतेच प्रेमात पडले असावे, असे दिसत होते. त्याने आजवर आपल्या आईला इतकं आनंदी असलेलं कधीच पाहिलं नव्हतं.

''काय हे? तुम्ही माझे सावत्र वडील कसे काय असू शकता?'' हॅरी लटक्या रागाने म्हणाला.

''मी आहेच तुझा वडील!'' मि. हॉलकोम्ब म्हणाले, ''अगदी खरं सांगायचं तर मी तुझ्या आईला वीस वर्षांपूर्वीच लग्नाची मागणी घालायला हवी होती. पण माझी तेवढी योग्यताच नाही, असं मला तेव्हा वाटायचं.''

''अहो, अजून तरी कुठे तुमची तेवढी योग्यता आहे?'' हॅरी दात विचकून मिश्किलपणे हसत म्हणाला, ''पण खरं सांगू? तुम्ही काय किंवा मी काय तिच्या योग्यतेचे कधी होणारच नाही.''

''मग आता तुला खरं-खरं सांगूनच टाकतो.'' मि. हॉलकोम्ब हसत म्हणाले, ''मी तुझ्या आईशी लग्न केलं ना, ते तिच्या पैशांकडे पाहून!''

''पैसे? कुठले पैसे?'' हॅरी म्हणाला.

''त्या मि. जेल्क्सने दहा हजार डॉलर्स पाठवले ना?'' त्यातून तर आम्ही एका रमणीय खेड्यात आम्हाला हवी तशी एक कॉटेज विकत घेऊ शकलो.''

''हो! आणि त्याबद्दल आम्ही तुझे जन्मभर ऋणी राहू!'' मेसी म्हणाली.

''हे पाहा, माझे आभार वगैरे मानू नका. मानायचेच असले, तर एमाचे माना.''

मेसीने मि. हॉलकोम्ब यांच्याशी लग्न केलेलं पाहून हॅरी आश्चर्य चकित झालाच होता. पण त्याहूनही मोठा आश्चार्याचा धक्का त्याला गाइल्सला भेटल्यावर झाला. वेसेक्स रेजिमेंटच्या लेफ्टनंटचा गणवेश चढवून गाइल्स त्याला भेटायला आला होता. इतकंच नव्हे, तर त्याच्या छातीवर अनेक शौर्य पदकं लटकत होती. त्यात 'मिलिटरी क्रॉस' या बहुमानाचाही समावेश होता. पण तो सन्मान त्याने कसा मिळवला, याची हॅरीने चौकशी केली, तेव्हा गाइल्सने विषय बदलला.

''पुढच्या लोकसभेच्या निवडणुकीला मी उभा राहणार आहे.'' गाइल्स म्हणाला.

''मग तू कोणत्या मतदार संघाला तुझ्या या कृत्याने उपकृत करणार आहेस?'' हॅरी म्हणाला.

''ब्रिस्टॉल डॉकलँडस!'' हॅरी म्हणाला.

''अरे, पण ती जागा तर लेबर पार्टीची हमखास जिंकण्याची आहे.'' हॅरी म्हणाला.

''हो, ना. पण मग मी त्याच पक्षाचा उमेदवार म्हणून उभा राहाणार आहे.'' गाइल्स म्हणाला.

हॅरीने आपलं आश्चर्य लपवण्याचा जराही प्रयत्न केला नाही. ''तू एकदम असा साधूसंत वगैरे कसा झालास रे? हे एवढं हृदय परिवर्तन कशामुळे झालंय साहेबांचं?'' हॅरी म्हणाला.

''मी सरहद्दीवर लढत असताना माझ्या सोबत माझ्या खांद्याला खांदा लावून

लढणाऱ्या माझ्या कॉर्पोरल बेट्समुळे!''

''कॉर्पोरल बेट्स? म्हणजे आपला टेरी बेट्स तर नाही?''

''हो. तोच तो. पण तू त्याला ओळखायचास?''

''अर्थातच ओळखायचो. मेरीवूड एलिमेंटरी शाळेत असताना माझ्या वर्गातला सर्वांत हुशार मुलगा होता तो. आणि अभ्यासाबरोबरच खेळातही चमकायचा. पण बाराव्या वर्षीच शाळा सोडून तो आपल्या वडिलांच्या दुकानात कामाला लागला. त्यांचं खाटकाचं दुकान होतं. 'बेट्स अॅन्ड सन, बुचर्स' असं त्याचं नाव होतं.''

''त्याच्यामुळेच मी लेबर पार्टीचा उमेदवार म्हणून उभं राहायचं ठरवलं आहे.'' गाइल्स म्हणाला, ''आपल्या दोघांएवढाच टेरीलासुद्धा ऑक्सफर्डमध्ये शिक्षण घेण्याचा हक्क होता.''

दुसऱ्या दिवशी सकाळी एमा आणि सेबॅस्टियन जेव्हा हॅरीला भेटायला आले, तेव्हा ते बरोबर लिहिण्यासाठी कागद, पेन्स, पेन्सिल्स, खोडरबर, पॅड असं सगळं लेखन साहित्य घेऊन आले. आता विचार करणं पुरे. आता लेखनाला सुरुवात कर!'' असं एमाने हॅरीला सांगितलं.

हॅरीला रात्री अनेक तास झोप लागत नसे. तो जेव्हा लेव्हनहॅम तुरुंगात होता, तेव्हा त्याने तिथे एक कादंबरी लिहायचा बेत केला होता. पण पुढे तिथून बाहेर पडून तो युद्धावर गेल्यामुळे ते काम तसंच राहिलं होतं. आता तो त्या कादंबरीचा विचार करू लागला.

त्या कादंबरीच्या प्रमुख व्यक्तिरेखांविषयी जे काही सुचेल, ते त्याने लिहून काढायला सुरुवात केली. 'हक्यूर्ल पॉयरा' किंवा 'शेरलॉक होम्स'प्रमाणे आपल्या कादंबरीचा नायक हाही एक डिटेक्टिव्ह असावा आणि त्याची व्यक्तिरेखा इतकी जबरदस्त, इतकी परिणामकारक आणि वाचकांच्या हृदयाचा ठाव घेणारी असावी की, त्यांच्या दैनंदिन जीवनाचा तो एक हिस्सा बनायला हवा! तो त्यांना आपला जिवाभावाचा मित्र वाटायला हवा, असं हॅरीने मनाशी ठरवलं.

खूप विचारान्ती त्याने आपल्या डिटेक्टिव्ह नायकाचं नाव, विल्यम वॉरविक असं ठरवलं. 'विल्यम वॉरविक' हा अर्ल ऑफ वॉरविक यांचा मुलगा असून ऑक्सफर्डला शिक्षणासाठी जाण्याची सुवर्णसंधी नाकारून आपल्या वडिलांची नाराजी पत्करून पोलिस-खात्यात भरती होण्याचं स्वप्न त्याने उराशी बाळगलेलं असतं. असा विचार हॅरीने केला होता. हॅरी या मनातल्या नायकाचं नाव विल्यम असलं, तरीही त्याला सगळे बिल म्हणूनच ओळखतील, असं हॅरीच्या मनात होतं. तीन वर्षं कनिष्ठ श्रेणीमध्ये काम केल्यावर आता हा बिल डिटेक्टिव्ह कॉन्स्टेबल झालेला आहे आणि चीफ इन्स्पेक्टर ब्लॅकेमोअर यांचा साहाय्यक म्हणून त्याची

नेमणूक झालेली आहे. हॅरीचे अंकल स्टॅन यांना जेव्हा ह्युगो बॅरिंग्टनच्या तिजोरीतून पैसे चोरण्याचा खोटा आरोप त्यांच्यावर अटक झाली होती तेव्हा ज्यांनी हस्तक्षेप केला, तेच हे इन्स्पेक्टर ब्लॅकेमोअर. हॅरीच्या मनावर त्यांच्या व्यक्तिमत्त्वाचा प्रभाव अजून होता.

या बिलची आई ही एलिझाबेथ बॅरिंग्टन यांच्या व्यक्तिरेखेवरून बेतण्याचं हॅरीने ठरवलं होतं. या बिलची एक प्रेयसीपण असेल आणि तिचं नाव एमा असेल. त्याचप्रमाणे लॉर्ड हार्वे आणि सर वॉल्टर बॅरिंग्टन हेही अधूनमधून कथेच्या गरजेनुसार अवतीर्ण होतील, असा त्याचा एकंदर बेत होता. परंतु हे दोघं फक्त गरज पडेल, तेव्हा सल्ला देण्यापुरतेच दिसणार होते.

रोज दिवसा हॅरी लेखन करायचा आणि रात्री दिवसभरात लिहून झालेली पानं वाचून काढायचा. रोज सकाळ उजाडात असताना त्याच्या पलंगा शेजारची कचऱ्याची बादली फाडून फेकलेल्या कागदांनी भरलेली असे.

हॅरी सेबॅस्टियनच्या वाटेकडे रोज डोळे लावून बसलेला असे. सेबॅस्टियन चैतन्याने नुसता रसरसलेला होता. त्याला सगळ्या गोष्टीचं कुतुहल असायचं. तो नाना प्रश्न विचारून हॅरीला नुसतं भंडावून सोडायचा. तो दिसायला देखणा होता. तो त्या बाबतीत त्याच्या आईवर पडलाय, असं हॅरीला सगळे चिडवायचे.

सेबॅस्टियन तर असे काही प्रश्न हॅरीला विचारायचा की, दुसऱ्या कुणाची तसले प्रश्न विचारायची छातीच होणार नाही : तुरुंगात राहायला कसं वाटतं? तुम्ही लढाईत किती जर्मनांना ठार मारलंत? तुमचं आणि ममाचं लग्न का नाही झालं? एक ना दोन! हॅरी त्याच्या अनेक प्रश्नांना उत्तर द्यायचं टाळायचा. काहीतरी उडवाउडवीची उत्तरं द्यायचा. विषय बदलायचा. पण आपला मुलगा अत्यंत बुद्धिमान असून तो कधी ना कधी तरी आपल्याला शब्दांत पकडणार, याची हॅरीला पूर्ण कल्पना होती.

हॅरी एकटा असताना आपल्या कादंबरीच्या कच्च्या आराखड्यावर काम करत बसायचा.

लेव्हनहॅमच्या तुरुंगात डेप्युटी लायब्ररीयनचं काम करत असताना हॅरीने सुमारे शंभरच्या वर डिटेक्टिव्ह कादंबऱ्या वाचून काढल्या होत्या. त्याला तुरुंगात तसंच लष्करी सेवेत असताना माणसांचे जे काही नमुने भेटले होते, त्यांच्यावरून त्याला पुढच्या डझनभर कादंबऱ्यामध्ये व्यक्तिरेखा रंगवण्याची चणचण मुळीच भासली नसती : मॅक्स लॉईड, सेफ्टन जेल्क्स, वॉर्डन स्वानसन, ऑफिसर हेसलर, कर्नल क्लेव्हरडन, कॅप्टन हेवन्स, टॉम ब्रॅडशॉ आणि पॅट क्विन – विशेषत: पॅट क्विन!

त्यानंतरचे काही आठवडे हॅरी स्वत:च्याच विश्वात हरवून गेला होता. पण त्याबरोबर आणखी एक गोष्टही तितकीच खरी होती. त्याच्या अनुपस्थितीत गेल्या

पाच वर्षांत त्यांच्या आयुष्यातील बऱ्याच व्यक्तींच्या आयुष्यात ज्या काही घडमोडी घडल्या होत्या, त्या सुद्धा कल्पिताहून अधिक विस्मयजनक होत्या.

एमाची बहीण ग्रेस हॅरीला भेटायला आली. हॅरीने तिला जेव्हा शेवटचं पाहिलं होतं, तेव्हापेक्षा आता ती वयाने फारच मोठी दिसू लागली होती. पण हॅरी तसं तिला म्हणाला नाही. त्या वेळी तर ती एक लहानशी शाळकरी मुलगी होती. आता ग्रेस केंब्रिजमध्ये शेवटच्या वर्षांत शिकत होती. तिची परीक्षा आता अगदी तोंडावर येऊन ठेपली होती. तिने काही वर्षं कॉलेजात न जाता मुद्दाम शेतावर काम केलं होतं. तिने हे मोठ्या अभिमानाने हॅरीला सांगितलं. युद्ध संपुष्टात आल्याची खात्री पटेपर्यंत परत केंब्रिजला शिकायला जायचं नाही, असा तिने पण केला होता.

लेडी बॅरिंग्टन जेव्हा हॅरीला भेटायला आल्या तेव्हा त्यांच्या तोंडून हॅरीला त्यांच्या पतीच्या म्हणजे सर वॉल्टर बॅरिंग्टन यांच्या दुःखद निधनाची बातमी कळली. ऑल्ड जॅक यांच्यानंतर सर्वाधिक आदरभाव हॅरीच्या मनात फक्त सर वॉल्टर बॅरिंग्टन यांच्या विषयीच होता.

हॅरीचे अंकल स्टॅन मात्र त्याला भेटायला कधीच आले नाहीत.

काही दिवस गेल्यानंतर एमापाशी तिच्या वडिलांचा – म्हणजे ह्युगो बॅरिंग्टनचा विषय काढावा अशी हॅरीला इच्छा झाली. पण त्यांच्या विषयी बोलणं तर दूरच, त्याचं साधं नाव काढलेलंही एमाला रुचत नाही, हे त्याच्या ताबडतोब लक्षात आलं.

त्यानंतर एक दिवस डॉक्टरांनी हॅरीला अगदी थोड्याच दिवसांत घरी पाठवणार असल्याचं एमाला आश्वासन दिलं. त्या संध्याकाळी एमा त्याच्या बिछान्यात त्याला बिलगून झोपली. त्या वेळी ह्युगो बॅरिंग्टनच्या निधनाविषयी तिने हॅरीला सांगितलं.

अखेर एमाची कहाणी सांगून संपली. तेव्हा हॅरी तिला म्हणाला, "एमा डार्लिंग, आजपर्यंत तुला माझ्यापासून कुठलीही गोष्ट कधीच लपवता आलेली नाहीये. तेव्हा आता सांग पाहू, आपल्या घरचे सगळे लोक इतके अस्वस्थ का आहेत?"

४३

दुसऱ्या दिवशी सकाळी हॅरीला जेव्हा जाग आली तेव्हा त्याची आई आणि सगळा बॅरिंग्टन परिवार त्याच्या पलंगाभोवती बसून होता.

दोनच व्यक्ती फक्त गैरहजर होत्या. एक म्हणजे हॅरीचा मुलगा सेबॅस्टियन आणि दुसरे त्याचे अंकल स्टॅन. दोघंही अनुपस्थित असले, तरी काहीच बिघडणार नव्हतं.

''डॉक्टरांनी तुला घरी जायला परवानगी दिली आहे.'' एमा म्हणाली.

''अरे वा! ही तर फारच चांगली बातमी आहे.'' हॅरी म्हणाला, ''पण घरी म्हणजे नक्की कुठे? स्टील हाउस लेनमधल्या घरी जाऊन अंकल स्टॅन यांच्याबरोबर राहाण्यापेक्षा मी इथे हॉस्पिटलमध्ये राहाणंच पसंत करीन – किंवा अगदी तुरुंगातसुद्धा परत जाईन.'' त्याच्या या विनोदावर कुणीच हसलं नाही.

''मी आत्ता बॅरिंग्टन हॉल मध्ये राहात आहे.'' गाइल्स म्हणाला,'' ''तू माझ्या बरोबर तिथेच राहायला ये. तिथे भरपूर जागा आहे.''

''आणि तिथे लायब्ररीसुद्धा आहे.'' एमा म्हणाली, ''तेव्हा आता तू तुझ्या कादंबरीचं काम लगेच सुरू करू शकतोस. तुला आता कोणतीही सबब नाहीये.''

''शिवाय तुला पाहिजे तेव्हा तू एमा आणि सेबॅस्टियनला भेटायला येऊ शकतोस.'' एलिझाबेथ बॅरिंग्टन म्हणाल्या.

हॅरी त्यावर काहीच बोलला नाही.

''तुम्ही सगळे माझ्या बद्दलच्या काळजीपोटीच हे सगळं म्हणत आहात, हा तुमचा खरंच चांगुलपणाच आहे.'' हॅरी म्हणाला, ''आणि मला या गोष्टीची जाण नाही, असं कृपा करून कुणीही समजू नका. पण मी इथून पुढे कुठे राहायचं, हे ठरवण्यासाठी आख्ख्या परिवाराने इथे जमा होण्याची काय गरज होती?''

''हे बघ, हॅरी आम्हाला आणखी एका विषयावर तुझ्याशी बोलायचं होतं आणि परिवारातील सर्व सदस्यांनी सर्वांच्या वतीने तुझ्याशी बोलण्याची जबाबदारी माझ्यावर सोपवली आहे.''

हॅरी त्यावर ताठ उठून बसला आणि एमाच्या आजोबांचं बोलणं नीट लक्षपूर्वक ऐकू लागला.

''बॅरिंग्टन इस्टेटच्या भविष्याविषयी एक अत्यंत गंभीर मुद्दा उपस्थित झालेला आहे.'' लॉर्ड हार्वे यांनी बोलायला सुरुवात केली, ''बॅरिंग्टन घराण्याचे पूर्वज जोशुआ बॅरिंग्टन यांनी त्यांच्या मृत्युपत्रात जे काही लिहून ठेवलेलं आहे, त्यामुळे एक फार मोठा कटकटीचा कायदेशीर मुद्दा आता उपस्थित होऊन बसला आहे आणि ती समस्या तर सुटली नाही तर त्याचा आर्थिक फटकाही बसू शकतो.''

''पण मला तो बॅरिंग्टन परिवाराचा किताब, मानसन्मान अथवा त्यांची इस्टेट या कशातच रस नाहीये.'' हॅरी म्हणाला, ''माझी केवळ एकच इच्छा आहे. मी ह्युगो बॅरिंग्टन यांचा मुलगा नसल्याचं जर सिद्ध करू शकलो, तर मला एमाशी लग्न करता येईल.''

''मी तर तुला 'तथास्तु' असंच म्हणेन!'' लॉर्ड हार्वे म्हणाले. ''पण सध्या इतकी गुंतागुंतीची परिस्थिती उद्‌भवली आहे की, त्याविषयी तुला सगळी माहिती देणं माझं कर्तव्यच आहे.''

''ते तुम्ही जरूर करा सर! त्यात काहीच अडचण नाही,'' हॅरी म्हणाला.

''मी सगळं माझ्या परीने नीट स्पष्ट करून सांगण्याचा प्रयत्न करतो. ह्युगोचा अकाली मृत्यू झाला. त्यामुळे लेडी बॅरिंग्टन यांना फार मोठा आर्थिक फटका सोसावा लागला. शिवाय मीही आता सत्तरी पार केली आहे. तेव्हा लेडी बॅरिंग्टन म्हणजेच माझी मुलगी एलिझाबेथ बॅरिंग्टन हिच्यापुढे मी असा प्रस्ताव ठेवला की, बॅरिंग्टन आणि हार्वे यांनी एकत्र काम करावं. हॅरी, तू इथे एक गोष्ट लक्षात घे. हा निर्णय जेव्हा आम्ही घेतला, तेव्हा तुझा अपघाती मृत्यू झाला असल्याचं आम्ही गृहीत धरून चाललो होतो. त्यामुळे ह्युगोच्या मृत्यूनंतर बॅरिंग्टन घराण्याचा किताब आणि संपूर्ण मालमत्ता वारसा हक्काने कुणाकडे जाणार या विषयीचा प्रश्न आपोआपच सुटला होता. त्यानंतर कुटुंब प्रमुख म्हणून सगळी सूत्रं आपोआपच गाइल्सच्या हाती आली होती.

''पण मला विचाराल, तर अजूनही सगळी सूत्रं त्याच्याचकडे राहू देत.'' हॅरी म्हणाला.

''पण यात वेगळाच प्रश्न उपस्थित झाला आहे. इतर काही इंटरेस्टेड पार्टीज यात हस्तक्षेप करण्यासाठी पुढे आल्या आहेत. याचे परिणाम केवळ आत्ता उपस्थित असलेल्या व्यक्तींच्या आयुष्यावरच होणार आहोत, असं नाहीतर बाहेरच्या जगातील इतर लोकांवराही होणार आहोत. ह्युगोच्या मृत्यूनंतर जेव्हा आम्ही बॅरिंग्टन आणि हार्वे या कंपन्यांचं एकत्रीकरण केलं, तेव्हा त्याचा चेअरमन म्हणून मी सूत्रं हाती घेतली, तर बॅरिंग्टन मधल्या बिल लॉकवूड यालाच या नव्या कंपनीचा मॅनेजिंग डायरेक्टर बनवला. मी इथे माझी स्वत:ची टिमकी गाण्यासाठी काही हे सांगत नाही, पण बॅरिंग्टन-हार्वे

कंपनीने गेली दोन वर्षं आपल्या भागधारकांना चांगले डिव्हिडंट दिले. देर हिटलर यांच्या कारवाया चालू असतानासुद्धा आम्ही हे साध्य करू शकलो. पण तू हयात आहेस हे समजताच आम्ही ताबडतोब सर डेनव्हर्स बार्कर या निष्णात कायदेतज्ज्ञांचा सल्ला घेतला. आम्ही जोशुआ बॅरिंग्टनच्या मृत्युपत्राच्या विरोधात जाऊन तर काही केलेलं नाही ना, याची आम्हाला खात्री करून घ्यायची होती.''

''मी त्या वेळी ते पत्र लगेच उघडलं असतं तर?'' मेसी हलके स्वत:शीच पुटपुटली.

''सर डेनव्हर्स यांनी आम्हाला असं सांगितलं की, तू जर बॅरिंग्टन घराण्याचा किताब आणि त्यांची मालमत्ता यावरचा सगळा हक्क सोडलास, तर मग काहीच अडचण येणार नाही. गेली दोन वर्षं सगळं जसं चालू होतं, तसंच ते पुढेही चालू राहील. आणि त्यांनी लगेच त्यासाठी आवश्यक ती कागदपत्रंही तयार केली आहेत.''

''मला कुणीतरी एक पेन देता का? मी लगेच त्यावर सही करतो.'' हॅरी म्हणाला.

''हे सगळं इतकं सोपं असतं, तर किती बरं झालं असतं.'' लॉर्ड हार्वे म्हणाले, ''त्यात त्या 'डेली एक्सप्रेस' दैनिकाला या आपल्या सगळ्या अंतर्गत घडामोडींचा जर सुगावा लागला नसता, तर किती बरं झालं असतं.''

''मला वाटतं, त्या बाबतीत सगळा दोष माझाच आहे –'' एमा मध्येच त्यांना थांबवत म्हणाली, ''कारण अटलांटिक महासागराच्या दोन्ही बाजूंना असलेल्या मुलखांमध्ये तुझं पुस्तक इतकं गाजलंय हॅरी की, आता बॅरिंग्टन परिवाराकडे पिढ्यान्‌पिढ्या असणारा 'सर' हा किताब कुणाला मिळणार, याकडे सगळ्या जगाचं लक्ष लागून राहिलं आहे – सर हॅरी की सर गाइल्स?''

''आज सकाळच्या 'न्यूज क्रॉनिकल'मध्ये एक व्यंगचित्र छापून आलंय.'' गाइल्स म्हणाला, ''आपण दोघंही घोड्यावरून दौडत निघालो असून समोर प्रेक्षकांमध्ये उभी राहून एमा तुझ्याकडे बघून रुमाल हलवत तुला प्रोत्साहन देत आहे. प्रेक्षकांमधील पुरुष आरडाओरडा करत आहेत, तर स्त्रिया आनंदाने नाचत आहेत.''

''त्यांना नक्की काय सुचवायचंय?'' हॅरी म्हणाला.

''देशातील लोकांमध्ये दोन समान गट पडले आहोत.'' लॉर्ड हार्वे म्हणाले, '' 'सर' हा किताब आणि संपूर्ण मालमत्ता नक्की कोणाला मिळणार, या एकाच गोष्टीत पुरुषांना रस आहे. पण सर्वच स्त्रियांना एमाचं आणि हॅरीचं लग्न व्हावं, असं वाटतंय. तू आणि एमा या दोघांनी मिळून कॅरी ग्रँट आणि इनग्रिड बर्गमन यांना वृत्तपत्रांच्या मागच्या पानांवर ढकललंय.''

''पण एकदा मी या कायदेशीर कागदपत्रांवर सही करून तो किताब आणि ती मालमत्ता यावर पाणी सोडलं की, आपोआपच लोकांना या प्रकरणात काहीच

स्वारस्य उरणार नाही आणि मग ते आपलं लक्ष एखाद्या दुसऱ्या खमंग, चुरचुरीत विषयाकडे वळवतील, नाही का?''

''या सर्व प्रकरणामध्ये खुद्द 'गार्टर किंग ऑफ आर्म्स' यांनी लक्ष घालायचं ठरवलं नसतं, तर कदाचित तू म्हणतोस तसा प्रश्न सुटलाही असता.'' लॉर्ड हार्वे म्हणाले.

''हे 'गार्टर किंग ऑफ आर्म्स' कोण?''

''ते राजसत्तेचे प्रतिनिधी असतात. कोणताही किताब धारण करणाऱ्या व्यक्तीचा मृत्यू झाल्यानंतर वारसाहक्काने तो कुणाला मिळणार, याचा निर्णय ते घेतात. नव्वद टक्के केसेसमध्ये ते लगेच त्या व्यक्तीच्या थेट वारसाला तसं पत्रसुद्धा पाठवून देतात. पण क्वचित प्रसंगी तो किताब कुणाला मिळावा, या बाबतीत वादाचा मुद्दा उपस्थित होऊ शकतो. मग त्या वेळी हा खटला न्यायप्रविष्ट होऊन न्यायाधीशांच्या खंडपीठानेच त्यावर योग्य निर्णय द्यावा, अशी ते शिफारस करतात.''

''पण आपलं हे प्रकरण तिथपर्यंत जाऊन पोहोचलं आहे की काय?'' हॅरी म्हणाला.

''मला सांगायला अत्यंत खेद वाटतो की, तसंच घडलंय. लॉर्ड जस्टिस शॉक्रॉस यांनी गाइल्सच्या बाजूने निर्णय दिला. पण त्यासाठी त्यांनी एक अट घातली. तू आजारपणातून पूर्ण बरा होऊन राजीखुशाने सर्व हक्कांवर पाणी सोडत असल्याचं लेखी संमती पत्र दिलं पाहिजेस आणि हे हक्क गाइल्सला देण्याची परवानगी दिली पाहिजेस.''

''वेल्, मग मी तर आता चांगला ठणठणीत बरा झालो आहे. तेव्हा आपण लवकरात लवकर त्या जज्जसाहेबांची वेळ घेऊ, त्यांना भेटू आणि हे प्रकरण कायमचं निकालात काढू!'' हॅरी म्हणाला.

''मला तर तसं करायला नक्कीच आवडलं असतं रे!'' लॉर्डे हार्वे म्हणाले. ''पण आता गोष्टी अगदीच हाताबाहेर गेल्या आहेत. आता हा निर्णय लॉड जस्टिस शॉक्रॉस घेऊ शकत नाहीत.''

''त्यांचा हा अधिकार आता कुणी काढून घेतला?'' हॅरी म्हणाला.

''लेबर पार्टीमधला एक नेता आहे, लॉर्ड प्रेस्टन नावाचा!'' गाइल्स म्हणाला. ''त्याला या बातमीचा पत्रकारांकडून सुगावा लागला. मग त्याने थेट होम सेक्रेटरींकडे एक लेखी याचिकाच दाखल केली. 'सर' हा किताब कुणाला मिळाला पाहिजे, याचा निर्णय त्यांनी स्वतः घ्यावा, असं त्याने त्या याचिकेत नमूद केलं आहे. त्यानंतर त्याने एक पत्रकार परिषद घेऊन असंही प्रतिपादन केलं की, 'सर' या किताबाचा खरा हक्कदार ब्रिस्टॉल हॉस्पिटलमध्ये बेशुद्धावस्थेत पडलेला असताना, मला त्या किताबावर हक्क सांगण्याचा काहीही अधिकार नाही.''

''पण तुझ्या माझ्यापैकी नक्की कुणाला 'सर' हा किताब मिळतो याच्याशी त्या लेबर पार्टीच्या नेत्याला काय देणं-घेणं आहे?'' हॅरी म्हणाला.

''पत्रकारांनी त्याला नेमका हाच प्रश्न विचारला.'' लॉर्ड हार्वे म्हणाले, ''त्यावर तो म्हणाला, जर बॅरिंग्टन घराण्याचा किताब गाइल्स बॅरिंग्टन यांना मिळाला, तर समाजात पिढ्यान्‌पिढ्या ज्या अनिष्ट चालीरीती रुजलेल्या आहेत, त्याचीच ही पुनरावृत्ती होईल. त्यामुळे एका गोदीकामगाराच्या मुलाला आपण त्यांचा हक्क मिळवून देणं, हेच न्याय्य आहे.''

''पण हे तर तर्कशास्त्राच्या दृष्टीनेसुद्धा चुकीचं आहे.'' हॅरी म्हणाला. ''मुळात मी जर गोदीकामगाराचा मुलगा असेन, तर मग वारसहक्काने हा किताब मला मिळण्याचा संबंधच येत नाही. मग तर तो किताब राजरोसपणे गाइल्सलाच मिळाला पाहिजे.''

''अनेक वाचकांनी टाइम्स दैनिकाला पत्रं लिहून अगदी हाच मुद्दा उपस्थित केला.'' लॉर्ड हार्वे म्हणाले, ''पण आता सार्वत्रिक निवडणुका अगदी तोंडावर येऊन ठेपल्या कारणाने होम सेक्रेटरींनी त्या मुद्यावर निर्णय द्यायचं टाळलं. त्यांनी सरळ आपलं अंग काढून घेतलं आणि आपण हे प्रकरण लॉर्ड चॅन्सेलरर्सच्या ऑफिसकडे सोपवणार असल्याचं जाहीर केलं. लॉर्ड चॅन्सेलरने ते प्रकरण लॉ लॉर्ड्‌सकडे पाठवून दिलं. त्यामुळे सात विद्वान मंडळींनी या मुद्यावर तात्त्विक चर्चा केली. अखेर त्यांच्यात चार विरुद्ध तीन अशी मतं पडली आहेत. तुझ्या बाजूने चार तर गाइल्सच्या बाजूने तीन.''

''पण हा सगळा निव्वळ मूर्खपणा आहे. मुळात हे सगळं होण्याआधी मला कुणी का नाही विचारलं?'' हॅरी म्हणाला.

''तू त्या वेळी शुद्धीत नव्हतास!'' लॉर्ड हार्वे म्हणाले, ''शिवाय त्यांचा कायद्यांच्या मुद्यावर ऊहापोह चालला होता. त्यात तुझं मत काय आहे, याचा संबंधच नव्हता. त्यामुळे त्यांनी दिलेला निर्णय हाच गृहीत धरला जाईल. आता या निर्णयाला आव्हान देण्यात आलं आणि हा निर्णय 'हाउस ऑफ लॉर्डस'कडे गेला तर गोष्ट वेगळी.''

हॅरीला हे सर्व ऐकल्यावर काय बोलावं, तेच सुचेना.

''त्यामुळे आताची परिस्थिती अशी आहे.'' लॉर्ड हार्वे म्हणाले, ''तू 'सर' हॅरी असून बॅरिंग्टन हार्वे कंपनीमधील सर्वांत मोठा शेअर होल्डर आहेस. शिवाय बॅरिंग्टन घराण्याची मालमत्ता आणि त्या अनुषंगाने येणाऱ्या सर्व गोष्टींचा तू एकमेव वारसदार आहेस.''

''पण मग तसं असेल, तर मी स्वत:च लॉ लॉर्ड्‌सच्या या निर्णयाला आव्हान देणारी याचिका दाखल करीन आणि मला या किताबावरचा हक्क सोडायचा असल्याचं त्यात स्पष्ट करीन.'' हॅरी म्हणाला.

''विचित्र गोष्ट तर हीच आहे!'' गाइल्स म्हणाला, ''तू त्यांच्या निर्णयाला आव्हान देऊच शकत नाहीस. कायद्याने केवळ मीच तसं करू शकतो. आणि माझा

तसलं काही करण्याचा मुळीच इरादा नाही. हं! आता तुझीच जर तशी इच्छा असली, तर गोष्ट वेगळी.''

''अर्थातच माझी तशी इच्छा आहे.'' हॅरी म्हणाला, ''पण या सगळ्यापेक्षाही सोपा मार्ग माझ्याकडे आहे.''

सगळे त्याच्याकडे पाहू लागले.

''मी सरळ आत्महत्या करतो म्हणजे हे सगळे प्रश्न सुटतील.''

''तुला असं वाटतं हॅरी, पण तसे काही होणार नाही.'' एमा त्याच्या पलंगावर बसत म्हणाली.

''तू या आधी दोन वेळा प्रयत्न करून पाहिलास ना?'' पण नियतीने तुला कुठे आणून सोडलं, बघ!''

४४

एमा एक पत्र हातात घट्ट पकडून धाडकन लायब्रीचं दार उघडून आत आली. हॅरी जर लेखन करायला बसला असेल, तर ती त्यात व्यत्यय आणायला अशी कधीही येत नसे. याचा अर्थच ती गोष्ट फार महत्त्वाची असणार, हे त्याने ओळखलं.

''सॉरी डार्लिंग!'' एमा एक खुर्ची ओढून त्यावर बसत म्हणाली, ''मला आत्ताच महत्त्वाची एक बातमी कळली आहे आणि ती ताबडतोब तुझ्या कानावर घालावी, म्हणून मी घाईने आले.''

हॅरी एमाकडे पाहून हसला. त्याचं तिच्यावर जिवापाड प्रेम होतं. ती ज्या बातमीला महत्त्वाची बातमी समजते आहे, ती कोणत्याही स्वरूपाची असू शकते, याची हॅरीला कल्पना होती. म्हणजे अगदी सेब (सेबॅस्टियन)ने मांजराच्या अंगावर पाणी ओतलं इथपासून ते थेट लॉर्ड चॅन्सेलर्सच्या ऑफिसातून हॅरीसाठी महत्त्वाचा फोन आला हाता, इथपर्यंत काहीही... त्यामुळे आत्ता तो आपल्या खुर्चीत निवांत रेलून बसला आणि ती 'महत्त्वाची' बातमी ऐकण्यासाठी जिवाचा कान करून ऐकू लागला.

''मला आत्ताच ग्रेट आंट फिलिसचं पत्र मिळालं.'' एमा म्हणाली.

''आणि आपल्याला सगळ्यांनाच ग्रेट आंट फिलिस विषयी अतोनात आदर आहे.'' हॅरी तिला चिडवत म्हणाला.

''चेष्टा करू नको, मुला!'' एमा त्याला लटके दटावत म्हणाली, ''तिने एक महत्त्वाचा मुद्दा उपस्थित केला आहे. त्या आधारे माझे पपा हे तुझे वडील नव्हते, हे आपल्याला सिद्ध करणं शक्य होईल.''

त्यावर हॅरी गंभीर चेहऱ्याने तिचं म्हणणं ऐकू लागला.

''हे बघ, तुझा आणि तुझ्या आईचा रक्तगट आर. एच. निगेटिव्ह आहे, हे आपल्याला माहीत आहे.'' एमा पुढे म्हणाली. ''पण जर माझ्या वडिलांचा रक्तगट आर. एच. पॉझिटिव्ह असला, तर ते तुझे वडील असूच शकत नाहीत.''

“एमा, आपण या मुद्यावर आजपर्यंत कितीदा तरी चर्चा केलेली आहे.” हॅरी म्हणाला.

“अरे, ऐकून तर घे. माझ्या वडिलांचा आणि तुझा रक्तगट समसमान नव्हता हे जर आपण सिद्ध करू शकलो, तर आपल्याला एकमेकांशी लग्न करता येईल. अर्थात, तुझी माझ्याशी लग्न करण्याची इच्छा आहे ना?”

“हे बघ डार्लिंग, आज आत्ता तरी मी तुझ्याशी लग्न करणार नाहीये.” हॅरी कंटाळल्यासारखा स्वर काढून नाटकीपणाने जांभई देत म्हणाला. “हे बघ, आत्ता थोड्याच वेळात मी एक खून करण्याच्या बेतात आहे, असं म्हणून तो मोठ्यांदा हसला. “हे बघ एमा, तुझ्या वडिलांचा रक्तगट कोणता होता, याची आपल्याला काहीच कल्पना नाही. तुझ्या आईने आणि सर वॉल्टर यांनी तुझ्या वडिलांना रक्त तपासणी करून घ्यायचा कमी वेळा का आग्रह केला?” पण त्यांनी कुणाचंच ऐकलं नाही. त्यामुळे तू तुझी ग्रेट आंट फिलिस हिला कळवून टाक : ‘ह्युगो बॅरिंग्टन यांचा रक्तगट कोणता होता, हे गूढ आता कधीच उलगडू शकणार नाही.’

“असंच काही म्हणता येणार नाही.” एमा म्हणाली.

“आपल्या इथे सध्या ज्या काही घडामोडी चालू आहेत, त्या विषयी ग्रेट आंट फिलिस अगदी नेमाने तिकडे वाचते. आपल्या पुढच्या या समस्येवर एक तोडगा आहे, अशी तिची खात्री आहे. पण या तोडग्याचा आपण आजवर कधी विचारच केला नव्हता.”

“आय सी! म्हणजे तुझी ग्रेट आंट फिलिस रोज सकाळी घराजवळच्या कोपऱ्यावरच्या वृत्तपत्र विक्रत्याकडून ‘ब्रिस्टॉल इव्हिनिंग न्यूज’ घेऊन वाचते का?” हॅरी म्हणाला.

“उगाच काहीतरी बोलू नको!” एमा म्हणाली, “पण ती ‘द टाइम्स’ घेऊन वाचते. तो एक आठवड्यापूर्वीचा असला म्हणून काय झालं?”

“आणि?” हॅरी म्हणाला. त्याला आपल्या कादंबरीचं थांबलेलं लेखन परत सुरू करण्याची घाई झाली होती.

“ती म्हणत होती, एखाद्या व्यक्तीचा मृत्यू होऊन कित्येक दिवस लोटल्यानंतर सुद्धा तिचा रक्तगट शोधून काढणं, आता शास्त्रज्ञांना शक्य झालं आहे.”

“मग तुला काय म्हणाचंय? आपण आता ह्युगो बॅरिंग्टन यांचा दफन केलेला मृतदेह खणून बाहेर काढायचा?” हॅरी म्हणाला.

“नाही, नाही! मी तसलं काहीच सुचवत नाहीये, एमा म्हणाली, “पण ग्रेट आंट फिलिसने एक मुद्दा उपस्थित केला आहे. जेव्हा पपांचा खून झाला, तेव्हा खुनाच्या जागी खोलीतल्या गालिच्यावर त्यांचं बरंच रक्त सांडलं होतं. शिवाय त्या वेळी त्यांच्या अंगात असलेले कपडेही रक्ताने माखले होते.”

हॅरीने अचानक उठून पलीकडे चालत जाऊन फोन उचलला.

"तू कुणाला फोन करतोयस?"

"डिटेक्टिव्ह चीफ इन्स्पेक्टर ब्लॅकेमोअर. हा खून खटला तेच बघत होते. एक सांगू? मी इथून पुढे तुझ्या ग्रेट आंट फिलिसची कधीच चेष्टा-मस्करी करणार नाही."

"मी जर सिगारेट ओढली, तर चालेल का, सर हॅरी?"

"हो, हो. चालेल ना, चीफ इन्स्पेक्टर!"

ब्लॅकेमोअरने सिगारेट शिलगावून दीर्घ श्वास घेतला. "धूम्रपानाची ही सवय वाईट!" तो म्हणाला.

हॅरी हसून डिटेक्टिव्ह समोरच्या खुर्चीत बसला.

"बरं, मग मी तुम्हाला काय मदत करू, सर हॅरी?"

"तुम्ही मला सर हॅरी नका म्हणू! नुसतं मि. क्लिफ्टन म्हणा."

"जशी तुमची मर्जी, सर!"

"हे बघा, मि. ह्युगो बॅरिंग्टन यांच्या मृत्यूच्या संदर्भात मला तुमच्याकडून काही माहिती हवी होती."

"ते एका गोष्टीवर अवलंबून आहे. ती गोष्ट म्हणजे, मी आत्ता नक्की कुणाशी बोलतोय? सर हॅरी बॅरिंग्टन यांच्याशी की मि. क्लिफ्टन यांच्याशी? मी सर हॅरी बॅरिंग्टन यांना या बाबतीत माहिती देऊ शकतो, पण मि. क्लिफ्टन यांना मात्र नाही."

"मि. क्लिफ्टन यांना का बरं नाही?"

"त्याचं कारण या अशा प्रकारच्या खून खटल्याच्या संदर्भात मी फक्त मृत व्यक्तीच्या कुटुंबातील सदस्यांशीच चर्चा करू शकतो."

"ठीक आहे. मग यावेळे पुरता तुम्ही माझा उल्लेख सर हॅरी असा केलात तरी चालेल." हॅरी म्हणाला.

"ठीक आहे. मग तुम्हाला आता माझ्याकडून काय मदत हवी, ते सांगा सर हॅरी!"

जेव्हा मि. बॅरिंग्टन यांचा खून झाला –

"जेव्हा मि. बॅरिंग्टन यांचा खून झाला नव्हता." चीफ इन्स्पेक्टर म्हणाले.

"पण वर्तमानपत्रातल्या बातम्या वाचून माझा तर असा समज झाली की"

"खरं तर वृत्तपत्रांनी जे छापलं नाही, तेच जास्त महत्त्वाचं होतं. पण त्यांचीही त्यात काही चूक नाही. घटनास्थळाचा बारकाईने अभ्यास करण्याची त्यांना कुठे मुभा होती?" ब्लॅकेमोअर म्हणाला, "त्यांना जर त्या ठिकाणी जाऊ देण्यात आलं असतं तर, सर ह्युगोंच्या मानेमध्ये तो लेटर ओपनर नक्की किती अंशांमध्ये, कशा स्थितीत घुसला होता, हे त्यांना डोळ्यांनी पाहायला मिळालं असतं."

“पण हे इतकं महत्त्वाचं का आहे?”

“मी जेव्हा त्यांच्या मृतदेहाची तपासणी केली, तेव्हा त्या लेटर ओपनरचं पातं वरच्या दिशेने रोखलेलं होतं, खालच्या दिशेने नाही.” असं म्हणून ब्लॅकेमोअर उठून उभा राहिला. त्याने हातात एक फूटपट्टी घेतली आणि तिच्या साहाय्याने त्याने आपला मुद्दा स्पष्ट करून सांगितला. तो म्हणाला, “मला समजा एखाद्या व्यक्तीचा खून करायचा आहे. आणि समजा मी त्या व्यक्तीपेक्षा उंच आणि जाडजूड आहे, तर मी माझा हात उगारून या अशा पद्धतीने त्या व्यक्तीच्या मानेवर वार करीन. पण समजा मी त्या व्यक्तीहून उंचीने आणि वजनाने कमी असेन आणि त्याहूनही अधिक महत्त्वाचं म्हणजे मी स्वत:चं संरक्षण करण्यासाठी जर वार केला तर –” असं म्हणत ब्लॅकेमोअर हॅरी समोर गुडघ्यांवर बसला आणि मानवर करून हॅरीकडे पाहू लागला. हॅरीच्या मानेच्या दिशेने पट्टी उगारून तो म्हणाला, “तो वार असा असेल. म्हणजेच सर ह्युगो यांच्या मानेत तो लेटर ओपनर कसा घुसलेला आहे, यावरून मी असा तर्क केला की, त्यांचा खून झालेला नसून त्यांच्यापासून स्वत:चा बचाव करण्यासाठी कुणीतरी प्रतिकार करत असताना त्यात त्यांना मृत्यू आला आहे.”

हॅरीने चीफ इन्स्पेक्टरच्या शब्दांवर नीट विचार केला. तो म्हणाला, “तुम्ही आत्ता हे सर्व सांगत असताना वजनाने आणि उंचीने सर ह्युगोंपेक्षा कमी असे शब्द वापरले. शिवाय स्वसंरक्षण, स्वत:चा बचाव, प्रतिकार असाही उल्लेख केलात. सर ह्युगो यांच्या मृत्यूस एखादी स्त्री जबाबदार असावी, असं तुम्हाला सुचवायचं आहे का?”

“तुम्ही डिटेक्टिव्ह व्हायचं ठरवलं असतं ना, तर अव्वल दर्जाचे डिटेक्टिव्ह झाला असता.” ब्लॅकेमोअर म्हणाला.

“पण ती स्त्री नक्की कोण होती, हे तुम्हाला माहीत आहे का?

“मग तुम्ही तिला अद्याप अटक का नाही केली?”

“एखाद्या व्यक्तीने सर ह्युगो यांच्या मृत्यूनंतर स्वत:ला लंडन एक्सप्रेस रेल्वे खाली झोकून दिलं असेल, तर त्या व्यक्तीला अटक करणार तरी कसं?”

“ओ माय गॉड!” हॅरी म्हणाला, “त्या दोन घटनांचा परस्परांशी काही संबंध असेल, असं माझ्या कधी मनातही नाही आलं.”

“पण तुमच्या मनात येणार तरी कसं? ते घडलं त्या वेळी तुम्ही इंग्लंडमध्ये कुठे होता?”

“ते खरं आहे. पण मी हॉस्पिटलमधून घरी आल्यानंतर सर ह्युगो बॅरिंग्टन यांच्याविषयी प्रत्येक वृत्तपत्रात छापून आलेली ओळन्‌ओळ नजरे खालून घातली आहे. ती स्त्री नक्की कोण होती, हे तुम्हाला कळलं?” हॅरी म्हणाला

“नाही कारण मृतदेह इतका छिन्नविछिन्न झाला होता की, त्याची ओळख पटू शकली नाही. पण स्कॉटलंड यार्डमधील माझा एक सहकारी त्या वेळी एका

दुसऱ्याच खटल्याच्या संदर्भात तपास करत होता. त्याने मला अशी माहिती पुरवली की, सर ह्युगो लंडनमध्ये सुमारे वर्षभर एका स्त्रीबरोबर राहात होते. ते ब्रिस्टॉलला परतल्यानंतर अगदी थोड्याच दिवसांत तिने एका मुलीला जन्म दिला.''

''ह्युगो बॅरिंग्टन यांच्या ऑफिसात त्यांच्या मृत्यूनंतर जे मूल सापडलं, ते हेच तर नाही?''

''हो, तीच ती मुलगी.''

''बरं, पण मग आता ती मुलगी कुठे आहे?''

''त्याची मात्र मला काहीच कल्पना नाही.''

''निदान ह्युगो बॅरिंग्टन लंडनमध्ये ज्या स्त्रीच्या सोबत राहात होते, तिचं नाव तरी तुम्ही मला सांगू शकाल का?''

''नाही. मला ते सांगण्याची परवानगी नाही.'' ब्लॅकेमोअर म्हणाला. त्याने हातातली जळती सिगारेट समोरच्या ॲश ट्रेमध्ये विझवली. ''पण एक गोष्ट तर सर्वांनाच ठाऊक आहे. सर ह्युगो ह्यांनी एका खाजगी गुप्तहेराची नेमणूक केली होती. आत्ता तरी तो कामाविना बेकारच आहे. तेव्हा त्याला थोडे पैसे चारले, तर तो नक्की बोलेल.''

''तो लंगडत चालणारा माणूस ना?'' हॅरी म्हणाला.

''डरेक मिचेल, फार उत्कृष्ट दर्जाचा पोलीस अधिकारी होता तो. पण तो जखमी होऊन पायाने अधू झाल्यानंतर त्याला पोलीस फोर्समधून काढून टाकण्यात आलं.''

''पण एक प्रश्न असा आहे, ज्याचं उत्तर तो डिटेक्टिव्ह मिचेल काही देऊ शकणार नाही. तुम्ही मात्र नक्की देऊ शकाल. तुमच्या म्हणण्याप्रमाणे तो लेटर ओपनर सर ह्युगो बॅरिंग्टन यांच्या मानेत घुसून त्यांची रक्तवाहिनी फुटल्याने त्यांचा मृत्यू झाला. मग त्या ठिकाणी प्रचंड रक्तस्राव झाला असणार.''

''हो, सर! प्रचंड रक्तस्राव झाला होता. मी घटनास्थळी पोहोचलो तेव्हा सर ह्युगो रक्ताच्या थारोळ्यात पडलेले होते.''

''मग मृत्युसमयी सर ह्युगो यांच्या अंगात जो सूट होता, त्याचं काय झालं किंवा रक्ताने भरलेल्या गालिचाचं काय झालं, याची तुम्हाला काही कल्पना आहे का?''

''नाही, सर. जेव्हा एखाद्या खून खटल्याची फाइल बंद केली जाते, तेव्हा पुरावा म्हणून गोळा करण्यात आलेल्या त्या व्यक्तीच्या मालकीच्या सर्व वस्तू त्यांच्या जवळच्या नातेवाइकांकडे परत देण्यात येतात. गालिचाचं म्हणाल, तर मी माझा तपास जेव्हा संपवला तोपर्यंत तो गालिचा सर ह्युगोंच्या ऑफिसातच होता.''

''तुमच्याकडून खूप महत्त्वाची माहिती मिळाली इन्स्पेक्टर. मी तुमचा अत्यंत आभारी आहे.''

''मी तुम्हाला मदत तर कधीही करीन, सर हॅरी!'' असं म्हणून ब्लॅकेमोअर उठून हॅरीला दारापर्यंत पोहोचवायला आला. ''सर, तुमचं 'द डायरी ऑफ अ कन्व्हिक्ट' हे पुस्तक मी वाचलं आणि ते मला फार आवडलं. मी खरं तर ऐकीव गोष्टींवर फारसा विश्वास ठेवत नाही. पण माझ्या असं कानावर आलंय की, तुम्ही लवकरच एक रहस्यमय कादंबरी लिहिणार आहात. आज तुमच्याशी बोलल्यानंतर आता मला ती कादंबरी वाचण्याची फारच इच्छा झाली आहे.''

''माझी कादंबरी लिहून पूर्ण झाली की, त्याचं हस्तलिखित जर मी तुम्हाला वाचायला दिलं, तर एक तज्ज्ञ म्हणून तुमचं त्यावर मत द्याल का?''

''सर हॅरी, पूर्वी माझ्या विषयातला तज्ज्ञ म्हणून मी जे काही मत व्यक्त केलं, तेव्हा तुमच्या कुटुंबीयांनी त्या मताचा फारसा कधी आदर केला नाही.''

''तुम्हाला एक गोष्ट खात्रीपूर्वक सांगतो इन्स्पेक्टर. मि. क्लिफ्टन यांना तुमच्या मताचा खूप आदर आहे.''

पोलिस-चौकीतून बाहेर पडल्यानंतर हॅरी ही बातमी एमाच्या कानावर घालण्यासाठी कारने थेट मॅनोर हाउसकडे गेला. एमाने त्याचं बोलणं नीट लक्ष देऊन ऐकलं आणि त्याचं सगळं सांगून संपल्यावर तिने त्याला जो प्रश्न विचारला, त्याने तो आश्चर्यचकित झाला.

''त्या छोट्या मुलीचं पुढे काय झालं, हे तुला इन्स्पेक्टर ब्लॅकेमोअरने सांगितलं का?''

''नाही! त्याला त्या गोष्टीत फारसं स्वारस्य नसावं. आणि का असेल म्हणा?''

''हॅरी, ती छोटी मुलगी कदाचित बॅरिंग्टन असेल, म्हणजेच माझ्या वडिलांची मुलगी, माझी सावत्र बहीण.''

''खरंच गं एमा! ही गोष्ट तर माझ्या कधी डोक्यातच आली नाही. चुकलंच माझं!'' हॅरी एमाला प्रेमाने जवळ घेत म्हणाला.

''तू कशाला वाईट वाटून घेतो आहेस. आणि हे तुझ्या डोक्यात येण्याचं कारणच का? तुझ्या स्वत:च्या आयुष्यात तुला काय कमी अडचणींना तोंड द्यावं लागतंय का? त्यापेक्षा तू आधी तुझ्या आजोबांना फोन करून ऑफिसातल्या त्या रक्त सांडलेल्या कार्पेटचं काय झालं, याची काही माहिती आहे का, ते विचार ना! त्या छोट्या बाळाचं काय झालं, याची चौकशी करण्याचं काम माझ्यावर सोड.''

''मी फार नशीबवान माणूस आहे, हे तुला माहीत आहे ना?'' असं म्हणत हॅरीने मोठ्या नाइलाजाने तिच्या भोवती घातलेला हातांचा विळखा काढून घेतला.

''चल, कामाला लाग!'' एमा म्हणाली.

हॅरीने लॉर्ड हार्वे यांना फोन करून त्या रक्ताने माखलेल्या गालिच्याचं काय

झालं, असं विचारलं. त्यानी जे सांगितलं, ते ऐकून हॅरी आश्चर्याने थक्क झाला.

"पोलिसांचा तपास एकदा संपल्यावर मी तो गालिचा स्वत:च बदलला आणि तिथे नवा गालिचा अंथरून घेतला." लॉर्ड हार्वे म्हणाले.

"पण मग त्या जुन्या गालिच्याचं पुढे काय झालं?"

"मी स्वत:च्या हाताने आपल्या शिपयार्डच्या पेटलेल्या भट्टीत फेकला आणि तो जळून खाक होईपर्यंत स्वत: तिथे थांबलो." लॉर्ड हार्वे भावनाविवश होऊन म्हणाले.

हॅरीला मोठ्यांदा एक शिवी हासडावीशी वाटली, पण त्याने मन आवरलं.

नंतर एमाबरोबर मॅनोर हाउसमध्ये दुपारचं जेवण घेत असताना सर ह्युगोंच्या अंगात मृत्युसमयी असलेल्या कपड्यांचं काय झालं, असं त्याने मिसेस बॅरिंग्टन यांना विचारलं. त्यावर एलिझाबेथ बॅरिंग्टन म्हणाल्या, "पोलिसांनी त्या कपड्यांचं काय हवं ते करावं, असं मी त्यांना सांगितलं."

दुपारच्या जेवणानंतर बॅरिंग्टन हॉलला परत येऊन हॅरीने स्थानिक पोलिस-चौकीत फोन लावला. डेस्क सार्जंटने फोन उचलला. सर ह्युगोच्या मृत्यूचा तपास थांबवण्यात आल्यानंतर मृत्युसमयी त्यांच्या अंगात असलेल्या कपड्यांचं काय झालं, असं हॅरीने त्याला विचारलं.

"त्यावेळच्या लॉग बुकमध्ये त्याची नोंद नक्की असेल, सर हॅरी! मला जर दोन मिनिटं दिलीत, तर मी पाहून सांगतो." डेस्क सार्जंट म्हणाला.

त्यानंतर सार्जंट परत फोनवर येईपर्यंत बराच वेळ गेला. हॅरी ताटकळत थांबला होता. "दिवस कसे भराभर जातात ना?" सार्जंट म्हणाला. "तो तपास संपल्याला खूपच दिवस लोटले आहेत. पण अखेर तुम्हाला जी माहिती हवी होती, ती मला मिळाली."

हॅरीने श्वास रोखून धरला. "त्यांचा शर्ट, अंतर्वस्त्रं आणि मोजे आम्ही फेकून दिले, पण त्यांचा राखाडी रंगाचा ओव्हरकोट, तपकिरी रंगाची फेल्ट हॅट आणि हिरवट रंगाचा ट्वीडचा सूट आणि लेदरचे बूट मिस पेनहॅलिगन यांच्या स्वाधीन केले. त्या ते कपडे गोरगरिबांना वाटतात. मोठी करारी बाई आहे." सार्जंट म्हणाला.

काउंटरवर एक छोटी पाटी उभी करण्यात आली होती. त्यावर 'मिस पेनहॅलिगन' अशी अक्षरं कोरण्यात आली होती.

काउंटरच्या मागे उभ्या असलेल्या मिस पेनहॅलिगन म्हणाल्या. "तुमची ही मागणी फारच विचित्र आहे, सर हॅरी! अगदी जगावेगळी आहे."

हॅरीने मुद्दामच एमाला सोबत आणलं होतं. त्याबद्दल त्याला मनातून आनंद झाला. "हो, ते खरं आहे. पण ही माहिती मिळणं आम्हा दोघांच्या दृष्टीने अत्यंत

महत्त्वाचं आहे.'' तो एमाचा हात हातात घेत म्हणाला.

''मला त्याबद्दल काहीच शंका नाही, सर हॅरी. पण तरीसुद्धा हे असं करणं आमच्या नियमात बसत नाही. माझे वरिष्ठ मला त्याबद्दल काय बोलतील, याची तर मला कल्पनाच करवत नाही.''

या एखाद्या करारी बाईला कुणी वरिष्ठसुद्धा असू शकतील, याची कल्पनासुद्धा हॅरीला करता येईना. मग मिस पेनहॅलिगन हॅरी आणि एमाकडे पाठ करून मागच्या शेल्फातील मोठाल्या बॉक्स फाइल्सवरची नावं वाचू लागला. त्या फायलींवर धुळीचा कण सुद्धा नव्हता. अखेर १९४३ असा आकडा लिहिलेली एक फाइल त्यांनी बाहेर काढून काउंटरवर ठेवली. ती उघडून बरीच पानं उलटल्यावर त्यांना हवी ती माहिती मिळाली.

''ती तपकिरी फेल्ट हॅट कुणालाच नको होती.'' त्या म्हणाल्या. ''इथल्या नोंदीनुसार ती हॅट अजूनही आमच्या स्टोरमध्ये आहे. तो ओव्हरकोट मि. स्टीफनसन यांना देण्यात आला. सूट ओल्ड जोई नावाच्या एका माणसाला आणि लेदरचे बूट मि. वॉटसन यांना देण्यात आले.''

''या व्यक्ती आम्हाला कुठे सापडू शकतील, याची तुम्हाला काही कल्पना आहे का?''

''ते सगळे बरेचदा एकत्रच असतात.'' मिस पेनहॅलिगन म्हणाल्या, ''उन्हाळ्यात ते तिघेही म्युनिसिपल पार्कच्या जवळपास असतात. हिवाळ्यात मात्र त्यांना आम्ही आमच्या वसतिगृहात जागा देतो. मी एक गोष्ट खात्रीपूर्वक सांगू शकते, आता ते तिघंही तुम्हाला पार्कमध्ये सापडतील.''

''थँक यू, मिस पेनहॅलिगन!'' हॅरी म्हणाला.

''तुमची खरंच खूप मदत झाली आम्हाला!''

मिस पेनहॅलिगन प्रसन्नपणे हसत म्हणाल्या, ''माय प्लेझर, सर हॅरी!''

''लोकांकडून सर हॅरी!'' असं संबोधन ऐकण्याची मला लवकरच सवय होऊन जाईल हं!'' बाहेर पडत असताना हॅरी एमाला म्हणाला.

''तुझी जर माझ्याशी लग्न करण्याची इच्छा असेल, तर अशी सवय होऊ देऊ नको.'' एमा म्हणाली. ''मला लेडी बॅरिंग्टन होण्याची मुळीच इच्छा नाही.''

त्या माणसाला पार्क मधल्या एका बाकावर झोपलेलं हॅरीने दुरूनच पाहिलं. त्याची हॅरी आणि एमाकडे पाठ होती. त्याने स्वत:ला एका भल्या मोठ्या करड्या रंगाच्या ओव्हरकोटात गुरफटून घेतलं होतं.

''मि. स्टीफनसन, तुम्हाला तसदी देतोय त्याबद्दल माफ करा!'' हॅरी त्याच्या दंडाला हलके स्पर्श करत म्हणाला, ''पण आम्हाला तुमची मदत हवी आहे.''

त्या माणसाने आपला कळकट हात वर उचलला, पण मागे वळून हॅरीकडे पाहिलंसुद्धा नाही. हॅरीने त्यांच्या पसरलेल्या हातावर एक नाणं ठेवलं. मि. स्टीफनसनने नावाच्या त्या माणसाने ते नाणं एकदा दातात धरून चावलं आणि मग डोळे उघडून मान वळवून हॅरीकडे निरखून पाहिलं. ''तुम्हाला काय हवंय?'' तो म्हणाला.

''ओल्ड जोई कुठे असतील, ते सांगू शकाल का?'' एमाने हलकेच विचारलं.

''त्याच्या वयामुळे आणि तो 'वरिष्ठ' असल्यामुळे त्या कॉर्पोरलला एक नंबरचा बाक मिळाला आहे. हा दोन नंबरचा बाक आहे. ओल्ड जोई मेला की त्याचा एक नंबरचा बाक मला मिळेल. आता तो काही दिवसांत मरेलच, म्हणा! तीन नंबरचा बाक मि. वॉटसनचा आहे. त्यामुळे मला एक नंबरचा बाक मिळाला की वॉटसन हा दोन नंबरचा बाक घेईल. पण त्याला बरेच दिवस वाट बघावी लागेल, असं मी त्याला आधीच सांगून ठेवलंय.''

''तुम्हाला एक गोष्ट माहीत आहे का? या ओल्ड जोईकडे एक हिरवट रंगाचा ट्वीडच्या कापडाचा सूट अजून आहे का?'' हॅरी म्हणाला.

''तो सूट तर ओल्ड जोई अंगातून कधीच काढत नाही. त्या सूटावर त्याचा जीवच जडलाय.'' स्टीफनसन किंचित हसत म्हणाला, ''त्याला सूट मिळाला, मला हा ओव्हरकोट मिळाला आणि वॉटसनला बूट मिळाले. ते बूट थोडे घट्ट आहोत म्हणे. पण वॉटसन कधी त्याबद्दल तक्रार करत नाही. आमच्यापैकी कुणालाच ती हॅट नको होती.''

''मग हा एक नंबरचा बाक आम्हाला कुठे सापडेल?'' एमा म्हणाली.

''तो नेहमीच्या ठिकाणीच तर आहे. बँडस्टँड वर. त्याच्यावर जोईने कव्हर घातलंय. तो त्याला आपला महाल म्हणतो. पण तो जोई डोक्याने जरा भ्रमिष्ट आहे, बरं का! तो बाँबहल्ल्यातून वाचलाय, पण त्याचा परिणाम अजून शिल्लक आहे.'' एवढं बोलून स्टीफनसन त्यांच्याकडे पाठ करून झोपला. हॅरीकडून त्याला जे नाणं मिळालं होतं, त्या मोबदल्यात त्याने हॅरीला भरपूर माहिती पुरवली होती.

बँडस्टँड आणि तिथे राहात असलेल्या ओल्ड जोईला शोधून काढणं, हॅरी आणि एमाला फारसं कठीण गेलं नाही. एक नंबरच्या त्या बाकावर तो एकटाच वास्तव्य करून असावा. तो बाकाच्या मधोमध ताठ बसून होता. जणूकाही राजसिंहासनावर बसला असावा असा! एमाने त्यांच्या अंगातला आपल्या वडिलांचा सूट लगेच ओळखला. त्याच्यावर रक्ताचे फिकट डाग अजूनही दिसत होते. पण आता या माणसाकडून हा सूट परत मिळवायचा कसा हा एक मोठाच प्रश्न होता.

एमा आणि हॅरीने पायऱ्या चढून त्याच्या राज्यात पाऊल टाकताच तो संशयाने त्यांच्याकडे पाहू लागला. ''तुम्ही जर माझ्याकडून हा बाक बळकवायला आला असाल, तर ते विसरा. हा बाक कायद्याने माझा आहे. हे त्या स्टीफनसनलासुद्धा मी सारखं सांगत असतो.''

''नाही हो!'' एमा हळुवार आवाजात म्हणाली.

''ओल्ड जोई, आम्हाला तुमचा बाक मुळीच नकोय. पण आम्ही तुम्हाला नवीन सूट दिला, तर तुम्हाला आवडेल का?''

''नो, थँक यू मिस. माझा हा सूट आहे ना, तो मला खूप आवडतो. खूप उबदार आहे हा. मला मुळीच थंडी वाजत नाही. त्यामुळे मला आता दुसरा सूट मुळीच नको.''

''पण आम्ही तुम्हाला एवढाच उबदार असा दुसरा नवा सूट देऊ ना!'' हॅरी म्हणाला.

''पण ओल्ड जोईने कुणाचं काहीच वाकडं केलेलं नाही, काहीच चूक केलेली नाही.'' तो हॅरीकडे बघत म्हणाला.

त्याच्या छातीवर दोन पदकं झळकत होती. त्यांच्यावरील मजकूर वाचत हॅरी म्हणाला, ''कॉर्पोरल, आम्हाला तुमच्या मदतीची गरज आहे.''

''ओल्ड जोई एकदम उडी मारून उठून उभा राहिला. तो खाडकन् सलाम ठोकून म्हणाला, ''आम्ही तयार आहोत सर. तुम्ही नुसती आज्ञा करा. आमची पोरं प्राणांची बाजी लावतील.''

हॅरीला स्वत:चीच लाज वाटली.

दुसऱ्या दिवशी सकाळी-सकाळी हॅरी आणि एमा ओल्ड जोईसाठी एक उत्तम प्रतीचा ओव्हरकोट, नवा ट्वीड सूट आणि टाय घेऊन परतले. त्याचबरोबर त्यांनी मि. स्टीफनसन आणि मि. वॉटसन यांच्यासाठीही नवे कपडे आणले होते. मि. स्टीफनसन आपला नवा ब्लेझर घालून लगेच सर्वत्र मिरवत हिंडू लागले. तीन नंबरच्या बाकावरील मि. वॉटसन यांना जे डबल ब्रेस्टेड स्पोर्ट्स जॅकेट मिळालं होतं, ते पाहून ते हर्षभरीत झाले होते. पण त्यांच्यासाठी एमाने आणलेल्या बुटांची मात्र त्यांना गरज नव्हती, म्हणून त्यांनी ते तिला परत केले. आणि ते मि. स्टीफनसन यांना देण्यास सांगितलं. एमाने सर ह्युगो यांच्या कपड्यांनी भरलेल्या कपाटातले सगळेच कपडे मि. पेनहॅलिगन यांना देण्यासाठी आणले होते. ते पाहून त्यांच्या चेहऱ्यावर कृतज्ञतेचं हसू पसरले.

अखेर ह्युगो बॅरिंग्टनच्या रक्ताचे डाग असलेला हिरवट ट्वीडचा सूट घेऊन हॅरी तिथून निघाला.

प्रोफेसर इंचकेप यांनी ह्युगोच्या सूटवरील त्या रक्ताच्या डागांचं सूक्ष्मदर्शकाखाली जरा वेळ निरीक्षण केलं. त्यानंतर ते म्हणाले, ''माझा अंतिम निर्णय देण्याआधी मला आणखी बऱ्याच चाचण्या कराव्या लागतील, पण हे रक्ताचे डाग तपासल्यानंतर ते कोणत्या रक्तगटाचे आहेत. हे मला नक्कीच सांगता येईल, असा मला विश्वास वाटतो.''

''तुमचं हे बोलण ऐकून माझ्या जिवात जीव आला.'' हॅरी म्हणाला, ''पण ही गोष्ट समजायला साधारण किती दिवस लागतील?''

''तसे फार नाही, थोडेच दिवस लागतील.'' प्रोफेसर म्हणाले, ''माझ्या अंदाजाने जास्तीत जास्त तीन दिवस लागतील. मला समजलं की, मी लगेच तुम्हाला फोन करीन, सर हॅरी!''

''तुम्ही मि. क्लिफ्टन यांना तो फोन केला असेल, अशी मी आशा करतो.''

''मी लॉर्ड चॅन्सेलरर्सच्या ऑफिसला फोन केला होता.'' लॉर्ड हार्वे म्हणाले, ''ह्युगोच्या कपड्यांवरील रक्ताचे डाग तपासणीसाठी पाठवले असल्याचं मी त्यांना सांगितलं आहे. त्यांचा रक्तगट जर आर.एच. पॉझिटिव्ह असल्याचं आढळून आलं, तर या नवीन पुराव्याच्या आधारे लॉ लॉर्डस नव्याने परत एकदा निर्णय देतील. अशी आपण आशा करू या.''

''पण या चाचणीत आपल्याला जो निकाल अपेक्षित आहे, तो लागला नाहीतर?'' हॅरी म्हणाला.

''मग मात्र सार्वत्रिक निवडणुकांनंतर परत संसद सदस्यांची बैठक होईल तेव्हा लॉर्ड चॅन्सेलर हा विषय सभागृहात चर्चेला घेतील. पण आत्तातरी आपण अशी आशा करूयात की, प्रोफेसर इंचकेप यांच्या चाचणीचा निकाल हाती आला की, पुढच्या कोणत्याच भानगडीची आवश्यकता भासणारच नाही. बरं, पण अरे तू आत्ता हे जे सगळं करतो आहेस, त्याविषयी गाइल्सला काही कल्पना आहे की नाही?''

''नाहीये, सर! पण आज दुपारी मी त्याला भेटणार आहे. तेव्हा नुकत्याच घडलेल्या या सर्व घटनांची माहिती मी त्याला नक्की देईन.''

''तू त्याच्यासाठी निवडणूक प्रचार वगैरे करणार आहेस की काय?''

''हो ना, त्याने माझ्याकडून तसं वचन घेतलंय. अर्थात माझं स्वत:चं मत मात्र त्याला नसून त्याचा विरोधक टोरी याला आहे, हे मी त्याला स्पष्टच सांगितलं आहे. पण माझी आई आणि माझे अंकल स्टॅन हे दोघंही त्यालाच मत देतील, असं मी त्याला आश्वासनही दिलंय.''

''हे बघ, तू गाइल्सला मत देत नसल्याचं त्या वृत्तपत्रांच्या बातमीदारांना चुकूनसुद्धा कळू देऊ नको बरं का हॅरी! लगेच तुम्हा दोघांमध्ये दरी निर्माण करण्याचा ते प्रयत्न करतील तुम्ही दोघांनी एकमेकांचे जिवलग दोस्त असणं, हे त्यांना मुळीच रुचणारं नाहीये ना!''

''म्हणून तर प्रोफेसर लवकरच त्यांच्या चाचण्यांचा निकाल आपल्याला सांगतील आणि तो आपल्याला हवा तसाच असेल, अशी आपण आशा करू या. म्हणजे सगळ्यांच्याच आयुष्यातली दु:ख दूर होऊन जातील.''

"तथास्तु!" लॉर्ड हार्वे म्हणाले.

हॅरीचा कथानायक एका फार मोठ्या गुन्ह्यामागचं रहस्य उलगडण्याच्या बेतात होता, एवढ्यात फोन वाजला. हॅरीने लायब्ररीत जाऊन फोन उचलला.

"मी प्रोफेसर इंचकेप. मला सर हॅरी यांच्याशी बोलायचं होतं."

हॅरी कल्पनेच्या जगातून खाडकन वास्तवात आला. त्यांच्या आवाजावरूनच रक्त तपासणीचा अहवाल काय असणार हे त्याला मनोमन कळून चुकलं. "बोलतोय!" तो म्हणाला.

"तुम्हाला जी बातमी अपेक्षित होती, ती माझ्याकडे दुर्दैवाने नाही." प्रोफेसर म्हणाले, "सर ह्युगो यांचाही रक्तगट आर. एच. निगेटिव्ह आहे. त्यामुळे तेच तुमचे वडील असण्याची शक्यता नाकारता येत नाही."

हॅरीने लगेच ॲशकोम्ब हॉलला फोन लावला. "हार्वे बोलतोय!" फोनवरून ओळखीचा आवाज म्हणाला.

"मी हॅरी बोलतोय, सर! एक वाईट बातमी आहे. तुम्ही कृपया लॉर्ड चॅन्सेलरना फोन करा आणि सभागृहात आपला विषय चर्चेला घेण्याची विनंती करा.

४५

ब्रिस्टॉल डॉकलँड्सच्या मतदारसंघातून निवडणूक जिंकून लोकसभेत खासदार म्हणून निवडून जाण्याच्या स्वत:च्या स्वप्नाचा पाठपुरावा करण्यात गाइल्स दंग होता. तर हॅरीची 'विल्यम वॉरविक अॅन्ड द केस ऑफ द ब्लाइंड विटनेस' ही कांदबरी लवकरच प्रकाशित होणार होती. त्यात तो गुंतला होता. त्यामुळे जेव्हा लॉर्ड हार्वे यांच्याकडून रविवारी त्यांच्या कंट्री होममध्ये दुपारच्या जेवणाचं निमंत्रण आलं, तेव्हा त्या दोघांचाही असा समज झाला की, नेहमीसारखं हे कौटुंबिक स्नेहसंमेलन असेल. पण ते दोघं जेव्हा रविवारी अॅशकोम्ब हॉलमध्ये हजर झाले, तेव्हा तिथे इतर कुणीही कुटुंबीय उपस्थित नव्हते.

ते दोघं तिथे पोहोचल्यावर लॉसन बटलरने दार उघडलं. पण त्याने त्यांना दिवाणखान्यात किंवा जेवण घरात न नेता, थेट लॉर्ड हार्वे यांच्या अभ्यासिकेत नेलं. लॉर्ड हार्वे टेबलामागे बसले होते. त्यांच्या समोरच्या बाजूला दोन लेदरच्या रिकाम्या खुर्च्या होत्या. लॉर्ड हार्वे यांनी हवा-पाण्याच्या गप्पांवर वेळ न घालवता सरळ मुद्यालाच हात घातला.

लॉर्ड चॅन्सेलर्सच्या ऑफिसने मला असं कळवलंय की, येत्या गुरुवारी, ६ सप्टेंबरला संसदेच्या वेळापत्रकामध्ये या आपल्या मुद्यावर चर्चा करण्यासाठी वेळ राखून ठेवण्यात आला आहे. बॅरिंग्टन घराण्याचा किताब वारसाहक्काने तुम्हा दोघांपैकी कुणाला मिळणार, हे या चर्चेत ठरवण्यात येईल. आपल्याला तयारीसाठी अजून दोन महिने आहेत. मी फ्रंट बेंचवरून या चर्चेला सुरुवात घडवून आणीन!'' लॉर्ड हार्वे म्हणाले, ''आणि मला लॉर्ड प्रेस्टन यांच्याकडून जारेदार विरोध होईल असं अपेक्षित आहे.''

''पण ते विरोध करून काय साध्य करणार आहेत?'' हॅरी म्हणाला.

''आनुवंशिकतेच्या परंपरेला विरोध करून ती व्यवस्थाच त्यांना समाजातून नष्ट करून टाकायची आहे. आणि ही गोष्ट ते नेहमीच उघडपणे बोलून दाखवतात.''

“मी जर त्यांची भेटीची वेळ घेऊन त्यांना भेटून, त्यांच्याशी बोललो. माझे विचार त्यांच्यापुढे स्पष्टच मांडले, तर?” हॅरी म्हणाला.

“हे बघ, तुझे विचार काय आहेत, हे जाणून घेण्यात त्यांना काहीही स्वारस्य नाहीये. ते केवळ ह्या चर्चेच्या व्यासपीठावरून वारसा हक्कांविषयीचं त्याचं मत मांडणार आहेत, दुसरं काही नाही!” लॉर्ड हार्वे म्हणाले.

“मी त्यांना आधीच पत्र लिहिलं आहे.” गाइल्स म्हणाला, “आम्ही दोघंही एकाच पार्टीत असूनसुद्धा त्यांनी माझ्या पत्राला उत्तर पाठवण्याचीसुद्धा तसदी घेतली नाही.”

“त्यांच्यामते हा सगळा मुद्दा हा एखाद्या सुट्या केसपेक्षा कितीतरी मोठा आणि महत्त्वाचा आहे.” लॉर्ड हार्वे म्हणाले.

“पण त्यांनी जर असा हटवादी पवित्रा घेतला, तर सभागृहातील लॉर्ड्सचं त्यांच्या विषयीचं मत वाईट नाही का होणार?” हॅरी म्हणाला.

“हाउस ऑफ लॉर्ड्च्या सभागृहात या चर्चेत साधारण कोणाच्या बाजूने किती मतं पडतील, याची तुम्हाला काही कल्पना आहे का?” गाइल्स म्हणाला.

“सरकारी अधिकारी मला असं सांगतायत की, दोन्ही बाजूंना साधारण सारखीच मतं पडतील, लेबर पार्टीमधले लोकतर अर्थातच रेग प्रेस्टनला पाठिंबा देतील. कारण घराणेशाही, वारसाहक्क अशा तत्त्वांना उघड-उघड पाठिंबा देणं त्यांना राजकीयदृष्ट्या परवडण्यासारखं नाही.”

“आणि कॉन्झर्वेटिव्हज्चं काय?” हॅरी म्हणाला.

“त्यांच्या मधल्या बऱ्याच लोकांचा मला पाठिंबा असेल. कारण घराणेशाही आणि आनुवंशिकतेच्या तत्त्वाला विरोध करून ते स्वत:च्या हाताने स्वत:च्या पायावर कुऱ्हाड कशाला मारून घेतील? पण तरीही दोन-चार लोकांविषयी अजून मला खात्री नाही. त्यांना व्यक्तिश: भेटून माझा मुद्दा त्यांना पटवून द्यावा लागेल.” लॉर्ड हार्वे म्हणाले.

“पण मग लिबरल्सचं का?” गाइल्सने विचारलं.

“त्यांचा विचार काय आहे, देव जाणे! पण ते स्वतंत्र मतदान करतील, असं त्यांनी जाहीर केलंय.” लॉर्ड हार्वे म्हणाले.

“स्वतंत्र मतदान म्हणजे?” हॅरीने विचारलं.

“याचा अर्थ त्यांच्या पक्षाची काही भूमिका नसेल. ज्याला जी बाजू योग्य वाटेल, त्या बाजूचं समर्थन प्रत्येक पक्षसदस्य स्वेच्छेने करेल. पक्षाचं कुणावरच काही बंधन नसेल.”

“शिवाय अपक्ष पण असतातच ना? ते दोन्ही बाजूंचा युक्तिवाद ऐकून घेऊन ज्यांचं म्हणणं पटेल, त्याला मत देतात. त्यामुळे त्यांनी कुणाला मत दिलं, हे

मतमोजणीपर्यंत कळत नाही.''

''मग आता या प्रकरणात आम्ही काय मदत करू?'' हॅरी म्हणाला.

''हॅरी तू एक लेखक आहेस आणि गाइल्स तू एक राजकारणी आहेस. तेव्हा तुम्ही दोघंही मला माझं भाषण तयार करण्याच्या कामी मदत करा. आपण जेवता-जेवता आधी भाषणाचा आराखडा तयार करू.''

तोंडावर येऊन ठेपलेल्या सार्वत्रिक निवडणुका किंवा हॅरीच्या नव्या पुस्तकाचं प्रदर्शन अशा 'किरकोळ' मुद्यांची गाइल्स किंवा हॅरी यांच्यापैकी कुणीच लॉर्ड हार्वे यांना आठवण करून दिली नाही. कारण त्यांना सध्या दुसरं काही सुचतच नव्हतं. सगळे उठून जेवायला गेले.

त्या दुपारी हॅरी आणि गाइल्स कारमध्ये बसून ॲशकोम्ब हॉलमधून जायला निघाले तेव्हा गाइल्स हॅरीला म्हणाला, ''तुझं पुस्तक कधी प्रसिद्ध होणार आहे?''

''२० जुलैला!'' हॅरी म्हणाला, ''त्यामुळे सार्वत्रिक निवडणुकांनंतरच ते प्रसिद्ध होईल. माझ्या प्रकाशकांचा असा आग्रह आहे की, मी या पुस्तकाच्या प्रसिद्धीसाठी देशव्यापी दौरा करावा आणि विविध शहरांमध्ये वाचक भेट आणि पुस्तकांवर स्वाक्षऱ्या करण्याचा कार्यक्रम ठेवावा.''

''पण एक सावधगिरीची सूचना!'' गाइल्स म्हणाला. ''पत्रकार तुझ्या मुलाखतीला आले की, तुझ्या पुस्तकाविषयी काहीही विचारणार नाहीत. तुझ्या मते किताब कुणाला मिळाला पाहिजे, हेच ते विचारतील.''

''मला केवळ एमाशी लग्न करण्यात रस आहे आणि तिच्यासोबत उर्वरित आयुष्य घालवायला मिळत असेल, तर त्यासाठी मी जगातल्या कुठल्याही गोष्टीवर पाणी सोडायला तयार आहे, हे या माणसांना मी आता कसं समजावून सांगू?'' हॅरी म्हणाला. त्याने आपल्या आवाजातला वैताग लपवण्याचा प्रयत्न केला.

''हे बघ गाइल्स, तो किताब, ती मालमत्ता आणि त्यासोबत येणारं सर्वकाही तू खुशाल घे! मला फक्त माझी एमा मिळू दे!''

'विल्यम वॉरविक ॲन्ड द केस ऑफ द ब्लाईंड विटनेस' या पुस्तकाचं वाचकांनी चांगलं स्वागत केलं. पण गाइल्सचं म्हणणं बरोबरच ठरलं. ब्रिस्टॉलच्या या तरुण महत्त्वाकांक्षी डिटेक्विव्ह कॉन्स्टॅबलमध्ये पत्रकारांना काडीचाही रस नव्हता. त्या पुस्तकाच्या लेखकाचा जिवलग मित्र गाइल्स याला घराण्याचा किताब आणि सगळी मालमत्ता मिळण्याची कितपत शक्यता आहे, हे त्यांना जाणून घ्यायचं होतं. आपल्याला तो किताब प्राप्त करण्यात काडीचाही रस नाही, असं हॅरी वारंवार कंठशोष करून पत्रकारांना सांगत होता. तर त्याने असं करताच उलट हॅरीला त्या

सगळ्याची हाव सुटली आहे, असाच ग्रह ते करून घेत होते.

पत्रकारांनी आता याला वारसाहक्कासाठीचा लढा असंच म्हणायला सुरुवात केली होती. केवळ 'डेली टेलिग्राफ' या दैनिकाचा अपवाद वगळता; ब्रिस्टॉलच्या गल्ली-बोळात लहानाचा मोठा झालेल्या, स्वबळावर उच्चशिक्षण घेतलेल्या, तरुण, देखण्या, उमद्या आणि साहसी हॅरीलाच सगळ्या वृत्तपत्रांचा पाठिंबा होता.

जेव्हा शक्य होईल तेव्हा हॅरी त्या सगळ्या वृत्तपत्राच्या पत्रकारांना एका गोष्टीची वारंवार आठवण करून देई की, गाइल्सही हॅरीच्याच शाळेत त्याच्याच वर्गात होता. आता ब्रिस्टॉल डॉकयार्डसच्या मतदार संघाचा लेबर पक्षाचा खासदार होता आणि नुकताच टोब्रुक येथे युद्धात त्याने अतुलनीय पराक्रम गाजवला होता. त्यासाठी त्याला शौर्यपदकही मिळालं होतं. ऑक्सफर्डमध्ये असताना तो क्रिकेटमध्ये चमकला होता. त्याचप्रमाणे त्याने उच्चकुळात जन्म घेतला होता, यात त्याचा काहीच अपराध नव्हता. परंतु आपल्या मित्राला हॅरी इतका तळमळीने जोरदार पाठिंबा देत असताना पाहून तो लोकांना अधिकच आवडू लागला होता. त्याची लोकप्रियता दिवसेंदिवस वाढतच चालली होती. प्रसार माध्यमांतही आणि जनमानसातही!

गाइल्स खरंतर 'हाउस ऑफ कॉमन्स'ची आपली जागा तीन हजारांच्या मताधिक्याने जिंकून निवडून आला होता. तो हाउस ऑफ कॉमन्सचा सदस्य म्हणून नियमितपणे सभागृहात बसतही होता. पण तरीही त्या किताबाच्या मुद्यांवरून कॉरिडॉरच्या दुसऱ्या टोकाला असलेल्या 'हाउस ऑफ लॉर्ड्स'च्या सभागृहात 'सर' हा वंशपरंपरेने चालत आलेला किताब गाइल्सला मिळायला हवा का हॅरीला, या मुद्यावर लवकरच चर्चा घडून येणार होती. म्हणजे अजून साधारण एका महिन्यात त्याचं आणि हॅरीचं भविष्य ठरणार होतं!!

४६

रोज सकाळी बॅरिंग्टन हॉलच्या सभोवती असलेल्या झाडांवरच्या पक्ष्यांच्या किलबिलाटाने झोपेतून जागं होण्याची हॅरीला आता सवयच झाली होती. सकाळी लवकरच सेबॅस्टियन लायब्ररीचं दार उघडून आत घुसायचा आणि इकडे-तिकडे उड्या मारत दंगा मस्तीला सुरुवात करायचा. एमा भल्या पहाटे घोड्यावरून रपेट करून नाश्तासाठी वेळेत हजर असायची.

पण आज सगळंच वेगळं चाललं होतं.

आज हॅरीला रस्त्यावरच्या माणसांच्या वर्दळीने आणि वाहनांच्या रहदारीच्या आवाजाने जाग आली. शिवाय लंडनचं 'बिग बेन घड्याळ' दर पंधरा मिनिटांनी ठोके देत होतं. लॉर्ड हार्वे अजून किती तासांनंतर संसदेच्या सभागृहात त्या चर्चेला सुरुवात करतील, याचा हिशोब त्याने मनातल्या मनात केला. एकदा साद्यंत चर्चा झाल्यानंतर हॅरीला पूर्णपणे अनोळखी अशी माणसं आपलं गुप्त मत नोंदवणार होती. त्यानंतर हॅरी, गाइल्स आणि पुढच्या कित्येक पिढयांचं भविष्य किमान एक हजार वर्षांसाठी निश्चित होणार होतं.

हॅरीने आरामात वेळ घालवून अंघोळ केली. अजून नाश्त्यासाठी खाली जायला भरपूर वेळ होता. अंघोळीनंतर कपडे घालून तयार झाल्यावर हॅरीने बॅरिंग्टन हॉलला फोन केला. त्याला बटलरने असं सांगितलं की, मिस एमा बॅरिंग्टन बऱ्याच वेळापूर्वी रेल्वे स्टेशनवर गेल्या आहेत. हॅरी बुचकळ्यात पडला. एमा आणि हॅरी यांनी दुपारच्या जेवणासाठी लंडनमध्ये भेटायचं ठरवलेलं असताना इतक्या लवकरची ट्रेन घेऊन एमा लंडनला यायला कशासाठी निघाली होती? सकाळचे सात वाजून गेल्यावर हॅरी नाश्ता घेण्यासाठी खाली उतरला तेव्हा गाइल्स तेथे आधीच येऊन वर्तमानपत्र वाचत बसला होता.

"तुझे आजोबा उठले का?" तो गाइल्सला म्हणाला.

"हो, ते तर आपल्या दोघांच्याही खूप आधी उठले असणार." गाइल्स

म्हणाला, "मी सहा वाजता खाली आलो, तेव्हा त्यांच्या अभ्यासिकेत दिवा दिसत होता. आता हे सगळं प्रकरण संपलं की, आपण त्यांना जबरदस्तीने विश्रांतीसाठी मल्गेरी कॅसलला पाठवून देऊ.

"चांगली कल्पना आहे." असं म्हणत हॅरी जवळच्या आरामखुर्चीत रेलून बसला. त्याच क्षणी लॉर्ड हार्वे तिथे आल्यामुळे तो ताबडतोब उठून उभा राहिला.

"नाश्त्याची वेळ झाली, पोरांनो! फाशी जाण्यापूर्वी पोट भरलेलं हवं. रिकाम्यापोटी जाऊ नये."

लॉर्ड हार्वेनी हा उपदेश केला खरा, पण तरीही काही तासांनंतर त्यांच्यासमोर जे काही वाढून ठेवलं होतं, त्याचा विचार करत असल्यामुळे तिघांनाही फारसं काही खावंसं वाटेना. मग तिघांनी लॉर्ड हार्वे यांच्या भाषणाचा मजकूर परत एकदा वाचून काढला. लॉर्ड हार्वे यांनी महत्त्वाच्या जागा आणि शब्द अधोरेखित केले. परस्परांशी सल्ला-मसलत करून भाषणात काही शेवटचे बदल केले.

"तुम्ही दोघांनी ह्या भाषणात मला किती मदत केली आहे, हे जर मी तिथल्या उपस्थित मान्यवरांना सांगू शकलो असतो, तर किती बरं झालं असतं." लॉर्ड हार्वे म्हणाले. चला तर पोरांनो! भाले उचला, लढाई करण्याची वेळ झाली."

दोघंही मनातून अस्वस्थ होते.

"मला वाटत होतं, तुम्ही मला नक्की मदत कराल." एमा त्या माणसाच्या नजरेला नजर न देता खाली मान घालून म्हणाली.

"मिस, मला जर शक्य झालं, तर मी नक्कीच मदत करीन."

एमाने मान वर करून समोरच्या माणसाकडे पाहिलं. त्याने दाढी केलेली होती आणि त्याच्या पायातले बूटसुद्धा नुकतेच पॉलिश केल्यासारखे चमकत होते. पण त्याच्या अंगातल्या शर्टची कॉलर विरलेली होती. त्याच्या अंगातली पँटही बरीच जुनी आणि ढगळ होती.

"माझ्या वडिलांचं जेव्हा निधन झालं –" एमा म्हणाली. अजूनही तिला 'हत्या' हा शब्द उच्चारणं जड जात होतं"– त्या वेळी पोलिसांना त्यांच्या ऑफिसात एक तान्ही मुलगी सापडली होती. त्या मुलीचं पुढे काय झालं, याची तुम्हाला काही कल्पना आहे का?"

"नाही!" तो माणूस म्हणाला, "पण तिच्या नातेवाइकांचा पोलिसांना शोध लागला नाही. त्यामुळे त्यांनी तिला चर्च मिशनकडे सोपवलं असणार आणि कदाचित कुणीतरी तिला दत्तकही घेतलं असेल."

"पण तिला नक्की कोणत्या अनाथाश्रमात पाठवण्यात आलं होतं, ह्याची तरी तुम्हाला काही कल्पना आहे का?" एमा म्हणाली.

''नाही!'' तो माणूस म्हणाला. ''पण जर तुम्हाला हवं असेल तर मी चौकशी करून तुम्हाला सांगू शकेन.''

''माझ्या वडिलांनी तुमचे काही पैसे देणं बाकी आहे ना?

''सदतीस पौंडस् आणि अकरा शिलिंग्ज्!''

प्रायव्हेट डिटेक्टिव्ह मिचेल एक हिशोबाचा चुरगळलेला कागद काढत म्हणाला.

पण एमाने हातानेच त्याला त्याची गरज नसल्याची खूण करत पर्समधून दोन कोऱ्या करकरीत पाच पाउंडच्या नोटा काढून त्याच्या हाती ठेवल्या आणि म्हणाली, ''आपण पुन्हा भेटू तेव्हा मी तुमचे राहिलेले पैसे चुकते करीन.''

''थँक यू, मिस् बॅरिंग्टन!'' प्रायव्हेट डिटेक्टिव्ह मिचेल उठून उभा राहात म्हणाला. त्याला वाटलं एमाचं काम संपलं आहे. ''मला काही बातमी मिळताच मी तुमच्याशी लगेच संपर्क साधेन.''

''मला आणखी एकच प्रश्न विचारायचाय!'' एमा त्याच्याकडे बघत म्हणाली, ''त्या छोट्या मुलीचं नाव तुम्हाला माहीत आहे का?''

''जेसिका स्मिथ!'' तो म्हणाला.

''पण स्मिथ का?''

''जे मूल कुणालाच नको असतं त्याला नेहमी ते 'स्मिथ' हेच आडनाव देतात.

त्या सकाळचा जो काही वेळ शिल्लक होता, त्या काळात लॉर्ड हार्वे यांनी स्वत:ला आपल्या खोलीत कोंडून घेतलं होतं. ते एमा, गाइल्स आणि हॅरी सोबत दुपारचं जेवण घेण्यासाठीसुद्धा बाहेर आले नाहीत. त्यांनी खोलीतच सँडविच मागवला आणि आपल्या भाषणाची तयारी केली.

'हाउस ऑफ कॉमन्स'च्या सेंट्रल लॉबीमधील हिरव्या रंगाच्या बाकांवर बसून गाइल्स आणि हॅरी गप्पा मारत एमाची वाट बघत होते. आत्ता आपल्याला जे कुणी बघतील... सहकारी, अनोळखी व्यक्ती किंवा पत्रकार... त्यांच्या कुणाच्याही आपली किती मैत्री गाढ आहे हे लक्षात आल्याशिवाय राहाणार नाही, असं हॅरीला वाटलं.

हॅरीचं लक्ष वारंवार मनगटावरच्या घड्याळाकडे जात होतं. बरोबर दोन वाजता 'हाउस ऑफ लॉर्ड्स'च्या सभागृहात लॉर्ड हार्वे भाषणाला सुरुवात करणार होते. त्या आधीच हॅरी आणि गाइल्स यांना सभागृहाच्या गॅलरीत प्रेक्षकांमध्ये जाऊन बसावं लागणार होतं.

एक वाजता एमाला लगबगीने त्यांच्याच रोखाने येताना पाहून हॅरीला हसू फुटलं. गाइल्सने दुरून आपल्या बहिणीला हात केला. ती जवळ येताच दोघं उठून उभे राहिले.

ती जवळ येऊन पोहोचायच्या आतच हॅरी घाईने म्हणाला, ''अगं होतीस कुठे तू? काय करत होतीस?''

''दोघांच्या हातात आपले हात देत एमा म्हणाली, ''चला, जेवत असताना सगळं सांगते. पण त्या आधी इथे काय-काय घडलं, ते सगळं मला सविस्तर सांगा.''

''निर्णय काय लागेल ते सांगणं फारच अवघड आहे, असं सगळे म्हणतायत!'' एमा आणि हॅरीला भोजनगृहाकडे घेऊन जाता-जाता गाइल्स म्हणाला, ''पण आता काही तासानंतर आपल्या भविष्यात काय वाढून ठेवलं आहे, हे आपल्याला कळणारच आहे.''

बिग बेन घड्याळात दोनचे ठोके पडण्यापूर्वीच हाउस ऑफ लॉर्ड्सचं सभागृह खच्चून भरलं होतं. ग्रेट ब्रिटनचे लॉर्ड हाय चॅन्सेलर जेव्हा सभागृहात शिरले, तेव्हा माणसांनी गच्च भरलेल्या सभागृहात बसण्यासाठी बाकांवर एक सुद्धा जागा शिल्लक नव्हती. बरेच सदस्य सभागृहाच्या बारपाशी उभेच होते. लॉर्ड हार्वे यांनी पलीकडच्या बाजूला बसलेल्या लॉर्ड रेग प्रेस्टनकडे एक नजर टाकली. आपलं सावज दृष्टिपथात येताच सिंहाने ज्या नजरेने पाहावं, तसं तो त्यांच्याकडे बघत बसला होता.

लॉर्ड चॅन्सेलर जेव्हा आपल्या आसनापाशी आले, तेव्हा उपस्थित सर्व लॉर्ड्स त्यांना मानवंदना देण्यासाठी एकदम उठून उभे राहिले. चॅन्सेलरसाहेबांनी जमलेल्या लोकांना अभिवादन केलं. मग सर्व जण त्यांना प्रतिअभिवादन करून आसनस्थ झाले.

लॉर्ड चॅन्सेलरसाहेबांनी आपल्या समोरचं सोनेरी झिरमिळ्यांचं लाल फोल्डर उघडलं.

''माय लॉर्ड्स! स्वर्गीय सर ह्युगो यांचा किताब आणि त्यांची सर्व मालमत्ता वारसाहक्काच्या नियमानुसार मि. हॅरी क्लिफ्टन आणि मि. गाइल्स बॅरिंग्टन यांच्यापैकी कोणाला मिळायला हवी, याचा निर्णय घेण्यासाठी आज आपण इथे जमलो आहोत.''

लॉड हार्वे यांनी मान वर करून गॅलरीकडे पाहिलं. प्रेक्षकांच्या पहिल्याच रांगेत एमा, हॅरी आणि गाइल्स बसले होते. एमाने त्यांच्याकडे प्रेमाने हसून पाहिलं आणि ती पुटपुटली, ''गुडलक ग्रँडपा!'' लॉर्ड हार्वे यांना तिच्या ओठांच्या हालचालींवरून ते समजलं.

आता सभागृहात पुढच्या रांगेत बसलेले लॉर्ड हार्वे उठून उभे राहिले. त्यांनी स्थिर उभं राहण्यासाठी समोरचा कठडा हाताने घट्ट पकडला. त्यांच्या मित्रांनी आणि

समर्थकांनी टाळ्यांचा गजर करून त्यांना प्रोत्साहन दिलं. लॉर्ड हार्वे यांनी मागे वळून सर्वांना अभिवादन केलं. आज त्यांच्या आयुष्यातलं सर्वांत महत्त्वाचं भाषण त्यांना करायचं होतं.

"माय लॉर्ड्स!" ते म्हणाले. "दुसऱ्या सभागृहाचे – हाउस ऑफ कॉमन्सचे – सदस्य असलेले माझे नातलग मि. गाइल्स बॅरिंग्टन यांनी बॅरिंग्टन घराण्याकडे गेली कित्येक वर्षं असलेला किताब आणि घराण्याची संपूर्ण मालमत्ता वारसाहक्काने आपल्याला मिळावी, असा दावा केला असून त्यांचं प्रतिनिधित्व करण्यासाठी मी आज इथे उभा आहे." ही बाब तुम्हा सर्व सदस्यांसमोर आज कशामुळे आली, त्या मागचा घटनाक्रम मी आधी तुम्हा सर्वांसमोर तपशीलवार ठेवतो – '१८७७ साली जोशुआ बॅरिंग्टन यांचा क्वीन व्हिक्टोरिया यांच्याकडून सन्मान करण्यात येऊन त्यांना 'सर' हा किताब बहाल करण्यात आला. जोशुआ बॅरिंग्टन यांचं जहाज बांधणी उद्योगाच्या क्षेत्रातील मोलाचं कार्य पाहून हा सन्मान त्यांना देण्यात आला. 'बॅरिंग्टन शिपिंग लाइन' ही जोशुआ बॅरिंग्टन यांच्या मालकीची असून ती ब्रिस्टॉलच्या बंदरात आजही उभी आहे.'

'नऊ जणांच्या कुटुंबातील जोशुआ हे पाचवं अपत्य. वयाच्या सातव्या वर्षीच त्यांनी शाळा सोडली. त्यांना व्यवस्थित लिहिता-वाचताही येत नव्हतं, अशा वयात कोल्डवॉटर शिपिंग कंपनीमध्ये त्यांनी उमेदवारी सुरू केली. काही दिवसांतच जोशुआ हा मुलगा अनन्यसाधारण बुद्धिमान असल्याचं तिथल्या लोकांच्या लक्षात आलं.'

'वयाच्या तिसाव्या वर्षी त्यांनी मास्टर्सचं प्रमाणपत्र मिळवलं आणि ते बेचाळीस वर्षांचे असताना त्यांना कोल्डवॉटर शिपिंगच्या बोर्डवर निमंत्रित करण्यात आलं. त्या वेळी कोल्डवॉटर शिपिंग कंपनी फार कठीण परिस्थितीतून जात होती. त्यापुढील दहा वर्षांत त्यांनी स्वत:च्या हिमतीवर आपल्या अथक परिश्रमांनी कंपनी उजगारीस आणली. त्यानंतर पुढची बावीस वर्षं त्यांनी त्या कंपनीचं चेअरमनपद सांभाळलं.'

'पण, माय लॉर्ड्स, आधी सर जोशुआ ह्या व्यक्तिमत्त्वाबद्दल तुम्हाला सर्वांना जास्त खोलवर जाणून घ्यावं लागेल. तरच आज आपण सर्व जण इथे का जमलो आहोत, त्या मागचं प्रयोजन तुम्हाला कळू शकेल. सर्वांत महत्त्वाची गोष्ट म्हणजे सर जोशुआ ह्यांची परमेश्वरावर नितांत श्रद्धा होती. ईश्वरी शब्द अंतिम! त्या शब्दाचा मान राखलाच पाहिजे, असं त्यांचं मत होतं. दोन व्यक्तींमध्ये झालेला एखादा करार जरी लिखित स्वरूपाचा नसेल आणि त्या व्यक्तींमध्ये तोंडी करार होऊन दोघांनी हस्तांदोलन केलं असेल, तरीही तो करार सर्वांनी शिरोधार्थ मानला पाहिजे, अशा मताचे ते होते. आता अशी माणसं कुठे बघायला मिळतात, माय लॉर्ड्स?'

लॉर्ड हार्वे यांच्या तोंडचे ते शब्द ऐकून उपस्थितांनी 'हिअर! हिअर!' असं

म्हणत टाळ्यांचा कडकडाट केला.

'पण अनेक यशस्वी माणसांचं होतं, तेच सर जोशुआ बॅरिंग्टन यांचंसुद्धा झालं. आपण अमरत्व घेऊन जन्माला आलेलो नाही, ही गोष्ट त्यांच्या लक्षात येण्यास बराच काळ जावा लागला.' त्यांचं बोलणं ऐकून सभागृहात खसखस पिकली. 'त्यामुळे त्यांनी जेव्हा स्वत:चं पहिलं आणि एकमेव मृत्युपत्र केलं, तेव्हा ते यशाच्या अत्युच्च शिखरावर जाऊन पोहोचलेले होते. अर्थात तरीही ते अत्यंत कष्टाळू आणि मेहनती होते. पण त्यांनी जेव्हा मृत्युपत्र बनवायचं ठरवलं, तेव्हा त्यांनी त्यासाठी त्या काळातील निष्णात कायदेतज्ज्ञ सर इसाईया वॉल्डग्रेव्ह यांना पाचारण केलं. हे पुढे तुमच्या प्रमाणेच 'लॉर्ड हाय चॅन्सेलर' बनले माय लॉर्ड्स! मी ही गोष्ट येथे मुद्दामच नमूद केली माय लॉर्ड! कारण सर जोशुआ बॅरिंग्टन याचं हे मृत्युपत्र पूर्णपणे अधिकृत आणि कायद्याच्या कसोटीवर उतरणारं असंच आहे. त्यामुळे त्याच्या अधिकृतपणाबद्दल पुढील पिढ्यांनी संशय घेऊ नये.'

'आपल्या या मृत्युपत्रात त्यांनी आपला किताब, आपली कंपनी, सर्व मालमत्ता आणि त्या अनुषंगाने येणारं सर्वकाही आपल्या पहिल्या पुत्राच्या म्हणजेच वॉल्टर बॅरिंग्टन यांच्या नावे ठेवलं. त्यांच्या मृत्युपत्रातील शब्द मी जसेच्या तसे उद्धृत करतो : 'ऑल दॅट देअरइन इज..' असं त्यांनी लिहून ठेवलंय. इथे सर जोशुआ यांचं मृत्युपत्र आणि टेस्टामेंट या दोन्हीच्या अधिकृतपणाबद्दल चर्चा करण्यासाठी आपण जमलेलो नाही, तर त्यांना अधिकृत वारस कोण, हे ठरवण्यासाठी जमलो आहोत. इथे मी तुम्हा सर्वांचं एका खास मुद्याकडे लक्ष वेधू इच्छितो. सर जोशुआ हे इतके सत्प्रवृत्त आणि पापभीरू गृहस्थ होते की, हा मुद्दा त्यांच्या डोक्यातही कधी आला नसेल. तो मुद्दा म्हणजे, पुढे कधीतरी आपल्या वारसांपैकी कुणी अपत्याला एखादा अनौरस जन्म देऊ शकेल.

''१९१८ साली ह्युगो बॅरिंग्टन यांचा मोठा भाऊ निकोलस यांना १९१८साली येप्रेस येथे आपल्या मातृभूमीच्या रक्षणार्थ लढता-लढता वीरमरण आलं. ह्युगो बॅरिंग्टन यांचे वडील सर वॉल्टर बॅरिंग्टन यांचा १९४२ साली मृत्यू झाल्यानंतर साहजिकच 'सर' हा किताब आणि सर्व मालमत्ता ह्युगो बॅरिंग्टन यांना मिळाली. माझी एकुलती एक मुलगी एलिझाबेथ हार्वे ही सर ह्युगो बॅरिंग्टन यांची पत्नी आणि त्या दोघांचा एकमेव औरस पुत्र म्हणजेच माझा नातू गाइल्स बॅरिंग्टन. आता बॅरिंग्टन घराण्याचा 'सर' हा किताब, सर्व मालमत्ता आणि तदनुषंगाने येणाऱ्या सर्व गोष्टी गाइल्स बॅरिंग्टन यांना मिळाल्या पाहिजेत की हॅरी क्लिफ्टन यांना, हा आजच्या मुख्य चर्चेचा विषय आहे. इथे मी एक गोष्ट नमूद करू इच्छितो की, हॅरी क्लिफ्टन हा श्रीमती मेसी क्लिफ्टन आणि स्वर्गीय ऑर्थर क्लिफ्टन यांचा औरस पुत्र आहे.'

'या ठिकाणी मी आपणा सर्वांच्या परवानगीने माझा नातू गाइल्स बॅरिंग्टन

यांच्याविषयी जरा विस्ताराने बोलू इच्छितो. गाइल्स बॅरिंग्टन यांचं शिक्षण ब्रिस्टॉल ग्रामर स्कूलमध्ये झालं. त्यानंतर त्यांनी ऑक्सफर्डमधील ब्रेसनोज कॉलेजमध्ये प्रवेश मिळवला. परंतु त्यांनी आपलं पदवीपर्यंतचं शिक्षण पूर्ण केलं नाही. कारण तेव्हा युद्धाला नुकतंच तोंड फुटलं होतं. त्यामुळे विद्यार्थी दशेतच ते वेसेक्स रेजिमेंटमध्ये भरती झाले. टोब्रुक येथे एक तरुण लेफ्टनंट म्हणून सरहद्दीवर लढत असताना जनरल रोमेल यांच्या आफ्रिका कोअरशी त्यांनी शर्थीचा लढा दिला. याप्रसंगी त्यांनी जे अतुलनीय शौर्य दाखवलं, त्याबद्दल त्यांना शौर्यपदक प्रदान करण्यात आलं. पुढे त्यांना युद्धकैदी म्हणून जर्मनीमध्ये वाईनबर्ग येथे तुरुंगात टाकण्यात आलं. तेथून यशस्वीरीत्या स्वत:ची सुटका करून घेऊन ते इंग्लंडला पळून आले आणि देशसेवेसाठी परत युद्धावर गेले. युद्धसमाप्तीनंतर झालेल्या सार्वत्रिक निडणुकांमध्ये ब्रिस्टॉल डॉकलँड्स मतदार संघातून उमेदवार म्हणून उभे राहून ते निवडून आले.'

'पलीकडच्या बाकांवरून 'हिअर! हिअर!' असा गजर झाला.

'त्यांच्या वडिलांच्या निधनानंतर त्यांना 'सर' हा किताब बिनविरोध प्राप्त झाला. कारण त्यावेळी हॅरी क्लिफ्टन यांचा समुद्रात अपघाती मृत्यू झाल्याची बातमी हाती आलेली होती. पण नियतीचे खेळ काही वेगळेच असतात, माय लॉर्ड्स! माझी नात एमा हिने आपल्या अथक परिश्रमांनी आणि एकलक्षी वृत्तीने हॅरी क्लिफ्टन जिवंत असल्याचं शोधून काढलं आणि त्यांना ती इकडे घेऊन आली. तिच्या त्या कृत्यामुळे ती नकळत एका वेगळ्याच परिस्थितीला कारणीभूत झाली आणि त्यामुळेच आपण सर्व जण इथे चर्चेसाठी जमलो आहोत.' एवढं बोलून लॉर्ड हार्वे यांनी एकवार गॅलरीकडे पाहिलं आणि पुढच्या रांगेत बसलेल्या एमाकडे पाहून ते प्रेमाने हसले.

'माय लॉर्ड्स, हॅरी क्लिफ्टन यांचा जन्म गाइल्स बॅरिंग्टन यांच्या आधी झालेला आहे, यात काहीच वाद नाही. परंतु पूर्वाश्रमीच्या मेसी टॅनकॉक आणि आत्ताच्या श्रीमती मेसी क्लिफ्टन आणि सर ह्युगो बॅरिंग्टन यांच्या संबंधांमधून हॅरी क्लिफ्टन यांचा जन्म झाला आहे, या गोष्टींचा कोणताही ठोस पुरावा उपलब्ध नाही.'

'मिसेस क्लिफ्टन आणि सर ह्युगो बॅरिंग्टन यांचा इ.स.१९१९मध्ये केवळ एकदाच शारीरिक संबंध घडून आला होता. आणि त्या वेळी मेसी क्लिफ्टन यांचे ऑर्थर क्लिफ्टन यांच्याशी लग्न झालेलं नव्हतं, ही गोष्ट स्वत: मेसी क्लिफ्टन अमान्य करतच नाहीत. त्या घटनेनंतर काही आठवड्यांतच मेसी यांचा ऑर्थर क्लिफ्टन यांच्याशी विवाह झाला. या विवाहानंतर जो मुलगा जन्माला आला त्याचं नाव त्याच्या जन्माच्या प्रमाणपत्रावर हॅरी ऑर्थर क्लिफ्टन असं नोंदवण्यात आलं.'

'त्यामुळे माय लॉर्ड्स इथे तुमच्यासमोर एकीकडे सर ह्युगो बॅरिंग्टन यांचा औरस पुत्र असलेले गाइल्स बॅरिंग्टन आहेत, तर दुसऱ्या बाजूला हॅरी क्लिफ्टन आहेत. जे कदाचित ह्युगो बॅरिंग्टन यांचा अनौरस पुत्र असण्याची शक्यता आहे.

गाइल्स बॅरिंग्टनचे पिता मात्र ह्युगो बॅरिंग्टन होते, ही गोष्ट निर्विवाद सत्य आहे. त्यामुळे हा धोका पत्करायचा की नाही, हे आता आपणच ठरवायचं आहे, माय लॉर्ड्स! या चर्चेनंतर आपलं मत कोणाच्या बाजूने नोंदवायचं याचा निर्णय घेण्यास तुम्हा सर्वांना मदत व्हावी, म्हणून मी इथे आणखी एक मुद्दा स्पष्ट करतो. आत्ता मि. हॅरी क्लिफ्टन हे वर प्रेक्षकांच्या गॅलरीत बसलेलेच आहेत. त्यांनी आजवर अनेकदा आपलं म्हणणं अगदी स्पष्ट शब्दांत मांडलं आहे. त्यांच्याच शब्दात सांगायचं झालं, तर त्यांना या बॅरिंग्टन घराण्याच्या किताबाचं ओझं शिरावर घेण्याची अजिबात इच्छा नाही. हा किताब आपल्या जिवलग मित्राला – म्हणजेच गाइल्स बॅरिंग्टन यांनाच मिळावा, असा त्यांचा आग्रह आहे.'

सभागृहातील अनेकांच्या नजरा आपसूक वर वळल्या. हॅरी क्लिफ्टनच्या एका बाजूला एमा तर दुसऱ्या बाजूला गाइल्स बसला होता. हॅरी क्लिफ्टन लॉर्ड हार्वे यांच्या बोलण्यावर मान हलवत होता. लॉर्ड हार्वे थोडावेळ काही न बोलता गप्प उभे राहिले. अखेर सर्वांचं लक्ष परत एकदा त्यांच्याकडे वेधल्यावर ते पुढे बोलू लागले.

'तेव्हा माय लॉर्ड्स! तुम्ही चर्चा संपल्यावर जेव्हा आपलं मत द्याल, तेव्हा हॅरी क्लिफ्टन यांची इच्छा काय आहे, हे जरूर विचारात घ्यावं, तसेच जोशुआ बॅरिंग्टन यांनी कोणत्या हेतूने आपलं मृत्यूपत्र बनवलं तो हेतूही नजरेआड करू नये, अशी माझी तुम्हा सर्वांना नम्र विनंती आहे.'

एवढं बोलून लॉर्ड हार्वे खाली बसले. त्यांच्या भाषणानंतर टाळ्यांचा कडकडाट झाला. लॉर्ड हार्वे यांचाच विजय होणार, निकाल आपल्या बाजूने लागणार, याची हॅरीला जवळजवळ खात्रीच पटली.

टाळ्यांचा कडकडाट थांबून सभागृहात पुन्हा शांतता प्रस्थापित झाल्यावर लॉर्ड चॅन्सेलर उठून उभे राहात म्हणाले, "आता लॉर्ड प्रेस्टन यांनी आपली भूमिका मांडावी, अशी मी त्यांना विनंती करतो."

हॅरीने गॅलरीतून खाली वाकून पाहिलं. ज्या माणसाला हॅरीने आजवरच्या आयुष्यात कधी पाहिलेलंही नव्हतं, असा माणूस लॉड हार्वे यांच्या विरोधात बोलण्यासाठी उभा राहिला. लॉर्ड प्रेस्टन हे जेमतेम पाच फूट उंच आणि चांगले जाडजूड होते. त्यांच्या सुरकुतलेल्या, रापलेल्या चेहऱ्यावरून त्यांनी जन्मभर कामगार म्हणून काम केल्याचं स्पष्ट होत होतं. पण ते स्वभावाने भांडकुदळ असणार. ते कुणाचीही भीती, भीड-मुर्वत बाळगत नसणार, असंही वाटत होतं.

रेग प्रेस्टन यांनी एकवार पलीकडच्या बाजूच्या बाकांवर बसलेल्या सदस्यांवरून नजर फिरवली. एखाद्या योद्धयाने शत्रुपक्षावरून सावधगिरीने नजर फिरवावी, तशी!

'माय लॉर्ड्स सुरुवातीलाच मी लॉर्ड हार्वे यांच्या अत्यंत परिणामकारक आणि हृदयस्पर्शी भाषणाबद्दल त्यांचं मनापूर्वक अभिनंदन करतो. पण त्यांचं भाषण

अत्यंत बुद्धिवादी होतं, हीच तर त्या भाषणाची खरी कमजोरी असून तिथेच तर त्यांच्या पराभवाला खरी सुरुवात झाली. नोबल लॉर्ड हार्वे यांनी अशा काही थाटात वकिली युक्तिवाद केला की, अखेर एखादा नावाजलेला वकील आपली कमजोर बाजू सावरण्यासाठी जसं आपलं सगळं कौशल्य पणाला लावून समर्थन करतो, तसं काहीसं ते भाषण वाटलं. तरुण मेसी टॅनकॉकचा ऑर्थर क्लिफ्टन यांच्याशी विवाह होण्याच्या सहा आठवडे आधी तरुण ह्युगो बॅरिंग्टन आणि मेसी या दोघांचा शरीरसंबंध झाला होता, या गोष्टींवर कुणाचंच दुमत नाही. त्यानंतर बरोबर नऊ महिन्यांनी तिने एका मुलाला जन्म दिला आणि त्याच्या जन्माच्या दाखल्यावर त्या मुलाचं नाव सोयीस्करपणे हॅरी ऑर्थर क्लिफ्टन असं नोंदवण्यात आलं, हेही सर्वांनाच ठाऊक आहे. वेल्! इथे तर सगळाच प्रश्न सुटला आहे, माय लॉर्ड्स. कारण जरी मेसी क्लिफ्टन यांच्या लग्नाच्या पहिल्या रात्रीच त्यांना गर्भधारणा झाली असती, तरी त्याचा मुलगा त्यानंतर बरोबर सात महिने बारा दिवसांनी कसा काय जन्माला येऊ शकला असता?'

'हं! माय लॉर्ड्स, तसं होण्याची शक्यता मी काही अगदीच नाकारत नाही. पण गर्भधारणा झाल्यापासून मूल जन्माला येईपर्यंतचा काळ सर्वसाधारणपणे नऊ महिने असणं जास्त योग्य वाटतं का सात महिने बारा दिवस, असं जर तुम्हाला कुणी विचारलं, तर तुमचं उत्तर काय असेल?'

त्यांच्या या शब्दांवर बसलेल्या लेबर पक्षात सभागृहात खसखस पिकली.

'इथे मी आणखी एक गोष्ट स्पष्ट करू इच्छितो, माय लॉर्ड्स! मेसी क्लिफ्टन यांचा मुलगा जेव्हा जन्माला आला तेव्हा त्याचं वजन नऊ पाउंड चार औंस भरलं होतं. म्हणजे हे अपुऱ्या दिवसाचं बाळ होतं, असं मी तरी म्हणू शकत नाही.'

आता तर लोक मोठ्यांदा हसू लागले.

'अत्यंत कुशाग्रबुद्धीच्या लॉर्ड हार्वे यांच्या नजरेतून एक मुद्दा निसटला. ह्युगो बॅरिंग्टन यांना त्यांच्या आजोबा आणि पणजोबांच्याप्रमाणे 'रंगांधत्व' नावाचा एक आनुवंशिक आजार होता. तो आजार ह्युगो बॅरिंग्टन यांचा मुलगा गाइल्स यांना ही आहे, त्याचप्रमाणे हॅरी क्लिफ्टन यांनाही आहे. हा योगायोग तर म्हणता येणार नाही, माय लॉर्ड्स!'

परत एकदा लोक हसू लागले. उपस्थितांच्यात आपापसात जोरजोरात चर्चा सुरू झाली. लॉर्ड हार्वे अत्यंत गंभीर चेहऱ्याने नुसते बसून होते, रेग प्रेस्टन पुढचा टोला कधी हाणतो, याची वाट पाहात.

'आता ह्युगो बॅरिंग्टन हेच हॅरी क्लिफ्टन यांचे पिता असण्याचं सिद्ध करू शकणारा आणखी एक पुरावा मी मांडतो. सेंट थॉमस हॉस्पिटलचे डॉ. मिल्ने यांनी असा शोध लावलेला आहे की, जर एखाद्या व्यक्तीचे आई-वडील हे दोघंही जर

आर.एच. निगेटिव्ह रक्तगटाचे असतील, तर त्यांची मुलंसुद्धा आर.एच. निगेटिव्ह रक्तगटाचीच असतात. सर ह्युगो बॅरिंग्टन हे आर.एच. निगेटिव्ह रक्तगटाच्या आहेत आणि महत् आश्चर्य म्हणजे, हॅरी क्लिफ्टन हेसुद्धा असेच निगेटिव्ह रक्तगटाचे आहेत. केवळ बार टक्के ब्रिटिश लोक निगेटिव्ह रक्तगटाचे असतात. माय लॉर्ड नक्की कुठला घोडा जिंकणार हे तर उघडच आहे. ज्यांनी हा सोडून दुसऱ्या घोड्यावर पैसे लावले, त्यांना पश्चाताप होणार. कारण तो दुसरा घोडा या रेसमध्ये भागसुद्धा घेऊ शकत नाही.''

परत एकदा लोक जोरजोरात हसत सुटले. लॉर्ड हार्वे नुसते धुमसत आपल्या जागी बसून होते. ऑर्थर क्लिफ्टन हेसुद्धा आर. एच. निगेटिव्ह रक्तगटाचे होते, ही गोष्ट आपण आपल्या भाषणात का सांगितली नाही, याचा त्यांना पश्चात्ताप होत होता.

'आता मी आणखी एका मुद्याला तुमच्या परवानगीने स्पर्श करतो, माय लॉर्ड्स! मी एका बाबतीत लॉर्ड हार्वे यांच्याशी सहमत आहे. सर जोशुआ यांच्या मृत्युपत्राच्या अधिकृततेविषयी इथे शंका उपस्थित करण्याचा अधिकार कुणालाही नाही. ते मृत्युपत्र कायद्याच्या एकाही अटीचं वा नियमाचं उल्लंघन न करता बनवण्यात आलं आहे. त्यामुळे त्यांनी वापरलेले 'पहिला मुलगा' आणि 'रक्ताचं नातं' हे दोन्ही शब्द नक्की काय सूचित करतात, हे आपण आधी पाहिलं पाहिजे.'

'आनुवंशिकतेच्या तत्त्वाबद्दल माझे विचार नक्की काय आहेत, याची या सभागृहात उपस्थित असणाऱ्या जवळपास सर्वांनाच कल्पना आहे.' एवढं बोलून रेग प्रेस्टन किंचित हसून म्हणाले, ''हे कसलं तत्त्व? ह्याला तर मुळात मी तत्त्व मानायलाच तयार नाही.'

या खेपेला मात्र सभागृहाच्या एकाच बाजूकडून हसण्याचा आवाज ऐकू आला. रेग प्रेस्टन यांचे विरोधक मात्र पलीकडच्या भागात पाषाणासारखा निर्विकार चेहरा ठेवून बसले होते.

''माय लॉर्ड्स, कायद्याचा अर्थ जर चुकीचा लावण्यात आला. ऐतिहासिक परंपरांशी खेळण्यात आलं आणि तेही केवळ स्वतःच्या वैयक्तिक सोयीसाठी, तर मग इथे पूर्ण आनुवंशिकतेच्या संकल्पनेचीच चेष्टा केल्यासारखं होईल. आणि काही काळातच हा संपूर्ण इमला या सर्वांच्या डोक्यांवर कोसळेल.' विरोधकांकडे बोट दाखवत रेग प्रेस्टन म्हणाले.

'तेव्हा आता या दुःखद गुंत्यामध्ये सापडलेल्या या दोन तरुणांचा आपण विचार करू. मी असं म्हणेन की, यात त्या दोघांची काहीच चूक नाही. आपल्याला इथे असं सांगण्यात आलं की, आपले जिवलग मित्र गाइल्स बॅरिंग्टन यांनाच तो किताब मिळावा, असं खुद्द हॅरी क्लिफ्टन यांचं मत आहे. हा त्यांच्या मनाचा

मोठेपणा आहे. पण हॅरी क्लिफ्टन हे खरोखर मोठ्या मनाचेच आहेत. पण मिलॉर्ड त्यानंतर या देशात एक अनिष्ट प्रथा पडून जाईल. राजदरबाराकडून मिळालेला किताब वंशपरंपरेने योग्य वारसदाराला मिळण्याऐवजी तो आपल्या अपत्यांपैकी कुणाला मिळावा, हे माणसं स्वतःच ठरवू लागतील आणि माय लॉर्ड्स! असं जर झालं तर हा रस्ता आपल्याला शेवटाकडे घेऊन जाणारा ठरेल.'

सभागृहात शांतता पसरली होती. लॉर्ड प्रेस्टन यांनी आता आपला आवाज अगदी कमी केला आणि ते जवळपास कुजबुजत्या स्वरात म्हणाले, 'या उमद्या तरुणाने, मि. हॅरी क्लिफ्टन यांनी स्वेच्छेने असं सांगितलं की, घराण्याचा हा किताब माझ्या जिवलग मित्राला, म्हणजेच गाइल्स बॅरिंग्टनला देण्यात यावा, तेव्हा तसं करण्यामागे त्यांचा नक्की काय हेतू होता? ह्युगो बॅरिंग्टन यांचं पहिलं अपत्य गाइल्स बॅरिंग्टन आहे, हे सिद्ध करण्यामागे तरी हॅरी क्लिफ्टन यांचा नक्की काय हेतू होता?'

सगळ्यांच्या नजरा आता लॉर्ड प्रेस्टन यांच्याकडे लागल्या होत्या.

'यू सी! माय लॉर्डस्, इंग्लंडच्या चर्चने हॅरी क्लिफ्टन यांना गाइल्स बॅरिंग्टन यांची सख्खी बहीण एमा बॅरिंग्टन हिच्याशी विवाह करण्यास परवानगी दिली नाही. कारण त्या सर्वांचे वडील एकच आहेत, अशी चर्चची जवळजवळ खात्रीच होती.

हॅरीला आजवरच्या आयुष्यात एवढा संताप कधीच कुणाचा आला नसेल, एवढा त्याला हे बोलणाऱ्या माणसाचा संताप आला.

'इथे बिशप्सच्या सर्व जागा मला भरलेल्या दिसत आहेत, माय लॉर्ड्स!' प्रेस्टन पुढे म्हणाला. त्याने आता आपला मोहरा चर्चचे धर्मगुरू जिकडे बसले होते, त्या दिशेला वळवला. 'या संदर्भात चर्चच्या प्रतिनिधींचं नक्की काय मत आहे, हे जाणून घेण्याची मला बरीच उत्सुकता आहे. निदान त्या सर्वांचं तरी या बाबतीत निश्चित एकमत असेल, अशी अपेक्षा आहे.' प्रेस्टन यांच्या तोंडचे ते शब्द ऐकून एक-दोन बिशप्स अत्यंत अस्वस्थ झालेले दिसले. 'आणि आता खानदानी रक्ताचा विषय निघालाच आहे म्हणून सांगतो, या बाबतीत हॅरी क्लिफ्टन ह्यांच्या धमन्यांमध्ये वाहणारं रक्तसुद्धा गाइल्स बॅरिंग्टन यांच्या एवढंच 'खानदानी' आहे. ब्रिस्टॉलच्या रस्त्यावर कमालीच्या दारिद्र्यात लहानाचं मोठं झालेल्या हॅरी क्लिफ्टन यांनी ब्रिस्टॉल ग्रामर स्कूलसारख्या शिक्षणसंस्थेत प्रवेश मिळवला आणि त्यानंतर पाच वर्षांमध्ये ऑक्सफर्डच्या ब्रेसनोज कॉलेजातही प्रवेश मिळवला. युद्ध घोषित होण्याची वाट बघत न बसता तरुण हॅरीने विश्व विद्यालयीन उच्चशिक्षणाकडे पाठ फिरवून युद्धात भरती होण्याचा निर्णय घेतला. परंतु त्यांच्या जहाजावर एक जर्मन पाणबुडीने हल्ला करून ते नष्ट केल्यामुळे त्यांना तसं करता आलं नाही. त्यांचं जहाज दुर्घटनाग्रस्त झाल्याची बातमी लॉर्ड हार्वे आणि बॅरिंग्टन कुटुंबीयांच्या कानावर

गेल्यामुळे त्यात हॅरी क्लिफ्टन यांचाही अपघाती मृत्यू झाल्याचा त्या सर्वांचा ग्रह झाला.

'ज्या कुणी 'द डायरी ऑफ अ कन्व्हिक्ट' ही हॅरी क्लिफ्टन यांनी लिहिलेली हृदयद्रावक कहाणी वाचली असेल, त्यांना हॅरी क्लिफ्टन यू. एस. आर्मीमध्ये कसे जाऊन पोहोचले, हे कळलंच असेल. तिथेही त्यांनी सिल्व्हर स्टार हे शौर्यपदक प्राप्त केलं. युद्ध संपण्याच्या अगदी थोडे दिवस आधी जर्मनांनी पेरलेल्या सुरुंगाचा स्फोट होऊन त्यात ते जखमी झाले. परंतु जर्मन सैन्य हॅरी क्लिफ्टन यांचा असा सहजासहजी विनाश करू शकले नाहीत, माय लॉर्ड्स! आणि आपणही तसं करण्याचा प्रयत्न करू नये.'

यानंतर लेबर पक्षाच्या सभागृहात उपस्थित असलेल्या सर्व सदस्यांनी टाळ्यांचा कडकडाट केला. तो थांबून परत सर्वत्र शांतता पसरेपर्यंत लॉर्ड प्रेस्टन बोलायचे थांबले.

'अखेर माय लॉर्ड्स, आज आपण इथे नक्की कशासाठी जमलो आहोत, हा प्रश्न आपल्यापैकी प्रत्येकाने स्वत:ला विचारायला हवा. याचं उत्तर मी तुम्हाला सांगतो. याचं कारण या देशातल्या सात अत्यंत विद्वान व्यक्तींनी, अत्यंत निष्णात कायदेतज्ज्ञांनी दिलेल्या निर्णयाला गाइल्स बॅरिंग्टन यांनी आव्हान दिल्यामुळे आज आपण इथे जमलो आहोत. लॉर्ड हार्वे आपल्या हृदयद्रावक भाषणात नेमका ह्या गोष्टीचा उल्लेख करायला विसरले. पण मी तुम्हाला सांगतो. या विषयावर साधकबाधक चर्चा करून मगच आपले लॉ लॉर्ड्स अशा निर्णयापर्यंत आले होते की, 'सर' हा किताब आणि सर्व मालमत्ता ही हॅरी क्लिफ्टन यांनाच मिळायला हवी. माय लॉर्ड्स आता हा निर्णय बदलण्याची जर तुम्हाला इच्छा झाली असेल, तर त्या आधी तुमची मनोमन ही खात्री पटायला हवी की, त्या निष्णात, बुद्धिमान कायदेतज्ज्ञांचा निर्णय पूर्णपणे चुकीचा होता.'

'आणि म्हणूनच माय लॉर्ड्स!' असं म्हणून रेग प्रेस्टनने आपल्या भाषणाचा समारोप करण्यास सुरुवात केली. 'या दोन तरुणांपैकी 'सर' हा किताब कुणाला मिळाला पाहिजे, या विषयीचं तुमचं मत जेव्हा तुम्ही द्याल, तेव्हा केवळ सोय-गैरसोयीचा विचार करून मत देऊ नका, तर ह्युगो बॅरिंग्टन आणि हॅरी क्लिफ्टन याचं पिता-पुत्राचं नातं असण्याची शक्यता तुम्हाला किती प्रमाणात वाटते, यावर तुमचा निर्णय आधारित असू दे. आणि आत्ता तरी हॅरी ह्युगो यांचा पुत्र असण्याची शक्यता फारच जास्त आहे, हे तर आपल्याला माहीतच आहे. मी आणखी एकच गोष्ट इथे सुचवण्याचं धाडस करणार आहे.' असं म्हणून त्याने उपस्थित सभासदांच्या थेट डोळ्यांत रोखून पाहिलं. या मुद्यावर गुप्त मतदान करण्यासाठी तुम्ही जेव्हा आतील कक्षात जाल, तेव्हा कृपया फक्त तुमची सदसद्विवेक बुद्धीच तेवढी बरोबर घेऊन जा,

पण राजकारण तेवढं बाहेर ठेवून जा, एवढंच मला तुम्हाला सांगायचं आहे.'

टाळयांच्या कडकडाटांत लॉर्ड प्रेस्टन खाली बसला. हा कडकडाट अर्थात त्याच्या स्वत:च्या लेबर पक्षाच्या सदस्यांचा होता. परंतु सभागृहात विरोधी पक्षात बसलेले अनेक सदस्यही माना डोलवत होते.

लॉर्ड हार्वे यांनी आपले प्रतिस्पर्धी प्रेस्टन यांना एक चिठ्ठी लिहिली. अत्यंत प्रभावशाली भाषण करून आपली बाजू उत्तम मांडल्याबद्दल त्यांनी प्रेस्टन याचं अभिनंदन केलं. त्यानंतर सभागृहातील उपस्थितांनी एक-एक करून उभं राहात आपली मतं मांडण्यास सुरुवात केली. लॉर्ड हार्वे आणि लॉर्ड प्रेस्टन आपापल्या जागी शांत बसून ते ऐकत होते.

दोन्ही बाजूंच्या वक्त्यांनी काही अनपेक्षित प्रतिक्रिया दिल्या, त्यामुळे सर्वांत शेवट जेव्हा गुप्तमतदान होईल, तेव्हा कौल कुणाच्या बाजूने लागेल, याविषयी लॉर्ड हार्वे यांच्या मनात साशंकता निर्माण झाली. पण जेव्हा ब्रिस्टॉलचे बिशप आपले विचार व्यक्त करण्यासाठी उठून उभे राहिले, तेव्हा मात्र दोन्ही बाजूचे सदस्य अगदी कान देऊन ऐकू लागले. बिशप केवळ स्वत:चंच मत मांडत नव्हते, तर चर्चचं प्रतिनिधित्व करणाऱ्या सर्वांचंच प्रातिनिधिक मत मांडण्यासाठी ते उभे होते.

'माय लॉर्ड्स!' बिशप म्हणाले, ''जर तुम्ही यावर साधक-बाधक विचार करून मि. गाइल्स बॅरिंग्टन यांनाच घराण्याचा किताब आणि मालमत्ता मिळावी असं मत नोंदवलंत, तर मग हॅरी क्लिफ्टन आणि एमा बॅरिंग्टन यांच्या कायदेशीर विवाहाला मान्यता देण्यावाचून माझ्यापुढे आणि चर्चपुढे दुसरा काहीच पर्याय राहणार नाही. त्याचं कारण माय लॉर्ड्स, हॅरी क्लिफ्टन हे सर ह्युगो बॅरिंग्टन यांचे पुत्र नाहीत, असा जर आपण सर्वांनी निष्कर्ष काढलात, तर मग या विवाहाला चर्चने हरकत घेण्याचा प्रश्नच उद्‌भवत नाही.'

'पण मग हे सगळे चर्चचे प्रतिनिधी कुणाच्या बाजूने मत देतील?' लॉर्ड हार्वे आपल्या शेजारीच पुढच्या रांगेत बसलेल्या आपल्या सहकाऱ्याच्या कानात कुजबुजले.

तेवढ्यात बिशप पुढे म्हणाले, 'जेव्हा मतदानाची वेळ येईल, तेव्हा मी आणि माझे सहकारी कुणाच्याच बाजूने मत देणार नाही. कारण यावर राजकीय अथवा कायदेशीर निर्णय आम्ही देणं योग्य नाही.'

''पण मग नैतिकेच्या बाबतीतला निर्णय तर आपणास देता येईलच ना?'' लॉर्ड प्रेस्टन त्यांच्या कानावर जाईल इतपत मोठ्यांदा म्हणाले.

आणखी एका सदस्याचं भाषण ऐकल्यावर सगळ्या उपस्थितांना आश्चर्याचा धक्का बसला. हे सदस्य अपक्ष होते आणि ते ब्रिटिश मेडिकल असोसिएशनचे पूर्वाश्रमीचे अध्यक्ष होते.

''माय लॉर्ड्स! मला या सभागृहाला एका नुकत्याच प्रसिद्ध झालेल्या संशोधनाविषयी

माहिती द्यायची आहे. हे संशोधन मूरफील्ड्स हॉस्पिटलमध्ये झालं आहे. त्यातून असा निष्कर्ष निघाला आहे. रंगांधत्वाचा आजार स्त्रीमार्फत तिच्या अपत्याकडे संक्रमित केला जातो.''

लॉर्ड चॅन्सेलर यांनी ते ऐकताच आपल्या समोरचं लाल फोल्डर उघडून त्यांनी केलेल्या नोंदीमध्ये काहीतरी दुरुस्ती केली.

''आणि त्यामुळेच सर ह्युगो आणि हॅरी क्लिफ्टन या दोघांनाही रंगांधत्वाचा आजार आहे. त्यामुळे ते पिता-पुत्रच असले पाहिजेत, हा लॉर्ड प्रेस्टन यांचा युक्तिवाद चुकीचा आणि दिशाभूल करणारा आहे. त्या दोघांनाही हा एकच आजार असणं, हा केवळ योगायोगच म्हटला पाहिजे.''

'बिग बेनमध्ये दहा ठोके पडले' पण अजूनही लॉर्ड चॅन्सेलर यांचं लक्ष स्वत:कडे वेधून घेण्याची काही सदस्यांची धडपड चालू होती. मग ही चर्चा अशीच पुढे चालू ठेवण्याचा लॉर्ड चॅन्सेलर यांनी निर्णय घेतला. शेवटचा वक्ता जेव्हा आपलं मत मांडून खाली बसला तेव्हा दुसऱ्या दिवशीच्या पहाटेचे तीन वाजून गेले होते.

अखेर मतदान सुरू होत असल्याची घंटा वाजली. तेव्हा थकलेले, पेंगुळलेले सदस्य आपापल्या स्थानांवरून उठून रांगेने मतदान कक्षात जाऊ लागले. हॅरी अजूनही गॅलरीतच बसून होता. त्याने निरखून पाहिलं, तर लॉर्ड हार्वे गाढ झोपी गेले होते. पण त्यावर कुणीच काही बोललं नव्हतं. गेले तेरा तास लॉर्ड हार्वे यांनी स्वत:ची जागा सोडली नव्हती.

''निदान स्वत:चं मत नोंदवण्याची वेळ येईपर्यंत तरी त्यांना जाग येईल, अशी आपण आशा करू या!'' गाइल्स हसत म्हणाला. इतक्यात त्याच्या डोळ्यांदेखतच त्याचे आजोबा बसल्या जागी कोसळले.

ताडतोब मदतनिसांनी धावपळ करून ॲम्ब्युलन्सला बोलावणं पाठवलं. जरा वेळात दोन लोकांनी स्ट्रेचर आत आणून लॉर्ड हार्वे यांना सभागृहातून बाहेर आणण्यात आलं. त्यानंतर ते तिघंही ॲम्ब्युलन्समधून लॉर्ड हार्वे यांना हॉस्पिटलमध्ये घेऊन गेले.

सर्व सदस्य आपापलं मत देऊन मतदार कक्षातून बाहेर पडून परत सभागृहात आले. मत मोजणीचा निकाल काय लागतो, हे जाहीर झाल्याशिवाय कुणालाच घरी जाण्याची इच्छा नव्हती. परंतु सभागृहात परत आल्यानंतर लॉर्ड हार्वे आपल्या जागी नसल्याचं पाहून दोन्ही पक्षाचे सदस्य बुचकळ्यात पडले.

सभागृहात अफवांचं पेव फुटलं. जे घडलं ते जेव्हा लॉर्ड प्रेस्टन यांच्या कानावर घालण्यात आलं, तेव्हा त्यांचा चेहरा पांढरा फटक पडला.

त्यानंतर बराच वेळ गेला. अखेर मतमोजणीची जबाबदारी ज्या सदस्यांवर सोपवण्यात आली होती, ते बाहेर आले. ते चौघं सभागृहाच्या मध्यभागी येऊन लॉर्ड

चॅन्सेलर यांच्या समोर उभे राहिले.

सभागृहात एकदम शांतता पसरली.

त्या चौघांपैकी जो मुख्य होता, त्याने हातातील चिठ्ठी उचलून मोठ्या आवाजात घोषणा केली. ''दोन्ही बाजूंना समसमान, म्हणजे प्रत्येकी दोनशे त्र्याहत्तर मतं पडली आहेत.''

त्याच्या तोंडचे हे शब्द ऐकताच सभागृहात प्रचंड गोंधळ माजला. आता पुढे काय होणार हा प्रश्न ज्याच्या त्याच्या तोंडी होता. आता लॉर्ड चॅन्सेलर यांना निर्णायक मत द्यावं लागेल, असं जुने जाणकार म्हणू लागले, ते स्वत:च्या जागी जराही विचलित न होता शांत चित्ताने बसून होते. सभागृहात शांतता प्रस्थापित होण्याची ते वाट बघत होते.

अखेर सर्व जण शांत झाल्यावर लॉर्ड चॅन्सेलर सावकाश उठून उभे राहिले. त्यांनी आपल्या डोक्यावरचा टोप सारखा केला, अंगातील कोटाची बटणं चाचपली आणि धीरगंभीर आवाजात सभागृहाला उद्देशून बोलण्यास सुरुवात केली. सभागृहात उपस्थित असलेल्या सर्वांच्या नजरा त्यांच्यावर खिळल्या होत्या. वर प्रेक्षकांच्या गॅलरीत बसलेल्या लोकांपैकी पुढच्या जागा पटकावून बसलेले भाग्यवान पुढच्या कठड्यावर ओणवून खाली वाकून बघत होते. परंतु गॅलरीतील पुढच्या ओळीतल्या तीन जागा मात्र रिकाम्या होत्या. आणि नेमकी या तिघांची नशिबं लॉर्ड चॅन्सेलर यांच्या हातात होती.

'माय लॉर्ड्स!' त्यांनी बोलण्यास सुरुवात केली.

''या इथे घडून आलेल्या चर्चेत आपल्यापैकी बऱ्याच जणांनी इथे मतं मांडली. मी प्रत्येकाचं मत लक्षपूर्वक ऐकलं. आपण सर्वांनी अत्यंत मुद्देसूदपणे आणि तळमळीने आपले विचार प्रकट केले. पण तुम्हा सर्वांचे विचार ऐकून मी मात्र एका मोठ्या पेचप्रसंगात सापडलो आहे. त्यामुळे माझ्या मनातील चिंता मी आज तुमच्यासमोर बोलून दाखवणार आहे.'

'ही जर साधीसुधी बाब असती आणि दोन्ही बाजूंना समसमान मतं पडली असती, तर मी लॉ लॉर्ड्सनी पूर्वी घेतलेला निर्णय शिरोधार्य मानून माझं मत त्यानुसार नोंदवलं असतं आणि हॅरी क्लिफ्टन यांनाच बॅरिंग्टन घराण्याचा किताब प्राप्त व्हावा असा निर्णय दिला असता, परंतु आपण सर्वांनी हे तर पहिलंतच की, तुम्ही सर्वांनी मतदान सुरू केल्याच्या क्षणीच लॉर्ड हार्वे यांची प्रकृती बिघडली आणि त्यांना तातडीने रुग्णालयात हलवावं लागलं. परंतु लॉर्ड हार्वे यांनीच या चर्चेला सुरुवात करून दिली होती, हे आपल्याला विसरून चालणार नाही. परंतु ते स्वत: मात्र या ठिकाणी मतदान करू शकले नाहीत. त्यांना जर स्वत:चं मत नोंदवण्याची संधी मिळाली असती, तर त्यांनी ते कोणत्या बाजूने नोंदवलं असतं, हे मी वेगळं

सांगायची गरज नाही. तसं घडलं असतं, तर त्यांचीच सरशी होऊन बॅरिंग्टन घराण्याचा किताब त्यांचा नातू गाइल्स बॅरिंग्टन यांनाच प्राप्त झाला असता.

'माय लॉर्ड्स! आता तुमच्या एक गोष्ट लक्षात आलीच असेल की या प्रकरणात अंतिम निर्णय देताना मला सॉलोमन*चं बुद्धिचातुर्य वापरावं लागणार आहे.''

सभागृहातून 'हिअर! हिअर!' असे आवाज ऐकू आले.

'परंतु मला तुम्हा सर्वांना आत्ता हेच सांगायचंय की, इथे मी नक्की कोणत्या मुलाचे तुकडे करायचे आणि कोणत्या मुलाला त्याचा जन्मसिद्ध हक्क मिळवून द्यायचा, या संबंधी काही निर्णय घेतलेला नाही.'

त्यांचे हे शब्द ऐकताच सभागृहात हास्याची हलकीशी लहर पसरली आणि वातारणातील ताण थोडातरी कमी झाला.

'त्यामुळे माय लॉर्ड्स!' ते म्हणाले. आता परत सभागृहातील सर्वांचं लक्ष त्यांच्यावर खिळलं होतं.

'बॅरिंग्टन विरुद्ध क्लिफ्टन या विवादाबद्दलचा माझा निर्णय मी आज सकाळी ठीक दहा वाजता जाहीर करीन.'

त्यानंतर पुढे एक शब्दही न बोलता ते स्वत:च्या आसनावर बसले. प्रथेनुसार हातोडा तीनदा वाजवण्यात येऊन सभागृहाचं कामकाज संपल्याचं घोषित करण्यात आलं. पण सभागृहात प्रचंड कोलाहल माजला होता.

''ह्या सभागृहाचं कामकाज आज सकाळी ठीक दहा वाजता सुरू होईल. लॉर्ड चॅन्सेलर त्या वेळी बॅरिंग्टन विरुद्ध क्लिफ्टन या प्रकरणाचा निकाल जाहीर करतील, उपस्थितांनी आपल्या जागी उठून उभं राहावं!'' अशी घोषणा होताच ताबडतोब लॉर्ड चॅन्सेलर यांनी उठून सभागृहाला अभिवादन केलं. उपस्थितांनीही उठून उभं राहून त्यांना प्रतिअभिवादन केलं.

सभागृहात घोषणा झाली, 'सभागृहाचे कामकाज तात्पुरते स्थगित करण्यात येत आहे.'

**किंग सॉलोमन ह्याला ईश्वरानं बुद्धिचातुर्याचं वरदान दिलं होतं. एकदा दोन स्त्रिया एका तान्ह्या अर्भकावर हक्क सांगत, न्याय मागण्यासाठी त्याच्या समोर आल्या. तेव्हा त्यांच्यातली खरी माता कोण आहे, हे शोधून काढण्यासाठी आपण त्या बाळाचे दोन तुकडे करत असल्याची बतावणी केली आणि खरी माता कोणती, ते त्याला समजलं.)*

भारताच्या तेनसिंग आणि नॉर्वेच्या डायमंड हिलरी या गिर्यारोहकांना जॉर्ज मेलरीने खरंच शह दिला होता का?... या अस्वस्थ करणाऱ्या प्रश्नाचं उत्तर देणारी जेफ्री आर्चर यांची सत्यघटनेवर आधारित कादंबरी

पाथ्स ऑफ ग्लॉरी

त्याने दोन बायकांवर प्रेम केलं...
आणि त्यातल्या एकीने त्याला मारलं.

जेफ्री आर्चर

अनुवाद
सुभाष जोशी

काही लोकांची स्वप्नं इतकी विलक्षण असतात, की ती जर त्यांनी पूर्ण केली तर त्यांचं नाव इतिहासात निर्विवादपणे लिहिलं जातं. फ्रान्सिस ड्रेक, रॉबर्ट स्कॉट, पर्सी फॉसेट, चार्ल्स लिंडबर्ग, एडमंड हिलरी आणि नील आर्मस्ट्रॉंग, ही नावं हेच सिद्ध करतात.

'पाथ्स ऑफ ग्लॉरी' अशाच एका माणसाची कथा आहे, पण या असामान्य कादंबरीचं शेवटचं पान उलटेपर्यंत, तुम्हाला त्याचं नाव त्या यादीत टाकावं का नाही, याचा निर्णय घेता येणार नाही कारण जर त्याचं नाव त्या यादीत जोडलं, तर मग त्या यादीतलं एक नाव काढावं लागेल...
पण जर असं झालं, की एका माणसाने असंच एक स्वप्न उराशी बाळगलं आणि ते पूर्णही केलं, पण याला काहीच पुरावा मागे ठेवला नसेल तर?

मित्राचा खून केल्याच्या आरोपावरून तुरुंगात जाणाऱ्या व आश्चर्यकारकरित्या बाहेर येऊन खऱ्या गुन्हेगारांना धडा शिकवणाऱ्या डॅनची उत्कंठावर्धक कथा.

अ प्रिझनर ऑफ बर्थ

मूळ लेखक : **जेफ्री आर्चर** || अनुवाद : **लीना सोहोनी**

डॅनी कार्टराईटने बेथ विल्सनला लग्नाची मागणी आदल्या दिवशी किंवा दुसऱ्या दिवशी घातली असती, तर त्याच्यावर आपल्या जिवलग मित्राचा खून केल्याचा आरोप ठेवण्यात आला नसता आणि त्याला अटकसुद्धा झाली नसती. जेव्हा फिर्यादी पक्षाकडून चार नामांकित साक्षीदार आणण्यात येतात; एक बॅरिस्टर, एक लोकप्रिय अभिनेता, एक उच्चकुलीन प्रतिष्ठित व्यक्ती आणि एक नावाजलेल्या फर्ममधला तरुण, धडाडीचा पार्टनर... तेव्हा तुमची बाजू कोर्टात कोण ऐकून घेणार? डॅनीला बावीस वर्षांच्या जन्मठेपेची शिक्षा होते. त्याला बेलमार्श तुरुंगात पाठवण्यात येतं. देशातल्या सर्वांत जास्त कडक सुरक्षाव्यवस्थेसाठी प्रसिद्ध असलेला हा तुरुंग! आजवर कोणताही कैदी तिथून पळून जाऊ शकलेला नाही. पण डॅनीच्या अंतर्यामी एक आग भडकलेली आहे. आपल्यावर झालेल्या अन्यायाचा बदला घेण्याची आग. ती आग त्याला जाळते आहे; पण याची किंचितही कल्पना स्पेन्सर क्रेग, लॉरेन्स देवनपोर्ट, जेराल्ड पेन आणि टोबी मोर्टिमर यांना नाही. डॅनीला साथ आहे त्याच्या प्रेयसीची, बेथची. डॅनीच्या नावाला लागलेला कलंक धुवून काढण्यासाठी तिनेही न्यायालयाची दारं ठोठावलेली आहेत. सच्चा दिलाच्या या प्रेमिकांच्या अथक प्रयत्नांनी अखेर त्या चौघांना पळता भुई थोडी होते. जिवावर उदार होऊन अखेर रणांगणातून पळ काढावा लागतो. वाचकांची मती गुंग करणारी, शेवटच्या पानापर्यंत वाचकांच्या मनाचा ताबा घेऊन त्यांना खिळवून टाकणारी ही कादंबरी!